பங்குகளில் பணம்

பங்குகளில் பணம்

சோம. வள்ளியப்பன்

ZDP
SPECIFICS

Title: Pangugalil Panam
Author's Name: Soma. Valliappan

Published by ZDP Specifics

SPECIFICS

(An imprint of Zero Degree Publishing)
No. 55(7), R Block, 6th Avenue,
Anna Nagar,
Chennai - 600 040

Website: www.zerodegreepublishing.com
E Mail id: zerodegreepublishing@gmail.com
Phone: 89250 61999

ZDP Specifics First Edition: September 2023
ISBN: 978-93-95222-34-1
TITLE No. ZDPS: 68

Layout: G.Selva kumar
Cover Design: Vijayan, Creative Studio

சமர்ப்பணம்

தேவகோட்டை அட்வகேட்
திரு. M.RM SP V. சுப்ரமண்யன் அவர்களுக்கு...

பொருளடக்கம்

முன்னுரை

- "வங்கிகள் மற்றும் தபாலாபீசுகள் பிக்சட் டெபாசிட்களுக்குத் தரும் வட்டி விகிதங்கள் மிகச் சுமாராக அல்லவா இருக்கின்றன; வங்கிகள் தருவதைக் காட்டிலும் சற்று அதிகமான வட்டி மற்றும் வரிச்சலுகை ஆகியன தந்தாலும், அவசரத்திற்குத் திரும்ப எடுக்க முடியாது. 15 ஆண்டுகளுக்கு 'லாக் இன் பீரியட்' என்றல்லவா பப்ளிக் பிராவிடன்ட் ஃபண்ட் தெரிவிக்கிறது?"

- "விலை இப்போது உயர்கிறதுதான். ஆனால் எப்போதும் தொடர்ந்து இதேபோல உயர்ந்துகொண்டிருக்கும் என்று சொல்லமுடியாத முதலீடாகத்தானே இருக்கிறது தங்கம்? முதலீட்டிற்கான வாய்ப்புகள் பலவும் இப்படியிருந்தால் சேமித்த பணத்தை எங்கேதான் முதலீடு செய்வதாம்?"

- "நான் 36 அல்லது 24 சதவிகித அதிக வட்டிக்கெல்லாம் ஆசைப்படவில்லை. என் முதலீட்டிற்கு பெரும் லாபம் எல்லாம் எதிர்பார்க்கவில்லை. குறைந்தபட்சம் நாட்டில் நிலவும்

பணவீக்கத்தை சமாளித்து, அதற்கும் சற்றுக் கூடுதலாக அதாவது ஆண்டுக்கு 12 அல்லது 15 சதவிகித வளர்ச்சியாவது வேண்டும் என்று நினைக்கிறேன். அப்படிப்பட்ட முதலீட்டு வாய்ப்புகள் எங்கே இருக்கின்றன?"

- "எனக்கு வயது, நாற்பதுக்குள்தான். எனக்கு ரிஸ்க் எடுக்கும் வயதும் தைரியமும் இருக்கிறது. வேலை போக, கணிசமான நேரமும் இருக்கிறது. பாதுகாப்பானதாகவே இருந்தாலும் வங்கிகள் தரும் வெறும் 7 சதவிகித வட்டி வருமானமெல்லாம் எனக்குப் போதவே போதாது. நான், இப்போது ரிஸ்க் எடுக்காமல் பிறகு எப்போது எடுக்கமுடியும்?"

- "என்னுடைய முழுப் பணத்திற்கும் இல்லாவிட்டாலும், ஒரு பகுதி பணத்தையாவது 12-15% வருமானம் வரும் வகையில் முதலீடு செய்தால்தானே என் வருங்காலத் தேவைகளை நிறைவேற்றிக்கொள்ளமுடியும்?"

இந்தக் கேள்விகள், அபிப்பிராயங்கள், கருத்துகள் எல்லாவற்றுக்கும் பதில் வேண்டுமென்றால், நீங்கள் தெரிந்துகொள்ள வேண்டிய மூன்று விஷயங்கள் பங்குச்சந்தை, பங்குகளில் முதலீடு மற்றும் பரஸ்பர நிதிகள்.

நீங்கள் அவசியம் இறங்கவேண்டிய அல்லது செய்யவேண்டிய ஒன்று எனப் பங்குச் சந்தையைச் சொல்லவில்லை. இப்படியெல்லாம் யோசிப்பவராக இருந்தால், தெரிந்தாவது கொள்ளுங்கள் என்கிறேன்.

அங்கே அப்படி என்னதான் நடக்கிறது, அதன் மீது பலருக்கு அவ்வளவு மோகம்? அதேபோல பலருக்கு ஏன் அத்தனை பயம்? இன்னும் பலருக்கு ஏன் அதன் மீது பெரிய வன்மம்? அதெப்படி ஒரே விஷயத்தின் மீது இத்தனை வேறுபட்ட உணர்வுகள் இருக்க முடியும் என்று தெரிந்துகொள்ளவேண்டுமல்லவா? அதற்காகத்தான் இந்தப் புத்தகம்.

★

2019ம் ஆண்டு, அக்டோபர் மாதம் நாணயம் விகடனில் இருந்து அழைப்பு. ஆசிரியர் திரு ஏ.ஆர்.குமார் அவர்கள் அலைபேசியில் அழைத்தார். தினம் தினம் ஒரு கட்டுரை என 100 நாட்களுக்குத் தொடர்ந்து எழுதவேண்டும் என்றார். பங்குச்சந்தை குறித்த தொடர். தலைப்பு, 'ஸ்மார்ட் இன்வெஸ்டார் இன் 100 டேஸ்'. ஆம் முழுக்க முழுக்க ஆங்கிலத் தலைப்பு. நாணயம் விகடனின் டிஜிட்டல் இதழுக்காக.

வெவ்வேறு வேலைகள் வருமே! வெளியூர் போகவேண்டியிருக்குமே!! ஒருநாள் விடாமல் மூன்று மாதம் 10 நாட்களுக்குத் தொடர்ந்து எழுத முடியுமா என்று யோசனை வந்தது. ஆனாலும் சில ஆண்டுகளுக்குப் பின் நாணயம் விகடனில் ஒரு தொடர் என்பதால் ஒப்புக்கொண்டேன்.

மிக நல்ல வரவேற்பு கிடைத்தது. உங்கள் கேள்விகளுக்கு சோம.வள்ளியப்பன் பதில் சொல்வார் என்றும் அறிவிக்க, கேள்விகள் ஒரு பக்கம் வந்துகொண்டேயிருந்தன.

100 நாட்கள் நன்றாகவே முடிந்தன. ஒரு நாள் விடாமல் தினந்தோறும் ஒரு கட்டுரை. எனக்கும் மகிழ்ச்சியாகவும் நிறைவாகவும் அமைந்த ஒரு தொடர் அது. நாணயம் விகடனுக்கும் திரு. ஏ.ஆர்.குமார் அவர்களுக்கும் என் நெஞ்சார்ந்த நன்றி.

அதோடு விட்டுவிட்டேன். பிறகு தற்செயலாக அதைப் படித்துப் பார்க்க, இதுவரை என்னுடைய வேறு பங்குச்சந்தை புத்தகங்களில் சொல்லாத பலவும் அதில் இருப்பதைக் கவனித்தேன், வீண் செய்யக் கூடாது என்று முடிவு செய்தேன்.

ஆனால் குறிப்பிட்ட காலத்தில் ஆன் லைனில் சுவாரஸ்யமாக இருப்பதற்காக எழுதிய தகவல்கள் சில ஆண்டுகளுக்குப் பின் படிப்பவர்களுக்கு ஏற்றதாக இருக்குமா என்று யோசித்து, உடனடியாக புத்தகமாகக் கொண்டுவரவில்லை.

எனது புத்தகங்களில் சிலவற்றை ஸீரோ டிகிரி மூலம் கொண்டுவர முடிவு செய்தபோது, புதிய புத்தகமாக ஒரு புத்தகம் கொடுக்க நினைத்தேன். அதற்காகக் கையில் இருந்த ஸ்மார்ட் இன்வெஸ்டார் இன் 100 டேஸ் என்பதை ஒழுங்குபடுத்த ஆரம்பித்தேன். வழக்கமாக ஆகும் நேரத்தைவிட கூடுதல் வேலையும் நேரமும் செலவு

செய்யவேண்டிவந்தது. விடவில்லை. நான்கு டிராப்டுகளுக்குப் பின்தான் திருப்தி வந்தது.

ஆக, இது புத்தகமாக எழுதப்பட்டதல்ல. தொடராக வந்ததை புத்தகம் ஆக்க, வரிசை மற்றும் இடமாற்றங்கள் செய்து, சில புதியன சேர்த்து சிலவற்றைக் கழித்துச் செய்தது.

வாசகர்களுக்கு பலன் இல்லாத எதையும் என் பெயரில் பிரசுரிக்க விரும்பாதவன் நான். அப்படித்தான் என் எல்லாப் புத்தகங்களையும் கொண்டுவந்திருக்கிறேன். 'பங்குகளில் பணம்' என்ற இந்தப் புத்தகம் அதற்கு விதிவிலக்கல்ல. விகடன் வாசகர்கள் உணர்ந்ததைப் போலவே இந்தப் புத்தகம் படிக்கும் ஒவ்வொருவரும் உணர்வார்கள், பாராட்டுவார்கள் என்று நம்புகிறேன். எனக்கு எழுத விரும்புகிறவர்கள் writersomavalliappan@gmail.com க்கு தாராளமாக எழுதலாம்.

சிறப்பாகப் பதிப்பித்திருக்கும் ஸீரோ டிகிரி பப்ளிகேஷன்ஸ் திரு. ராம்ஜீ நரசிம்மன் அவர்களுக்கு நன்றி.

சோம. வள்ளியப்பன்

18.7.2023

1. பங்குகள் நல்லது

எங்கே முதலீடு செய்தாலும், போடும் பணம் பத்திரமாக இருக்கவேண்டும் என்பது அடிப்படை. அதற்குப் பிறகுதான், அந்த முதலீடு என்ன வருமானம் ஈட்டித் தருமா? என்றெல்லாம் பார்க்க வேண்டும்.

ஆனால், பங்குச்சந்தை அந்த விதிக்கு ஒத்துவராதது.

வங்கி, போஸ்ட் ஆபீஸ் போன்றவற்றில் போடும் பிக்சட் டெபாசிட் போன்றவை பிக்சட் ரிட்டர்ன் முதலீடுகள். இத்தனை சதவிகிதம் வட்டி என்று முன்கூட்டியே தெரிவிப்பார்கள் என்பதுடன் அதை நிச்சயம் தரவும் செய்வார்கள். சந்தை அபாயங்கள் அவற்றைப் பாதிக்காது.

மற்றொரு வகையான வேரியபிள் ரிட்டர்ன் பிரிவில் வருவது பங்குகள், தங்கம் வெள்ளி, ரியல் எஸ்டேட் போன்றவற்றில் போடும் பணம்.

வேரியபிள் என்றால், மாறக்கூடியது.

இவ்வளவுதான் என்றில்லை. அதிலிருந்து கிடைக்கக்கூடிய வருமானம் கூடலாம், குறையலாம். பல மடங்காகலாம். சமயத்தில் முதலுக்கே கூட மோசம் வரலாம்.

முதலீடு மற்றும் வருமானம் ஆகிய இரண்டுக்குமே வேரியபிள் ரிட்டர்ன் முதலீடுகளில், உத்திரவாதம் - கியாரண்ட்டி இல்லை.

ஒருவர் வாங்கிய பிறகு தங்கம் விலை இறங்குவதில்லையா? அப்படி இறங்கினால் அவருக்கு அதிலிருந்து வருமானம் வராதது மட்டுமல்ல, போட்ட பணத்தின் மதிப்பும் குறைந்துவிடுகிறது அல்லவா!

அதனால்தான் தங்கத்தில் போடும் முதலீடு வேரியபிள் ரிட்டர்ன் வகையில் வருகிறது. பங்குச்சந்தை முதலீடும் அதே போன்றதுதான். ஒரு நிறுவனத்தின் பங்கை நாம் வாங்கிய பின், அதன் விலை இறங்கிவிடலாம்.

அட! அப்படியா! இப்படி ஒரு ஆபத்து இருக்கிறது என்றால், அதன் பெயர் முதலீடா? இதெல்லாம் தெரிந்துமா இதில் இவ்வளவு நபர்கள் பணம் போடுகிறார்கள்? என்று கேள்வி வருகிறதா?

பிக்சட் வருமானம் தரும் முதலீடுகளின் குணமும் பெருமையும் என்ன?

முதலுக்கு ஆபத்தில்லை. மற்றும் மாறாத, முன் அறிவிப்பு செய்யப்பட்ட, நிச்சய வருமானம்.

'அதில் என்ன குறை? ஏன் வேறு எதையும் தேடவேண்டும்? எல்லோருமே பேசாமல் அதில் போடவேண்டியதுதானே!' என்று கேட்டால் நீங்கள் ரொம்பவும் அப்பாவியாக இருக்க வேண்டும்.

2023 ஜூலை மாதம் ஓராண்டு கால, டெர்ம் டெபாசிட்டுக்கு போஸ்ட் ஆபீஸ் தருவது ஆண்டுக்கு 7.4% வட்டி. இதன் மீது வருமான வரியும் உண்டு. இது, பெரும்பாலான வங்கிகள் கொடுக்கும் வட்டி விகிதத்தைக் காட்டிலும் அதிகம்.

ஆனாலும் பலர் ரியல் எஸ்டேட், பங்குகள், தங்கம் மற்றும் வேறு வியாபாரங்களில் பணம் போடுவதற்குக் காரணம், அவர்களுக்கு எதுவும் 'சவ சவ' என்று சுவாரஸ்யமில்லாமல் இருந்தால் பிடிக்காது என்பதுதான். அது முதலீடாக இருந்தாலும் சரி. அவர்கள் தேடுவது, கூடுதல் வருமானத்தை. அந்தத் தேடுதலில் ரிஸ்க் இருக்கிறது என்று அவர்களுக்குத் தெரியும். பரவாயில்லை என்றுதான் இறங்குகிறார்கள்.

ஆமாம். வேரியபிள் ரிட்டர்ன் என்றால் வருமானம் குறையும் அல்லது முதலுக்கு பங்கம் வரும் ஆபத்து மட்டுமல்ல; நல்ல வருமானமும் முதலைப் பெருக்கும் வாய்ப்பும் இருக்குமிடம். அந்த ஆப்பர்சூனிட்டிதான் ஈர்க்கிறது.

சிலர் கண்களுக்கு ஆபத்து மட்டும் தெரிகிறது. ஆனால் பார்க்கத் தவறுது கலந்திருக்கும் வாய்ப்புகளை.

பங்குச்சந்தை முதலீடுகள் வாய்ப்பும் ஆபத்தும் கலந்து செய்த கலவை.

'வேட்டையாட காட்டுக்குப் போவது (முன்பெல்லாம்), மீன் பிடிக்க கடலுக்குப் போவது, வியாபாரம் செய்வது என்று எதில்தான் ரிஸ்க் இல்லை. அதைக் கண்டு பயந்தால் ஆகுமா? நாம்தான் எச்சரிக்கையாகப் பார்த்துச் செய்யவேண்டும்' என்கிற எண்ணம், அணுகுமுறை உடையவர்கள் இருக்கிறார்கள்.

எல்லாப் பங்குகளும் எல்லா நேரமும் நட்டம் தராது. லாபம் தரும் நிறுவனங்கள், அந்நிறுவனப் பங்குகள், சந்தையில் நிறையவே உண்டு. முயன்றால் கண்டுபிடிக்கலாம்.

பங்குச்சந்தை முதலீடு ஏன் அவசியம்?

பங்குச்சந்தை பல அபாயங்களுக்கு உட்பட்டது என்கிறார்கள். அப்படிச் சொல்லப்பட்டாலும் பலர் அதில் இறங்குகிறார்கள். அவர்கள் செய்வது என்ன? எவரேனும் பங்குகளில் லாபம் பார்க்கிறார்களா? பங்குச்சந்தை யாருக்கு ஒத்துவரும், யாருக்கு சரிப்படாது? பங்குகளில் முதலீடு செய்யாமல் முடியாதா? வேறு வழிகள் இல்லையா?

இந்தக் கேள்விகளுக்கான பதில்கள் சிலருக்குத் தேவைப்படலாம்.

வேலைக்குப் போய் சம்பளம் வாங்கி, அல்லது தொழில், வியாபாரம் செய்து லாபம் பார்த்து, என்பது போல எல்லோருமே ஏதாவது ஒரு வழியில், ஏதோ ஒரு அளவு பணம் சம்பாதிக்கிறோம். கிடைக்கிற பணத்தைத் தேவைகளுக்குச் செலவு செய்கிறோம்.

சிலருக்குக் கிடைக்கும் வருமானம் போதுமானதாக இருக்கிறது. சிலர் பற்றாக்குறையைச் சரிசெய்ய, கடன் வாங்குகிறார்கள். போகப் போக சிலருக்கு வருமானம் அதிகரிக்கிறது. சிலருக்கு அதிகரிப்பதில்லை.

அதேபோல, பணத்திற்கான தேவையும் போகப்போக கூடுகிறது. விலைவாசி மட்டுமல்லாது, வயதாவதால் ஏற்படும் உடல்நலக்குறைவு மற்றும், குடும்ப உறுப்பினர்களின் தேவைகளின் காரணமாகவும் ஒருவருக்குத் தேவைப்படும் பணத்தின் அளவு தொடர்ந்து அதிகரிக்கிறது.

ஒரு கட்டத்திற்கு மேல் உழைக்க இயலாது. வருமானம் குறையும். அல்லது நின்றுவிடும்.

இவையெல்லாம் வாழ்க்கையின் யதார்த்தங்கள். பெரும்பாலான மக்கள் சந்தித்தாகவேண்டிய நிர்ப்பந்தங்கள். இந்தச் சூழலை எதிர்கொள்ள, சவாலைச் சந்திக்க, சில முன்னேற்பாடுகள் செய்யவேண்டும்.

முதலாவது, தற்போதைய சம்பாத்தியம் தற்காலத் தேவைக்கு மட்டுமல்ல என்று புரிந்துகொண்டு, அதற்குத்தக்க செயலாற்ற வேண்டும். செயலாற்றுவது என்றால், இப்போது சம்பாதிப்பதில் ஒரு பகுதியை மட்டுமே செலவுசெய்து, மற்றொரு பகுதியை வருங்காலத்திற்காக எடுத்து வைத்துவிடுவது. முடியும், முடியாது என்று விவாதிக்காமல், செலவுகளைக் குறைத்துக்கொண்டு சேமிப்பது.

இரண்டாவது, சேமிக்கிற பணம் பத்திரமாய் இருக்கவும், தேவைப்படும் காலத்தில் அந்தப் பணத்திற்கு மதிப்பு இருக்கும்படி செய்யவும் பாதுகாப்பான, அதே சமயம் வளர்ச்சி வாய்ப்பிருக்கிற இடத்தில் முதலீடு செய்வது.

இந்த இடத்தில்தான் பங்குச்சந்தை என்ற முதலீட்டு வாய்ப்பு வருகிறது.

பங்குச்சந்தை முதலீட்டு வாய்ப்பு என்பதே பலரும் உணராது. அதை வைத்து அவர்கள் செய்வது வேறு பல.

யானையை குருடர்கள் பார்த்த கதை தெரியும்தானே! கண் தெரியாத, முன்பின் யானையையே பார்த்திராதவர்கள் சிலரை யானையிடம் அழைத்துப் போகிறார்கள். அவர்களை யானையைச் சுற்றி நிற்க

வைத்து, கைகளால் தடவி யானை எப்படி இருக்கிறது என்பதை நீங்களே தெரிந்துகொள்ளுங்கள் என்றார்கள்.

கால் பக்கம் நின்று தொட்டுத் தடவிப் பார்த்தவர், "யானை, தூண் போல இருக்கிறது" என்றார். மற்றொருவர், காதைத் தடவிப் பார்த்துவிட்டு "இல்லை, இல்லை. யானை முறம் போல இருக்கிறது" என்றார், மற்றொருவர் சொன்னது, "யானை கயிறு போலிருக்கிறது" என்று. அவர் தடவிப் பார்த்தது, யானையின் வாலை. இன்னொருவர் முதுகைத் தடவிப் பார்த்துவிட்டு, "சுவர் போலதான் இருக்கிறது" என்று அடித்துப் பேசினார். தும்பிக்கையைத் தொட்டவரின் விவரிப்போ, "யானை மரம் போல இருக்கிறது" என்று.

யார் சொன்னது சரி, யார் சொன்னது தவறு. எவர் சொன்னதும் சரியில்லை. அதே சமயம் அவர்கள் எவரும் பொய் சொல்லவில்லை. அவர்கள் தொட்டுப் பார்த்தபோது உணர்ந்ததை வைத்து அப்படிப்பட்ட முடிவுகளுக்கு வந்தார்கள். அவர்கள் வேறு எந்தப் பகுதியையும் தெரிந்துகொள்ளவில்லை.

அதேபோன்றதுதான் பங்குச்சந்தை பற்றிப் பலரும் கொண்டிருக்கும் அபிப்பிராயங்களும்.

சிலர், பங்குச்சந்தையை, 'இது ஒரு சூதாட்டம், சரியாக அடித்தால் ஒரு டிரேட்டில் பெரும் பணம் பண்ணிவிடலாம்' என்பார்கள். வேறு சிலர், 'ஒரு சில மணித்துளிகளில் பெரும் பணம் செய்ய வாய்ப்புத் தரும் இடம் பங்குச்சந்தை' என்பார்கள். வேறு சிலரோ, 'வங்கி வட்டியைக் காட்டிலும் கூடுதல் வருமானம் தரக்கூடிய, முதலீட்டு வாய்ப்புகள் இருக்குமிடம்' என்பார்கள். 'வருமானத்துக்கு வரிவிலக்கு பெற்றுத்தரும் முதலீட்டு வாய்ப்பு' என்போரும் உண்டு.

இவற்றில் எது சரி? எது தவறு?

எல்லாமே சரிதான். பங்குச்சந்தையையும் பலர் அவரவர் தெரிந்துகொண்ட, அல்லது அவர்கள் பங்குசந்தையைப் பயன்படுத்தும் வகையை வைத்து, அது அப்படித்தான் என்று விவரிக்கிறார்கள்.

மேலே பார்த்த வகைகள் அனைத்திலும் பணம் பண்ணுகிறவர்களும் உண்டு, பணம் இழக்கிறவர்களும் உண்டு.

இப்படிப்பட்ட பங்குச்சந்தை எவ்வாறு ஒருவருடைய சேமிப்பிற்கும், முதலீட்டிற்கும் உகந்ததாக இருக்க முடியும்? எனக் கேட்கத் தோன்றுமே!

ரிஸ்க் மட்டுமில்லை.
பெரும் லாப வாய்ப்பு - ரிவார்டும் உண்டு

எல்லோரும் படிக்கும் படிப்பையே படிப்பவர்கள், ரிஸ்க் எடுக்க விரும்பாதவர்கள். அவர்களுக்குப் பெரிய சம்பளம் இல்லாவிட்டாலும் ஒரு சராசரி சம்பளம் தரும் வேலை கிடைத்துவிடும்.

சிலர் முனைந்து கண்டுபிடித்து, இப்போதுதான் அறிமுகம் ஆகியிருக்கிறது. வருங்காலத்தில் பிரமாதமான வாய்ப்புகள் தரும் திறன் உள்ளது என்று வித்தியாசமான படிப்புகள் படிப்பார்கள். இப்படிக் கண்டுபிடித்துப் படித்தவர்களில் சிலருக்கு அவர்கள் நினைத்ததுபோலவே நடக்கும். பெரிய வாய்ப்புகள் கிடைக்கும்.

வேறு சிலருக்கு நடக்காது. இப்படி புதிதாக வந்ததைப் படிக்காமல், எல்லோரும் படிப்பதையே படித்திருந்தால், குறைந்தபட்சம், இருபது

முப்பதாயிரம் ரூபாய் சம்பளத்திலாவது ஒரு சராசரி வேலை கிடைத்திருக்கும். இப்போது அதுவும் போச்சு என்பார்கள்.

எல்லோரும் படிப்பதைப் படித்து, நிச்சய வெற்றிதரும் வழியில் போனவர்கள் எடுக்காதது, ரிஸ்க். வித்தியாசமான படிப்பு படித்தவர்கள் எடுத்தது, ரிஸ்க்.

ரிஸ்க் என்றால், கிடைத்தால் கூடுதலாக கிடைக்கும். கிடைக்கா விட்டால் ஒன்றும் இல்லாமல் போகும்.

போஸ்ட் ஆபீஸ், வங்கி டெபாசிட்டுகள் போன்றவற்றில் பணம் முதலீடு செய்தால், 7 முதல் 8.5 சதவிகிதம் வரையிலான வட்டி கிடைக்கும். போடும் பணம் எட்டு அல்லது ஒன்பது ஆண்டுகளில் இரட்டிப்பாகும். ரிஸ்க் இல்லை. அல்லது மிகக் குறைவு. கிடைக்கும் வருமானம் நிச்சயம். ஆனால் அளவானது.

பங்குகளில் முதலீடு செய்பவர் எடுப்பது ரிஸ்க். சில பங்குகள் நினைத்தது போல விலை ஏறும். ஒரு சில பங்குகள் சில மாதங்களிலேயே விலை இரட்டிப்பாகும். வேறு சில விலை இறங்கும். அவற்றில் முதல் அடிவாங்கும். மொத்தத்தில் போட்ட பணத்திற்கு நல்ல வருமானம் கிடைக்கலாம். அல்லது போட்ட பணத்தில் ஒரு பகுதி காணாமல் போகலாம்.

வழக்கத்தைவிட அதிக வாய்ப்பிருக்கும் இடங்களில் நிச்சயம் ரிஸ்க் இருக்கும். ரிஸ்க்கே இல்லாத இடங்களில் கிடைக்கும் வருமானம் நிச்சயம் குறைவாகத்தான் இருக்கும். இதை மாற்ற முடியாது.

பங்குகள் தொடர்பான வர்த்தகத்தில் ரிஸ்க் உண்டு. நல்ல வருமானம் தரும் வாய்ப்புகளும் உண்டு. உதாரணம் சொல்வதென்றால், 2019 ம் ஆண்டு வெளியிடப்பட்ட IRCTC என்ற நிறுவனத்தின் பங்கு வெளியீட்டில் 310 ரூபாய்க்கு பங்குகள் அலாட் செய்யப்பட்டன. விண்ணப்பித்தவர்களில் ஒரு பகுதியினருக்கு, விண்ணப்பம் ஒன்றுக்கு 14 பங்குகள் கொடுத்தார்கள். அதற்கது 15 நாட்களில் அந்தப் பங்குகள் சந்தையில் 620 ரூபாய் விலை போயின. தொடர்ந்து விலை உயர்ந்து, அக்டோபர் 2012ல் 1092 ரூபாய் விலை நடந்தது.

அலாட்மெண்ட் கிடைத்தவர்களுக்குப் போட்ட பணம் 15 நாட்களில் இரட்டிப்பானது.

அலாட்மெண்ட் கிடைக்காமல் சந்தையில் பட்டியல் இடப்பட்டதும் 620 ரூபாய்க்கு வாங்கியவர்களுக்கும் லாபம்தான். அதாவது 15 நாட்களில் அந்தப் பங்கின் விலை கிட்டத்தட்ட ஒன்றரை மடங்கு. போட்ட பணத்திற்கு 50 சதவிகித லாபம்.

பிக்சட் டெபாசிட்டில் 8 சதவிகித வட்டிக்குப் போட்டு வைத்தால், போட்ட பணம் இரட்டிப்பாக எட்டு வருடம் ஆகும். 50 சதவிகித வருமானம் கிடைக்க ஐந்து ஆண்டுகள் ஆகலாம். ஆனால் இந்தப் பங்கு கொடுத்திருப்பது?

இதேபோல ஒவ்வொரு 15 நாளும் கொடுக்குமா? நிச்சயம் கொடுக்காது. இதோடு விலை ஏற்றம் முடிந்துவிட்டதா? இனி அந்தப் பங்கு விலை உயராதா? சொல்ல முடியாது. இனி விலை குறையாதா? வாங்கிய விலைக்கும் கீழே போகாதா? சொல்ல முடியாது.

இது IRCTC பங்கு விலைக்கு மட்டுமல்ல. எல்லா பங்குகளுக்குமே பொருந்தும்.

2019ம் ஆண்டு, அக்டோபர் 24, டைட்டன் பங்கு விலை 1374. நவம்பர் 7 ம் தேதி இரண்டு வாரங்களில் அதன் விலை 1158. பங்கு ஒன்றுக்கு 216 ரூபாய் விலை குறைவு. கிட்டத்தட்ட 15 சதவிகித விலை வீழ்ச்சி. 1374 க்கு ஒருவர் வாங்கியிருந்து 1158ல் விற்றிருந்தால் அவருக்குப் போட்ட பணத்திற்கு வருமானம் வராதது மட்டுமல்ல, போட்ட பணத்தில் 15 சதவிகிதம் காணாமல் போய்விட்டது. முதலுக்கே மோசம்.

இப்படி விலை இறங்கியதற்கும் பல எடுத்துக்காட்டுகள் சொல்லலாம்.

இதுபோல போஸ்ட் ஆபீஸ் டெபாசிட்டிலோ, வங்கி டெபாசிட்டிலோ போட்ட பணம் போகாது.

பங்குச்சந்தையில் ரிஸ்கும் உண்டு. ரிவார்டும் உண்டு.

ரிஸ்கைக் குறைத்து ரிவார்ட்டை அதிகப்படுத்த ஏதும் வழிகள் உள்ளனவா? என்று கேட்கத் தோன்றுமே!

உண்டு. அதற்கெல்லாம் முன்பாக பங்கு, ஷேர், ஸ்டாக் என்றால் என்னவென்று ஓரளவாவது தெரிந்துகொண்டுவிடலாம். பெயர்கள்தான் மூன்று. பங்கு என்றாலும் ஷேர் என்றாலும் ஸ்டாக் என்றாலும் பங்குச்சந்தையில் ஒன்றுதான்.

2. பங்குகள் என்றால்...

ஒரு நிறுவனத்தில் இருக்கும் 'ஈக்விட்டி கேபிடல்' எனப்படும் முதலின் ஒரு பகுதி.

உதாரணத்திற்கு MRF நிறுவனத்தின் மொத்த ஈக்விட்டி கேபிடல் ரூ. 4 கோடியே 24 லட்ச ரூபாய். அந்த முதல் 10 ரூபாய் பங்குகளாக இருக்கின்றன.

இதை பங்கின் முக மதிப்பு, Face Value என்பார்கள்,

ஆக, MRF என்ற நிறுவனத்தின் ஈக்விட்டி கேபிடல் முழுதும் 42. 41 லட்சம் எண்ணிக்கையிலான 10 ரூபாய் பங்குகளாக இருக்கின்றன.

இந்த 42.41 லட்சம் பங்குகளில் பெரும் பகுதியை வைத்திருப்பவர்கள் அந்த நிறுவனத்தைத் தொடங்கியவர்கள். புரமோட்டர்கள் என்று அழைக்கப்படுபவர்கள்.

கவனித்திருக்கலாம். அந்த நிறுவனத்தின் எல்லாப் பங்குகளையும் வைத்திருக்கிறார்கள் என்று சொல்லவில்லை. பெரும் பகுதியை என்றுதான் சொல்கிறோம். புரமோட்டர்கள் மற்றும் புரமோட்டர்கள் குரூப் வைத்திருப்பது, 11,63976 பங்குகளை.

மொத்தப் பங்குகள் எண்ணிக்கையில் அது 27.44 சதவிகிதம் மட்டுமே.

- அப்படியென்றால் மீதப் பங்குகள் யார் வசம் இருக்கின்றன? அவர்கள் இந்த நிறுவனத்தில் யார்?
- அவர்களது முதலீடு, பொறுப்புகள் மற்றும் உரிமைகள் என்ன?

மீதப் பங்குகளைப் பல்வேறு நிறுவனங்கள், பரஸ்பர நிதிகள் மற்றும் பொதுமக்களில் சிலர் வைத்திருக்கிறார்கள். இதெல்லாம் ஜூலை 2023 நிலவரம். இது அவ்வப்போது கொஞ்சம் மாறலாம்.

எம் ஆர் எப் ஷேர் ஹோல்டிங் பேட்டர்ன்

Holder's Name	No of Shares	Percentage
Total No Of Share	4241143	100%
Promoters	1163976	27.44%
Foreign Institutio	765438	18.05%
N Banks & Mutu	289744	6.83%
Others	1260283	29.72%
General Public	540107	12.73%
Financial Instituti	204740	4.83%
Foreign Promoter	16855	0.40%

இந்தப் பங்குகளை வைத்திருப்பவர்கள், பங்குச்சந்தைகளில் விற்கிறார்கள். வாங்க நினைப்பவர்கள் வாங்குகிறார்கள்.

பத்து ரூபாய் முகமதிப்புள்ள MRF நிறுவனத்தின் ஒரு பங்கு விலை 30.9.19 அன்று ரூ. 63,287.

ஆமாம், அறுபத்து மூன்றாயிரத்து இருநூற்று எண்பத்து ஏழு! அந்த விலை கொடுத்தால்தான் ஒரு பங்கு வாங்கலாம்.

இதே MRF பங்கு 19 ஆண்டுகளுக்கு முன்பு, ஜனவரி 2000-வது ஆண்டில் ரூ 2,640 க்கு வர்த்தகமாகியிருக்கிறது.

பின்பு, ஜூன் 17ம் தேதி, 2016ம் ஆண்டு விலை, ரூ. 31,333.

ஜூலை 31, 2018 அன்று ரூ. 79,490 க்கு வர்த்தகமாகியிருக்கிறது.

பின்பு, விலை இறங்கியிருக்கிறது. 2019ல் விலை 63 ஆயிரத்து சொச்சம்.

2023 ஜூலை 17ம் தேதி ஒரு பங்கின் விலை, ஒரு லட்சத்து இரண்டா யிரம். ஆம் ஒரு 10 ரூபாய் பங்கு லட்ச ரூபாய்க்கு சந்தையில் விலை நடக்கிறது. வாங்குகிறார்கள். MRF பங்குகள் இந்தியப் பங்குச்சந்தையில் மிகவும் வேறுபாடான பங்கு. இவ்வளவு விலை விற்கிற பங்குகள் வேறு எதுவும் இல்லை என்றே சொல்லலாம்.

MRF போல இன்னும் ஆயிரக்கணக்கான நிறுவனங்களின் பங்குகள் பொது மக்களிடம் இருக்கின்றன. Tata steel, SBI, HDFC, BHEL, ஆக்சிஸ் பேங்க், கோல்கேட், ரிலையன்ஸ் எல்லாம், பொதுமக்களிடமும் பங்குகள் இருக்கிற 'பப்ளிக் லிமிடெட்' நிறுவனங்கள்தான்.

சாதாரண மனிதர்களும் இப்படிப்பட்ட பெரிய நிறுவனங்களின் பங்குகளை அவர்களால் முடிந்த அளவுகளில், அவர்கள் சரி என நினைக்கும் விலை வரும்போது வாங்கலாம். நல்ல விலை வந்துவிட்டது, லாபம் கிடைக்கிறது என்று நினைத்தால் விற்கலாம். அல்லது நட்டம் ஆகிறது, இனி வாங்கிய விலை வராது என்று நினைத்தாலும் விற்கலாம்.

அப்படியெல்லாம் பங்குச்சந்தையில் தரகர் மூலம் வாங்கினால் விற்றால், அதன் பெயர் **செக்கண்டரி மார்க்கெட் நடவடிக்கை.**

செக்கண்டரி மார்க்கெட்டில் வாங்குவதும் விற்பதும் சந்தை விலையில். எவராவது விற்கத் தயாராக இருந்தால் மட்டுமே. அதுவும் அவர்கள் கொடுக்கத் தயாராக இருக்கும் விலையில்தான் வாங்க முடியும். விற்பதும் அப்படியே.

இங்கே நானே இரண்டு கேள்விகள் கேட்டு, அவற்றுக்கான பதில்களையும் சொல்கிறேன்.

- இது செக்கண்டரி மார்க்கெட் என்றால், எது பிரைமரி மார்க்கெட்?
- எவரோ முதல் போட்டுத் தொடங்கிய நிறுவனத்தின் பங்குகள் எப்படி பிற நிறுவனங்கள், பரஸ்பர நிதிகள் மற்றும் பொது மக்களிடம் வந்தன?

இரண்டுக்கும் ஒரே பதில்தான்.

முதல் போட்டு நிறுவனம் தொடங்குகிறவர்கள் அல்லது தொடங்கி நடத்திக்கொண்டிருப்பவர்கள், அவர்களிடம் இருக்கும் பங்குகளில் ஒரு பகுதியைச் சந்தையில் விற்றுப் பணம் பார்க்க முயல்வார்கள்.

அவர்கள் அப்படி, அவர்களது நிறுவனத்தின் பங்குகளை முதன் முறையாக வெளிநபர்களுக்கு விற்கும் இடம்தான் **பிரைமரி மார்க்கெட்.**

அப்படி அவர்கள் விற்கும் முறைக்குப் பெயர், ஐ.பி.ஓ. (IPO)

ஐ.பி.ஓ. - IPO

ஐ.பி.ஓ. என்பது **இனிஷியல் பப்ளிக் ஆபர்** என்ற மூன்று ஆங்கிலச் சொற்களின் முதல் எழுத்துகள்.

பொதுமக்களுக்குக் கொடுக்கப்படும் ஆபர். வேண்டுபவர்கள் வாங்கிக்கொள்ளலாம். நிறுவனத்தார் முடிவு செய்த விலையில். நிறுவனம் அதன் 10 ரூபாய் முகமதிப்புள்ள பங்குகளை, அதே பத்து ரூபாய்க்குக் கொடுத்தால் அதன் பெயர், '**அட் பார்.**'

'நான் ஏன் நன்கு லாபம் செய்யும் நிறுவனத்தின் பங்குகளை, இன்னும் கூடுதலாக லாபம் செய்யக்கூடிய நிறுவனத்தின் பங்குகளை 'அட் பார்' விலையில் கொடுக்க வேண்டும்! கூடுதல் விலை வைத்துக்கொடுக்கிறேன். இதன் மதிப்புத் தெரிந்தவர்கள் வாங்கிக்கொள்ளட்டும்' என்று '**அட் பிரிமியம்**' விலையில் ஆபர் கொடுப்பார்கள்.

'அவர்கள் சொல்லும் விலை குறைவுதான். சந்தைக்குப் போனால் இந்த விலைக்குக் கிடைக்காது' என்று கணிப்பவர்கள், அவர்கள் வெளியிடும் ஐ.பி.ஓ.வில் விண்ணப்பிப்பார்கள்.

விற்பனைக்கு ஒதுக்கப்பட்டிருக்கும் பங்கு எண்ணிக்கைகளைக் காட்டிலும் கூடுதலான எண்ணிக்கையிலான பங்குகளுக்கு, கோரிக்கைகள் வந்துவிட்டால், **லாட்** போட்டு எடுப்பார்கள். விழுந்தவர்களுக்குக்

கிடைக்கும். மற்றவர்களின் பணம் திருப்பிக்கொடுக்கப்படும்.

2019ம் ஆண்டு நாணயம் விகடனில் 'ஸ்மார்ட் இன்வெஸ்டார் இன் 100 டேஸ்' என்ற தலைப்பில் தொடர் எழுதியபோது **IRCTC என்ற மத்திய அரசு நிறுவனம் ஐ பி ஓ வெளியிட்டது. அது குறித்து** எழுதியவற்றை அப்படியே கீழே பார்க்கலாம். ஒரு நிறுவனத்தின் பங்குகள் எப்படி மற்றவர்களிடம் வந்து சேர்கின்றன என்பதை புரிந்துகொள்ள இது உதவும். இடையிடையே தேவைப்படும் இடங்களில் மட்டும் 2023 ஜூலை நிலவரங்கள்.

இனி அதிலிருந்து...

IRCTC ஐ.பி.ஓ.

விண்ணப்பிக்க 2019 **அக்டோபர் 3 வியாழக்கிழமை, கடைசி நாள்.**

ஐ.பி.ஓ. வெளியிடும் நிறுவனம், இந்திய ரயில்வேயின் அங்கமான, *IRCTC*.

மத்திய அரசின் Indian Railway Catering and Tourism Corp. என்ற லாபம் ஈட்டும் நிறுவனம். அரசு அதன் மொத்தப் பங்குகளில் 12.6 % பங்குகளை மட்டும் அதாவது, 2 கோடியே 1 லட்சத்து 60 ஆயிரம் பங்குகளை இந்த ஐ .பி. ஓ. மூலம் விற்க முன்வந்திருக்கிறது.

10 ரூபாய் முகமதிப்புள்ள இந்தப் பங்கின் நிர்ணயிக்கப்பட்டிருக்கும் **விலை 315 முதல் 320 வரை.** குறைந்தபட்சம் 40 பங்குகளுக்கு விண்ணப்பிக்க வேண்டும். அதற்கு ரூ 12,800 தேவைப்படும்.

லாட்களில் பங்கு கிடைக்காதவர்களுக்கு, அக்டோபர் 10ம் தேதி பணம் திருப்பித் தரப்படும் என்கிறது அவர்களது தகவல் அறிக்கை.

இதுபோன்ற நல்ல ஐ. பி. ஓ. க்கள் எப்போதாவதுதான் வரும். 2019ல் வந்திருக்கிறது.

இந்த ஐ.பி.ஓ.விற்கு எவரும் விண்ணப்பித்துவிட முடியும். விண்ணப்பிக்க, வங்கிக் கிளைகள் அல்லது பங்கு தரகு நிறுவன கிளைகளை அணுகலாம். பான் கார்டு, வங்கிக் கணக்கு, முகவரி

சான்றிதழ் ஆகியவை இருந்தால் உடனடியாக வர்த்தகக் கணக்கு மற்றும் டி மேட் கணக்கு திறந்துகூட விண்ணப்பிக்கலாம். ஏற்கனவே இருக்கவேண்டுமென்பதில்லை.

பெரும்பாலான தரகர்கள் இது நல்ல வாய்ப்பு என்று தெரிவிக்கிறார்கள் என்கிறது எக்னாமிக் டைம்ஸ் பத்திரிகை. மேல் விவரங்கள் தெரிந்துகொண்டு விண்ணப்பிக்கலாம்.

IRCTC ஐ.பி.ஓ.

மத்திய அரசின் Indian Railway Catering and Tourism Corp. என்ற லாபம் ஈட்டும் நிறுவனம். அரசு அதன் மொத்தப் பங்குகளில் 12.6 % பங்குகளை மட்டும் அதாவது, 2 கோடியே 1 லட்சத்து 60 ஆயிரம் பங்குகளை இந்த ஐ.பி.ஓ. மூலம் விற்க முன்வந்தது.

10 ரூபாய் முகமதிப்புள்ள ஒவ்வொரு பங்கின் விலையாக நிறுவனம் நிர்ணயித்திருந்தது, ரூ. 315 முதல் 320 வரை. குறைந்தபட்சம் 40 பங்குகளுக்கு விண்ணப்பிக்க வேண்டும் என்றார்கள். அதற்கு ரூ.12,800 வைத்திருந்த எவரும் விண்ணப்பித்திருக்கலாம்.

அந்த ஐ.பி.ஓ. குறித்த தகவல்கள் இப்படியிருந்தன.

IRCTC IPO opens on Sep 30, 2019, and closes on Oct 3, 2019.

Event	Tentative Date
Opening Date	Monday, 30 September 2019
Closing Date	Thursday, 3 October 2019
Basis of Allotment	Wednesday, 9 October 2019
Initiation of Refunds	Thursday, 10 October 2019
Credit of Shares to Demat	Friday, 11 October 2019
Listing Date	Monday, 14 October 2019
Cut-off time for UPI mandate confirmation	5 PM on Oct 3, 2019

IRCTC IPO Lot Size

The IRCTC IPO lot size is 40 shares.

ஐ ஆர் சி டி சி முதலீட்டாளர்களுக்கு நல்ல வாய்ப்பு. நல்ல நிறுவனம், குறைந்த விலை என்பது போன்ற நிச்சயமாக நல்ல ஐ.பி.ஓ. என்று தெரியும் ஐ பி ஓக்கள் அடிக்கடி வராது.

சிறு முதலீட்டாளர்களைப் பங்குச்சந்தையில் **ரீடெயில் இன்வெஸ்டர்கள்** என்று அழைக்கிறார்கள். வெளியிடப்படும் IRCTCயின் மொத்தப் பங்குகளில், 35% பங்குகளை ரீடெயில் இன்வெஸ்டர்களுக்கு என்று ஒதுக்கிவிட்டார்கள். தவிர, அவர்களுக்கு பங்கு விலையில் ரூபாய் 10 தள்ளுபடியும் தந்தார்கள்.

அதன்படி, விலை 315ல் இருந்து 320க்குள் என்று அறிவிக்கப் பட்டிருந்தாலும், ரீடெயில் முதலீட்டாளர்களுக்கு அலாட்மெண்ட் விலை 305ல் இருந்து 310 க்குள்தான் இருக்கும்.

சிறு முதலீட்டாளராக விண்ணப்பிப்பவர், அதிகபட்சமாக 640 பங்குகளுக்கு அதாவது 16 லாட்களுக்கு மட்டுமே விண்ணப்பிக்கலாம். அக்டோபர் 3ம் தேதி வரை விண்ணப்பிக்க நேரம் வழங்கப்பட்டது.

IPO வின் இரண்டாம் நாள் மதியம் 11.15 க்கு, ரீடெயில் பகுதி மட்டும் ஒதுக்கப்பட்டிருப்பதைப் போல 3.44 மடங்கு பங்குகளுக்கு விண்ணப்பங்கள் வந்துவிட்டன. மொத்தமாக இஷ்சு முடிவதற்குள் கணிசமான அளவில் ஓவர் சப்ஸ்க்ரிப்ஷன் ஆகும் என முன்கூட்டியே தெரிந்தது.

அப்போதைய கணிப்புகளின்படி, IRCTC பங்கு விலை 400 முதல் 450 வரையிலான விலையில் பட்டியலிடப்படலாம் என்ற எதிர்பார்ப்பு சந்தையில் நிலவியது.

அதே சமயம், ‘பட்டியல் இட இன்னும் இரண்டு வாரங்கள் இருக்கிறதே! அப்போது உலகில், நாட்டில், பங்குச்சந்தைகளில் என்ன நிலை இருக்குமோ! ஒருகால் அப்போது அமெரிக்க அதிபர் டிரம்ப், சீனா மீது ஏதாவது புதிய தடைகள் விதித்திருந்தால், அல்லது வேறு ஏதேனும் புதிய பொருளாதாரத்துக்கு அச்சம் தரும் செய்திகள் வந்திருந்தால், அது சமயம் பங்குச்சந்தை இறக்கம் கண்டிருந்தால். IRCTC பங்கு விலையும் தானே பாதிக்கப்படும்’ என்று யோசித்தவர்களும் இருந்தார்கள்.

விண்ணப்பித்தவர்களுக்கு லாட்டில் விழுந்து, பங்குகள் கிடைத்தனவா, இல்லையா என்பது அக்டோபர் 9ம் தேதி தெரியவந்தது. பின்பு,

அக்டோபர் 14ம் தேதி பங்குச்சந்தைகளில் அந்தப் பங்குகள் பட்டியலிடப்பட்டன. அந்தப் பங்கின் விலை முதல் நாளே ரூ.659 அதிகம் போனது. விலை ரூபாய் 964!

அலாட்மெண்ட் கிடைத்தால் உடனே விற்றுவிடுவேன் என்பவர், பங்குச்சந்தை மொழியில் **டிரேடர்.**

பங்கு ஒன்று ரூபாய் 305 என்ற விலையில் 14 பங்குகள் அலாட்மெண்ட் பெறும் ஒருவரால், பட்டியல் இடப்பட்டதும் (லிஸ்டிங் என்பார்கள்) அலாட்மெண்ட் விலையைக் காட்டிலும் கூடுதல் விலைக்கு விற்க முடிந்தால், அவர் செய்வது 'பிராபிட்டபிள் டிரேட்'. குறைந்த விலைக்கு விற்றால், அது லாஸ் (உண்டாக்கிய) டிரேட்.

முன்பே குறிப்பிட்டதைப் போல, ஐ ஆர் சி டி சி ஒரு வெளிப் படையாகத் தெரிந்த லாபம் தரவல்ல ஐ பி ஓ. ஆனால் எல்லா ஐ பி ஓக்களும் அப்படியிருக்காது.

இந்த இடத்தில், ஐ.பி.ஓ. வெளியிடப்பட்ட சில நிறுவனங்களின் ஜூன் 2023 நிலை எப்படியிருந்தது என்பதை ஒரு எடுத்துக்காட்டுக்காகப் பார்த்துவிடுவோம். கூடுதல் புரிதல் கிடைக்கும்.

ஐ.பி.ஓ.க்களில் வெளியிடப்படும் பங்குகளின் விலை மாற்றங்கள் எப்படி?

மணிகண்ட்ரோல்.காம்-ல் கிடைக்கும், 2019 ஆம் ஆண்டு வெளிவந்த ஐ.பி.ஓ.கள் குறித்த தகவலை அடுத்தப் பக்கத்தில் பார்க்கலாம்.

IPO HISTORIC TABLE

	Issue Details			Subscription				Price					
Date	IPO Name	Profile	Issue Size (in crores)	QIB	HNI	RII	Total	Issue	Listing Open	Listing Close	Listing Gains(%)	CMP	Current Gains (%)
20-08-19	Sterling & Wils	View	3125	1.02	0.89	0.30	0.85	780.00	700.00	725.35	-7.01	601.65	-22.87
04-07-19	Indiamart Inter	View	474.12	30.83	62.13	14.07	36.21	973.00	1180.00	1302.55	33.87	1,790.00	83.97
08-05-19	Neogen	View	131.48	30.49	113.88	16.06	41.18	0.00	251.00	263.55	0	349.50	
15-04-19	Metropolis	View	1200.18	8.88	3.03	2.21	5.84	880.00	960.00	959.55	9.04	1,249.90	42.03
11-04-19	Rail Vikas	View	430.88	1.36	0.80	2.92	1.82	19.00	19.00	19.05	0.26	23.80	25.26

29-03-19	MSTC	View	213.81	1.13	2.15	2.95	1.46	128.00	111.00	114.20	-10.78	90.55	-29.26
07-02-19	Chalet Hotels	View	1628.84	4.66	1.10	0.03	1.57	280.00	291.00	290.40	3.71	320.00	14.29
04-02-19	Xelpmoc Design	View	23	1.24	7.69	2.64	3.25	66.00	56.00	58.80	-10.91	61.00	-7.58

இண்டியாமார்ட் இண்டர்மெஷ் என்ற நிறுவனம் அதன் 10 ரூபாய் முக மதிப்புள்ள பங்குகளை ரூபாய் 973 விலை வைத்து வெளியிட்டது. பட்டியல் இடப்பட்ட அன்று அது 1302 க்கு வர்த்தகமாகி, இப்போது 1.10.2019ல் 1780 ரூபாய்க்கு வர்த்தகமானது. கிட்டத்தட்ட 80% விலை உயர்வு. 2023 ஜூலை மாதம் அதன் விலை என்ன தெரியுமா? 2849.

ரயில் விகாஸ் என்று மற்றொரு நிறுவனம் 11.4.19 அன்று, ஐ.பி.ஓ. மூலம் 430 கோடி ரூபாய் மதிப்புள்ள பங்குகள் வெளியிட்டது. 10 ரூபாய் முக மதிபுள்ள பங்குகளை ரூபாய் 19 க்கு கொடுத்தது. பட்டியல் இடப்பட்ட அன்று அதன் விலை அதே 19.05 தான். அந்தப் பங்கின் 1.10.19 விலை 23.85 . பங்கு ஒன்றுக்கு 4.85 ரூபாய் உயர்வு. 14.7.23 அன்று விலை ரூ 119.

வெளியிடப்பட்ட விலைகளைக் காட்டிலும் குறைவான விலைக்கு தற்போது வர்த்தகமாகும் பங்குகளும் உண்டு.

உதாரணத்திற்கு இரண்டு பங்கு வெளியீடுகள்.

எம்.எஸ்.டி.சி பங்குகள் 128 ரூபாய்க்கு வெளியிடப்பட்டு, 114 க்கு பட்டியல் இடப்பட்டு, ஜனவரி 2019ல் 90 ரூபாய்க்கு வர்த்தகமானது. அப்போதைக்கு பங்கு ஒன்றுக்கு ரூபாய் 38 குறைவு. ஆனால் 2023 ஜூலை விலை ரூ 387.

அதே போல Xelpmoc Design என்ற நிறுவனப் பங்குகளும் 68க்கு வெளியிடப்பட்டு 2019ல் 61க்கு வர்த்தகம் ஆகிறது. ஆனால் ஜூலை 2023ல் விலை 92.

ஆக, பட்டியல் இடப்படும் நேரம் பங்குச்சந்தைகளில் கடுமையான சூழ்நிலை நிலவினால், IRCTC பங்கு 305 க்கும் குறைவான விலையில் பட்டியல் இடப்படலாம். அத்ற்கும் சாத்தியம் உண்டு.

அந்த நேரம் அப்படி இருந்தால் என்ன? நான் வங்கி உடனடியாக விற்கும் டிரேடர் இல்லை. நான் வாங்கி வத்திருக்கும் முதலீட்டாளராக்கும்’ என்று சொல்பவர்கள், என்ன விலைக்கு பட்டியல் இடப்பட்டாலும் விற்கமாட்டார்கள். மேலும், நல்ல பங்கு

என்று முடிவு செய்திருந்தால், வேறு வெளிக்காரணங்களுக்காக, குறைந்த விலையில் பட்டியல் இடப்பட்டால், வர்த்தகம் நடந்தால், ஐ.பி.ஓ.வில் அலாட் ஆனது தவிர, மேலும் சந்தையில் வாங்குவார்கள்.

ஆக, சந்தையில் எல்லா விதமானவர்களும் உண்டு. பல்வேறுவிதமான அணுகுமுறைகள் சாத்தியம்.

- ஐ.பி.ஓ.வைத் தவிர்த்துவிடுபவர்கள்
- ஐ.பி.ஓ.வின் போது விண்ணப்பிப்பவர்கள்
- கிடைத்ததை வைத்துக்கொள்பவர்கள்
- கிடைக்காவிட்டால் விட்டுவிடுபவர்கள்.
- கிடைத்ததை விற்றுவிடுகிறவர்கள்.
- புதிதாக பட்டியல் இடப்பட்டதும் வாங்குகிறவர்கள்.
- பட்டியலிடப்பட்ட பின்பும் காத்திருந்து பார்த்துவிட்டு, வாங்குபவர்கள்.

நல்ல பங்குகளாக தேர்ந்து சிறு சிறு அளவுகளில் தொடர்ந்து வாங்கி, கவனமாகக் கண்காணித்து நன்றாக இருக்கும் வரை வைத்துப் பயன்பெறலாம் என்பது பங்கு என்ற அசெட் கிளாசுக்கு மட்டுமா பொருந்தும்!

அதை வைத்தே ஐந்து லட்சணங்களை ஆராய்வோம். கீழே கொடுக்கப்பட்டிருக்கும் தகவல்கள் பொது வெளியில் கிடைக்கும் தகவல்களின் அடைப்படையில்.

- **வளர்ச்சியில் இருக்கும் துறையில் இயங்கும் நிறுவனமா?– இண்டஸ்ட்ரி எப்படி? இந்தியன் ரயில்வே நிச்சயம் தொடர்ந்து வளரக்கூடிய துறை.**
- **லாபம் ஈட்டும் நிறுவனம், தொடர்ந்து ஈட்டும் வாய்ப்பிருக்கும் நிறுவனமா?- பிராபிடபிளிட்டி எப்படி?**

IRCTC என்பது இந்தியன் ரயில்வேவுக்கு *internet ticketing, catering, packaged drinking water, under the Rail Neer brand, and travel and tourism* ஆகிய சேவைகளை வழங்கும் நிறுவனம். ஒரே நிறுவனம். போட்டியாளர்கள் இல்லை. மேலும் *executive lounges, budget hotels, and travel and tourism* போன்ற புதிய சேவைகளையும் *IRCTC* எதிர்காலத்தில் கொண்டுவரலாம்.

கடனே இல்லாத நிறுவனம். லாபம் ஈட்டிக்கொண்டிருக்கும் நிறுவனம். தவிர ரூபாய் 1,110 கோடி பணம் -கேஷ்- வைத்திருக்கும் நிறுவனம். லாபம் ஈட்டும் நிறுவனம்.

எக்னாமிக் டைம்ஸ் கொடுத்திருக்கும் ஒரு தகவல் அதன் லாபம் ஈட்டும் வலுவைக் காட்டுகிறது.

IRCTC Financials at a Glance

	FY17	FY18	FY19
Revenues (₹ cr)	1,602	1,569	1,956
EBITDA (₹ cr)	312	273	372
Net profit (₹ cr)	229	220	272.5
RoNW (in %)	29.1	23.1	26.1
Dividend pay-put ratio in %	36.9	40.25	44.89
Cash & cash equivalents (₹ cr)	852	833	1,140

- **ஈட்டும் லாபத்தை ஷேர் ஹோல்டர்களுடன் நன்கு பகிரும் நிறுவனமா?- டிஸ்டிரிபூஷன் எப்படி?**

தற்போது 60% டிவிடெண்ட் கொடுக்கிறது. பெரும்பான்மையான பங்குகளை, (87.4%) அரசு வைத்திருப்பதால், தொடர்ந்து நல்ல டிவிடெண்ட் கொடுக்கும் வாய்ப்பிருக்கிறது. மேலும் இப்போது கார்பரேட் வரிகள் குறைக்கப்பட்டிருப்பதால், இந்நிறுவனத்தின் லாபமும், அதனால் டிவிடெண்டும் அதிகரிக்கும் வாய்ப்பிருக்கிறது.

- **நேர்மையாக, வெளிப்படையாக, புரபஷனலாக நடத்தப்படும் நிறுவனமா- கவர்னென்ஸ் எப்படி?**

இது இந்திய ரயில்வேயின் சப்சிடரி நிறுவனம். அதனால் இதன் நிர்வாகம் பல்வேறு கட்டுப்பாடுகளுக்கு உட்பட்டது. அதனால் சரியாக இருக்கும்.

- **கணிசமான அளவில் தினசரி வர்த்தகமாகும் நிறுவனம் – லிக்விடிட்டி**

இனிதான் பங்குச்சந்தைகளில் பட்டியல் இடப்பட இருக்கிறது. 2 கோடி பங்குகள் வெளியிடப்படுவதால், ஓரளவு வர்த்தகமாகும் நிறுவனமாக இருக்கக்கூடிய வாய்ப்புகள் இருக்கின்றன.

'ஓவர் சப்ஸ்கிருப்ஷன்' சொல்லும் செய்தி

நேற்றுடன் முடிவடைந்த ஐஆர்சிடிசி-ன் பங்கு வெளியீட்டிற்கு மிகப் பிரமாதமான வரவேற்பு கிடைத்திருக்கிறது என்பதைக் கவனித்திருக்கலாம்.

மொத்தம் இரண்டு கோடியே லட்சத்து அறுபதாயிரம் பங்குகள் வெளியிடப்பட்டன. எங்களுக்குத் தாருங்கள் என்று கேட்டு வந்திருக்கும் விண்ணப்பங்களோ மொத்தம் 225.6 கோடி பங்குகளுக்கு!

நாம் முன்பு தெரிவித்திருந்தபடி இது 'சப்ஸ்கிரைப்' ஆகியிருக்கிறது. ஆனால், எவருமே எதிர்பாராத அளவில், மிகப் பெரிய அளவில் 'ஓவர் சப்ஸ்கிரைப்' ஆகியிருக்கிறது.

மிகப்பெரிய அளவில் என்றால், வெளியிடப்பட்டதைப் போல 112 மடங்கு ஓவர் சப்கிருப்ஷன். அதுவும் பங்குச்சந்தை மந்தமாக, இறங்கு முகத்தில் இருக்கும் நேரத்தில்! அரசு அதன் வசம் இருக்கும் பங்குகளை இப்படி வெளியிட்ட போது கிடைக்கும் வரவேற்புகளிலேயே இது மிக அதிகம் என்கிறார்கள்.

இதுபோன்ற நேரத்தில்தான் சில பதங்களை, பங்குச்சந்தை பிரயோகங்களைப் விளக்குவது சுலபம்.

மொத்த வெளியீட்டில், சிறுமுதலீட்டாளர்களுக்கு என்று 70 லட்சம் பங்குகள் (35%) ஒரு பகுதி ஒதுக்கப்பட்டிருக்கிறது.

அந்தப் பகுதியில் வந்திருக்கும் பணம் மட்டும் ஒதுக்கப்பட்ட பங்குகளுக்கு ஆகக்கூடிய தொகையை போல 14.88 மடங்கு. சிலருக்கு சந்தேகம் வந்திருக்கலாம், எவர் சிறு முதலீட்டாளர்? எவர் சிறு முதலீட்டாளர் இல்லை? அப்படி ஏதும் பாகுபாடுகள் இருக்கின்றனவா? அப்படியென்றால் நான் எந்தப் பகுதியில் வருகிறேன்? என்பது போல.

செபி (SEBI) என்று அழைக்கப்படும் செக்யூரிட்டீஸ் எக்ஸ்சேஞ்ச் போர்ட் ஆப் இந்தியாவின் வழிகாட்டுதல்படி, விண்ணப்பதாரர்கள்

மூன்று வகைகளாகப் பிரிக்கப்படுகிறார்கள்.

- முதல் பகுதியினர், குவாலிபைடு இன்ஸ்டிடூஷனல் பையர்ஸ் (QIB s). இதில் அந்நியநாட்டு முதலீட்டு நிறுவனங்கள்- FII s, இந்திய உள்நாட்டு நிறுவனங்கள் - கள் DIIs, பரஸ்பர நிதிகள் போன்ற அமைப்புகள் எல்லாம் வரும்.
- இரண்டாவது பகுதி, 'நான்-இன்ஸ்டிடூஷனல் இன்வெஸ்டார்ஸ்' (NII s). இதில் வருபவர்கள், எச்.என்.ஐ. கள் (ஹை நெட் ஒர்த் இண்டிவிடுவல்ஸ்-HNI) மட்டுமே. அதிக பணம் இருக்கும் செல்வந்தர்கள்.
- மூன்றாவது பகுதி, சிறு முதலீட்டாளர்கள். எவரெல்லாம், 2 லட்சம் அல்லது அதற்குக் குறைவான தொகைக்கு விண்ணப்பிக்கிறார்களோ, அவர்களெல்லாம் சிறு முதலீட்டாளர்கள்.

அதற்கு மேற்பட்ட தொகைக்கு விண்ணப்பிக்கிறவர்கள் எல்லாம் எச்.என்.ஐ. வகையினராகக் கருதப்படுவர்.

ஒரு நிறுவனம் ஐ.பி.ஓ. மூலம் பங்கு வெளியிடும்போது, வெளியிடும் மொத்தப் பங்குகளையும் இந்த மூன்று பகுதிகளுக்கும் இவ்வளவு என்று தனித்தனியே ஒதுக்கீடு செய்து வெளியிடவேண்டும்.

அந்தந்தப் பகுதிக்கு வரும் பங்குகளுக்கான கோரிக்கையின் அடிப்படையில் அந்த அந்தப் பகுதியில் யாருக்கு எவ்வளவு என்பன முடிவு செய்யப்படும். அப்படிச் செய்வதன் பெயர் அலாட்மெண்ட்.

உதாரணத்திற்கு முதல் பகுதியான கியுஐபி (QIB)க்கு ஒதுக்கப் பட்டிருப்பது 1 கோடி பங்குகள். வந்திருக்கும் விண்ணப்பங்களோ 108. 79 கோடிகளுக்கு. அப்படியென்றால் விண்ணப்பங்களில் இருந்து 108 க்கு ஒன்று என்ற விகிதாசாரத்தில் ஒதுக்கீடு இருக்கும்.

உதாரணத்துக்கு, ஒரு பரஸ்பர நிதி 108 ஆயிரம் பங்குகளுக்கு விண்ணப்பித்திருந்தால், அந்த நிறுவனத்திற்கு, 108க்கு ஒன்று என்ற விகிதத்தில் 1000 பங்குகள் வழங்கப்படும்.

சிறு முதலீட்டளர்களுக்கு அலாட் செய்யும் முறையில் ஒரு வித்தியாசம் இருக்கிறது. ஒருவர் அதிகபட்சமாக 2 லட்ச ரூபாய்க்கு முதலீடு செய்யலாம் என்றிருந்தாலும், ஐ.பி.ஓ.வில்

எவரெல்லாம் குறைந்தபட்சத்துக்கு (ஐஆர்சிடிசி யில் 40 பங்குகளுக்கு மட்டும்) விண்ணப்பித்திருந்தார்களோ அவர்களில் அதிக எண்ணிக்கையிலானோருக்கு வழங்கும் விதம் முதலில் அலாட்மெண்ட் செய்வார்கள். அதிலும் போட்டி இருந்தால் கம்ப்யூட்டர் முறையில் லாட் போட்டு எடுப்பார்கள்.

ஐஆர்சிடிசி நிறுவன அதன் ஐபி.ஓ வில் நான்காவதாக ஒரு பகுதியினருக்கும் தனி ஒதுக்கீடு செய்திருக்கிறது. அது அந்நிறுவனத்தின் ஊழியர்கள்.

அந்தப் பகுதிக்கு என, ஐஆர்சிடிசி நிறுவனம், 1.6 லட்சம் பங்குகளை ஒதுக்கீடு செய்திருக்கிறது. அந்தப் பகுதியில் வந்த விண்ணப்பங்கள், ஒதுக்கப்பட்டதைப் போல 5.84 மடங்கு. ஆக, அங்கும் லாட்தான் போடவேண்டியிருக்கும்.

பெரும்பாலும் சிறுமுதலீட்டாளர் பகுதிக்கு வெளியிடுவதில் 35 சதவிகிதமும், எச்.என்.ஐ. பகுதிக்கு 15 சதவிகிதமும், கியுஐபி பகுதிக்கு 50% சதவிகிதமும் ஒதுக்குவது வழக்கம்.

ஐஆர்சிடிசி நிறுவனம் செய்த ஐபி.ஓ வில், கியுஐபி பகுதிக்கு 108.79 மடங்கிற்கும், எச்.என்.ஐ அல்லது என்.ஐ.பி. பகுதிக்கு 354.52 மடங்கிற்கும், சிறுமுதலீட்டாளர் பகுதிக்கு 14.88 மடங்கிற்கும் , ஊழியர் பகுதிக்கு 5.84 மடங்கிற்கும் விண்ணப்பங்கள் போயிருக்கின்றன.

CATEGORY	BOOK SIZE		SUBSCRIPTION		
	No. of Equity Shares @Upper	Amount (Rs Cr) @Upper	No. of Shares Bid	Amount (Rs Cr) @Upper	No of Times
Institutional ("QIB")	1,00,00,000	320.00	1,08,78,87,320	34,812.39	108.79
Non Institutional Bidder ("NIB")	30,00,000	96.00	1,06,35,68,360	34,034.19	354.52
Retail ("Individual")	70,00,000	217.00	10,41,93,400	3,230.00	14.88
Employees ("Employees")	1,60,000	4.96	9,33,760	28.95	5.84
Total	2,01,60,000	637.96	2,25,65,82,840	72,105.52	111.93

தகவல் : ஆகிசிஸ் கேப்பிடல்

இந்தப் பெரிய ஓவர் சப்கிருப்ஷன் ஒரு செய்தியை உரக்கச் சொல்கிறது.

அந்தச் செய்தி, இந்தப் பங்கு, வெளியிடப்பட்டதைக் காட்டிலும் கூடுதல் விலைக்கு லிஸ்டிங் ஆகும். தவிர, லிஸ்ட் செய்யப்பட்ட பின்பும் விலை உயரும் வாய்ப்பிருக்கிறது என்பதுதான்.

பலரும் வாங்க வாங்கி வைத்துக்கொள்ள விரும்பும் பங்கு, அலாட்மெண்டில் கிடைக்காவிட்டால், பின்னர் அவர்களில் பெரும்பாலோர் அந்தப் பங்கை சந்தையில் வாங்க முயற்சிப்பார்கள். அதனால் அதன் விலை உயரும் வாய்ப்பு இருக்கிறது.

௩. நிச்சய லாபம் பார்க்க

பங்குகள் என்றாலே ஆபத்தானவை என்று பலரும் நினைக்க சிலர் மட்டும் பிரமாதமான லாபம் பார்க்கிறார்கள். அவர்கள் கடைப்பிடிக்கும் சில வெற்றிதரும் வழிமுறைகளில் சிலவற்றைப் பார்க்கலாம்.

அ) நீண்டகால முதலீடு

கண் குறைபாடு உள்ளவர்கள் சிலர் யானையைப் 'பார்த்த' கதையை முன்பு பார்த்தோம். அவர்கள் ஒவ்வொருவரும் அவர்கள் கைகளுக்கு எட்டியதை வைத்து, தடவிப் பார்த்து, உணர்ந்து, யானை இப்படித்தான் இருக்கிறதென்று முடிவு செய்துகொண்டார்கள். அதே போலதான் பங்குச்சந்தையும். பலரும் நினைத்துக்கொண்டிருப்பது போல அது ஒரே மாதிரியானது அல்ல. 54 பிளேயிங் கார்ட்ஸ் வைத்துக்கொண்டு எத்தனையோ விதமான விளையாட்டுகளை, சீட்டுக்கட்டில் விளையாடுவது போல, ஒரே பங்குச்சந்தையில் ஏகப்பட்ட அணுகுமுறைகளைக் கையாள்கிறவர்கள் இருக்கிறார்கள்.

லாபகரமாகத் தெரியும் *IPO* க்களுக்கு மட்டும் விண்ணப்பிப்பவர்கள், வாங்கி உடனுக்குடன் விற்கும் இன்ட்ரா டே டிரேடர்கள், டிரேட்

செய்பவர்கள், பியூட்சர்ஸ் & ஆப்ஷன் ல் விளையாடுபவர்கள், முதலீடு செய்து பணம் சேர்ப்பவர்கள், முதலீடு செய்கிறவர்களுக்குத் தேவைப்படும் மார்ஜின் பணம் கொடுத்து சம்பாதிப்பவர்கள் என்று பங்குச்சந்தைகளுக்குள் பலவகையினர் இயங்கிக்கொண்டு இருக்கிறார்கள்.

தனது 62வது வயதில் மறைந்த ஜுன் ஜுன் வாலா, சார்டட் அக்கவுண்டென்சி படித்தவர். 1985ம் ஆண்டு மிகக் குறைந்த தொகையான சுமார் 5000 ரூபாயுடன் பங்கு முதலீட்டில் ஈடுபட்டு, இறந்தபோது 2022ல் சுமார் 40 ஆயிரம் கோடி ரூபாய் மதிப்பிற்கு பங்குகள் வைத்திருந்தவர்.

ராகேஷ் ஜுன் ஜுன் வாலா, முதலீடு செய்யும் வகையைச் சேர்ந்தவர். ஒரு பக்கா இன்வெஸ்டார். அவர், 'ஷார்ட் டர்ம் டிரேட்' போன்ற வேறு அணுகுமுறைகள் எதிலும் ஈடுபட்டதில்லை.

அவரது நிறுவனத்தின் பெயர் ரேர் எண்டர்பிரைசஸ். அவர் பெயரின் முதல் இரண்டு ஆங்கில எழுத்துகளான *RA* மற்றும் அவர் மனைவியின் பெயரான ரேகாவிலிருந்து முதல் இரண்டு ஆங்கில எழுத்துக்களான *RE* ஆகிய நான்கையும் சேர்த்து, *(RARE)* ரேர் எண்டர்பிரைசஸ் என்று பெயரில் நிறுவனம் வைத்து, முழுநேரமும் பங்கு முதலீட்டில் ஈடுபட்டு வந்தார்.

மேலே பார்த்த எல்லா அணுகுமுறைகளிலும் பணம் பண்ணுகிறவர்கள் இருக்கிறார்கள். அதனால் எல்லா முறைகளைப் பற்றியுமே பார்க்கலாம். முதலில், பலருக்கும் ஒத்துவரும் நிச்சய வழியான இன்வெஸ்ட்மெண்ட் வழிமுறை பற்றி. அதற்கு ராகேஷ் ஜுன் ஜுன் வாலா நல்ல எடுத்துக்காட்டு.

பங்குகளில் நீண்டகாலமாக முதலீடு செய்துவருபவர் இவர். வெற்றிகரமான முதலீட்டாளர். புதிதாக பங்கு முதலீட்டுக்கு

வருகிறவர்கள் மற்றும் இன்னமும் நிச்சய லாபம் பார்க்காத முதலீட்டாளர்கள் பலரும் இவரிடம் இருந்து கற்றுக்கொள்ள ஏராளமான செய்திகள் இருக்கின்றன. அவற்றில் சிலவற்றைப் பார்க்கலாம்.

முதலில் பார்க்க இருப்பது பங்கு முதலீட்டில் அவரது அணுகுமுறை குறித்து.

இவர் கிட்டத்தட்ட 34 ஆண்டுகளாக பங்குகள் முதலீட்டில் இருந்தார். பல ஆண்டுகள் தொடர்ந்தார். இதை வைத்து என்ன புரிந்துகொள்ளலாம்?

இவர் பல ஆண்டுகளாக பங்கு முதலீட்டில் தொடர்ந்து இருந்தார். உள்ளே வரும்போதே தான் ஒரு 'லாங் டர்ம் இன்வெஸ்டார்' என்கிற நினைப்பு மற்றும் அதற்குரிய மனநிலையுடன் வந்திருப்பார். முதலீட்டில் லாபம் செய்ய விரும்புகிறவர்களுக்குத் தேவைப்படும் முக்கிய அம்சம் இது.

பலருக்கும் இந்த மனநிலை இருப்பதில்லை. எவ்வளவோ நபர்கள் பல ஆண்டுகளாக பங்கு முதலீட்டில் இருப்பார்கள். ஆனால் பணம் பண்ணியிருக்கமாட்டார்கள். அவர்களுக்கு அதற்கான காரணமும் தெரியாது.

பல காரணங்கள் இருக்கலாம். அவற்றில் ஒன்று, அவர்கள் பங்குச்சந்தையை முழுமையாக நம்பாததாக இருக்கும். பங்குச்சந்தையை நம்பாதது என்றால்? ஆற்றில் ஒரு கால் சேற்றில் ஒரு கால் என்பது போல, எப்போதும் சந்தேகத்துடனே அணுகுவார்கள்.

வாங்குவார்கள். சிறிது லாபம் வந்ததுமே, உடனே விற்காவிட்டால் மீண்டும் விலை குறைந்துவிடுமோ என்று பதறிக்கொண்டு விற்றுவிடுவார்கள். வேறு சமயம் வேறு பங்கு வாங்குவார்கள். கொஞ்சம் விலை இறங்கும். மேலும் இறங்கிவிடுமோ என்ற அச்சம் அவர்களை விற்கத்தூண்டும். உடனே விற்றுவிடுவார்கள்.

ஆக, அவர்கள் வாங்கியதும் அது விலை இறங்கினாலும் விற்பார்கள், விலை உயர்ந்தாலும் விற்பார்கள். இதைத்தான் நம்பிக்கை இல்லாமல் செயல்படுவது என்பது.

ஒன்றில் கிடைத்திருக்கக்கூடிய லாபம் குறைந்துவிடும். அடுத்ததில் நட்டம் ஏற்படும். இப்படியே தொடர்ந்து செய்ய, முதல் கரையும். வேறு பலன் ஒன்றும் இல்லை.

ஜுன் ஜுன் வாலாவின் போர்ட்ஃபோலியோவில் மிக அதிகமான மதிப்புக்கு இருக்கும் பங்கு டைட்டான் கம்பெனி. அந்தப் பங்கின் 2019 அக்டோபர் 24ம் தேதி விலை, 1,374 ரூபாய். அதே பங்கு நவம்பர் 11ம் தேதி விலை, 1,155 ரூபாய்.

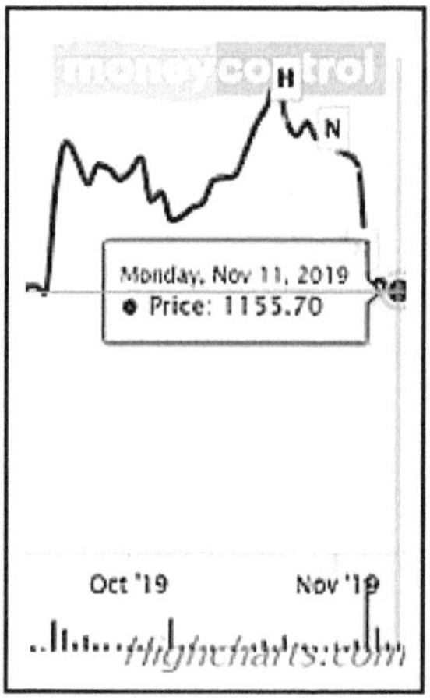

பங்கு ஒன்றுக்கு 219 ரூபாய் விலை குறைவு. சதவிகிதக் கணக்கில், 15.94 குறைவு.

அதைப் பார்த்த ஜுன் ஜுன் வாலா விற்றுவிட்டாரா? விற்கவில்லை. விற்பாரா? விற்கமாட்டார். அவருடைய பணத் தேவைகளுக்கு வேண்டுமானால் விற்கலாம். விலை குறைகிறதே என்று அச்சப்பட்டு அவர் விற்றதில்லை.

மார்ச் 2019 கணக்குப்படி அவர் வைத்திருந்தது, 5 கோடி டைட்டான் கம்பெனி பங்குகள். ஒரு பங்கிற்கு 219 ரூபாய் குறைகிறது என்றால், 5 கோடி பங்குகளுக்கு? 1,095 கோடி ரூபாய்கள். 17, 18 நாட்களில். இது போக அவர் மனைவி 1.16 கோடி பங்குகள் அவர் பெயரில் வைத்திருந்தார். அவற்றுக்கு மேலும் 225 சொச்சம் கோடி ரூபாய்கள் விலை குறைவு.

அவர்கள் விற்கமாட்டார்கள். காரணம், அவர் அந்தப் பங்கில் அவர்கள் 'லாங் டர்ம் இன்வெஸ்டர்'கள். முதன் முதலில் ஜுன் ஜுன் வாலா டைடான் கம்பெனி பங்குகள் வாங்கியது, 2002, 2003 ம் ஆண்டு வாக்கில் என்றும், அந்தக் கம்பெனி பங்குகள் 10 ரூபாய் முகமதிப்பில் இருந்தபோது அதன் விலை 100 க்கும் குறைவாக இருந்தபோது அவர் வாங்கினார் என்றும், அவர் வாங்கிய பங்குகளுக்கு அடக்கவிலை 2019 / பங்கு ஒன்றுக்கு 3 ரூபாய் என்று மதிப்பிட்டார்கள்.

ஆம். அவர் 20 ஆண்டுகளாக அந்தப் பங்கை வைத்திருக்கிறார். இடையில் அந்தப் பங்கின் விலை எத்தனையோ முறை இறங்கியது, ஏறியது.

2018 அக்டோபரில் கூட 800 ரூபாய்க்குப் போயிருக்கிறது. ஆனால் பிறகு எவ்வளவு அதிகரித்திருக்கிறது. இன்னும் அதிகரித்துக்கொண்டிருக்கிறது!!

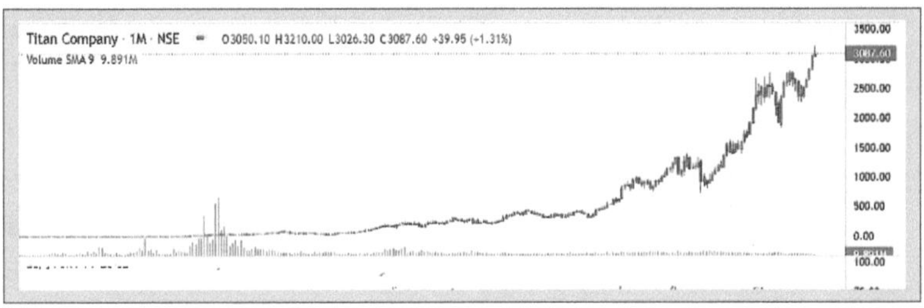

ஆக, பங்குச்சந்தையில் பணம் பண்ண ஒரு நிச்சய வழி, நல்ல பங்குகளாக தேர்ந்து வாங்கி, அதனுடனே பல ஆண்டுகளுக்குத் தொடர்ந்து பயணிப்பது. நீண்டகால முதலீடு.

ஆ) தொடர்ந்து வைத்திருப்பது

ஜுன் ஜுன் வாலாவின் பங்குச்சந்தை சித்தாந்தம், "Buy right and hold tight". 'சரியானதை வாங்கு, தொடர்ந்து வைத்திரு' என்பது அதன் பொருள். டைட்டன் கம்பெனி பங்கில் அவர் அதைத்தான் செய்தார்.

தேடி, ஆராய்ந்து, பேசிப் புரிந்துகொண்டு பங்குகள் வாங்குகிறார். அவருடைய வாங்கும் சக்தி அதிகம் என்பதால், சம்பந்தப்பட்ட நிறுவனங்களின் நிர்வாகத்தினரிடமே பேசி அந்நிறுவனத்தின் வருங்கால வாய்ப்புகள் குறித்தெல்லாம் தெரிந்துகொள்வார் என்பார்கள்.

2002/03ம் ஆண்டு வாங்கிய டைட்டன் பங்குகளைத் தொடர்ந்து வைத்திருக்கிறார். வாங்கியது நல்ல நிறுவனப் பங்கு. வைத்திருப்பது நீண்டகாலமாய்.

சிலர் வாங்குவது தற்செயலாகவோ அல்லது மற்றவர் சொல்லியதைக் கேட்டோ. அவர்கள் நல்ல நிறுவனப் பங்குகளை வாங்கிவிடுவார்கள். ஆனால், கைகொண்டுவிட்ட நல்ல பங்குகளை அவர்கள் தொடர்ந்து வைத்திருக்க மாட்டார்கள். அதுதான் சிலர் பெரிய பணம் செய்யாததற்குக் காரணம்.

வேறு சிலர், சரியில்லாத நிறுவனப் பங்குகளை வாங்கிவிட்டு, அதை விலை இறங்க இறங்க மேலும் மேலும் வாங்கிச் சேர்ப்பார்கள். கேட்டால், ஆவரேஜ் – சராசரி- செய்கிறேன் என்பார்கள். இதன் பெயர் ‘டினையல்.’ தான் செய்தது சரிதான் என்று தனக்கே நிரூபித்துக்கொள்ள செய்வது இது.

பங்குச்சந்தையில் அதிக காலம் இருப்பதாலேயே ஒருவர் பங்குச் சந்தையில் பணம் பண்ணும் சூட்சமத்தைப் புரிந்துகொள்ள முடியாது.

இடையில் ஒன்றிரண்டு ஆண்டுகளைத் தவிர, முப்பது ஆண்டுகளாக தொடர்ந்து நட்டம் செய்பவர்களை எனக்குத் தெரியும். பிரச்னை அவர்களிடம்தான் என்று உணராமல், அவர்கள் இன்னமும் வேறு எவரையோ, எதையோ குற்றம் சொல்லிக்கொண்டு உட்கார்ந்திருக்கிறார்கள்.

வீடு, மனை, பிளாட் வாங்க எவ்வளவு தேடுகிறோம், விசாரிக்கிறோம், ஆராய்கிறோம், பேரம் பேசுகிறோம்! தங்கம் வெள்ளியைக் கூட தரம் நன்றாக இருக்கவேண்டும் என்பதற்காக, எங்கே சரியாக இருக்குமென்று மெனக்கெட்டு, கடை தேடுகிறோம். தேர்ந்து வாங்குகிறோம். பங்குகளும் அப்படி உழைத்த, சேமித்த பணத்தைக் கொடுத்து வாங்குவதுதானே! அதில் அப்படித் தேட, ஆராய மாட்டார்கள்.

முன்பெல்லாம் சந்திக்கிறபோது, ‘என்ன பங்குகள் இப்போது வாங்கலாம்?’ என்று கேட்பவர்கள் உண்டு. தொலைபேசியில் கேட்டவர்கள் உண்டு. இப்போதைய அளவு ஊடகங்களில் பங்குச்சந்தை தகவல்கள் வராத காலம் அது. ஏதாவது நிறுவனப் பங்கைச் சொன்னால், அதை எழுதிக்கொள்ள என்னிடம் நிறுவனத்தின் பெயருக்குச் சிலர் ஸ்பெல்லிங் கேட்டிருக்கிறார்கள்.

அந்த அளவுக்குத்தான் அவர்களுக்கு அந்த நிறுவனம் பற்றித் தெரியும். ஆனால், சொன்னதை வாங்கிவிடுவார்கள். “கொஞ்சமாக வாங்குங்கள்”, “விலை இன்னும் கொஞ்சம் குறைந்தபின் வாங்குங்கள்” என்பது போன்ற எச்சரிக்கைகளைப் பொருட்படுத்த மாட்டார்கள். புறந்தள்ளிவிட்டு, ‘பெரிய டிப்ஸ் கிடைத்தது’ என்று பெரிய அளவுகளில், உடனே வாங்கிவிடுவார்கள்.

இப்போதும் அப்படிச் செய்பவர்கள் உண்டு. அவர்களுக்குக் கிடைக்கும் தகவல்கள் மொபைல் போனில், அவர்கள் கேட்காமலே, அவர்களுக்கு வரும் ‘ஸ்டாக் ரெக்கமெண்டேஷன்ஸ்’ மற்றும் ‘கால்ஸ்’. அல்லது தொலைக்காட்சி நிகழ்ச்சிகளில், பைனான்ஸ் பத்திரிகைகளில் சொல்லப்படும் பரிந்துரைகள், ‘ஸ்டாக் ஐடியாஸ்’.

உடனே வாங்கிவிடுவார்கள். அதுவும் கணிசமான ‘குவான்டிட்டி’ களில். பின்னர், நட்டம் ஏற்படும். விற்கத் தயங்க மாட்டார்கள். நட்டத்தைக் குறைக்க, தடுக்க ‘ஸ்டாப் லாஸ்’ போட்டு விற்றுவிட்டு வெளியேறிவிடுவார்கள். அடுத்த நாளே இல்லாவிட்டாலும் சில நாட்களில் மீண்டும் அதே அணுகுமுறையை கடைப்பிடிப்பார்கள். வேறு பங்கு. மீண்டும் நட்டம். அல்லது சொற்ப லாபம்.

உடனடி லாபம் கிடைத்துவிட்டதோ போயிற்று. அது மேலும் பிரச்னையை உண்டாக்கும். தான் செய்வது சரிதான் என்று முடிவு செய்து, மேலும் அதே நிறுவனப் பங்குகளை விலை உயர்ந்த பின்பும் வாங்குவார்கள். மேலும் கொஞ்சப் பணம் உள்ளே போகும்.

பங்குகளில் மட்டும் ஏன் இப்படி ஆராயாமல், அவசரமாகச் செய்கிறார்கள்?

வேறு என்ன! உடனடியாக விலை ஏறும் என்கிற ஆசை மற்றும் கணிசமான லாபம் மற்றும் கிடைப்பதும் சுலபமாகக் கிடைக்கும்

என்கிற எதிர்பார்ப்புகள்தான்.

பங்குகள் 'முதலீட்டிற்கு' என்றால், உடனடியாக லாபம் கிடைக்க வேண்டும் என்று எதிர்பார்க்கக் கூடாது. அப்படி எதிர்பார்ப்பவர்கள் 'இன்வெஸ்ட்மென்ட்' டிற்காக பங்குகள் வாங்கவில்லை. 'டிரேட்' செய்வதற்காக வாங்குகிறார்கள். 'டிரேட்' டில்தான் உடனடி லாபம். சிலவற்றில் நட்டமானாலும் பரவாயில்லை என்கிற மனநிலை, போக்கு.

'இன்வஸ்ட்மென்ட்' என்பது முற்றிலும் வேறுபாடானது. வாங்கிவிட்டு அதிலேயே உட்காரவேண்டியது. அதனால், தேர்வு செய்வதில் அதிக கவனம், அக்கறை, நேரம் உழைப்பு எல்லாம் தேவை.

எனவே, சரியானதைத் தேர்வு செய்து வாங்கு. வாங்கியதைத் தொடர்ந்து வைத்திருக்க வேண்டும்.

இடையில் விலை இறங்கினால்?

வாங்கியது நல்ல பொருள்தானே! விலை இறங்குவது நிறுவனத்தின் பிரச்னையால் அல்ல. சந்தை சந்தையின் எதிர்பார்ப்பு, வேறு ஏதோ சூழ்நிலைகள், நிகழ்வுகள்தான் அதற்கு காரணம் என்றால், அதை விற்பானேன்!

ஆனாலும் சிலர் விற்கிறார்களே! அவர்கள் மனவோட்டம் என்னவாக இருக்கும்?

அவர்கள் எதிர்பார்ப்பு எல்லாம் லாபம். பெரிய மற்றும் உடனடி லாபம். இதன் பெயர் ஆசை அல்லது பேராசை. ஆங்கிலத்தில் கிரீட் (Greed). ஆனால் நிலைமை, வேறு ஏதோ காரணத்தால் விலை இறங்குகிறது. அதைக் கண்டு மேலும் விலை இறங்கிவிடுமோ என்கிற பயம் (Fear) இவர்களுக்கு.

பேராசை மற்றும் பயம் என்கிற இந்த இரண்டும், பங்குச்சந்தையில் பணம் செய்யவிடாது. ஒருவருக்குள் இருக்கும், உடனிருந்தே கெடுக்கும் எதிரிகள்.

அவர்கள் மனவோட்டம், 'விலைதான் மேலும் விழப்போகிறதே! இப்போதைய விலையில் விற்றுவிட்டு, விலை இறங்கியபின் வாங்கினால், லாபம்தானே!' இதுதான் அவர்கள் நினைப்பு. இந்த

நினைப்பு முதலீட்டாளர், 'இன்வெஸ்டர்' நினைப்பு அல்ல. 'டிரேடர்' நினைப்பு.

நல்ல பங்கை விற்றுவிடுவார்கள். பின்னர் வேறு பங்கை வாங்குவார்கள். அதையும் விற்றுவிடுவார்கள். சல்லடையில் தண்ணீர் பிடிப்பது போன்றது இவர்கள் செய்வது.

லாங் டர்ம் இன்வெஸ்ட்மென்ட்தான் கொட்டிக்கொடுக்கும்

கவாஸ்கர், டெண்டுல்கர், தோனி, விராட் கோலி போன்றோரின் மிகப்பெரிய வெற்றி என்பது அவர்களது நிகர வெற்றியைத்தான் குறிக்கிறது. அதென்ன வெற்றியில், நிகரவெற்றி! அப்படி ஒரு வெற்றி இருக்கிறதா என்ன என்று கேட்கலாம்.

கால்பந்து விளையாட்டுப் போட்டி நடக்கிறது. ஒரு அணி, ஒரு கோல்தான் போட்டது. அந்த அணி வெற்றி பெற்றிருக்குமா என்று கேட்டால் என்ன பதில் சொல்வீர்கள்? பதிலா சொல்வீர்கள்? வேறு ஒரு கேள்வி அல்லவா கேட்பீர்கள். எதிரணி போட்ட கோல்கள் எத்தனை என்று தெரியாமல் ஒரு கோல் போட்ட அணி ஜெயித்ததா இல்லையா என்று எப்படிச் சொல்வது என்று கேட்பீர்கள்.

எதிரணி கோல் ஏதும் போட்டிருக்காவிட்டால், இந்த அணிக்கு வெற்றி. எதிரணி 2 கோல்கள் போட்டிருந்தால் இந்த அணிக்குத் தோல்வி. ஆக, நிகரமாக எத்தனை கோல் கூடுதலாகப் போட்டோம் என்பதுதானே விஷயம்.

அதேதான் கிரிக்கெட் சாதனையாளர்களுக்கும். அவர்களும் சில போட்டிகளில் ஸ்கோர் செய்திருக்க மாட்டார்கள். பல போட்டிகளில் டெண்டுல்கர் ஓர் ஓட்டம் கூட எடுக்காமல் 'டக் அவுட்' ஆகியிருக்கிறார். ஆனால், வேறு பல போட்டிகளில் 100கள், 50 கள் என்று விளாசியிருக்கிறார்.

பங்குச்சந்தை முதலீட்டிலும் அப்படி நேரும். வாங்கிய எல்லா நிறுவனப் பங்குகளும் சரியாக வரும் என்று சொல்ல முடியாது.

சில தவறும். அது பரவாயில்லை. நிகரமாக என்ன என்று பார்க்க வேண்டும். நிகரமாக 'பிளஸ்' என்றால் வெற்றிதான்.

பெரும்பாலும் டிரேடர்கள் 'அன்றாடம் காய்ச்சிகள்' போல. அன்றாடங்காய்ச்சி என்றால், அன்றைய தேவைக்கு அன்றைக்கு சம்பாதிக்கவேண்டிய நிலையில் இருப்பவர்கள். முதலீட்டாளர்கள் அப்படியல்ல.

பங்குச்சந்தையில் ஈடுபட்டு, செல்வம் சேர்ப்பவர்கள், முதலீட்டாளர்கள்தான். அவர்கள்தான் 'வெல்த்' 'கிரியேட்' செய்துகொள்கிறார்கள்.

வைத்து, வளர்த்து, அது போடும் முட்டைகளை உண்ணாமல், பொறுமையின்றி வாத்தையே அறுத்து சாப்பிடுபவர்கள் போல, சின்னச் சின்ன லாபங்களுக்கு, பல ஆண்டுகள் வைத்து அனுபவிக்க வேண்டிய பங்குகளை டிரேடர்கள் சின்ன மற்றும் உடனடி லாபங்களுக்கு விற்றுவிடுவார்கள்.

டிசிஎஸ் என்ற காமதேனு

2004ம் ஆண்டு, *TCS* நிறுவனம் *IPO* வெளியிட்டது. இந்தியாவின் மிகப்பெரிய தொழில் குழுமமான டாடா குரூப்பில் இருந்து வெளியிடப்படும் பங்குகள். மிகச் சிறப்பாகச் செயல்படும் தகவல் தொழில்நுட்பத்துறை நிறுவனம். அதனால் பங்குகளை வாங்க பலத்த போட்டி இருந்தது. பங்கு ஒன்று 850 ரூபாய் என 'ஆபர்' செய்யப்பட்டது. மொத்தம் 5.5 கோடி பங்குகள் ஆபர் செய்தார்கள். வந்து சேர்ந்த விண்ணப்பங்களின் எண்ணிக்கை மட்டும் 13 லட்சம்.

மிக அதிக 'ஓவர் சப்ஸ்கிரிப்ஷன்' என்பதால், விண்ணப்பித்தவர்களில் சிலருக்கு மட்டும் 'அலாட்மெண்ட்' கிடைத்தது. பட்டியல் இடப்பட்ட முதல் நாள், 1076 ரூபாய்க்கு விலை போனது. அலாட்மெண்ட் கிடைத்த பலர், குறிப்பாக சிறு முதலீட்டாளர்கள், உடனே சந்தோஷமாக விற்றுவிட்டு லாபத்தைக் கையில் பிடித்தார்கள்.

ஆனால், நீண்டகால முதலீட்டாளர்கள் அந்த உயர்ந்த விலையில்

வாங்கினார்கள். மேலும், விலை குறைகிற போதெல்லாம் தொடர்ந்து வாங்கினார்கள். 2019ல் 15 ஆண்டுகள் ஆகிவிட்டன. வாங்கிய பங்குகளுக்கு TCS நிறுவனம் 2006ம் ஆண்டு ஒன்றுக்கு ஒன்று என்ற விகிதத்தில் போனஸ் பங்குகள் வழங்கியது. 10 பங்குகள் வைத்திருந்தவர்களின் பங்கு எண்ணிக்கை 20 ஆகிவிட்டது. மீண்டும் 2009ம் ஆண்டு ஒன்றுக்கு ஒன்று போனஸ். அதனால் அவர்கள் வசம் இருந்த 20 பங்குகள் நாற்பது ஆகின. மீண்டும், 2018ம் ஆண்டு மற்றொரு ‘ஒன் ஃபார் ஒன்’ போனஸ் கொடுத்தார்கள். இப்போது நாற்பது பங்குகள் குட்டி போட்டு, எண்பது பங்குகள் ஆகிவிட்டன.

போனஸ் என்றால், விலையில்லாமல், கொடுப்பது. 2019ல் பங்கு ஒன்று, 2,165 ரூபாய் விலை நடக்கிறது. அலாட்மெண்டில் கிடைத்தவர்களுக்கு அடக்க விலை, 850. பத்துப் பங்குகள் கிடைத்திருந்தால் 10X850= 8500. நவம்பர் 2019ல் மதிப்பு, போனஸ் பங்குகளையும் சேர்த்து அவற்றின் மதிப்பு, 80X2165= 1,73,200 ரூபாய்.

அலாட்மெண்ட் கிடைக்காமல் சந்தையில் வாங்கியவர்களுக்கு அடக்க விலை 1076. பத்துப் பங்குகள் வாங்கியிருந்தால் 1076X10= 10,760 ரூபாய். 80 பங்குகளின் 2019 மதிப்பு 1,73,200. போட்ட பணம் 15 ஆண்டுகளில் 16 மடங்கு. 2023 ஜூலை மாத விலை ரூ.3500. மதிப்பு ரூ 2 லட்சத்து 80 ஆயிரம்.

இது முதல் பெருக்கம் மட்டுமே. இந்த முதல் பெருக்கத்துக்கு கேபிடல் கெயின்ஸ் வரி கிடையாது. இது தவிர, TCS நிறுவனம் அதன் பங்குகள் வைத்திருப்போருக்கு, ஆண்டுக்கு ஆண்டு மிகப் பிரமாதமாக டிவிடெண்ட் கொடுத்திருக்கிறது. தொடர்ந்து கொடுக்கிறது.

2022-23ம் ஆண்டிற்குக் கொடுத்திருப்பது, சதவிகிதக் கணக்கில் 11,500%. ஒரு ரூபாய் முகமதிப்புள்ள பங்கிற்கு 115 ரூபாய் டிவிடெண்ட். 80 பங்குகள் வைத்திருப்போர்க்கு, 80X115= 9200 ரூபாய்.

இப்படியாக 19 ஆண்டுகளாக வருமானம் வந்துகொண்டிருக்கிறது.

10 பங்குகளை 10,760 ரூபாய்க்கு வாங்கியவருக்கு, இப்போது 80 பங்குகளுக்கான டிவிடெண்ட் 9200 ரூபாய். 100 ரூபாய் முதலீடிற்கு 922 ரூபாய் வருமானம். இதுதவிர முதல் பெரும் பெருக்கம்.

இதுதான் 'லாங் டர்ம் இன்வெஸ்ட்மென்ட்' தரும் அல்ல, கொட்டிக்கொடுக்கும் பலன்.

இ) பிரித்துப் போடுதல்

கிரிக்கெட் விளையாட்டுப் பார்த்திருக்கிறோம். விளையாடியும் இருக்கிறோம். களமிறங்கி பேட் பிடிப்பவரின் நோக்கம் என்ன? அதிக ரன்கள் எடுக்க வேண்டும். பிப்டி, சென்ச்சுரி, ஸ்கோர் செய்ய வேண்டும் என்று ஆசைகள் பெரிதாக இருக்கும். ஆட இறங்குகிறார். அவர் என்ன செய்தால் ஓட்டங்கள் எடுக்க முடியும். அவர் அடித்து ஆடவேண்டும்.

சிலர் இருக்கிறார்கள். பேட்டை ஓங்கவே மாட்டார்கள். அடித்துவிட்டு எதிர்பக்கம் இருப்பவர், 'கம் ஆன், கம் ஆன்' என்று கரடியாகக் கத்தினாலும், ஓட்டம் எடுக்க, between the wickets ஓட மாட்டார்கள். பந்தை எடுத்த பீல்டர் என்ன செய்யப்போகிறார் என்றே பயத்துடன் அவரையே பார்த்துக்கொண்டிருப்பார்கள்.

அவர்களது ஆசை, சென்ச்சுரி அடிப்பது. ஆனால், அவர்கள் அணுகுமுறை, அவுட் ஆகிவிடாமல் இருக்க என்ன செய்யவேண்டுமோ அதை உறுதியாகச் செய்வது. அவர்கள் அப்ரோச், 'டிபென்சிவ்'.

பேட்டைத் தூக்காமல், விக்கெட்டை, பவுலர் அனுப்பும் பந்துக்கு காட்டாமல், எப்படி அடிப்பது? ஓட்டங்கள் எடுப்பது! பீல்டர்கள் இருப்பார்கள்தான். விக்கெட்டை நோக்கி பந்தை எறிவார்கள்தான். ஆனாலும் அவற்றையெல்லாம் தாண்டி ஓட்டங்கள் எடுக்கவேண்டும். பலர் செய்கிறார்கள்.

ஓட்டங்கள் எடுப்பது, குழுவின் வெற்றிக்கு உதவுவது, டீமில் தொடர்வது, பெயர், புகழ் பெறுவது எல்லாம் கிடைக்கும் வெகுமதிகள். 'ரிவார்ட்'கள். விக்கெட் போகலாம். அவுட் ஆகி, பெயர் கெடலாம் என்பது 'ரிஸ்க்'. ஆடப்போகிறவர்கள்

இரண்டையும் சந்திக்க வேண்டிவரும். ரிஸ்கும் ரிவார்டும் கலந்துதான் இருக்கும்.

பிக்சட் டெபாசிட்டுகளுக்குக் கிடைக்கும் வட்டி, 6.5 சதவிகிதம் முதல் 7.5 சதவி'கிதம் வரை. சேமிக்கிற பணத்திற்கு ரிஸ்க் எடுக்காமல் வங்கி டெபாசிட்டுகளாகப் போட்டு வைத்தால், பணி ஓய்வின் போது, வயது 60ஐத் தாண்டிய பின் அந்தப் பணம் என்ன அளவில் இருக்கும்? அப்போது விலைவாசி என்னவாக இருக்கும்!

அந்தப் பணம் வாழ்க்கையை ஓட்டப் போதுமா?

சேமிக்கிற எல்லாப் பணத்தையும் மிகப் பாதுகாப்பான முதலீடுகளில் மட்டுமே ஈடுபடுத்தினால், பின்னால் குறைவாகத்தான் கிடைக்கும். ஓரளவு பணத்திற்காவது கூடுதல் வருமானம் ஈட்ட முயற்சிக்க வேண்டும். எல்லோரும் அல்ல. வயது 50க்கு மேல் என்றால் முதலீட்டிற்கான பாதுகாப்புதான் முக்கியம். வயது இருபது முதல் 35 வரையில் என்றால், கூடுதல் வருமானம் தரும் முதலீடுகளிலும் ஓரளவு சேமிப்பை ஈடுபடுத்தவேண்டும். பங்குகளில் செய்யும் முதலீடு அப்படிப்பட்டதுதான். சரியாகச் செய்தால் அள்ளிக்கொடுக்கும் வலு அதற்கு உண்டு.

பங்குச்சந்தை தொடர்பான முதலீடுகள் இரண்டு வகைப்படும். முதலாவது 'டைரெக்ட் ஈக்விட்டி'. நேரடியாக பங்குகள் வாங்குவது, விற்பது. இரண்டாவது வகை, ஈக்விட்டி தொடர்பான மியுட்சுவல் ஃபண்டுகளில் முதலீடு செய்வது.

ஒரு வங்கி கணக்கு, அதில் கொஞ்சம் பணம். ஒரு டி மேட் கணக்கு. தவிர பங்குத்தரகர் நிறுவனத்திடம் திறக்கவேண்டிய ஒரு வர்த்தகக் கணக்கு. வருமான வரிக் கணக்கு எண், முகவரி சான்று இருந்தால் தேவைப்படும் கணக்குகள் இருந்தால் போதும்.ஒரு மணிநேரத்தில் தொடங்கிவிடலாம்.

இவற்றைச் செய்துவிட்டால் போதும். ஒருவரால் பங்குச்சந்தையில் லிஸ்ட் ஆகியிருக்கும் எந்தப் பங்குகளையும் வாங்கலாம். நேரில் போய்ச் சொல்லியோ அல்லது இணையம் மூலமாகவோ அல்லது ஒரு போன் கால் மூலமாகவோ வாங்கியவற்றை, விற்கலாம்.

பங்கு வர்த்தகம் செய்வது, பங்குகளில் முதலீடு செய்வது, செயல் ரீதியாகப் பார்த்தால் இவ்வளவு சுலபமாகிவிட்டது. எவர் வேண்டுமானாலும் செய்யலாம். எங்கிருந்து வேண்டுமானாலும் செய்யலாம்.

கிரிக்கெட் விளையாடுவதும் இப்படித்தானே. ஒரு பேட், ஒரு பந்து இருந்தால் போதும். விளையாடலாம். ஆனால், விரும்பும் சாதனைகள் செய்ய அவை மட்டுமே போதுமா? அதற்கான பயிற்சி, மனோநிலை, உழைப்பு வேண்டுமல்லவா?

எல்லாம் சுலபமாகிவிட்டதால், பல்வேறு தரகு நிறுவனங்களும் ஊடகங்களும் பங்குகள் குறித்து விவாதிப்பதால், சில முகவர்கள் அணுகி, செய்யச் சொல்வதால், பங்கு வர்த்தகத்தில் இறங்கிவிடுகிறார்கள். அதில் இருக்கும் ரிவார்டுகள் பற்றி மட்டும் கொஞ்சம் தெரிந்துகொண்டு.

கவாஸ்கர், டெண்டுல்கர், தோனி, விராட் கோலி என்று நம் தலைமுறைக்குத் தெரிந்த அத்தனை கிரிக்கெட் வெற்றியாளர்களும் சும்மா தெரிந்துகொண்டு வந்தவர்களா? அது மட்டுமே தகுதியாக இருந்தவர்கள் வெற்றி பெற்றார்களா?

எந்த வயதில் இருந்து அறிமுகம்! நாள் ஒன்றுக்கு எத்தனை மணிநேரப் பயிற்சி! எத்தனை விதமான பயிற்சிகள். எல்லாம் தாண்டி வந்த பின்பே, தன்னை நிரூபித்து, ஆடி, சாதிக்கிறார்கள்.

அரசியல், திரைப்படம், விளையாட்டுகள், கல்வி என்று எந்தத் தளத்தில் பெற்ற வெற்றிகளுக்குப் பின்னாலும் மாபெரும் கற்றல், பயிற்சி மற்றும் உழைப்பு இருக்கிறது.

பங்குச்சந்தை விதிவிலக்கல்ல.

செய்யமுடிவது வேறு. வெற்றிகரமாக, லாபகரமாகச் செய்ய முடிவது வேறு. எது வேண்டும்?

உலக அளவில் வாரென் பஃபெட் பங்கு முதலீட்டில் மிகப்பெரும் வெற்றியாளர். அவரைப் போல, அவர் அளவு இல்லாவிட்டாலும் கடந்த 15, 20 ஆண்டுகளாக நம் நாட்டில் பங்கு வர்த்தகத்தில், முதலீட்டில் வெற்றி பெற்று, பணம் செய்தவர், செய்துகொண்டிருந்தவர்

பெயர், ராகேஷ் ஜுன் ஜுன் வாலா. முன்பே அவர் குறித்துப் பார்த்தோம். 2021ம் ஆண்டு சர்க்கரை நோயைக் கட்டுப்படுத்தத்தவறி அவரது 62வது வயதில் உயிரிழந்தார். அவருக்குப் பின்னும் அந்த ஃபோர்ட்போலியோ, ராகேஷ் ஜுன் ஜுன் வாலா அசோசியேட்ஸ் என்ற பெயரில் நிர்வகிக்கப்படுகிறது. பெரும்பாலும் அவர் வாங்கியவைதான்.

அத்தனை புகழ்பெற்ற அவரே ஒரு நேரம் தீவான் ஹவுசிங் அண்ட் பைனான்ஸ் நிறுவனப் பங்குகளில் அடிவாங்கினார். சாதாரண அடி அல்ல. பெரிய அடி. ரூபாய் 178 கோடி இழப்பு. ஒரு முதலீட்டாளராக. அவர் அந்த நிறுவனத்தின் 77 லட்சம் பங்குகள் வைத்திருந்திருக்கிறார். அந்தப் பங்கு 92 சதவிகிதம் விலை வீழ்ச்சி அடைந்தது. அதனால் அவருக்கு அவ்வளவு நட்டம்.

பங்குச்சந்தையில் இருக்கும் ஒரு ரிஸ்க் இது. அவர் அளவிலேயே கணிக்க முடியாத சிக்கல் வெளிவந்து, பலருக்கும் நட்டம் ஏற்படுத்தியது. அதிக எண்ணிக்கையில் அந்நிறுவனப் பங்குகள் வைத்திருந்த அவர் அத்தனை கோடி ரூபாய்கள் இழந்தார்.

இதை அவர் சமாளித்தாரா? மீண்டாரா? அல்லது அதனாலேயே மூழ்கிவிட்டாரா?

அவர் மூழ்கவில்லை. காரணம், பங்கு முதலீட்டில் ரிஸ்க்கை குறைக்க அவர் செய்திருக்கும் ஒரு டெக்னிக். அது, ஃபோர்ட்ஃபோலியோவில் டைவர்சிபிகேஷன்.

அவர் அந்த ஒரு பங்கை மட்டுமா வைத்திருந்தார்? மொத்தம் 29 நிறுவனப் பங்குகளை அல்லவா வைத்திருந்தார் / இருக்கிறார்.

ராகேஷ் ஜுன் ஜுன் வாலா அசோசியேட்ஸ் ஜுன் 2023 ஃபோர்ட்ஃபோலியோ.

மணி எக்ஸ்செல் வலைதளத்தில் இருந்து.

பங்கு	எண்ணிக்கை	நிறுவனத்தின் மொத்த பங்குகளில் %	தொகை மதிப்பு கோடி ரூ.
Stock Name ◇	Quantity Held ◇	Holding(%) ◇	Holding Value(Crs.) ◇
Aptech Ltd.	18,112,312	43.74 %	895.56
Star Health and Allied Insurance Company Ltd.	100,753,935	17.32 %	6,225.08
Metro Brands Ltd.	39,153,600	14.40 %	3,929.85
NCC Ltd.	82,180,932	13.09 %	1,034.66
Rallis India Ltd.	20,018,320	10.30 %	417.98
Nazara Technologies Ltd.	6,588,620	9.96 %	478.60
Geojit Financial Services Ltd.	20,037,500	8.38 %	92.67
Agro Tech Foods Ltd.	2,003,259	8.22 %	171.08
Va Tech Wabag Ltd.	5,000,000	8.04 %	246.20
Singer India Ltd.	4,250,000	6.95 %	30.90
Jubilant Pharmova Ltd.	10,770,000	6.76 %	415.61
Crisil Ltd.	4,000,000	5.47 %	1,529.70
Titan Company Ltd.	46,945,970	5.29 %	14,297.63
Raghav Productivity Enhancers Ltd.	587,126	5.12 %	60.96
Karur Vysya Bank Ltd.	37,951,719	4.74 %	473.45
Fortis Healthcare Ltd.	33,652,108	4.46 %	1,085.79
Autoline Industries Ltd.	1,544,000	3.96 %	10.81
Federal Bank Ltd.	72,713,440	3.48 %	973.63

Jubilant Ingrevia Ltd.	5,020,000	3.15 %	203.86
Indian Hotels Company Ltd.	30,016,965	2.11 %	1,155.20
Wockhardt Ltd.	3,000,005	2.08 %	73.34
Canara Bank	37,597,600	2.07 %	1,255.76
Prozone Intu Properties Ltd.	3,150,000	2.06 %	8.11
Sun Pharma Advanced Research Company Ltd.	6,292,134	1.94 %	142.27
Tata Communications Ltd.	5,234,687	1.84 %	802.11
Tata Motors Ltd.	52,256,000	1.57 %	3,232.82
D B Realty Ltd.	5,000,000	1.42 %	39.50
Escorts Kubota Ltd.	1,830,388	1.39 %	418.40
Edelweiss Financial Services Ltd.	12,500,000	1.33 %	61.94

ஆம். டைவர்சிபிகேஷன் என்பது ரிஸ்க்கை குறைக்கும் ஒரு வழி. அது எவ்வளவு நல்ல நிறுவனப் பங்காக இருந்தாலும் முதலீட்டில் மொத்தப் பணத்தையும் ஒரே நிறுவனப் பங்கில் போடக்கூடாது என்பது பங்குச்சந்தை முதலீட்டின் பால பாடங்களில் ஒன்று.

ரிஸ்க் குறைக்கலாம்

டைட்டன் பங்குகள் மற்றும் TCS பங்குகள் கொடுத்திருக்கும் லாபங்களைப் பார்த்தோம். யானைக்கும் அடிசறுக்கும் என்பார்கள். எவ்வளவுதான் தேர்ந்து வாங்கினாலும், எப்போதாவது சில நிறுவனப் பங்குகள் காலை வாருவது நடக்கவே செய்யும். ரிஸ்கைக் குறைக்கலாமே தவிர, முழுதும் தவிர்க்க முடியாது. அதுவும் பங்குச்சந்தையில் அந்தப் பேச்சுக்கே இடமில்லை.

சுஸ்லான், மைண்ட் டிரி என்று, நம்பிக்கொண்டிருந்தவர்களை காலை வாரிவிட்ட பங்குகள், பல உண்டு. அதற்குக் காரணங்கள் நியாயமானதாகவே கூட இருக்கலாம். ஆனாலும் பங்கு வாங்கியவருக்கு நட்டம்தானே.

ஒரு நல்ல டீம் எப்படி இருக்க வேண்டும் என்று சொல்லக் கேள்விப்பட்டிருப்பீர்கள். ஒருவரையே நம்பிக்கொண்டிருக்கக் கூடாது. முன்பெல்லாம் அப்படித்தான். டெண்டுல்கர் அவுட் ஆகிவிட்டால், அதுவும் ஆரம்ப ஓவர்களிலேயே அதிக ஓட்டங்கள் எடுக்காமல் அவுட் ஆகிவிட்டால் போயிற்று. அதன்பின் 'பரேட்' தான் என்பார்கள். அடுத்தடுத்த பேட்ஸ்மென்கள் ஒவ்வொருவராகக் களமிறங்கி, உடனே உடனே அவுட் ஆகி, பெவிலியன் திரும்புவார்கள். அணி தோற்றுவிடும்.

ஒரே நபரை அதிகம் நம்பி இருக்கக்கூடாது. அவருக்கு உடல் நலம் இல்லாமல் போகலாம். அல்லது அவர் அடிபடலாம். அல்லது அன்று ஏனோ அவர் சரியாக ஆடாமல் போகலாம். அதனால், ஒரு டீம் என்றால் அதில் ஸ்கோர் செய்யக்கூடிய பலர் இருக்கவேண்டும். ஒரு பந்தயத்தில் இவர் அடித்தால், அடுத்த பந்தயத்தில் இவர் அடிக்காவிட்டாலும் வேறு எவரோ அடித்துக் காப்பாற்றிவிடுவார் என்பது போல குழு இருக்க வேண்டும்.

கிரிக்கெட்டில் டீம். பங்கு முதலீட்டில், போர்ட்ஃபோலியோ.

அது டைட்டன் அல்லது TCS போன்ற ரத்தினங்களாகவே இருந்தாலும், முதலீடு செய்பவர் அவரது மொத்தப் பணத்திற்கும் ஒரே நிறுவனப் பங்கையே வாங்கி வைக்கக்கூடாது. அந்த ஒரு நிறுவனத்திற்கு ஏதும் ஆனால், அது முதலீட்டாளரைப் பெரிய அளவில் பாதிக்கக்கூடாது.

ஜுன் ஜுன் வாலாவின் வெற்றிக்கு அதுவும் ஒரு காரணம். அவர் ஜூலை 2023ல் வைத்திருக்கும் பங்குகளின் பட்டியலை முன்பு பார்த்தோம். கவனித்திருப்பீர்கள். அவர் போர்ட்ஃபோலியோவில் மொத்தம் எத்தனை நிறுவனப் பங்குகள் வைத்திருக்கிறார் என்பது நினைவிருக்கிறதா?

மொத்தம் 29 நிறுவனங்களின் பங்குகள் வைத்திருக்கிறார். இதுதான் அவரது போர்ட்ஃபோலியோ.

இவ்வளவு முதல் பெருக்கமும், டிவிடெண்ட் வருமானமும் தருகிற டைட்டன் பங்குகளையே அவர் அவரது மொத்தப் பணத்திற்கும் வாங்கவில்லை. அவரது மொத்த முதலீட்டில் டைட்டன் பங்குகளின்

மதிப்பு 5.1 சதவிகிதம்தான். தொகை மதிப்பிலும் அதுவே 100 சதவிகிதம் அல்ல. சுமார் 30 சதவிகிதம்தான். சமீபத்தில் அதிகம் விலை உயர்ந்ததால் அவ்வளவு சதவிகிதம் இருக்கிறது.

ஆக, பங்குச்சந்தை முதலீட்டில் வெற்றி பெற வைக்கும் அணுகுமுறைகளில், பிரித்துப் போடும், 'டைவர்சிபிகேஷன்'னும் ஒன்று.

டைவர்சிபிகேஷன் என்பது ஒரு பொதுவான அணுகுமுறை. அதற்குள்ளும் பல்வேறு உள் பகுப்புகள் உண்டு.

பங்குச்சந்தை முதலீடு என்பது ஒருவகை முதலீடு என்றால், அதே போல முதலீட்டு வாய்ப்புத் தருவன இன்னும் பல இருக்கின்றன. கடன் பத்திரங்களில் முதலீடு, பிக்சட் டெபாசிட்ஸ், தங்கம், வெள்ளி, நிலம் இடம், கமர்சியல் கட்டடங்கள், வீடுகள், ஓவியங்கள் என்று பணத்தை முதலீடு செய்ய பல வாய்ப்புகள் இருக்கின்றன.

தனக்கு நன்றாகத் தெரியும் என்பதாலேயே ஒருவர் அவரது மொத்தப் பணத்தையும் பங்குகளிலேயே முதலீடு செய்யக்கூடாது. பல்வேறு 'அசெட்' களில் அவர் பிரித்துப் போட வேண்டும்.

பிக்சட் டெபாசிட்டுகள் மிகவும் பாதுகாப்பானவை என்று மும்பையில் ஒருவர் ஒரு கூட்டுறவு வங்கியில் அவரது மொத்தப் பணத்தையும் டெபாசிட் போட்டு, அந்த வங்கியில் சிக்கல் ஏற்பட்டு, பணம் எடுக்கத் தடை வந்து, அவர் அதிர்ச்சியில் உயிர்விட்டார்.

உலக நிலைமை, அரசியல் நிலவரம், சட்ட மாறுதல்கள், மக்களின் விருப்பு வெறுப்புகள், சுற்றுப்புறச் சூழ்நிலை, பருவ நிலை மாற்றங்கள் என்று எத்தனையோ விஷயங்கள், பல்வேறு 'அசெட் கிளாஸ்' களையும் பாதிக்கலாம். எனவே ஒரே ஒரு 'அசெட் கிளாஸ்'தான் என்று இருந்துவிடக் கூடாது.

ஒரே கூடையில் எல்லா முட்டைகளையும் போட்டு வைக்காதீர்கள் எனும் பொருள்பட, Don't put all eggs in one basket என்பார்கள். முட்டைக்கு ஏதும் என்றால், மொத்த முட்டைகளும் போய்விடுமே, அதனால்.

நிறுவனங்களின் வியாபாரங்களுக்கும் இது பொருந்தும். பல ஆண்டுகளுக்கு ITC நிறுவனம் சிகரெட் தயாரிக்கும் நிறுவனம்.

நல்ல வியாபாரம், நல்ல வருமானம், நல்ல லாபம். ஆனால் நிலைமை மாற மாற, சட்டம், சமூக மாற்றங்கள், அறிவியல் கண்டுபிடிப்புகள் சொல்லிய உண்மைகள் காரணமாக, சிகரெட் பயன்பாடு குறைந்தது. விற்பனையும் லாபமும் குறைந்தன. இதை உணர்ந்த *ITC*, படிப்படியாக, தொடர்ந்து பல ஆண்டுகளுக்கு வேறு பொருட்கள் உற்பத்தி மற்றும் விற்பனையில் இறங்கி, வெகுவாக ‘டைவர்சிபை’ செய்துவிட்டது. பிழைத்துக்கொண்டுவிட்டது.

TCS, இன்போசிஸ், *HCL* போன்ற நிறுவனங்கள் அமெரிக்காவை வைத்தே அதிக வியாபாரம் செய்தன. ‘சப் பிரைம்’ என்ற சிக்கல் 2008ம் ஆண்டில் வந்து, அமெரிக்கா பாதிக்கப்பட்டதும், இந்தத் தகவல் தொழில்நுட்ப நிறுவனங்களின் வியாபாரங்களும் பாதிக்கப்பட்டன. அதன் பின் ஐரோப்பிய நாடுகளுக்கு ஏற்றுமதி என்று ஆரம்பித்து ‘டைவர்சிபை’ செய்துகொண்டன. இப்போது நன்றாக இருக்கின்றன.

‘விழித்துக்கொண்டோரெல்லாம் பிழைத்துக்கொண்டார்’ என்று கவிஞர் பட்டுக்கோட்டை கல்யாணசுந்தரம் எழுதினார். அதை இங்கே, பங்குச்சந்தைக்கு சற்று மாற்றிச் சொல்வதென்றால், ‘பிரித்துப் போட்டவர்கள் எல்லாம் பிழைத்துக்கொண்டார்’ என்று சொல்லலாம்.

தேசியப் பங்குச்சந்தையின் குறியீட்டு எண் உருவாக்கும் போது கூட கவனமாகப் பல்வேறு துறை சார்ந்த 50 நிறுவனப் பங்குகளைச் சேர்த்தார்கள். அந்த விதத்தில் சென்செக்ஸைக் காட்டிலும் நிஃப்டி நல்ல ‘டைவர்சிபைடு இன்டெக்ஸ்’ என்று சொல்லலாம்.

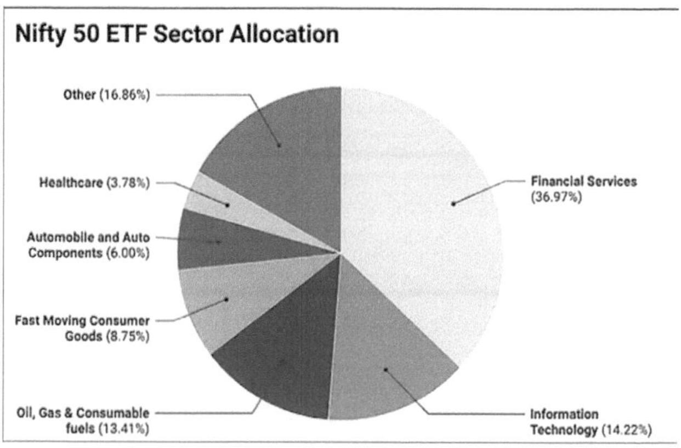

அக்டோபர் 2022 நிலவரம்

இந்த எச்சரிக்கைகள் எல்லாம் தனிநபர் போர்ட்ஃபோலியோக்களுக்கும் பொருந்தும்.

ஈ) 'ப்ளூ சிப்' பங்குகளாகத் தேர்ந்து வாங்குதல்

எல்லாப் பங்குகளும் TCS போல டைட்டன் போல அள்ளிக்கொடுக்காது என்பதும், பங்குகளில் பல வாங்கியவர்களுக்கு நட்டம் கொடுத்திருக்கிறது என்பதும் உண்மை. எல்லாப் பங்குகளும் லாபம் மட்டுமே தரும் என்றால், அதுவும் பிரமாதமாகத் தரும் என்றால், உலகில் மக்கள் வேறு எதிலுமே முதலீடு செய்யமாட்டார்கள். எல்லோரும் அவர்களுடைய எல்லாப் பணத்தையும் பங்குச்சந்தைக்கு எடுத்து வந்துவிடுவார்கள்.

எந்த வங்கி டெபாசிட்டும் கிட்டத்தட்ட ஒன்றுதான். அதனால்தான் அவற்றைப் பற்றி அதிக பேச்சுகள், தேடுதல்கள், ஆலோசனைகள், ஆலோசகர்கள், விவாதங்கள் இல்லை. தங்கத்துக்கும் அப்படித்தான். ஆனால், பங்குச்சந்தை அப்படிப்பட்டது அல்ல. அதற்குள் ஏகப்பட்ட விவரங்கள் உண்டு. அவற்றில் தெளிந்து, தேர்ந்து வாங்கி, லாபம் பார்க்க நிச்சயம் உதவி தேவைப்படுகிறது.

பங்குகள் என்பது மிக வித்தியாசமான முதலீடு. கிட்டத்தட்ட பங்குச்சந்தை முதலீடு என்பது மாரத்தான் ஓட்டப்பந்தயம் போல. நூற்றுக்கணக்கானவர்கள் ஓடுவார்கள். சிலர் மட்டுமே சரியாக முடிப்பார்கள். ஃபுல் மாரத்தான் என்பது 41.950 கி.மீ. தூரம். ஆர்வம், ஆசை, ஆரம்பிப்பது மட்டும் போதாது. தொடர்ந்து ஓட, ஓடி முடிக்க, 'ஸ்டமினா' வேண்டும். ஸ்டமினா என்ற தெம்பு தவிர, முக்கியமாய் நிதானம் ரொம்ப அவசியம்.

பங்குகள் முதலீட்டில், சில நிமிடங்களில் சம்பாதிக்கலாம் என்பது போலவே சில நிமிடங்களிலேயே பெரும் பணம் காணாமல் போய்விடும்.

பாரிஸ் கார்னரில் வேறு ஒரு வியாபாரம் செய்துகொண்டிருக்கும் அவருக்கு வயது, சுமார் 55 இருக்கலாம். அவர் டி மேட் கணக்கு மட்டும்தான் வைத்திருக்கிறாராம். டிரேடிங் அக்கவுண்ட் கிடையாதாம்.

அவர் டி மேட்டில் இருப்பதெல்லாம் எப்போதோ வாங்கிய பங்குகள். அவற்றில் பலவும் குட்டிகள் போட்டு, இப்போது பெருங்கூட்டமாய் அவருடன் இருக்கின்றன. ஆண்டுக்கு பலமுறை அவர் மீது டிவிடெண்ட் மழை பொழிகின்றன.

100 என்ற அளவில் வாங்கிய அந்த பங்குகளில் சில போனஸ் பங்குகள் பல பெற்றும், ‘ஸ்டாக் ஸ்பிளிட்’ என்று 10 ரூபாய் முகமதிப்புள்ள பங்குகள், 5 ரூபாய், 2 ரூபாய் மற்றும் 1 ரூபாய் முகமதிப்புள்ள பங்குகளாக மாறி, எண்ணிக்கை பெருகி, பெரும் குடும்பமாய் அவர் டி பி யில் குடியிருக்கின்றன. அவர் அந்தப் பங்குகளை காலி செய்யச் சொல்வதில்லை.

அவர் வைத்திருப்பவை HDFC, HDFC பேங்க், TCS மற்றும் பிடிலைட் மற்றும் இன்னும் ஒன்றிரண்டு நிறுவனப் பங்குகள். பல ஆண்டுகளுக்கு முன்பு வாங்கியவை. அப்படியே வைத்திருக்கிறார். 2008ம் ஆண்டு அக்டோபர் மாதம் இந்தியப் பங்குச்சந்தைகள் பெரிய அளவில் வீழ்ச்சி கண்டபோதும் இவர், இவரது இந்தப் பங்கு முதலீட்டை சந்தேகிக்கவில்லை. விற்று, வெளியேற்றவில்லை.

இன்னமும் வைத்திருக்கிறார். ஏன் விலை ஏறுகிறது? ஏன் விலை இறங்குகிறது? மேலும் இறங்குமா அல்லது மேலும் உயருமா? என்றெல்லாம் இவர் கணிப்பது, யூகிப்பது அல்லது வேறு எவரிடமும் கேட்பது போன்றவற்றைச் செய்வதில்லை. அவருக்கு அதற்கெல்லாம் நேரமும் இல்லை. ஆனாலும், அவை அவருக்கு லாபமே தருகின்றன.

காரணம், இவர் வைத்திருக்கும் பங்குகள் அனைத்தும் ‘ப்ளூ சிப்’ வகையைச் சேர்ந்தவை. அதென்ன ‘ப்ளூ சிப்’ என்று சந்தேகம் வருகிறதா?

‘ப்ளூ சிப்’ என்றால் மிக நல்ல நிறுவனப் பங்குகள். ஒரு அடையாளப் பெயர். அவர் வைத்திருக்கும் சிலவற்றைப் போல வேறு சில ‘ப்ளூ சிப்’ நிறுவனப் பங்குகள் உண்டு. முன்பெல்லாம் பாண்ட்ஸ், புருக்பாண்ட் போன்ற ‘ப்ளூ சிப்’ பங்குகள் இருந்தன. அவை பின்னர் வேறு சில நிறுவனங்களுடன் இணைக்கப்பட்டுவிட்டன. ஏசியன் பெயிண்ட்ஸ், போஷ், எம்.ஆர்.எப்., பஜாஜ் ஆட்டோ, ஹீரோ ஹோண்டா, நெஸ்லே, கால்கேட் போன்றவை தற்போது

'ப்ளூ சிப்'களாகப் பார்க்கப்படும் பங்குகளில் சில.

முன்பு நாம் பார்த்த ஐந்து லட்சணங்கள் பொருந்திய நிறுவனங்கள் இவை என்பது தவிர, இவற்றின் வியாபாரமும் வருமானமும் பல ஆண்டுகளாகத் தொடர்ந்து நன்றாகவே இருக்கும். மேலும் இந்த நிறுவனப் பங்குகளின் டிஸ்டிரிபூஷன் தொடர்ந்து நன்றாகவே இருக்கும். டிஸ்டிரிபூஷன் என்றால் அவை தரும் போனஸ் மற்றும் டிவிடெண்ட் வருமானங்கள்.

விவரம் தெரிந்தோர், பெரும் செல்வந்தர்கள் இந்த வகைப் பங்குகளைத்தான் வாங்கி வைத்திருப்பார்கள்.

இவை பற்றிப் பலருக்கும் தெரியும் என்பதால் இவற்றின் விலைகள் சற்று அதிகமாகவே இருக்கும். எப்போது வாங்கப் பார்த்தாலும் அவை 'ஃபுல்லி பிரைஸ்டு' மாதிரித் தெரியும். Fully priced என்றால் அதற்கு என்ன விலை கொடுக்கலாமோ அந்த விலைக்கு ஏற்கனவே நடந்துகொண்டிருக்கிறது என்று பொருள்.

அந்த விலையில் வாங்கினால் உடனடியாக விலை ஏறாது. அதனால், பெரும்பாலோனோர், அதிலும் குறிப்பாக சந்தையை, சந்தை முதலீட்டைச் சரியாகப் புரிந்துகொள்ளாதவர்கள், புதிதாக உள்ளே வருகிறவர்கள், டிரேடர்கள் அவற்றை வாங்க மாட்டார்கள்.

தாக்குப்பிடிக்கும்

'ப்ளூ சிப்' பங்குகளில் முதலீடு செய்வதில் ஒன்றல்ல, இரண்டு வசதிகள் இருக்கின்றன. முதலாவது இவற்றைத் தேடுவதும் கண்டுபிடிப்பதும் சிரமமானதல்ல. இரண்டாவது, இவற்றை வாங்க இதுதான் சரியான சமயம் என்று நேரம் காலம் பார்ப்பது, 'டைம்' செய்வதெல்லாம் வேண்டியதில்லை.

சொல்லப்போனால், பங்குகள், பங்குச் சந்தைகளின் போக்குகள் பற்றி அதிகம் தெரியாதவர்கள் முதலீடு செய்யப் பாதுகாப்பானவை, இந்த வகைப் பங்குகள்தான்.

ஊர் இருக்கிறது. வீடுகள், வயல்கள், சாலைகள் எல்லாம் இருக்கின்றன. புயல் உருவாகி, அந்த ஊரில் மழை கொட்டோகொட்டென்று

கொட்டுகிறது. மூன்று, நான்கு அடிக்குத் தண்ணீர் நிற்கிறது. சில நாட்களுக்கு இந்த நிலை நீடிக்க, பெரும் சிரமம் உருவாகிறது.

பின்பு மழை நின்று தண்ணீர் வடிந்து ஓரளவு பரவாயில்லை என்கிற நிலை வருகிறது. அவரவர் தோட்டம் வயல்களுக்கு ஓடிப் போய் பார்க்கிறார்கள். பல பயிர்கள் நாசம் ஆகியிருக்கின்றன. கோழிகள், ஆடுகள் எல்லாம் செத்துப்போயிருக்கின்றன. மீதம் இருந்தவை மரங்களும் மாடுகளும்தான்.

இதை எப்படிப் பார்ப்பது? செடிகொடிகள், பயிர்கள், கோழி, ஆட்டுக்குட்டிகள் அழிந்துவிட்டன என்றா? அல்லது அவ்வளவு மழையிலும் மரங்களும் மாடுகளும் தப்பித்துவிட்டன என்றா?

எப்படிவேண்டுமானாலும் பார்க்கலாம். அது போகட்டும். பொருளாதாரத்திலும் பல புயல்கள் உருவாகும். பலத்த காற்று வீசும். மழை கொட்டித் தீர்க்கும். ஹர்ஷத் மேத்தா ஊழல், 'டாட் காம் பஸ்ட்', 'சப் பிரைம்' பிரச்னை என்று சில ஆண்டுகளுக்கு ஒருமுறை, காற்றழுத்தத் தாழ்வு நிலை உருவாகியே தீரும். ஆனால், எப்போது என்பது முன்கூட்டி அறிந்துகொள்ள முடியாது.

எப்படி நான்கு நாள் மழையில் சிறிய, நடுத்தர செடிகொடிகள், வீட்டுப் பிராணிகள் சிரமத்துக்கு உள்ளாகிக் காணாமல் போய்விடுகின்றனவோ, அப்படிப் பொருளாதார சுனாமியின் போது, பல சிறிய நடுத்தர அளவு நிறுவனங்கள் காணாமல் போய்விடும். மரங்கள், பசுக்கள், காளைகளைப் போல பெரிய நிறுவனங்களும் சிரமத்துக்குள்ளாகும். ஆனால், அவற்றைப் போலவே மழை நின்ற பின் அவற்றால் முன்போல வாழ ஆரம்பிக்க முடியும்.

'ப்ளூ சிப்' பங்குகள் அப்படிப்பட்டவை. பல களம் கண்டவை. மீண்டவை. சிறிய நிறுவனங்களால் கடுமையான சூழ்நிலைகளைத் தாக்குப்பிடிக்க முடியாது. அந்தக் காலகட்டத்துடன் அவை காணாமல் போய்விடும்.

ஹர்ஷத் மேத்தா பங்குச்சந்தை ஊழல் காரணமாக 1992ம் ஆண்டு, பங்குச்சந்தைகளில் கடும் வீழ்ச்சி. பின்பு 2000வது ஆண்டு, 'டாட் காம் பபுள் பஸ்ட்' என்ற வீழ்ச்சி. 2008ம் ஆண்டு மீண்டும் ஒரு வீழ்ச்சி. இப்படிப்பட்ட நேரங்களில், அதுவரை கொடி கட்டிப் பறந்த

நில நிறுவனங்களின் பங்குகளை வாங்க ஆள் இருக்காது. அந்தப் பங்குகளின் விலைகள், அதலபாதாளத்தில் இருக்கும். பின்னர், விலை குறைந்து குறைந்து, வாங்க ஆள் இல்லாமல் 'டிரேடிங்' நின்றுபோய், பின்னர் 'டி லிஸ்ட்' ஆகிவிடும்.

ஆனால், விலை குறைந்தாலும் 'ப்ளூ சிப்' நிறுவனப் பங்குகள் மீண்டும் விலை சரியாகி பின்னர், முன்பைக் காட்டிலும் விலை உயரும்.

இதன் காரணமாக, இவற்றை எப்போது வாங்குகிறோம் என்று மிகவும் யோசிக்கத் தேவையில்லை. விலை குறைகிறபோது வாங்கலாம். குறையுமா, உயருமா என்று தெரியாத போதும் வாங்கலாம். எப்போதும் சிறிய அளவுகளில் வாங்கிக்கொண்டே இருக்கலாம்.

ஆம், SIP முறையில் தொடர்ந்து சிறிய அளவுகளில் ப்ளூ சிப் நிறுவனப் பங்குகளை வாங்குவது, ஒரு பாதுகாப்பான வழி.

1.10 2007ம் ஆண்டு TCS பங்கு விலை 1038 ரூபாய். 17.10.2008ல் 454 ரூபாய். (பங்குச்சந்தை கடுமையான வீழ்ச்சி) 18.05.2009ல் 731 ரூபாய். 16.6.2009ல் 389 ரூபாய். 4.1.2010ல் 751 ரூபாய். 3.1.2011ல் 1159 ரூபாய். 1.1.2013ல் 1263 ரூபாய்.

இப்படிச் சொல்லிக்கொண்டே போகலாம். நல்ல நிறுவனப் பங்குகள் விழுவதில் விதிவிலக்கல்ல. சந்தை இறக்கங்களின் போது இவற்றின் விலைகளும் விழும். ஆனால், சூழ்நிலை சரியானவுடன், எழ, அந்த நிறுவனங்களிடம் தெம்பு இருக்கும். சிக்கல் காலம் முழுவதும் தாக்குப்பிடிக்கக் கூடிய சக்தி இருக்கும். அதனால் நிச்சயம் எழுந்துவிடும்.

அதனால்தான் Go with the leaders என்பார்கள்.

நல்ல பங்குகளைச் சிறிய அளவுகளில் தொடர்ந்து வாங்குவதில் பல நன்மைகள் உண்டு. தொடர்ந்து வாங்குவதற்கென்று வழிமுறைகள் உண்டு. ஒன்றின் பெயர் சிஸ்டமேட்டிக் இன்வெஸ்ட்மெண்ட் பிளான். ஆங்கிலத்தில், சுருக்கமாக, SIP.

உ) 'மல்டி பேஃகர்' பங்குகள் வாங்குவது

செய்திகளில் பார்த்திருக்கலாம். திங்கள்கிழமை 25, நவம்பர், 2019 அன்று இந்தியப் பங்குச்சந்தைகளில் எழுச்சி. மும்பை பங்குச்சந்தை குறியீட்டு எண் சென்செக்ஸ் 540 புள்ளிகள் உயர்வு. அதனால், முதலீட்டாளர்கள் பணம், 1.81 லட்சம் கோடி ரூபாய் அதிகரித்தது என்று தகவல்.

இந்த 1.81 லட்சம் கோடி உயர்வு என்பது, மார்க்கெட் கேப்பிடலைசேஷன் உயர்வு குறித்துதான். மும்பை பங்குச்சந்தையில் பட்டியலிடப்பட்டிருக்கும் பங்குகளில் 1,413 பங்குகளின் விலைகள் அன்றைய தினம் விலை உயர்ந்தன. 1,086 பங்குகளின் விலைகள் குறைந்தன. மற்றொரு 208 பங்குகளின் விலைகளில் மாற்றம் இல்லை. முந்தைய வர்த்தக நாளான 22, நவம்பர் வெள்ளிக்கிழமை இருந்த விலையிலேயே வர்த்தகம் நடந்திருக்கிறது. அல்லது வர்த்தகம் நடக்கவில்லை.

விலை உயர்ந்த பங்குகளின் மார்க்கெட் கேப்பிடலைசேஷன் அதிகரிக்க, விலை குறைந்த பங்குகளின் மார்க்கெட் கேப்பிடலைஷேசன் குறைய, நிகரமாக எல்லாப் பங்குகளுக்கும் சேர்த்து மும்பை பங்குச்சந்தையில் பட்டியல் இடப்பட்டிருக்கும் பங்குகளின் மொத்த மதிப்பு 1.81 லட்சம் கோடி ரூபாய் உயர்வு.

முன்பே பார்த்திருக்கிறோம். இந்த உயர்வு என்பது 'பேப்பரில்' இருக்கும் உயர்வுதான். அடுத்த சில நாட்களிலேயே சந்தை இறங்கினால், மார்க்கெட் கேப்பிடலைஷேசனும் அதற்கேற்ப குறைந்துவிடும்.

குறுகிய கால முதலீடுகளுக்கு 'பிக்சட் இன்கம்' பிக்சட் டிப்பாசிட்ஸ், கடன் பத்திரங்கள், டெட் வகை பரஸ்பர நிதிகள் போன்றவைதான் சரி வரும். நீண்ட காலம் காத்திருக்க, பணத்தை விட்டு வைக்க முடியும் என்றால்தான் ஈக்விட்டிக்கு வரவேண்டும் என்று சொல்வதுண்டு.

ஆனாலும், சந்தை ஏறுமுகத்தில் இருக்கிறது என்பது உறுதியாகத் தெரிந்தால், பங்குகளில் முதலீடு செய்யும்போது, ஒரு சில மாதங்களுக்கு முதலீடு செய்ய விரும்பினால், லார்ஜ் கேப் பங்குகளில் முதலீடு செய்வது பரவாயில்லை. சந்தை ஏறுமுகமாவே இருந்தாலும்

'மிட் கேப்' மற்றும் அதைக் காட்டிலும் கூடுதலாக 'ஸ்மால் கேப்' பங்குகள் ரிஸ்கானவைதான்.

பங்குகளில் ரிஸ்க் குறைவான முதலீடுகள் என்றால், 'லார்ஜ் கேப்' பங்குகள்தான். ஆனாலும் எல்லா 'லார்ஜ் கேப்' பங்குகளையும் அப்படிச் சொல்லமுடியாது. 'லார்ஜ் கேப்' என்றாலே கண்ணை மூடிக்கொண்டு வாங்கலாம் என்று அர்த்தமில்லை.

டிரேடிங் செய்ய விரும்பும் சிலர், அவர்கள் வாங்கிய பின் விலைகள் குறைந்தால் விற்றுவிடுவார்கள். 'ஸ்டாப் லாஸ்' என்று ஒரு அளவு வைத்திருப்பார்கள். அதற்கும் கீழ் விலை போனால், விற்றுவிடுவார்கள். டிரேடிங்கில் இது சரி. ஆனால் சிலர் விற்கமாட்டார்கள். விலை உயர்ந்துவிடும் என்று காத்திருப்பார்கள்.

'ஸ்மால் கேப்', 'மிட் கேப்' பங்குகளில் அப்படிக் காத்திருப்பது பலன் தருமா என்று உறுதியாகச் சொல்ல முடியாது. ஆனால், லார்ஜ் கேப்பில் 'உட்கார்ந்துவிடலாம்'. பின்னர் விலை ஏறும் வாய்ப்புகள் ஒப்பீட்டு அளவில் அதிகம்.

பரஸ்பர நிதிகளுக்கும் இந்த வழிகாட்டல்கள் பொருந்தும்.

'மல்டி ஃபேகர்' ஸ்டாக்ஸ் (Multi Bagger Stocks) என்று மற்றொரு வகை இருக்கிறது. வாங்கிய விலையைப் போலச் சில மடங்குகள் உயர்வது. உதாரணத்திற்கு 100 ரூபாய்க்கு வாங்கிய பங்கு விலை, 200, 300 என்று உயர்வது. போட்ட பணத்தைப் போல பல மடங்கு வாரித் தரும் பங்குகளைத்தான் மல்டி பேஃகர் பங்குகள் என்பார்கள்.

பிலிப்ஸ் கார்பன் பங்குகள் அப்படிப் பல மடங்கு விலை உயர்ந்த பங்குகளில் ஒன்று. அதேபோல நோசில். ஜனவரி 2015ல் 36 ரூபாய் விலை விற்ற நோசில் (NOCIL) பங்கின் விலை, ஜனவரி 2018ல் 181 ரூபாய். மூன்று ஆண்டுகளில் விலை ஐந்து மடங்கு உயர்வு. அதன்பின் விலை தொடர்ந்து இறங்கினாலும், இப்போது நவம்பர் 2019ல் 103 ரூபாய்க்குக் குறைந்துவிட்டாலும், 2015 விலையுடன் ஒப்பிட்டால், இப்போதும் கூட அது கிட்டத்தட்ட மூன்று மடங்கு. ஐந்து ஆண்டுகளில் இவ்வளவு. தவிர, ஐந்து ஆண்டுகளும் டிவிடெண்ட் கொடுத்திருக்கும்.

LG பாலகிருஷ்ணா என்ற பங்கு, பிப்ரவரி 2016ல் விலை 216 ரூபாய். ஏப்ரல் 2018ல், 670 ரூபாய். இரண்டு ஆண்டுகளில் மூன்று மடங்கு விலை உயர்வு. மீண்டும் ஆகஸ்ட் 2019ல், 218 ரூபாய்க்கே வந்துவிட்டது. இப்போது 270 க்கு அருகில் வர்த்தகம் ஆகிக்கொண்டிருக்கிறது.

பினோலெக்ஸ் கேபிள்ஸ், ஐச்சர் மோட்டார்ஸ் என்றும் இன்னும் சில பங்குகளும் பல மடங்குகள் விலை உயர்ந்திருக்கின்றன.

மல்டி பேஃகர் என்பது ஒரு குறிப்பிட்ட காலகட்டத்தில் ஒரு பங்கின் விலையில் ஏற்படும் பெரும் உயர்வு. அந்த உயர்வு காலாகாலத்துக்கும் தொடராது. கிரிக்கெட் பந்தயத்தில், குறிப்பிட்ட ஓவர்களுக்கு இடையே, உதாரணத்திற்கு 20 முதல் 30 ஓவர்கள் வரை மிடில் ஆர்டர் பேட்ஸ்மேன் – கபில்தேவ், சந்தீப் பாட்டில், போன்றோர், அடி விளாசுவது போல, ஒரு குறிப்பிட்ட காலகட்டத்தில் மிகச் சிறப்பாக விலை உயரும். பின்னர் நிதானமான விலை ஏற்றம் இருக்கலாம். இறங்கவும் செய்யலாம். ஆனால் குறிப்பிட்ட ‘பீரியடில்’ல் பிரமாதமான ஏற்றம்.

மல்டி பேஃகர் பங்குகளைப் பின்னால் அடையாளம் காண்பது சுலபம். ஆனால், முன்கூட்டியே சரியாகக் கணிப்பது சிரமம். ஆனாலும் இணையத்தில் தேடினால், சில புரோக்ரேஜ் நிறுவனங்கள் அடுத்த ஆண்டிற்கான மல்டி பேஃகர் பங்குகள் இவை என, பட்டியல்கள் கொடுத்திருப்பதைப் பார்க்கலாம். அவற்றில் ஒன்றிரண்டு அப்படி ஆகிவிடலாம்.

மல்டி பேஃகர்கள் பெரும்பாலும், ‘மிட் கேப்’ அல்லது ‘ஸ்மால் கேப்’ பங்காகத்தான் அவற்றின் பயணத்தைத் தொடங்கும். மேலே குறிப்பிடப்பட்டிருக்கும் பங்குகளின் தற்போதைய விலையை இணையத்தில் தேடிப்பாருங்கள்.

ஊ) டிபென்சிவ் ஸ்டாக்ஸ்

நான் ஏழாயிரம் ITC நிறுவனப் பங்குகள் வாங்கிச் சேர்த்திருக்கிறேன். அதன் சராசரி விலை, பங்கு ஒன்றுக்கு 272 ரூபாய். இதன் விலை

உயரவில்லையே. வைத்திருக்கலாமா? விற்றுவிடலாமா? என்று ஒருவர் கேட்டிருந்தார். அவருக்குச் சொன்ன பதிலில் டிபென்சிவ் ஸ்டாக்ஸ் என்பதன் விளக்கம் இருக்கிறது. ஐ டி சி என்பது அப்படிப்பட்ட ஒரு பங்கு.

27.1.2020 அன்று ITC பங்கு விலை 234 ரூபாய். ஏப்ரல் 15, 2019 அன்று 310 ரூபாய். இதுதான் இப்போதைக்கு 52 வார அதிகபட்ச விலை. மே 22ம் தேதி அன்று பைனல் டிவிடெண்ட் 575 சதவிகிதம் கொடுத்திருக்கிறார்கள். முகமதிப்பு ஒரு ரூபாய் என்பதால் பங்கு ஒன்றுக்கு டிவிடெண்ட் 5 ரூபாய் 75 காசு. கடைசியாக மே மாதம் 2016ல் இரண்டுக்கு ஒன்று வீதம் போனஸ் பங்குகள் வழங்கியிருக்கிறார்கள்.

கீழே கொடுக்கப்பட்டிருக்கும் 20 ஆண்டு கால விலை சார்ட் டைப் பார்த்தால், அதன் விலை உயர்வு எவ்வளவு சீராக இருக்கிறது என்பது தெரியும்.

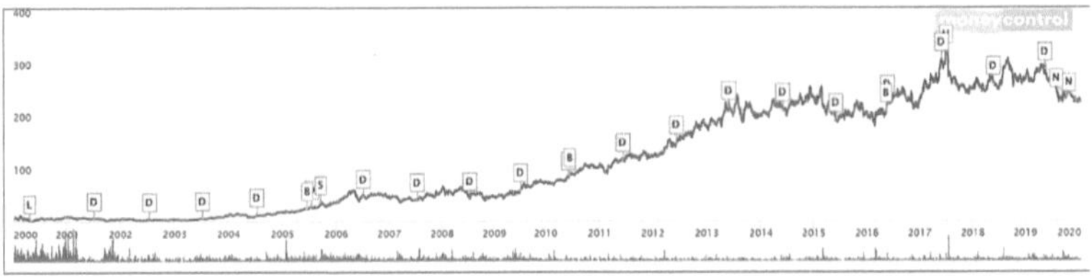

மனிதர்களில் இருப்பதைப் போலவே பங்குகளிலும் பலவகைகள் உண்டு, அதில் ஒரு வகையின் பெயர், ‘டிபென்சிவ் ஸ்டாக்ஸ்’. பாதுகாப்புத்துறையைச் சார்ந்த டிபென்ஸ் ஸ்டாக் அல்ல. இவை, ‘தற்காப்பான; எனும் பொருளில் வரும் டிபென்சிவ் ஸ்டாக்ஸ். ஃபுட்பால் விளையாட்டில் வீரர்களுக்கு, குறிப்பிட்ட இடங்களும் ஆடவேண்டிய முறைகளும் உண்டு. ஒருவர் கோல் கீப்பர். அவர் வேலை ‘கோல் போஸ்ட்’டிற்குள் பந்து போய்விடாமல் பார்த்துக்கொள்ளவேண்டியது. சிலர், பார்வேர்ட் பிளேயர்கள். அவர்கள், ஓடி ஆடி எதிரியின் வலைக்குள் பந்தைத் தள்ளி, கோல் அடிக்க வேண்டும். மற்றும் சிலர். எதிரணி ஆட்டக்காரர்களின் கோல் அடிக்கும் முயற்சிகளைத் தடுக்க வேண்டும். ஆம். அவர்களே கோல் போட வேண்டிய அவசியமில்லை. ஆனால், தங்கள் அணி

கோல் வாங்கிவிடாமல் தடுத்து ஆடவேண்டும். அவர்கள் எல்லாம் டிபென்டர்ஸ். அவர்கள் ஆடும் ஆட்டம், டிபென்ஸ்.

பார்வேர்ட் பிளேயர்களின் வேலை ரிஸ்க் எடுப்பது. வெற்றிபெறத் தேவையான கோல்கள் அடிப்பது. டிபென்சிவ் பிளேயர்களின் வேலை தோல்வியைத் தடுப்பது.

ஒருவரது போர்ட்போலியோவில் இருக்கும் பல்வேறு விதமான முதலீடுகளில், தங்கம், வங்கி வைப்புகள் போன்றவையும் உண்டு. அவையெல்லாம் டிபென்சிவ் ஆட்டக்காரர்கள்போல. பங்குகள், பார்வேட் பிளேயர்ஸ் போல. முதலீடுகளுக்கு போர்ட்போலியோவிற்குக் குந்தகம் வந்துவிடாமல் பார்த்துக்கொள்ள தங்கம், பிக்சட் டிப்பாசிட் போன்றவை. ஆனால், வெறும் தோல்வி தவிர்த்தல் போதாதே! வெற்றிபெற வேண்டுமே. அதற்காக ரிஸ்க் எடுக்கும் பங்குகள் போன்றவை.

அப்படிப்பட்ட பங்குகளிலும், அவற்றினுள்ளும் பல வகைகள் உண்டு. அவற்றில் ஒரு வகை, டிபென்சிவ் ஸ்டாக்ஸ். இந்த வகை பங்குகளில் போடப்படும் பணத்திற்குப் பெரிய ரிஸ்க் இல்லை. அதே சமயம் அவை ரிஸ்க் குறைவானவை என்பதால், விலை உயர்வுகளும் சாதாரணமாகவே இருக்கும்.

ITC அப்படிப்பட்ட ஒரு பங்கு. பங்குச்சந்தைகளில் பெரிய கலாட்டாக்கள் வரும்போதுகூட இவற்றின் விலைகள் பெரிதாக இறங்கிவிடாது. அதேபோல, பங்குச்சந்தைகளில் ஆகா ஓகோ என ஆரவாரம் இருக்கும் போதும் இவற்றின் விலை பெரிதாக உயர்ந்துவிடாது. இதைக் குறைந்த ‘பீட்டா’ என்பார்கள்.

அதுதான் டிபென்சிவ் வகைப் பங்குகளின் பலமும், பலவீனமும். சந்தை விழும் நேரம் பலரும் அவர்கள் கைவசம் இருக்கும் மற்ற பங்குகளை விற்றுவிட்டு, டிபென்சிவ் பங்குகளுக்குள் முதலீடுகளைக் கொண்டுவந்துவிடுவார்கள். சந்தையில் விடியல் என்றால், இவற்றை விற்று மீண்டும் ரிஸ்க் உள்ள வேகமாக விலை உயரக்கூடிய பங்குகளில் முதலீடு செய்வார்கள்.

ITC பங்கு, இப்படித்தான் இருக்கும். காரணம் அது டிபென்சிவ் ஸ்டாக்.

நீண்டகால முதலீட்டிற்கு, டிவிடெண்ட் வருமானத்திற்கு, போட்ட பணம் ஒரேயடியாகக் காணாமல் போய்விடாதிருக்க என்றெல்லாம் பார்த்தால், *ITC* நல்ல பங்குதான்.

ஐ டி சி போல பல பங்குகள் இருக்கின்றன. ஹிந்துஸ்தான் யூனிலீவர், என் டி பி சி போன்றவற்றை உதாரணமாகச் சொல்லலாம்.

4. எவற்றைப் பார்த்து பங்குகள் வாங்குவது

எந்த நேரமானால் என்ன. சிறு அளவுகளில் தொடர்ந்து வாங்குங்கள் என்று சொல்லியிருந்தோம். கூடவே நல்ல பங்குகளாகத் தேர்ந்து என்றும் அழுத்திச் சொல்லியிருந்தோம்.

நல்ல பங்கு என்றால், நல்ல நிறுவனத்தின் பங்கு.

அவற்றை எப்படித் தேர்வு செய்வது?

நல்ல பங்கின் அடையாளங்கள் என்ன? எவற்றைப் பார்த்து வாங்குவது?

பக்கம் பக்கமாக சொல்லிக்கொண்டே போகலாம். யாருக்கு நேரமிருக்கிறது, படிக்க! அதனால் நச்சென்று நாலு அல்ல. ஐந்து மட்டும் சொல்லிவிடுவோம்.

- வளர்ச்சியில் இருக்கும் துறையில் இயங்கும் நிறுவனம் - **இண்டஸ்டிரி**
- லாபம் ஈட்டும் நிறுவனம், தொடர்ந்து ஈட்டும் வாய்ப்பிருக்கும் நிறுவனம்- **பிராபிடபிளிட்டி**

- ஈட்டும் லாபத்தை ஷேர் ஹோல்டர்களுடன் நன்கு பகிரும் நிறுவனம்-**டிஸ்டிரிபூஷன்**
- நேர்மையாக, வெளிப்படையாக, புரபஷனலாக நடத்தப்படும் நிறுவனம்- **குட் கவர்னென்ஸ்**
- கணிசமான அளவில் தினசரி வர்த்தகமாகும் நிறுவனம் – **லிவிடிட்டி**

இந்த ஐந்தையும் விரிவாகப் பார்க்க இடமில்லை. அதனால் இந்த ஐந்தில் பலருக்கும் பரிச்சியமில்லாத கு கவர்னென்ஸ் குறித்து.

குட் கவர்னென்ஸ்

சத்யம் கம்ப்யூட்டர் நினைவிருக்கிறதா? சக்கைப்போடு போட்ட கம்பெனி. பங்குச்சந்தையிலும். பின்னர்தான் தெரிய வந்தது, செய்யாத லாபத்தை செய்ததாகக் காட்டி, ராமலிங்க ராஜு என்ற அதன் நிறுவனத் தலைவர் பல ஆண்டுகள் ஏமாற்றி வந்தது.

2008ம் ஆண்டு ரூ.544 க்கு விலை போய்க்கொண்டிருந்த அதே பங்கு, தகிடுதத்தங்கள் தெரியவந்ததும், ஒரு நாள் வெறும் 6 ரூபாய் 50 காசுக்குக் கைமாறியது.

வளர்ச்சியில் இருந்த இண்டஸ்டிரிதான், லாபம் ஈட்டிய நிறுவனம்தான், ஈட்டக்கூடிய நிறுவனம்தான், நல்ல டிவிடெண்ட் எல்லாம் கொடுத்த லார்ஜ் கேப், லிக்விடிட்டி இருந்த நிறுவனப் பங்குதான். ஆனால், நிர்வாகம் மோசம் என்று தெரிய வந்ததும் தூக்கி எறிந்துவிட்டார்கள்.

பங்குகள் என்பது எவரோ நடத்தும் நிறுவனத்தில, நம்பி, பலரும் பங்குகள் வாங்கியிருப்பது. அங்கே தில்லு முல்லுகள் நடந்தால்!

ஆக, ‘குட் கவர்னென்ஸ்’ என்பது மிகவும் முக்கியம்.

குட் கவர்னென்ஸ் சின் ஒரு அங்கம், நிர்வாகிகள் நிறுவனத்தின் நலனை மட்டுமே மனதில் வைத்து வேலை செய்வது, முடிவுகள் எடுப்பது. சுயநலத்திற்கு அல்ல.

இப்போது பரபரப்பாக இருக்கும் ஒரு செய்தி அலசலுடன் அதை ஒப்பிட்டுப் பார்த்தால் கூடுதலாகப் புரியவரும்.

★★★★

தமிழ்நாட்டில் பெரிதாகத் தெரியவில்லையே தவிர மற்றபடி, மும்பையையும் மகாராஷ்ராவையும் நான்கு நாட்களாகக் கலக்கிக் கொண்டிருக்கும் ஒரு செய்தி, PMC வங்கி பற்றியது. இதை PNB என்று தவறாகப் புரிந்துகொண்டு தேவயில்லாமல் சிலர் பயந்தது, தனிக்கதை.

137 கிளைகளைக் கொண்ட, PMC என்றழைக்கப்படும் பஞ்சாப் அண்டு மகாராஷ்ட்ரா கோவாப்ரேடிவ் வங்கியிலிருந்து, அதில் பணம் வைத்திருப்பவர் எவரும் ரூ. 1000க்கும் மேல் எடுக்கத் தடை என்பது உள்ளிட்ட பல்வேறு கட்டுப்பாடுகளைச் சில நாட்களுக்கு முன்பு திடீரென்று அறிவித்தது ரிசர்வ் வங்கி.

மேலும், வங்கியின் நிர்வாக இயக்குநரும் தலைமைச் செயல் அதிகாரியுமான ஜார்ஜ் தாமஸ் இடைநீக்கம் செய்யப்பட்டார். அவர் இடத்தில் ஜே.பி. போர்யா என்பவர் ரிசர்வ் வங்கியால் அட்மினிஸ்டிரேட்டராக நியமனம் செய்யப்பட்டார்.

இந்தச் செய்திகள் பல்வேறு ஊடகங்களிலும் வேகமாகப் பரவ, கிளம்பியது பீதி.

வங்கியின் பல்வேறு கிளைகளிலும் பணம் எடுக்க டெபாசிட்தாரர்கள் கூடிவிட்டார்கள். மும்பை, சியோன் கிளைக்கு வெளியே தள்ளுமுள்ளு போராட்டம்.

அதே சமயம் மற்றொரு போராட்டமும் நடந்தது. நடத்தியவர்கள் அந்த வங்கியின் மேலாளர்களும் ஊழியர்களும். அவர்கள் கோஷமிட்ட இடம், HDIL நிறுவனத்தின் உயரதிகாரிகள் வீடுகளுக்கு வெளியில். தவிர, அவர்கள் வங்கியின் சேர்மன் வீட்டுக்கு வெளியிலும் கூடி கத்தினார்கள்.

வங்கியில் பணம் எடுக்கத் தடை என்றால் வங்கி ஊழியர்கள் ஏன் போராடவேண்டும்? அதுவும் வேறு ஏதோ ஒரு நிறுவன அதிகாரிகள் வீடுகள் முன்பு எதற்காகப் போராடவேண்டும்? தவிர அவர்கள் வங்கியின் சேர்மன் வீட்டிற்கு வெளியே?

காரணம் இருக்கிறது.

PMC வங்கி வழங்கியிருக்கும் 8,383 கோடி ரூபாய் கடனில் HDIL நிறுவனத்துக்கு மட்டும் கொடுத்திருப்பது 2,500 கோடி. அந்தப் பணம் திரும்பி வரவில்லை. அதனால் வாரக் கடனென்று, NPA ஆக காட்டப்பட்டிருக்க வேண்டும். அப்படிக் காட்டப்படவில்லை.

வங்கியிடம் இருக்கும் கேஷ் ரிசர்வ் 1000 கோடிதான். ஆனால், வங்கி HDIL நிறுவனத்துக்குக் கடன் கொடுத்து, NPA ஆக நட்டமடைந்திருக்கும் தொகையோ ரூ 2,500 கோடிகள். அதனால், நிச்சயமாக PMC வங்கி இருப்பது சிக்கலில்.

இதெல்லாம் போக, பேங்க் ஆப் இந்தியா, கார்பரேஷன் பேங்க் போன்ற பொதுத்துறை வங்கிகள், HDIL நிறுவனத்துக்கு அவை கொடுத்த கடனுக்கு பணம் வரவில்லை என்று தேசிய கம்பெனி லா டிரிபூனல், NCLT-யில் புகார் கொடுத்திருந்த நிலையிலும், PMC வங்கி மட்டும் HDILக்கு கடந்த ஆக்ஸ்ட் மாதம் மேலும் 96.50 கோடி புதிய கடன் கொடுத்திருக்கிறது. வரவேண்டிய பணம் வராத நிலையில் ஏன் மேலும் HDIL நிறுவனத்துக்குக் கடன் கொடுக்க வேண்டும்?

2015ம் ஆண்டு முதல் PMC வங்கிக்கு சேர்மனாக இருக்கும் வார்யம் சிங் 2006 முதல் 2015 வரை HDIL நிறுவனத்தில் இயக்குனராக இருந்தவர். மேலும் HDIL நிறுவனத்தின் கணிசமான எண்ணிக்கையிலான பங்குகளை (1.91%) வைத்திருப்பவர்.

அவருடைய ஈடுபாட்டால்தான் இதெல்லாம் நடந்திருக்கிறது என்று கருதும் ஊழியர்கள் அவர் வீட்டு வாசலிலும் போராட்டம் செய்திருக்கிறார்கள்.

அர்பன் கூட்டுறவு வங்கியான PMC வங்கி யை, அதன் கண்காணிப்பு ஆணையமான, ரிசர்வ் வங்கி இவற்றை எல்லாம் முன்கூட்டிய கண்டறியவில்லை?

கடன்பெறும் நிறுவனத்தின் இயக்குநராக இருந்தவர், கணிசமான அளவு நிறுவனத்தின் பங்குகள் வைத்திருப்பவர், வங்கியின் தலைவராகிறார். தனக்கு ஆதாயமிருக்கும் நிறுவனத்துக்குத் தொடர்ந்து கடன்கள் கொடுக்கிறார். இது அனுமதிக்கப்பட்டிருக்கிறதே!

இப்படிப் பல கேள்விகள் எழுந்திருக்கின்றன.

இதில் வேடிக்கை அல்ல வேதனை என்னவென்றால், ரிசர்வ் வங்கியின் அலுவலர்கள் கோவாபரேட்டிவ் சொசைடி, PMC வங்கியில் 105 கோடி ரூபாய் டெபாசிட் செய்திருக்கிறது.

வங்கித் தரப்பில் இடைநீக்கம் செய்யப்பட்டிருக்கும் நிர்வாக இயக்குநர் ஜாய் தாமஸ் பேசுகிறபோது, ‘வங்கியில் போதுமான அளவு சொத்துக்கள் இருக்கின்றன.’ ‘HDIL சேர்மனின் மகன் கொடுத்திருக்கும் பர்சனல் கேரண்டி இருக்கிறது. எவரும் பயப்பட வேண்டாம்’ என்கிறார்.

நம்புங்கள் உங்கள் பணம் பத்திரமாக இருக்கிறது இதெல்லாம் தற்காலிகம்தான் என்று வங்கிக்கு வெளியில் சுவரில் எழுதித் தொங்கவிடப்பட்டிருக்கிறது.

நாங்கள் நம்பியது ரிசர்வ் வங்கியை அல்லவா? இப்படி ஆகலாமா என்று கோபத்துடன் கேட்கிறார்கள் பரிதாபத்துக்கு உரிய வாடிக்கையாளர்கள்.

வங்கிகள்தான் பாதுகாப்பு என்று நம்பிக்கொண்டிருக்கும் நேரத்தில் இப்படி நடக்கவிடலாமா?

என்னத்தைச் சொல்ல!

அடுத்த அறிவிப்பாக, முன்பு எடுத்ததையும் சேர்த்து ஒருவர் அதிகபட்சம் 10,000 வரை எடுக்கலாம் என்று ரிசர்வ் வங்கி அறிவித்திருக்கிறது. பணம் போட்டிருப்பவர்கள் பெரும்பாலும் சாதாரணர்கள் என்பதால் டெபாசிட் போட்டிருப்பவர்களில் 60% மக்கள் அவர்கள் போட்டிருக்கும் முழுத் தொகையையும் எடுத்துவிடலாமாம்.

பரவாயில்லை.

★★★★

‘இந்த வங்கிக்கு 137 கிளைகள் இருக்கின்றன.’ ‘இது 36 ஆண்டு பழமையான வங்கி,’ 11677 கோடி டெபாசிட் இருக்கிறது. ‘8383

கோடி கடன் கொடுத்திருக்கிறது', '100 கோடி லாபம் பார்க்கிறது' என்றெல்லாம் மட்டும் பார்த்தால் போதுமா?

இதன் நிர்வாகத்தை என்னவென்று சொல்ல?

இதற்குத்தான் 'குட் கவர்னென்ஸ்' என்பது முக்கியம் என்பது.

பங்குகள் வாங்குகிறபோது, அதுவும் நீண்ட காலத்திற்கு வைத்திருக்கப் போகிறோம் என்றால், தேர்ந்துதான் வாங்க வேண்டும். தேர்வில் இந்த அம்சமும் பார்க்கவேண்டும்.

எந்த நிறுவனம் என்று தேர்வு செய்தபின், இப்போது அந்தப் பங்கின் விலை என்ன? என்ன விலைக்கு வாங்கினால் நமக்கு கட்டுப்படியாகும்? லாபம் கிடைக்கும் என்பனவற்றையும் பார்க்கவேண்டும்.

ஆ) என்ன விலை கொடுக்கலாம் என்கிற வேல்யுவேஷன்

கடைக்குப் போகிறோம். ஒரு சட்டை அல்லது ஒரு பொருளைப் பார்க்கிறோம். நன்றாக இருக்கிறது. வாங்க நினைக்கிறோம். விலை கேட்கிறோம். என்ன விலையாக இருந்தாலும் வாங்கிவிடுவோமா?

செகெண்ட் ஹாண்ட் வண்டி அல்லது வீடு விலை கேட்கிறோம். என்ன விலையானாலும் கொடுப்போமா? ஒருவர் திறமையானவர், நன்கு வேலை செய்யக்கூடியவர். அவர் கேட்கும் சம்பளம் எதுவானாலும் கொடுக்க ஒப்புக்கொள்வார்களா?

எல்லா இடங்களிலும் ஒரே அணுகுமுறைதான். குறிப்பிட்ட அளவுவரை சரி. அதற்குமேல், ஹூஹூம் தானே!

பங்குச்சந்தையிலும் பங்கு விலைகளிலும் அதே அணுகுமுறைதான் சரி. ஆனால் பொருட்களுக்கு விலை சொல்லப்படுவது போல பங்குகளுக்குச் சொல்லப்படாது. விலைகள் தினசரி மாறும். தொடர்ந்து உயரும். தொடர்ந்து இறங்கும். சிலர் வாங்கலாம் என்பார்கள். சில ஊடகங்களில் விற்றுவிடவேண்டும் என்று பரிந்துரைகள் சொல்வார்கள்.

இப்போது ரிலையன்ஸ் இண்டஸ்டிரீஸ் பங்கு விலை ரூபாய் 1,573. இதே பங்கு ஓர் ஆண்டு முன்பு 1150 ரூபாய். அப்போது சிலர்,

ரிலையன்ஸ் நிறுவனப்பங்கு இதற்கு மேலும் வேல்யு இருக்கும் பங்கு. வாங்கலாம் என்று வாங்கியிருப்பார்கள். அது அவர்கள் கணிப்பு. வேல்யுவேஷன் குறித்த கணிப்பு. அப்படிப் பரிந்துரை செய்த புரோக்கிங் நிறுவனங்கள் உண்டு. அந்தக் கணிப்புகள் சரியாகி யிருக்கின்றன.

அது சரி. வேல்யுவேஷன் என்று சொன்னீர்களே, அது என்ன? என்று கேட்கத்தோன்றுகிறதா? வேல்யுவேஷன் என்றால் 'கொடுக்கப்படும் மதிப்பு' என்று சொல்லலாம்.

மதிப்பு எவற்றைப் பொறுத்தது?

- *நிறுவனம் என்ன சம்பாதிக்கிறது? (எர்னிங்ஸ்)*
- *சம்பாதிப்பதில் எவ்வளவை பங்குதாரர்களுக்குப் பிரித்துக் கொடுக்கிறது? (டிஸ்ட்ரிபுயூஷன்- டிவிடெண்ட், போனஸ் பங்குகள்)*
- *பங்கு இப்போது என்ன விலை விற்கிறது/ என்ன விலைக்கு வர்த்தகமாகிறது? (கரண்ட் பிரைஸ்)*
- *ஒரு பங்கிற்குக் கிடைக்கும் சம்பாத்தியம் எவ்வளவு? (எர்னிங்ஸ் பெர் ஷேர்-EPS)*
- *ஒரு பங்கிற்கு நிறுவனம் ஈட்டும் லாபம் போல எத்தனை மடங்கு அந்தப் பங்கின் சந்தை விலை இருக்கிறது? (PE Multiple, PE Ratio)*
- *நிறுவனத்தின் வருங்கால சம்பாத்தியம் எப்படி இருக்கும்? (பியூட்சர் எர்னிங்ஸ்)*
- *வருங்காலத்தில் ஒரு பங்கிற்குக் கிடைக்கும் சம்பாத்தியம் எவ்வளவு இருக்கும்? (பியூட்சர் எர்னிங்ஸ் பெர் ஷேர்- Future EPS)*
- *பியூட்சர் எர்னிங்ஸ் பெர் ஷேர்- Future EPS போல எத்தனை மடங்கு அந்தப் பங்கின் சந்தை விலை இப்போது இருக்கிறது? (Forward PE Multiple, Forward PE Ratio) PE.*

இவற்றை எல்லாம் வைத்துதான் ஒரு பங்கிற்கு இவ்வளவுவரை விலை கொடுக்கலாம் என்று முடிவு செய்வார்கள். ஒரே ஒருவர் அல்லது ஒரு நிறுவனம் செய்யும் முடிவல்ல. அந்த முடிவு யாரையும் கட்டுப்படுத்தாது. ஆளாளுக்கு, நிறுவனத்துக்கு நிறுவனம் அவர்களுக்குக் கிடைக்கும் தகவல்களின் அடிப்படைகள் மற்றும் கணிப்புகள் எதிர்பார்ப்புகள் அடிப்படைகளில் முடிவு செய்வார்கள். அவர்கள் கணிப்பு சரியாகவும் வரலாம். தவறாகவும் போகலாம். அவர்களை யாரும் பொறுப்பு சொல்ல முடியாது.

மேலே பார்த்த எட்டு அம்சங்களும் ஒரேபோல இருந்தாலும், முன்பு பார்த்த நல்ல பங்குகள் குறித்த ஐந்து லட்சணங்களையும் கணக்கில் எடுத்துக்கொண்டுதான் வேல்யுவேஷன் முடிவு செய்வார்கள். முக்கியமாக மேனேஜ்மெண்ட் எப்படி? நம்பத்தகுந்ததா? நேர்மையானதா? சரியான தகவல்களைத்தான் தெரிவிக்குமா? எல்லாம் பார்ப்பார்கள்.

மாடு வாங்குகிறவர், அதன் வயது, இனம், கனம், எவ்வளவு பால் கொடுக்கும், அதற்கு ஏதும் நோய்கள் இருக்கின்றனவா வைத்திருந்தவர் யார்? என்றெல்லாம் பார்த்து விலை முடிவு செய்வது போலதான். அங்கே பசுமாட்டுக்கு வேல்யுவேஷன். இங்கே பங்கிற்கு வேல்யுவேஷன்.

பங்குகளின் விலைகள் எப்படி முடிவாகின்றன?

நிறுவனத்தின் மொத்த நிகர லாபத்தையும் அந்த நிறுவனம் வெளியிட்டிருக்கும் பங்குகளின் எண்ணிக்கையால் வகுத்தால் வருவதுதான் ஒரு பங்கிற்கான சம்பாத்யம். அதைத்தான் 'எர்னிங்ஸ் பெர் ஷேர்' என்று அழைக்கிறார்கள். ஆங்கிலத்தில் சுருக்கமாக, EPS.

கூடுதல் புரிதலுக்காக, சந்தையில் அதிகம் கவனிக்கப்படும் சில பங்குகளின் EPS களை மணிகண்ட்ரோல்.காம் தரும் தகவல்கள் அடைப்படையில் பார்க்கலாம்.

ரிலையன்ஸ் இண்டஸ்டிரீஸ் நிறுவனத்தின் 10 ரூபாய் முகமதிப்புள்ள பங்கின் தற்போதைய ஆண்டு EPS 57.14. கடந்த திங்கட்கிழமை

அன்று நடந்த விலை (முடிவு விலை) 1562 ரூபாய். அப்படியென்றால், அந்தப் பங்கு அதன் EPS-சைப் போல 27.4 மடங்கு விலை போகிறது. பங்கின் விலையை (பிரைஸ்) அதன் ஒரு பங்கின் சம்பாத்தியத்தால் (எர்னிங்) வகுத்துப் பார்த்து, அது எத்தனை மடங்கு (மல்டிப்பிள்) என்று சொல்வதன் பெயர், 'பிரைஸ் எர்னிங் மல்டிப்பிள்'. சுருக்கமாக, PE மல்டிப்பிள்.

ரிலையன்ஸ் நிறுவனத்தின் ஏனைய வாய்ப்புகள், சொத்துகள், வியாபார சந்தை ஆகியவற்றை வைத்து, அதன் பங்குகளுக்கு ஆண்டு சம்பாத்தியத்தைப் போல 27 மடங்கு வரை விலை கொடுக்கலாம் என சந்தை நினைக்கிறது. சந்தை என்றால், இவற்றை எல்லாம் ஊன்றி கவனிக்கும் பெருமுதலீட்டாளர்கள் மற்றும் அனலிஸ்டுகள் போன்றோர். அதனால்தான் அந்த விலைக்கு வர்த்தகம் நடக்கிறது. இது இப்போதைய நிலை.

அந்த நிறுவனத்தின் லாபம் அடுத்த காலாண்டில் அதிகமாகிவிடுகிறது என்று வைத்துக்கொள்வோம். உதாரணத்திற்கு, அதன் EPS 65 ரூபாய் ஆகிவிடுகிறது. ஆகா! நிறுவனத்தின் லாபம் மேலும் அதிகரித்துள்ளது. ஆகவே அந்தப் பங்கை நாமும் வாங்கலாம் என்று பலரும் வாங்குவார்கள். அப்படி பலரும் ஒருசேர வாங்குவதால், விலை உயரும். விலை உயர்ந்தபின் இப்போதும் இந்த விலையில் வாங்கலாமா? என்ன விலை வரை அதற்குக் கொடுக்கலாம் (வேல்யுவேஷன்)? எதற்கு மேல் போய்விட்டால், விட்டுவிடலாம்? என்றெல்லாம் எப்படி முடிவு செய்வது?

இங்கேதான் PE மல்டிப்பிள் பயன்படுகிறது. முன்பு கொடுத்த அதே 27 மடங்கை, விலையாகக் கொடுக்கலாம் என்று சந்தை நினைத்தால், EPS 65 ரூபாயை, 27 PE மல்டிப்பிளால் பெருக்கிப் பார்க்கும். 65x27 = 1755 ரூபாய்.

ஆக, லாபம் உயர்ந்திருக்கும் அளவை மட்டும் வைத்துப் பார்த்தால் விலை, 1755 வரை போகலாம் என்று சந்தை கணிக்கும்.

லாபம் குறைந்தால்?

அதே கணக்குதான். EPS 50 ரூபாயாகக் குறைந்துவிடுகிறது என்று வைத்துக்கொள்வோம். அதே PE மல்டிப்பிள் சரியென்று வைக்கும்

பட்சம், 50X27= 1350 ரூபாய். அந்த அளவுக்கு விலை விழலாம். அந்த அளவுக்கும் கீழே போனால், வாங்குபவர்கள் வந்து விடலாம்.

எல்லா சமயமும் ஒரு நிறுவனப் பங்கிற்கு ஒரே அளவு PE மல்டிப்பிள் இருக்காது. நிறுவனத்தின் எதிர்கால வாய்ப்பைப் பொறுத்தே PE மல்டிப்பிள் இருக்கும். நிகழ்வுகள், செய்திகளைப் பொறுத்து மாறும். காரணம், அந்த நிகழ்வுகள், செய்திகள் நிறுவன லாபத்தின் மீது தாக்கம் கொடுக்கலாம் என்பதால்.

PE மல்டிப்பிள் என்பது நிறுவனத்திற்கு நிறுவனம் மாறுபடும். காரணம், முன்பே சொல்லியதுதான். நிறுவனத்திற்கு இருக்கும் வாய்ப்புகள் மற்றும் ஆபத்துகள். பெரும்பாலும் ஒரு குறிப்பிட்ட துறையில் இருக்கும் பல்வேறு நிறுவனங்களுக்கும் ஒரு 'ரேஞ்ச்'க்குள் PE மல்டிப்பிள் இருக்கும்.

ரிலையன்ஸ் இண்டஸ்டிரீஸ் ஒரு குறிப்பிட்ட துறையில் மட்டும் இருக்கும் நிறுவனம் அல்ல. அதனால் அதை வைத்து ஒப்பீடு செய்வது சரியாக இருக்காது. அதனால், உதாரணத்திற்கு வேறு ஒரு துறையை எடுத்துப் பார்க்கலாம். தகவல் தொழில்நுட்பத்துறை பங்குகளின் PE மல்டிப்பிள்கள் எப்படியிருக்கின்றன என்று பார்ப்போம்.

ஒரு ரூபாய் முகமதிப்புள்ள TCS பங்கின் EPS, 87 ரூபாய். அதன் திங்கட்கிழமை முடிவு விலையான 2012 ஐ, 87ஆல் வகுத்தால் வருவது, 23. ஆக, TCS பங்கின் தற்போதைய PE மல்டிப்பிள் 23.

அதே துறையில் இருக்கும் இன்போசிஸ் முகமதிப்பு 5 ரூபாய் உள்ள பங்கின் EPS, 34.56. திங்கட்கிழமை முடிவு விலை 714 ரூபாய். இன்போசிஸ் பங்கின் தற்போதைய PE மல்டிப்பிள்கள் 20.

2 ரூபாய் முகமதிப்புள்ள விப்ரோ டெக்னாலஜியின் தற்போதைய EPS, 14.61 ரூபாய். திங்கட்கிழமை முடிவு விலை, 238. PE மல்டிப்பிள், 16.3.

தகவல் தொழில்நுட்பத்துறை பங்குகளின் PE மல்டிப்பிள்கள், 16 முதல் 23 வரை இருக்கிறது என்று சொல்லலாம். இதுதான் ரேஞ்ச்.

இ) விலை உயருமா அல்லது இறங்குமா என்று கணிக்க உதவும் PE மல்டிப்பிள்

துறைக்குத் துறை முதலீட்டாளர்கள் கொடுக்கும் மதிப்பீடு மாறும். அதைப் பொறுத்து அந்தத் துறையில் இயங்கும் நிறுவனப்பங்குகளின் வேல்யுவேஷன்ஸ் மற்றும் அவற்றின் PE மல்டிபிள்கள் (ஆண்டு சம்பாத்யத்தின் மடங்குகளாக விலைகள்) மாறுபடும்.

தகவல் தொழில்நுட்பத்துறை பங்குகளுக்கு தற்போது கொடுக்கப்படும் PE ரேஷியோ மற்றும் அவற்றின் ரேஞ்ச் என்னவென்று பார்த்தோம். அடுத்து மற்றொரு துறையான வங்கித்துறையைப் பார்க்கலாம்.

ஸ்டேட் பாங்க் ஆப் இந்தியா பங்கின் முகமதிப்பு ஒரு ரூபாய். அதன் ஒரு பங்கின் ஆண்டு சம்பாத்யம், 11 ரூபாய் 37 காசுகள். அதன் செவ்வாய்க்கிழமை விலை 312 ரூபாய். அதன்படி தற்போதைய PE மல்டிபிள், 28.

கனரா வங்கியின் 10 ரூபாய் முகமதிப்புள்ள பங்கின் ஓர் ஆண்டு சம்பாத்யம் 6 ரூபாய் 11 காசு. செவ்வாய்க்கிழமை விலை, 211 ரூபாய். PE மல்டிபிள் 34.

ஸ்டேட் வங்கிதானே பெரிய வங்கி! அதன் லாபமும் அதிகம். ஆனாலும் ஏன் கனரா வங்கிக்குக் கூடுதல் PE மல்டிப்பிள் என்று கேட்கலாம். ஏன் என்பதை வாங்கும் முதலீட்டாளர்கள்தான் முடிவு செய்கிறார்கள். அதற்கு தற்போதைய சம்பாத்யம் தவிர வேறு சில காரணங்களும் இருக்கலாம். அப்படிப்பட்ட காரணங்களில் ஒன்று, அந்த நிறுவனத்தில் நடக்கலாம் என்று முதலீட்டாளர்கள் கொண்டிருக்கும் ஏதோ ஒரு எதிர்பார்ப்பு. அல்லது முந்தைய விலைகளை மனதில் வைத்து, இது நல்ல குறைந்த விலை என்று யோசிப்பதாக இருக்கலாம்.

நிகர லாபம் மற்றும் ஒரு பங்கிற்கான சம்பாத்யம் என்பது, கடந்தகாலம் குறித்த தகவல். நடந்துமுடிந்தது. அதேபோலதான் அடுத்த அடுத்த ஆண்டுகளிலும் லாபம் இருக்கும் என்று சொல்ல முடியாது. அதனால் எதிர்பார்ப்புகளின் அடிப்படைகளிலும் PE மல்டிப்பிள் அதிகமாகும். அல்லது குறையும்.

அடுத்து, தனியார் வங்கிகளில் சிலவற்றைப் பார்க்கலாம். நிப்டியில் 11 சதவிகிதத்திற்கும் அதிகமான வெயிடேஜ் கொடுக்கப்பட்டிருக்கும் HDFC Bank பங்கின் முகமதிப்பு ஒரு ரூபாய்தான். அதன் ஆண்டு சம்பாத்யம் 42 ரூபாய் 71 காசு. செவ்வாய்க்கிழமை விலை 1246 ரூபாய். அதன் PE மல்டிப்பிள், 29.

மற்றொரு பெரிய தனியார் வங்கியான ICICI வங்கியின் இது குறித்த விவரங்கள் மிகவும் வித்தியாசமாக இருக்கின்றன. அதன் பங்கு முகமதிப்பு ரூபாய் 2. ஒரு பங்கின் ஆண்டு சம்பாத்யம் என்ற EPS 7 ரூபாய் 94 காசுகள். பங்கின் செவ்வாய்க்கிழமை விலை 532 ரூபாய். PE மல்டிபிள், மலைத்துவிடாதீர்கள், 67.

ICICI வங்கியின் PE மல்டிபிள் 67 என்பது மற்ற இரண்டு பெரிய வங்கிகளான ஸ்டேட் பாங்க் ஆப் இந்தியா மற்றும் HDFC Bank பங்குகளின் PE மல்டிபிளைக் காட்டிலும் மிக அதிகம். பார்க்கப்போனால் கிட்டத்தட்ட இரண்டு மடங்கு. இதைத்தான் ‘ஸ்டெரெச்சுடு வேல்யுவேஷன்ஸ்’ என்பார்கள்.

கிட்டத்தட்ட மூன்று மாதங்களுக்கு முன்பு, செப்டெம்பர் 2019ல் 386 ரூபாய் விலை இருந்த ICICI பங்கு விலை, டிசம்பர் 11 அன்று 532 ரூபாய்.

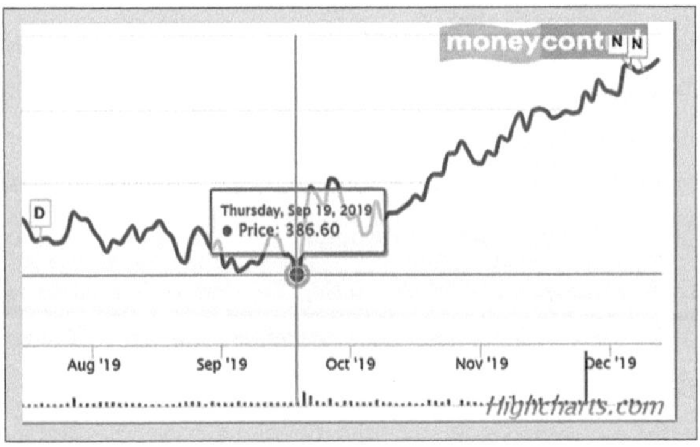

அப்போது அதன் PE மல்டிப்பிள், 48. அப்போதே அது மற்ற இரு பெரிய வங்கிகளை விட அதிகம். அதற்கு மேலும் உயர்ந்திருக்கிறது. இப்படி உயர்வது ஏதோ ஒரு செய்தி சொல்கிறது. நிறுவனத்திற்குள்

ஏதோ நடக்கிறது. அது வங்கிக்கு கூடுதல் லாபம் பெற்றுத்தரும் என்று சந்தை நினைக்கிறது. அதனால்தான் 48ல் இருந்து PE மல்டிப்பிளை 67-க்கு தூக்கிப்போயிருக்கிறது.

இதெல்லாம் தனிப்பட்ட நிறுவனப் பங்குகளின் PE ரேஷியோக்கள். ஒரு குறிப்பிட்ட துறையில் இயங்கும் பட்டியலிடப்பட்ட அனைத்து நிறுவனங்களின் EPS மற்றும் விலைகளை வைத்து, மொத்த பங்குகளுக்குமான சராசரி PE மல்டிப்பிளைக் கணக்கிடும், பார்க்கும் வழக்கமும் இருக்கிறது. அதை இண்டஸ்டிரி PE என்பார்கள்.

வங்கிப்பங்குகளின் சராசரி இண்டஸ்டிரி PE 39.68.

Market Cap (Rs Cr.)	682,011.82	Market Lot	1
P/E	29.17	Industry P/E	39.68
Book Value (Rs)	272.50	EPS (TTM)	42.71
Dividend (%)	750.00	P/C	27.81

'PE ரேஷியோ என்பது மற்ற துறைகளுக்கு சரி. ஆனால் வங்கிப் பங்குகளைப் பொறுத்தவரை அதை மட்டுமே நம்பவேண்டாம். காரணம், வங்கிகளுக்கு ஒரு ஆண்டில் லாபம் வரும். அடுத்த ஆண்டில், வங்கியின் வாராக் கடன்கள் அதிகமானால், அதன் காரணமாக லாபம் பெரிய அளவில் குறைந்துவிடும். அதே போல நடப்பில் லாபம் குறைவாகத் தெரியலாம். சில கடன்கள் வசூலானால் அடுத்த காலாண்டிலேயே அது லாபம் அதிகரித்துவிடலாம்' என்கிற அபிப்பிராயங்களும் சந்தையில் உண்டு.

வங்கிப் பங்குகளைப் பொறுத்தவரை, PE மல்டிப்பிளைக் காட்டிலும், 'புக் டு வேய்ல்யு' (பிரைஸ்/புக்) என்கிற 'ஃபண்டமெண்டல்'தான் முக்கியம் என்பார்கள். அதைப் பின்னால் பார்க்கலாம்.

இப்படியெல்லாம் ஒரு பங்கை வாங்குவதற்கு முன்பு ஆராய்வார்கள். இவையெல்லாம் 'ஃபண்டமெண்டல் அனாலிசிஸ்' சில் ஒரு பகுதி.

தனிப்பட்ட பங்குகளுக்கு, மொத்த (குறிப்பிட்ட) இண்டஸ்டிரிக்கு என்பன போக, சந்தைக்கான PE பார்ப்பதும் உண்டு. மொத்த

சந்தைக்கும் பிரதிநிதி குறியீட்டு எண்கள் என்று பார்த்தோம். அந்த சென்செக்ஸ் மற்றும் நிப்டியில் இருக்கும் நிறுவனங்களின் சராசரி PE யை சந்தையின் PE ஆகக் கருதி முடிவுகள் எடுப்பார்கள்.

என்ன முடிவுகள்?

சந்தையில் விலைகள் நிறுவனங்கள் சம்பாதிக்கும் லாபத்துடன் ஒப்பிட்டால் சரியாக இருக்கின்றனவா? அல்லது கூடுதல் குறைச்சலாக இருக்கின்றனவா? இன்னும் உயரக்கூடுமா? அல்லது இறங்கப்போகிறதா? இவற்றையெல்லாம் தெரிந்துகொள்ள, சந்தை PE யைப் பார்ப்பார்கள்.

இந்தியப் பங்குச்சந்தைகளில், கடந்த சில புல் ரன்களின்போது, மொத்த சந்தையின் PE எவ்வளவில் இருந்து எவ்வளவிற்குப் போயிருக்கிறது என்பதைப் பார்த்தால், சந்தையின் PE ரேஞ்ச் புரிபடும்.

1999 முதல் 2023 ஜனவரி வரையிலான காலகட்டத்திற்கு நிப்டி 50 பங்குகளின் PEயைக் காட்டும் ஒரு சார்ட் இணையத்தில் இருக்கிறது. அதைப் பார்த்தால் ஓரளவிற்கு சந்தை இனி இறங்குமா உயருமா என்று கணிக்க முடியும்.

Nifty PE for 23 years

Year	Jan
2000	26.16
2001	20.75
2002	16.42
2003	14.56
2004	21.0
2005	14.41
2006	17.27
2007	21.24
2008	25.33
2009	12.73
2010	22.84
2011	22.84
2012	17.71
2013	18.87
2014	18.29
2015	21.73
2016	20.34
2017	22.44
2018	27.24
2019	26.0
2020	27.96
2021	38.9
2022	23.42
2023	21.49

ஈ). நிறுவனத்தின் முதல் எப்படிப்பட்டது

ஈக்விட்டி, பிரிஃபரன்ஸ் பங்குகள் மற்றும் டிபென்ச்சர்கள்

நிறுவனங்களுக்கு கேப்பிடல் தேவை. அந்தக் கேப்பிட்டலை, அவை சில விதங்களில் திரட்டலாம். அப்படிப்பட்ட வழிகளில் ஒன்று, பொதுமக்களுக்கும் வெளி நிறுவனங்களுக்கும், நிறுவனத்தின் பங்குப் பத்திரங்களை விற்பது. அவர்களையும் பங்குதாரர்கள் ஆக்கிக்கொள்வது. அப்படித்தான் 2019ம் ஆண்டு IRCTC, பந்தன் பேங்க், CSB ஆகிய நிறுவனங்கள் IPO கள் வெளியிட்டு, அவற்றுக்குத் தேவையான பணத்தை, திரட்டிக்கொண்டன.

இது, நிறுவனத்திற்கு அதிக சுமை கொடுக்காத முறை. நிறுவனப் பங்குகளை வாங்கியவர்கள் ஷேர் ஹோல்டர் எனும் பங்குதாரர்கள் ஆகிவிட்டதால் லாபம் மற்றும் நட்டம் ஆகிய இரண்டுக்கும் சொந்தக்காரகள் ஆகிவிடுகிறார்கள். அதனால் லாபம் செய்தால் மட்டும் டிவிடெண்ட் கொடுத்தால் போதும். லாபம் செய்தும் டிவிடெண்ட் கொடுக்காத நிறுவனங்கள் மற்றும் குறைவான டிவிடெண்ட் கொடுக்கும் நிறுவனங்கள் உண்டு.

பங்குகள் வெளியிட்டு மட்டுமே நிறுவனங்கள் அவர்களுக்கு தேவைப்படும் பணத்தை ஈட்டுவது இல்லை. எல்லா சமயத்திலும், எல்லா நிறுவனங்களாலும் IPO வெளியிட்டு பொதுமக்களிடம் இருந்து முதல் திரட்ட முடியாது. அதற்கு பல்வேறு காரணங்கள் உண்டு.

அதனால் நிறுவனம், ஏற்கனவே பங்குகள் வைத்திருப்பவர்களிடம் கூடுதல் முதல் கேட்கும். அதற்காக 'ரைட்ஸ் ஷேர்'கள் வெளியிடுவார்கள். ரைட் என்றால் உரிமை. வேறு யாருக்கும் கிடையாது. ஏற்கனவே பங்கு வைத்திருப்பவர்களுக்குத்தான் என்பதால் அதன் பெயர் உரிமைப் பங்குகள் எனும் பொருள்பட, ரைட்ஸ் பங்குகள்.

சந்தையில் நடக்கும் விலையை காட்டிலும் குறைந்த விலைக்குக் கொடுப்பார்கள். வாங்கவேண்டும் என்று கட்டாயமில்லை. தவிர

உரிமையை மட்டும் தனியே சந்தையில் விற்கவும் ஏற்பாடு செய்துதருவார்கள்.

மேலே பார்த்தவை எல்லாம் ஈக்விட்டி பங்கு வகைகள். அதில் உரிமை மற்றும் கடமை ஆகிய இரண்டும் உண்டு. லாபம் மற்றும் நட்டம் ஆகிய இரண்டும் அவர்களது பங்கு விலைகளில் எதிரொலிக்கும். ஈக்விட்டி தவிர மற்றொரு வகை பங்கும் உண்டு. அதன் பெயர், ஃபிரிபரென்ஸ் ஷேர்.

எல்லா நிறுவனங்களிலும் கண்டிப்பாக ஈக்விட்டி ஷேர்கள் இருக்கும். ஆனால் ஃபிரிபரென்ஸ் ஷேர்கள் அப்படிப்பட்டவை அல்ல. சில நிறுவனங்கள் மட்டுமே பிரிபரன்ஸ் ஷேர்கள் வெளியிடும்.

ஃபிரிரென்ஸ் பங்குகள், ஈக்விட்டி பங்குகளில் இருந்து இரண்டு முக்கிய வகைகளில் வேறுபடும். முதலாவது லாபம் செய்தாலும் செய்யாவிட்டாலும் ஃபிரிபரென்ஸ் ஷேர்களுக்கு டிவிடெண்ட் கொடுத்தாகவேண்டும். கொடுப்பதும் முன்பு ஒப்புக்கொண்ட விகிதத்தில். ஆம், ஃபிரிபரென்ஸ் ஷேர் வழங்கும்போதே, அதற்கு என்ன வட்டி / டிவிடெண்ட் தருவது என முடிவு செய்து அறிவிக்கப்படும்.

இரண்டாவது வேறுபாடு, நிறுவனத்தை எந்தக் காரணங்களுக்காகவாவது மூடுவதாக (டிசால்வ் செய்வதாக) இருந்தால், நிறுவனத்தின் சொத்துக்களை விற்றுக் கடன்காரர்களுக்குக் கொடுத்தது போக மீதம் இருப்பதைப் பங்குகள் வைத்திருப்பவர்களுக்குப் கொடுப்பார்கள். அந்நிறுவனம் பிரிபரன்ஸ் சேர்கள் வழங்கியிருந்தால், முதலில் அந்தப் பங்குகள் வைத்திருப்போருக்கு அவர்களுடைய ஃபிபரென்ஸ் ஷேர்களின் முகமதிப்பளவு பணத்தைத் திருப்பிக்கொடுப்பார்கள். அதன்பின் மீதம் இருந்தால்தான், இருப்பதைத்தான் ஈக்விட்டி ஷேர் ஹோல்டர்களுக்கு கொடுப்பார்கள். ஈக்விட்டி ஷேர் ஹோல்டர்களைக் காட்டிலும் ஃபிரிபரென்ஸ் ஷேர் ஹோல்டர்களுக்கு இதில் முன்னுரிமை என்பதைத்தான் 'ஃபிரிபரென்ஸ்' என்கிறார்கள்.

ஆம், இது ஷேர் என்று அழைக்கப்பட்டாலும் குறிப்பிட்ட விகிதத்தில் டிவிடெண்ட் மற்றும் முதலுக்கு இருக்கும் கூடுதல் பாதுகாப்பு என்ற விதங்களில் ஃபிரிபரென்ஸ் ஷேர் என்பது ஏறக்குறைய ஒரு

கடன் பத்திரம் போலத்தான். பிரிஃபரன்ஸ் ஷேர்களிலேயே நான்கு வகைகள் இருக்கின்றன. அதை விட்டுவிடலாம்.

ஈக்விட்டி மற்றும் பிரிஃபரன்ஸ் ஷேர்கள் தவிர, நிறுவனம் அதற்குத்தேவைப்படும் பணத்திற்கு டிபென்ச்சர்கள் வெளியிடும்.

2019ல் L&T பைனான்ஸ் நிறுவனம், 500 கோடி ரூபாய்க்கு டிபென்ச்சர்கள் வெளியிட்டது. அந்த வெளியீடு மூன்று மடங்கு 'ஓவர் சப்ஸ்கிரைப்' ஆகி, சுமார் 1503 கோடி ரூபாய்க்கு விண்ணப்பங்கள் வந்தன.

டிபென்ச்சர் என்பது நிறுவனம் வெளியிடும் கடன் பத்திரம். அதற்கு, ஆண்டுக்கு, 8.45 சதவீதம் வட்டி தருகிறார்கள். நிறுவனம் லாபம் செய்தாலும் இல்லாவிட்டாலும் டிபென்ச்சர் மூலம் பெற்ற பணத்திற்கு நிறுவனம் கட்டாயம் வட்டி தரவேண்டும். மற்றும் வாங்கிய பணத்தைத் திருப்பிக் கொடுக்க வேண்டும்.

டிபென்ச்சர்கள் முதலீடு ஈக்விட்டி வகையைச் சேர்ந்தது அல்ல. அதனால் அவற்றை வாங்குகிறவர்களுக்கு பங்குகளை விட கூடுதல் பாதுகாப்பானவை. அதேசமயம் இவற்றில் இருந்து வரும் வருமானம் ஓரளவு மட்டுமே. இவர்களில் இரண்டு வகைகள் உண்டு ஒன்று கன்வெர்டிபிள் மற்றொன்று நான்-கன்வெர்டிபிள் டிபென்ச்சர்.

வழங்கும்போது டிபென்ச்சராகக் கொடுப்பது. பின்னர், முன்கூட்டியே அறிவிக்கும் குறிப்பிட்ட ஆண்டுகளுக்குப் பிறகு அவற்றை பங்குகளாக மாற்றித் தருவது. இப்படி மாற்றம் செய்வதால் இந்த வகை டிபென்ச்சர்களுக்கு கன்வெர்டிபிள் டிபென்ச்சர்கள் என்று பெயர்.

உதாரணத்திற்கு ஆயிரம் ரூபாய் முகமதிப்புள்ள டிபென்ச்சர்கள் வெளியிட்டு, அதற்கு 8% வட்டி தருவது பின்பு மூன்று ஆண்டுகள் கழித்து, அந்தத் தொகைக்கு பதிலாக குறிப்பிட்ட விலையில் அதே நிறுவனத்தின் பங்குகள் ஈக்விட்டி கொடுப்பது. அந்தப் பங்குகளை பிரீமியம் விலையில் கொடுக்கலாம். உதாரணத்திற்கு, டிபென்ச்சர்களைக் குறிப்பிட்ட ஆண்டுகளுக்குப் பிறகு திரும்பப் பெற்றுக்கொண்டு அதற்குப் பதிலாக அதே நிறுவனத்தின் 20 பங்குகளை கொடுப்பார்கள். அப்படியென்றால் அந்த நிறுவனத்தின், பத்து ரூபாய் மதிப்பு இருக்கும் பங்குகளை 40 ரூபாய் பிரீமியம்

வைத்து ஒரு பங்கு 50 ரூபாய் வீதம் கொடுக்கிறார்கள். அப்போது சந்தையில் அந்நிறுவனப் பங்குகள் விலை அதிகமிருக்கலாம். குறைவாகவும் இருக்கலாம். பெரும்பாலும் அதிகமாகத்தான் இருக்கும். அப்படித்தான் திட்டமிடுவார்கள்.

சில நிறுவனங்களில் மேலும் இவற்றில் ஆப்ஷன் கொடுப்பார்கள் வேண்டுமானால் பங்குகளாக மாற்றிக்கொள்ளுங்கள். விருப்பமில்லாவிட்டால் நீங்கள், அவற்றை டிபென்ச்சர்களாகவே வைத்துக்கொள்ளலாம். இறுதியில் அவற்றை எங்களிடம் சமர்ப்பித்து பணம் பெற்றுக்கொள்ளலாம் என்று ஆப்ஷன் கொடுப்பார்கள்.

இதில் மற்றுமொரு விதம் பற்றிச் சொல்வதென்றால், முழு டிபென்ச்சர் தொகைக்கும் 'கன்வெர்ஷன்' வாய்ப்பு கொடுக்காமல், 'பார்ட்லி கன்வெர்டிபிள்' என்பார்கள். உதாரணத்திற்கு, ஆயிரம் ரூபாய் முகமதிப்புள்ள டிபென்ச்சரில், 500 ரூபாய் பணத்தை மூன்று ஆண்டுகளுக்குப் பிறகு பத்து பங்குகளாகத் திருப்பிக் கொடுத்துவிட்டு, மீதி 500 ரூபாய் பணத்தை, டிபென்ச்சர்களாகவே சில ஆண்டுகளுக்குத் தொடரலாம் என்பார்கள்.

உ) நிறுவனத்தின் கடன் எவ்வளவு -முதலுக்கும் கடனுக்கும் என்ன விகிதாசாரம்?

ஒரு நிறுவனத்தில், முதல் (கேப்பிடல்) என்ற வகையிலும் கடன் (டெட்-Debt) என்ற இரு வகைகளில் பணம் இருக்கும்.

கேப்பிடல் என்பது நிறுவனத்தில் நிரந்தரமாக இருக்கும் பணம். அதைக் கொடுப்பவர்கள் முதலாளிகள். அந்தப் பணத்துக்குக் கட்டாயமாகத் தரவேண்டிய வட்டியோ வட்டி போன்ற டிவிடெண்டோ கிடையாது. கொடுக்கலாம். கொடுக்காமலும் இருக்கலாம். கம்பெனியை 'அன்வைண்ட்' செய்யும்போதுதான், 'முதல்' போட்டவர்களுக்குப் பணம் கிடைக்கும். மற்றபடி பங்குச்சந்தையில் பட்டியலிடப்பட்டிருந்தால், சந்தையில் விற்கலாம். அல்லது நிறுவனமே, 'பை பேக்' (Buy Back) செய்தால், பங்குகளின் ஒரு பகுதியை விற்கலாம். ஆக, கேப்பிடல் என்பது நிறுவனத்தைப் பொறுத்தவரை நிலையான பணம்.

ஆனால், நிறுவனம் பெறும் கடன் அப்படிப்பட்டது அல்ல. கடனைக் குறிப்பிட்ட காலத்தில் திருப்பிக்கொடுக்க வேண்டும். கடன் தொகைக்கு ஒப்புக்கொண்ட அளவில் வட்டி கொடுக்க வேண்டும். வட்டி என்பது நிறுவனத்திற்கும் வியாபாரத்துக்கும் செலவு.

என்றைக்கு இருந்தாலும் திருப்பிக்கொடுக்கவேண்டிய பணம். நிறுவனம் லாபம் செய்தாலும் செய்யாவிட்டாலும் வட்டி கொடுக்கவேண்டிய பணம். அதனால்தான் பங்குச்சந்தையில் கடன் இல்லாக் கம்பெனி பங்குகளுக்கு மதிப்பு அதிகம். அவற்றை 'டெட் பிரீ' *(Debt free)* கம்பெனிகள் என்பார்கள்.

எல்லா நிறுவனங்களாலும் எல்லா நேரமும் கடன் வாங்காமல் தொழில், வியாபாரம் செய்ய இயலாது. ஆனால், அவர்கள் வாங்கும் கடன் ஒரு கட்டுக்குள் இருக்கவேண்டும். நிறுவனத்தில் இருக்கும் கேப்பிடல் (ஈக்விட்டி) எவ்வளவு, இருக்கும் கடன் எவ்வளவு என்று இரண்டுக்கும் ஒப்பிட்டுப் பார்ப்பார்கள். அதன் பெயர் 'டெட் ஈக்விட்டி ரேஷியோ.'

S.No.	Name	Debt / Eq
1	Life Insurance	0
2	P & G Hygiene	0.01
3	Lloyds Metals	0
4	CG Power & Indu.	0.01
5	Gillette India	0
6	Clean Science	0
7	ITC	0
8	Mazagon Dock	0
9	Glaxosmi. Pharma	0.01
10	Oracle Fin.Serv.	0.01
11	SKF India	0.01
12	HDFC AMC	0
13	Triveni Turbine	0
14	C D S L	0
15	Hind.Aeronautics	0
16	Vinati Organics	0
17	Sumitomo Chemi.	0.01
18	Bharat Electron	0
19	Schaeffler India	0.01
20	Timken India	0.01
21	Indraprastha Gas	0.01
22	Supreme Inds.	0.01
23	Nippon Life Ind.	0
24	Bajaj Auto	0

மொத்த கடன் தொகையை, ஈக்விட்டி கேப்பிடல் தொகையால் வகுத்தால் வரும் எண்தான் அது. அதை ஆங்கிலத்தில் *Debt/ Equity* என்றும் சுருக்கமாக *D/E* என்றும் குறிப்பிடுவார்கள். அப்படி டிசம்பர், 8ம் தேதி 2019ம் ஆண்டு இருக்கும் நிலவரப்படி, இந்தியப் பங்குச்சந்தைகளில் பட்டியலிடப்பட்டிருக்கும் நிறுவனங்களில் குறைந்த அளவு *D/E* இருக்கும் நிறுவனங்களின் பட்டியலைப் பார்த்தால் இதை புரிந்துகொள்ள உதவியாகயிருக்கும்.

தகவல்: ஸ்கிரீனர் வலைதளம்

ஒரு நிறுவனத்தின் ஈக்விட்டி கேப்பிடல் 100 கோடி. அந்நிறுவனத்தின் கடன் தொகை, 50 கோடி என்றால் அதன் D/E என்பது 50/100. வகுத்தால் வருவது 0.5. கேப்பிடல் தொகையில் பாதியளவுக்குக் கடன். அதுதான் 0.5 D/E என்பது. மற்றொருவிதமாகச் சொல்வது என்றால் 0.5 என்பது கேப்பிடலில் 50%.

அடுத்து டெட் ஈக்விட்டி ரேஷியோவில் சுமாராக இருக்கும், அதாவது கேப்பிடலைக் காட்டிலும் அதிகமாகக் கடன் வாங்கியிருக்கும் பட்டியலிடப்பட்ட இந்திய நிறுவனங்கள் எவை என்று பார்க்கலாம். 2019 நிலவரம்.

Company	Net Debt/ EBIDTA	D/E	EBIT/ Interest	Net Debt (₹cr)	EBIDTA (₹cr)
Vodafone Idea	26.60	2.11	-1.00	**1,07,532.80**	4,043.00
Future Consumer	9.70	0.82	0.68	**691.08**	71.27
UPL	7.74	0.00	2.74	**26,010.00**	3,362.00
Coffee Day Enterprises	7.28	0.00	1.47	**4,180.48**	573.97
Lemon Tree Hotels	6.54	0.00	1.54	**1,104.55**	168.77
Deepak Fertilizers & Petrochemicals Corp	6.20	0.00	1.48	**2,830.60**	456.28
Inox Wind	6.13	0.00	0.63	**956.60**	156.01
Jindal Steel & Power	4.65	1.22	0.69	**39,084.00**	8,406.00
JK Tyre & Industries	4.93	0.00	1.52	**5,051.78**	1,025.14

SOURCE: **ETIG Database**

பங்குகளின் 'டிவிடெண்ட் ஈல்டு'

பலரும் பங்குகளை வாங்குவது, அது விலை உயரும் என்கிற எதிர்பார்ப்பில். விலை உயர்ந்தால் கிடைப்பது, 'கேப்பிடல் கெயின்' எனப்படும் முதல் பெருக்கம். 100 ரூபாய்க்கு பங்கை வாங்கி, 150 ரூபாய்க்கு விற்றால், 100 ரூபாய் முதல் 150 ரூபாயாகிவிட்டது. 50 ரூபாய் கேப்பிடல் கெயின்.

பங்குகள் தரும் மற்றொரு பலனும் இருக்கிறது. பலரும் அதை உபரி வருமானமாகப் பார்க்கிறார்கள். அதற்காகவே பங்குகள் வாங்குவோரும் உண்டு. அதன் பெயர் டிவிடெண்ட்.

வங்கி டெபாசிட்டுகளுக்கு ஆண்டுக்கு இவ்வளவு என்று வட்டி தருகிறார்கள். வங்கி டெபாசிட்டுகளுக்கு வட்டி மட்டும்தான்

கொடுக்கப்படும். அதில் போடப்படும் பணம் பெருகாது. 10,000 டெபாசிட் செய்துவிட்டு, வட்டியை அவ்வப்போது பெற்றுக்கொண்டுவிட்டால், திரும்பக் கிடைப்பது, போட்ட அசல் மட்டுமே.

பங்குகளில் வட்டி போன்ற டிவிடெண்ட் தரும் பங்குகள் இருக்கின்றன. நட்டம் செய்யும் நிறுவனங்கள் மட்டும்தான் பங்குதாரர்களுக்கு டிவிடெண்ட் வழங்காது. பல நல்ல நிர்வாகம் இருக்கும் நிறுவனங்கள், அவர்கள் கொடுக்கும் டிவிடெண்ட் தொகையைத் தொடர்ந்து அதிகரித்துக்கொண்டே போவார்கள்.

உதாரணத்திற்கு, TCS நிறுவனம்.

கடந்த இரண்டரை ஆண்டுகளில் மட்டும் அந்தப் பங்குக்கு வழங்கப்பட்டிருக்கும் டிவிடெண்ட் தொகைகளைப் பாருங்கள்.

4000%, 500%, 500%, 1800%.

இப்படியே ஆண்டுக்கு ஒன்றிரண்டு, சமயங்களில் மூன்று முறைகள் கூட டிவிடெண்ட் வழங்குகிறார்கள். 2019ல் வழங்கப்பட்ட 4000% என்பது ஒரு சிறப்பு டிவிடெண்ட் என்பதால் அதை விட்டுவிடலாம். 2018ல் 500, 500, 1800 சதவிகிதம் என்பதெல்லாம் இண்டரிம் அல்லது பைனல் டிவிடெண்டுகள்.

ஒரு பங்குக்கு அதன் முக மதிப்பைப் போல 1,800 சதவிகிதம் என்றால், ஒரு ரூபாய் முகமதிப்புள்ள TCS நிறுவனத்தின் ஒவ்வொரு பங்கிற்கும், அதன் முகமதிப்பான 1 ரூபாய் போல, 18 மடங்கு டிவிடெண்ட் கொடுத்திருக்கிறார்கள் என்று பொருள். அதாவது ஒரு பங்கிற்கு 18 ரூபாய் டிவிடெண்ட்.

இப்படி இண்டரிம், பைனல் என்ற பெயர்களில் ஓர் ஆண்டிலேயே சாதாரணமாக 2500%, 3000% கொடுக்கிறார்கள். ஆண்டுக்கு 30 ரூபாய் டிவிடெண்ட்.

டிவிடெண்டுக்காகவே வாங்குவதென்றால், அட! TCS பரவாயில்லையே என்றும் தோன்றும். ஆனால், அவர்கள் கொடுக்கும் சதவிகிதம், 1 ரூபாய் முகமதிப்பின் மீது. டிவிடெண்ட் 3000% என்பது மிக மிக அதிகம்தான். ஆனால், சந்தையில் அந்தப் பங்கு ஒன்றின்

விலையோ, 2000 ரூபாய் ஆயிற்றே! அதனால் இப்போது எவரும் TCS பங்கு வாங்கினால், அவர்களுக்கு ஆண்டு ஒன்றுக்கு 30 ரூபாய் டிவிடெண்ட் கிடைக்கும். ஆனால் அதைப் பெற 2000 ரூபாய் அல்லவா முதலீடு செய்யவேண்டும்!

அப்படியென்றால் அது 100 ரூபாய் முதலுக்கு எவ்வளவு கணக்காகும்?

ஒன்றரை ரூபாய் கணக்காகும். இந்த 1.5% என்பதை 'டிவிடெண்ட் ஈல்ட்' என்பார்கள். 'ஈல்ட்' என்றால் விளைச்சல் என்பது நேரடி அர்த்தம். TCS பங்கு இப்போது நடக்கிற விலைக்கு, கிடைக்கிற டிவிடெண்ட் 1.5%.

அட! 3000% என்றல்லவா மகிழ்ந்தேன் என்றால், அதுவும் சரிதான். ஆனால் அது 'ஈல்ட்' அல்ல. நாம் 1 ரூபாய் பங்கை ஒரு ரூபாய்க்கே வாங்கியிருந்தால் நமக்கு டிவிடெண்டும். 'டிவிடெண்ட் ஈல்டு'ம் ஒன்றே.

ஒருவர் அவர் பங்கை வாங்கிய விலையைப் பொறுத்து அவருக்குக் கிடைக்கும் ஈல்ட் அமையும்.

முந்தைய அத்தியாயத்தில் பார்த்த LG பாலகிருஷ்ணா பங்கு கொடுக்கும் டிவிடெண்ட், 50%. அதன் விலையை வைத்துப் பார்த்தால் அது கொடுக்கும் 'டிவிடெண்ட் ஈல்டு', 1.86%.

நோசில் பங்கு கொடுக்கும் டிவிடெண்ட், 25% அதன் 'டிவிடெண்ட் ஈல்டு', 2.43%

ரிலையன்ஸ் இண்டஸ்டிரீஸ் டிவிடெண்ட்,65% 'டிவிடெண்ட் யீல்டு', 0.42%

இப்படியாக டிவிடெண்ட் கொடுக்கும் எல்லா நிறுவனங்களின் 'ஈல்ட்களும்' என்னவென்று பார்க்கலாம். 'ஈல்ட்' என்பது ஒரு பங்கின் முகமதிப்பு, அது கொடுக்கும் டிவிடெண்ட் சதவிகிதம் மற்றும் பங்கின் நடப்பு விலை ஆகியவற்றால் முடிவாவது, கணக்கிடப்படுவது. அதனால், மார்க்கெட் கேப்பிடலைசேஷன் போல, 'டிவிடெண்ட் ஈல்டு'ம் மாறிக்கொண்டேயிருக்கும்.

MRF பங்கு டிவிடெண்ட் ஈல்டு தரும் அதிர்ச்சி

பல ப்ளூ சிப் பங்குகளின் 'டிவிடெண்ட் ஈல்ட்' நன்றாக இருக்கும். வேறு சில பங்குகளில் 'டிவிடெண்ட் ஈல்ட்' ஒன்றும் இல்லாமல் வெகு சுமாராக இருக்கும். உதாரணம், MRF பங்குகள்.

பத்து ரூபாய் முகமதிப்புள்ள MRF பங்குகளுக்கு வழங்கப்படும் டிவிடெண்ட் 600%. அந்த நிறுவனப் பங்கின் சந்தை விலை, 10.2000 ரூபாய். பத்து ரூபாய் பங்கு ஒவ்வொன்றுக்கும் வழங்கப்படும் டிவிடெண்ட் தொகை 319 ரூபாய்.

102000 ரூபாய் முதலீடு செய்தால், ஆண்டுக்கு டிவிடெண்ட் வருமானம் 319 கிடைக்கும்! யீல்ட் கணக்கிட்டால் வருவது 0.003% அதாவது 100 ரூபாய்க்கு ஆண்டுக்கு 3 காசு. வங்கி வட்டியே 100 ரூபாய்க்கு, 7 ரூபாய் 50 காசு முதல் 8 ரூபாய் வரைகி டைக்கும் காலத்தில் இப்படி.

ஆக, MRF பங்கு டிவிடெண்ட் ஈல்டு வேலைக்கு சரிப்பட்டு வராது. ஆனால் அதை வேறு சில காரணங்களுக்காக வாங்குகிறார்கள், வைத்திருக்கிறார்கள்.

முன்பெல்லாம் எவ்வளவு டிவிடெண்ட் வந்தாலும் அதற்கு, டிவிடெண்ட் பெறுகிறவர்கள் வருமான வரி கட்டவேண்டியதில்லை. Fully Exempted ஆக இருந்தது. பிறகு 2016 ஏப்ரல் முதல், ஆண்டுக்கு 1 லட்ச ரூபாய் வரையிலான டிவிடெண்ட் மட்டும் முற்றிலும் வருமான வரி விலக்கு கொடுத்தார்கள். இப்போது அதுவும் இல்லை. அவரவர் வருமான வரி ஸ்லாபுக்கு ஏற்ற வகையில் வரி கட்வேண்டும்.

அஞ்சல் நிலையத்திலோ வங்கியிலோ டெபாசிட் போட்டு, அதற்கு வட்டி வருமானம் வந்தால், அந்தத் தொகைக்கு வருமான வரி உண்டு. அதேபோல பங்குகள் தரும் டிவிடெண்டும் வருமானம். அதனால் வரி.

சிலர் பங்குகளை வாங்கும் போது அவற்றின் டிவிடெண்ட் ஈல்ட் என்ன என்று பார்த்து அதற்காகவே வாங்குவார்கள். நீண்டகாலத்தில் அந்த நிறுவனங்கள், TCS, இன்போசிஸ் போல அடிக்கடி போனஸ்

பங்குகளும் கொடுக்க, அவற்றுக்கும் அதே அளவு டிவிடெண்ட் பெற்று, ஆதாயம் அடைவார்கள்.

மணி கண்ட்ரோல் நிறுவனத்தின் வலைதளத்தில் காணப்படும் அதிக டிவிடெண்ட் ஈல்ட் தரும் பங்குகளைப் பாருங்கள்.

அதில் ஆயில் இந்தியா, ஓ என் ஜி சி நிறுவனப் பங்குகளுக்குக் கிடைக்கும் 'ஈல்ட்' கள் சிறப்பு.

பத்து ரூபாய் முகமதிப்புள்ள பங்கு ஒன்றுக்கு 20 ரூபாய் டிவிடெண்ட் தரும் நிறுவனம். அதன் ஜூலை 23 சந்தை விலை, ரூபாய் 253. அதன் டிவிடெண்ட் ஈல்ட், 7.9%. 100 ரூபாய்க்கு 7 ரூபாய் 90 காசு. தவிர பங்குகள் விலை உயரும் வாய்ப்பு.

Company Name	Last Price	Latest	
		Div %	Current
நிறுவனம்	ஜூலை 2023 விலை	டிவிடெண்ட் %	ரூ 100க்கு யீல்ட்
Vedanta	278	10,150.00	36.51
TV TodayNetwork	197.4	1,400.00	35.46
Narmada Gelatin	418.5	1,000.00	23.89
Hind Zinc	330.8	3,775.00	22.82
Bhansali Eng	92.85	1,700.00	18.31
360 ONE WAM	487.25	3,450.00	14.16
Comfort	4.59	6	13.07
Visaka Ind	84.28	100	11.87
Indian Card	228.9	250	10.92
SP Capital Fin	16.36	17.5	10.7
Coal India	234.85	242.5	10.33
Forbes Gokak	660.7	650	9.84
IDFC	114.35	110	9.62
Gloster	740.15	700	9.46
Styrenix	1,220.45	1,040.00	8.52

முதலீட்டாளர்களுக்குக் கிடைக்கும் ‘போனஸ்’ பங்குகள்

ஒருவர் முதல் போட்டு வியாபாரம் ஆரம்பிக்கிறார். அது, அவருடைய வியாபாரம். அவர் மட்டுமே அந்த நிறுவனத்திற்கு முதலாளி. நிறுவனத்தில் போடப்பட்டிருக்கும் ‘கேப்பிடல்’ முழுவதும் அவருடையது. அதனால் அவர், ‘சோல் புரோபிரைட்டர் ’மற்றும் ‘சிங்கிள் ஷேர் ஹோல்டர்’. இப்படி நடப்பவைதான் நாம் பார்க்கும் சிறு கடைகள், வியாபாரங்கள், நிறுவனங்கள் போன்றவை. *MSME* எனப்படும் சில ‘மைக்ரோ, ஸ்மால் அண்ட் மீடியம் என்டர்பிரைசஸ்’ களும் இந்த வழியில் நடத்தப்படுகின்றன.

நிறுவனம் லாபம் செய்தால், மொத்தமும் முதலாளிக்குத்தான். நட்டம் ஏற்பட்டால், அதையும் அவர் மட்டுமே ஏற்கவேண்டும். அதனால், அவர் போட்ட ‘முதல்’ பணம் குறையும். நட்டம் தொடர்ந்தால் கொஞ்சம் கொஞ்சமாக முதல் கரையும். சில சமயங்களில் அதிக நட்டங்கள் உண்டானால், முதலாளி போட்ட முதல் பணம் முழுவதும் காணாமல் போய்விடும்.

இதெல்லாம் பங்கு எனப்படும் ‘ஈக்விட்டி ஷேர்’-ன் சாதக பாதகங்கள். அந்த முதலாளி, மற்றொருவரையும், அவரது கூட்டாளியாகச் சேர்த்துக்கொண்டால், அதன்பின் அந்த நிறுவனத்தில் இருவரும் பார்ட்னர்கள். சமமான முதல் போட்டிருந்தால், ‘ஈக்வல் பார்ட்னர்’கள். லாபமோ, நட்டமோ இருவருக்கும் சம பங்கு. அல்லது வெவ்வேறு அளவுகளில் முதல் போட்டிருந்தால், முதல் போட்டிருக்கும் விகிதத்தில் அவர்கள் பங்குதாரர்கள்.

இருவர் தவிர, மேலும் பலரையும் முதல் போடக் கேட்டு நிறுவனத்தில் பங்குதாரர்களாகச் சேர்த்துக் கொண்டால், அவர்கள் அனைவரும் நிறுவனத்தின் ‘ஷேர் ஹோல்டர்’கள்.

அது ‘பிரைவேட் லிமிடெட்’டோ ‘பப்ளிக் லிமிடெட்’ நிறுவனமோ, அது லாபம் செய்தால், ஷேர்களை வைத்திருப்பவர்கள் அனைவருக்கும் அவரவர் போட்ட முதலுக்குத் தக்கபடி பலன். நிர்வாகம் முடிவெடுக்கும் அளவு ‘டிவிடெண்ட்.’

நிறுவனம் மிக நன்றாக லாபம் ஈட்டி, அவ்வப்போது பிரித்துக் கொடுத்த டிவிடெண்ட் போக, மீதமிருக்கும் பணம் நிறுவனத்திலேயே

'ரிசர்வ்ஸ் & சர்ப்ளஸ்' ஆகத் தங்கிவிடும். அந்தத் தொகையின் அளவு தொடர்ந்து வளர, ஒரு நேரம், அதில் இருக்கும் பணத்தை எடுத்து, போனஸ் பங்குகளாக, பங்குதாரர்கள் அனைவருக்கும் வழங்கலாம். இது ஒரு விதத்தில் லாப பணத்தை மீண்டும் நிறுவனத்திலேயே 'ரீ இன்வெஸ்ட்மெண்ட்' செய்வதுபோன்றது. வியாபாரத்தில் வந்த லாபம் டிவிடெண்ட் ஆக வெளியேறாமல், நிறுவனத்தின் 'ஈக்விட்டி கேப்பிடல்' ஆக மாறி, அதுவும் சம்பாதிக்க ஆரம்பிக்கும்.

அப்படி பங்குதாரர்களுக்கு வழங்கப்படுவதுதான், 'போனஸ் ஷேர்' கள். TCS நிறுவனம், பலமுறை 1:1 (ஒன்றுக்கு ஒன்று) என்ற விகிதத்தில் போனஸ் பங்குகள் கொடுத்திருக்கிறது. TCS மட்டுமல்ல. பல நிறுவனங்கள் சில ஆண்டுகளுக்கு ஒரு முறை என்று போனஸ் பங்குகள் கொடுக்கிறார்கள்.

ஒன்றுக்கு ஒன்று என்றால், ஒருவர் எத்தனை பங்குகள் வைத்திருக்கிறாரோ, அத்தனை இலவச பங்குகள். ஆயிரத்துக்கு ஆயிரம். 12 லட்சம் பங்குகளை வைத்திருந்தால், மற்றுமொரு 12 லட்சம் பங்குகள் இலவசம். போனஸ். வரையறை இல்லை.

நிறுவனம் முன்கூட்டியே அறிவிக்கிற 'ரெக்கார்ட் டேட்' என்ற தேதியில் எவரெல்லாம் அந்த நிறுவனத்தின் பங்குகளை வைத்திருக்கிறார்களோ, அவர்களுக்கு எல்லாம் கொடுப்பார்கள். தேதிகளைத் தெரிந்துகொண்டு சந்தையில் அப்படிப்பட்ட நிறுவனங்களின் பங்குகளை எவரும் விலைக்கு வாங்க முடியும்.

அப்படி போனஸ் அறிவிக்கப்பட்டபின், ஆனால் கொடுக்கப்படுவதற்கு முன்பு என்ற இடைப்பட்ட காலத்தில் அந்தப் பங்குகளின் 'நிலை'க்குப் பெயர், 'கம் போனஸ்' (Cum Bonus). போனஸ் கொடுத்து முடிக்கப்பட்டபின், அந்நிறுவனப் பங்கின் நிலை, 'எக்ஸ் போனஸ்' (Ex Bonus).

'கம் போனஸ்' பங்குகள் விலை அதிகம் இருக்கும். 'எக்ஸ் போனஸ்' ஆகிற அன்று அதற்குத்தக்க விலை குறையும்.

உதாரணத்திற்கு 2019ம் ஆண்டு அக்டோபர் 23ம் தேதி, HCL டெக்னாலஜீஸ் நிறுவனம், அதன் பங்குதாரர்களுக்கு ஒன்றுக்கு ஒன்று போனஸ் பங்குகள் அறிவித்தது. அப்போது அந்தப் பங்கின்

விலை, 1120 ரூபாய். அதன்பின் அந்தப் பங்கின் ‘ரெக்கார்ட் டேட்’ ஆன, 7.12.2019 வரை அது ‘கம் போனஸ்’ பங்கு.

போனஸ் அறிவித்த நேரம், HCL டெக்னாலஜீஸ் பங்கு விலை, 1118 ரூபாய் இருந்தது. ‘ரெக்கார்ட் டேட்’ க்கு பின் போனஸ் பங்குகள் உரியவர்களுக்கு வழங்கப்பட்டது. 100 பங்குகள் வைத்திருந்தவர்களுக்கு மற்றுமொரு 100 பங்குகள். அதனால் அவர்கள் 200 பங்குகளுக்கு சொந்தக்காரர்கள் ஆனார்கள்.

‘கம் போனஸ்’ நேரத்தில் 1118 ரூபாய் விலை இருந்தது, ‘எக்ஸ் போனஸ்’ சில் டிசம்பர் 9ம் தேதி, 552 ரூபாய் ஆகிவிட்டது. விலை பாதிக்குப் பாதியாகிவிட்டது. ஆனால், பங்குதாரரின் மொத்தப் பங்குகளின் மதிப்பு குறையவில்லை. முன்பு 100x1118=ஒரு லட்சத்து 11 ஆயிரத்து 180. ‘எக்ஸ் போனஸ்’ சில் 200 பங்குகள், 552 ரூபாய் வீதம் ஒரு லட்சத்து 10 ஆயிரத்து 400. கிட்டத்தட்ட அதே விலை.

போனஸ் பங்கு என்றால் எப்போதும் ஒன்றுக்கு ஒன்று என்ற விகிதத்தில்தான் தரப்பட வேண்டும் என்பதில்லை.

5.போனஸ் ஆ? டிவிடெண்ட் ஆ? எது பங்குதாரருக்கு நல்லது?

போனஸ் பங்குகள் எப்போதும் ஒன்றுக்கு ஒன்று என்று வழங்கப்படுவதில்லை. அவற்றின் விகிதங்கள் கூடுதலாகவோ குறைச்சலாகவோ இருக்கலாம்.

இரண்டு வைத்திருப்பவர்களுக்கு ஒன்று *(2:1)*, நான்கு வைத்திருப்பவர்களுக்கு ஒன்று *(4:1)* என்கிற அளவுகளில் குறைத்துக் கொடுக்கப்படுவதும் உண்டு. பத்துப் பங்குகள் வைத்திருப்பவர்களுக்கு ஒன்று என்று கூட கொடுத்திருக்கிறார்கள்.

அதேபோல, ஒன்று வைத்திருப்பவர்களுக்கு இரண்டு *(2:1)* என்பது போல ஒருவர் வைத்திருக்கும் பங்குகளைப் போல இரண்டு மடங்கு பங்குகளை இனாமாகக் கொடுக்கிற நிறுவனங்களும் உண்டு.

2006 ஆம் ஆண்டு யூனிடெக் என்ற நிறுவனம் ஒரு பங்கு வைத்திருப்போருக்கு 12 பங்குகள் போனஸ் வழங்கி வரலாறு படைத்தது. (பின்பு அந்த நிறுவனமே ஒன்றும் இல்லாமல் போனது வேறு கதை).

போனஸ் அறிவிக்கப்பட்டால், பங்குதாரர்களுக்கு நிறுவனத்தின் பங்குகள் இலவசமாகக் கிடைக்கும். அந்த போனஸ் பங்குகளுக்கும்

முன்பிருந்த பங்குகளுக்குக் கிடைத்தது போலவே டிவிடெண்ட் கிடைக்கும். தொகை அந்தந்த ஆண்டுகளின் லாப நட்டங்களைப் பொறுத்து இருக்கும்.

போனஸ் பங்குகள் மற்றும் டிவிடெண்ட் தொகை ஆகிய இரண்டுமே, நிறுவனம் அதன் பங்குதாரர்களுக்குக் கொடுப்பதுதான் என்றாலும், வழங்கும் நிறுவனத்திற்கும் பெறும் பங்குதாரருக்கும் அவை வேறு வேறு தாக்கங்கள் கொடுப்பவை.

'போனஸ் ஷேர்'கள் வழங்குவதால், நிறுவனத்தின் பணம் நிறுவனத்திலேயே இருக்கும். நிறுவனத்திற்கு 'கேஷ் அவுட் புளோ' இல்லை. ஆனால், டிவிடெண்ட் என்பது நிறுவனத்தின் 'கேஷ் அவுட் புளோ'. பணமாகக் கொடுத்தாக வேண்டும்.

போனஸ் பங்குகள் வழங்கப்பட்டால் நிறுவனத்தின் மொத்த முதல், 'ஈக்விட்டி கேப்பிடல்'அதிகரிக்கும். அதனால், 'டெட் ஈக்விட்டி ரேஷியோ' எனப்படும் நிறுவனத்தின் கடனுக்கும் முதலீட்டுக்குமான விகிதாசாரம் மாறும். அது பாசிடிவான மாறுதல்.

அதன்பின் நிறுவனம் டிவிடெண்ட் கொடுத்தால், போனசாக வழங்கிய ஷேர்களுக்கும் கொடுத்தாக வேண்டும். டிவிடெண்டாக கொடுத்தால், கொடுத்த நேரத்தோடு சரி. அது அந்த ஆண்டின் செலவு. அவ்வளவுதான். அடுத்தடுத்த ஆண்டுகளில் அதனால் நிறுவனத்துக்கு பாரம் ஒன்றும் இல்லை.

போனஸ் பங்குகள் பெறும் பங்குதாரருக்கு அது வருமான வரி சட்டப்படி 'கேப்பிடல் கெயின்ஸ் டேக்ஸ்' உண்டு. ஓராண்டு வைத்திருந்து விற்றால் லட்ச ரூபாய் வரையிலான தொகைக்கு வரி விலக்கு. டிவிடெண்டுக்கு ஆண்டுக்கு 10 லட்சம் வரை வருமான வரி இல்லை. அதற்குமேல் போகும் தொகைக்குத்தான் வரி.

நிறுவனம் போனஸ் பங்குகள் வழங்கினால், நிறுவனத்தின் 'கேப்பிடல்' அதிகரிக்கும்; புழக்கத்துக்கு வரும் பங்குகளின் எண்ணிக்கை அதிகரிக்கும். அதனால் அந்தப் பங்கு 'லிக்விட்' பங்காகக் கருதப்படும். கணிசமான எண்ணிக்கையிலான பங்குகளை அதிக விலை வேறுபாடில்லாமல் வாங்கலாம், விற்கலாம். பங்கின் விலை குறையும்.

2019ம் ஆண்டில் இதுவரை போனஸ் பங்குகள் கொடுத்த நிறுவனங்களும், அவை கொடுத்த விகிதங்களும் கீழே கொடுக்கப்பட்டிருக்கின்றன. அந்தப் பட்டியல் கொஞ்சம் நீளமானது.

அதைப் பார்ப்பதற்கு முன் ஒரு தகவல். பிரிட்டானியா நிறுவனம் 2018ம் ஆண்டு அதன் நூறாவது ஆண்டு என்பதால், பங்குதாரர்களுக்கு போனஸ் கொடுத்து மகிழ்ந்திருக்கிறது. ஆனால், கொடுத்த போனஸை பிரிட்டானிய நிறுவனப் பங்குகளாகக் கொடுக்காமல், 'நான் -கன்வெர்ட்சிபிள் டிபென்ச்சர்'களாகக் கொடுத்துவிட்டது.

டிபென்ச்சர்கள் என்பவை கடன் பத்திர வகையைச் சேர்ந்தவை. அவற்றைப் பற்றி அடுத்த அத்தியாயத்தில் பார்க்கலாம்.

COMPANY	Bonus Ratio	DATE		
		Announcement	Record	Ex-Bonus
KAMOPAINTS	01:01	28-06-2023	01-08-2023	01-08-2023
Remedium Lifeca	09:05	23-06-2023	29-07-2023	28-07-2023
Ndr Auto Compon	01:01	29-05-2023	24-07-2023	24-07-2023
Leading Leasing	01:01	30-05-2023	20-07-2023	20-07-2023
Anmol India	04:01	02-06-2023	18-07-2023	18-07-2023
Aptech	02:05	24-05-2023	14-07-2023	14-07-2023
Taparia Tools	04:01	30-05-2023	11-07-2023	11-07-2023
Roto Pumps	01:01	23-05-2023	08-07-2023	07-07-2023
Mufin Green	02:01	25-05-2023	07-07-2023	07-07-2023
Sadhana Nitro	02:09	24-05-2023	05-07-2023	05-07-2023
Bhansali Eng	01:02	21-05-2023	05-07-2023	05-07-2023
Kansai Nerolac	01:02	08-05-2023	04-07-2023	04-07-2023
DDEVPLASTIK	01:10	16-05-2023	30-06-2023	30-06-2023
Indiamart Inter	01:01	28-04-2023	21-06-2023	21-06-2023
Gulshan Poly	01:05	12-05-2023	21-06-2023	21-06-2023
Blue Star	01:01	04-05-2023	20-06-2023	20-06-2023
AshirwadCapital	01:02	05-05-2023	19-06-2023	19-06-2023

Hardwyn	01:03	26-04-2023	05-06-2023	05-06-2023
DUGLOBAL	03:01	27-04-2023	02-06-2023	02-06-2023
Macrotech Dev	01:01	22-04-2023	31-05-2023	31-05-2023
Vardhman Steels	01:01	12-04-2023	26-05-2023	26-05-2023
Kenvi Jewels	01:04	17-03-2023	19-05-2023	19-05-2023
Veerkrupa Jewel	02:03	09-02-2023	19-05-2023	19-05-2023
Swaraj Suiting	01:01	30-03-2023	19-05-2023	19-05-2023
Varanium	01:01	20-03-2023	12-05-2023	12-05-2023
Sirca Paints	01:01	29-03-2023	11-05-2023	11-05-2023
SRU Steels Limi	01:02	10-03-2023	03-05-2023	03-05-2023
Sprayking Agro	02:03	16-03-2023	30-04-2023	28-04-2023
Achyut Health	01:02	18-03-2023	25-04-2023	25-04-2023
Nettlinx	01:01	06-03-2023	24-04-2023	24-04-2023
Jet Infra	01:01	09-03-2023	21-04-2023	21-04-2023
IFL Enterprises	01:04	09-03-2023	21-04-2023	21-04-2023
Global Cap Mkts	06:10	27-01-2023	20-04-2023	20-04-2023
Party Cruisers	01:01	10-03-2023	18-04-2023	18-04-2023
Innovana	01:01	14-02-2023	30-03-2023	29-03-2023
Sundaram-Clayto	116:01:00	09-02-2022	24-03-2023	24-03-2023
Growington Vent	24:100	17-02-2023	25-03-2023	24-03-2023
Magellanic	03:01	14-03-2023	22-03-2023	21-03-2023
Astral Ltd	01:03	07-02-2023	14-03-2023	14-03-2023
Rhetan TMT	11:04	21-12-2022	10-03-2023	10-03-2023
ASCOM	01:02	20-01-2023	06-03-2023	06-03-2023
Captain Pipes	02:01	27-01-2023	03-03-2023	03-03-2023
360 ONE WAM	01:01	19-01-2023	02-03-2023	02-03-2023
Jayant Infra	02:01	20-01-2023	01-03-2023	01-03-2023
Pulz Electronic	01:01	23-12-2022	01-03-2023	01-03-2023
Vinny Overseas	13:10	16-01-2023	24-02-2023	24-02-2023

Evans Electric	01:01	16-12-2022	10-02-2023	10-02-2023
M K Proteins	02:01	14-11-2022	03-02-2023	03-02-2023
Goldstar Power	04:05	05-12-2022	21-01-2023	20-01-2023
KPIGREEN	01:01	30-11-2022	18-01-2023	18-01-2023
Music Broadcast	01:10	22-10-2020	13-01-2023	13-01-2023
Bombay Metrics	03:01	11-11-2022	09-01-2023	09-01-2023
Globe Commercia	01:01	14-12-2022	07-01-2023	06-01-2023
Rama Steel Tube	04:01	18-11-2022	06-01-2023	06-01-2023
SecUR Credentia	03:01	14-11-2022	04-01-2023	04-01-2023
GM	06:01	14-11-2022	04-01-2023	04-01-2023

தகவல்: மணிகண்ட்ரோல்.காம்

பிரிட்டானியா கம்பெனி ஷேர் ஹோல்டர்களுக்குக் கொடுத்த வித்தியாசமான போனஸ்

2018 ஆம் ஆண்டு, ஆகஸ்ட் மாதம், பிரிட்டானியா இண்டஸ்ட்ரீஸ் லிமிடெட் நிறுவனம், அதன் பங்குதாரர்களுக்கு அனைவருக்கும் ஒன்றுக்கு ஒன்று என்ற விகிதத்தில், 30 ரூபாய் முகமதிப்புள்ள NCD என்று சுருக்கமாக அழைக்கப்படும் ‘நான் கன்வெர்ட்டிபிள் டிபென்ச்சர்’ களை இலவசமாக வழங்கியிருக்கிறது. மேலும் அந்த NCD களை பங்குச்சந்தையில் பட்டியலிட்டது. அதனால் அவற்றை எவரும் வாங்கலாம்.

NCD என்பது கடன்பத்திர வகையைச் சேர்ந்தது. அது பங்கு அல்ல.

பிரிட்டானியா வழங்கிய NCDயின் முகமதிப்பு 30 ரூபாய். அதற்கு நிறுவனம் கொடுக்கும் ஆண்டு வட்டி 8 சதவிகிதம். டிபென்ச்சரின் கால அளவு மூன்று ஆண்டுகள். அதன்பின், டிபென்ச்சர் வைத்திருப்பவர்களிடம் இருந்து 30 ரூபாய் பணம் கொடுத்து நிறுவனம் திரும்ப வாங்கிக்கொள்ளும்.

இதற்கு முன்பு NTPC, புளூடார்ட் எக்ஸ்பிரஸ், டாக்டர் ரெட்டீஸ் லாப், ஹிந்துஸ்தான் யூனிலிவர் ஆகிய நிறுவனங்கள் இப்படி டிபென்ச்சர்களை போனஸாக வழங்கியிருக்கின்றன.

நிறுவனம் அதன் பங்குதாரர்களுக்கு டிவிடென்ட் மற்றும் போனஸ் பங்குகள் வழங்குவது இயல்பானது. அதற்கு பங்குதாரர்கள் ஒப்புதல் இருந்தால் போதும். ஆனால் பங்குதாரர்களுக்கு இப்படி NCD வழங்குவது கொஞ்சம் அசாதாரணமானது. இதற்கான வழிமுறை கம்பெனிகள் சட்டத்தில் இல்லை. அதனால் இதை 'ஸ்கீம் ஆப் அரேஞ்மெண்ட்' வகையில்தான் வழங்க முடியும் என்றும், இதற்கு நீதிமன்றம், ரிசர்வ் வங்கி மற்றும் சில சமயங்களில் கார்ப்பரேட் அஃபேர்ஸ் அமைச்சகத்தின் ஒப்புதல் கூட தேவைப்படும் என்கிறார்கள்.

நிறுவனம், பிரிட்டானியா என்பதாலும், இது கடன் பத்திரம் என்ற விதத்திலும் இதில் போடுகிற முதலீடு பாதுகாப்பாக இருக்கும் என்று நினைக்கலாம். இது கொடுக்கும் 8 சதவிகித வட்டி என்பது, அதன் முகமதிப்பின் மீது. 30 ரூபாய் NCD யைக் கூடுதல் விலை கொடுத்து வாங்கினால், கிடைக்கிற வருமானம் (ஈல்டு) 8 சதவிகிதத்தைக் காட்டிலும் குறைவாக இருக்கும்.

பங்குகளுக்குச் செலுத்த வேண்டிய வருமான வரி போன்றதுதான் டிபென்ச்சர் தரும் வட்டிக்கான வரியும்.

பங்குகளின் 'ஸ்டாக் ஸ்பிலிட்'

இதுவரை கொஞ்சம் விரிவாகவே நிறுவனம் வழங்கும் பங்குகள் குறித்துப் பார்த்தோம். அதில் தெரிந்துகொள்ளவேண்டிய மற்றொரு விஷயமும் இருக்கிறது. அதன் பெயர் 'ஸ்டாக் ஸ்பிலிட்.'

நிறுவனம் கொடுக்கும் டிவிடெண்ட் என்பது அந்நிறுவனப் பங்குகளின் முகமதிப்பு அடிப்படையில்தான். உதாரணத்திற்கு, TCS நிறுவனம் சமீபத்தில் வழங்கிய ஸ்பெஷல் டிவிடெண்ட் 4000% என்பது அந்த பங்கின் முகமதிப்பைப் போல 4000%. பங்கின் முகமதிப்பு 1 ரூபாய். 4000 சதவிகிதம் என்பது 40 ரூபாய்.

ஒருகால், TCS நிறுவனப் பங்கின் முகமதிப்பு ஒரு ரூபாயாக இல்லாமல் 10 ரூபாயாக இருந்தால், 4000 சதவிகிதம் என்பது 400

ரூபாய் ஆகிவிடும். ஆக, டிவிடெண்டை பொறுத்தவரை முகமதிப்பு எவ்வளவு என்பதை வைத்துதான் தொகை அமையும்.

அதேபோல நிறுவனத்தின் பங்குகள் எண்ணிக்கையும் முகமதிப்பை வைத்து மாறும். ரிலையன்ஸ் இண்டஸ்டிரீஸ் நிறுவனப் பங்குகளின் முகமதிப்பு 10 ரூபாய். அந்நிறுவனத்தின் மொத்த ஈக்விட்டி கேப்பிடல் 6339 கோடி ரூபாய். மொத்தப் பங்குகளின் எண்ணிக்கை 63,390 கோடி. இதே நிறுவனப் பங்குகள் 10 ரூபாய் முகமதிப்பாக இல்லாமல், 1 ரூபாய் முகமதிப்பாக இருந்தால், பங்குகளின் எண்ணிக்கை 6, 33,900 ஆக இருக்கும்.

லட்ச ரூபாய் பணம் 2000 ரூபாய் தாள்களாக இருந்தால் 50 தாள்கள்தான் இருக்கும். அதே தொகை 100 ரூபாய் தாள்களாக இருந்தால் 1000 தாள்களாகவும், 10 ரூபாய் தாள்களாக இருந்தால், 10,000 தாள்களாக இருக்கும்.

குறைந்த 'டினாமினேஷன்' என்றால் அதிக எண்ணிக்கையிலான தாள்கள் என்பதால், புழங்குவது எளிது. அதிகம் பேர் அந்தப் பணத்தைக் கொடுக்கலாம், வாங்கலாம் என்பது போலவே நிறுவனங்களின் ஈக்விட்டி கேப்பிடல் ஆன பங்குகளின் முகமதிப்பு குறைவாக இருந்தால், அதிக எண்ணிக்கையிலான பங்குகள் சந்தையில் புழங்கும். இது, வர்த்தகத்துக்கு ஒரு பாசிடிவ் ஆன அம்சம்.

மேலும், முகமதிப்பு குறைவாக இருந்தால், பங்கின் விலையும் குறைவாக இருக்கும். உதாரணத்திற்கு MRF நிறுவனப் பங்கின் முகமதிப்பு 10 ரூபாய். ஒரு பங்கின் விலை, 60,000 க்கும் அருகில். இதுவே 1 ரூபாய் முகமதிப்பு பங்காக இருந்தால், விலை 6000 ரூபாய்தான் இருக்கும். சிறுமுதலீட்டாளர்களும் வாங்கலாம். வைத்திருக்கலாம். ரிலையன்ஸ் இண்டஸ்டிரீஸ் நிறுவனப் பங்கு, 1 ரூபாய் முகமதிப்பாக இருந்தால் 160 ரூபாய்தான் விலை இருக்கும். 10 என்பதால் 1600 ரூபாய்.

இந்தக் காரணங்களால் சில நிறுவனங்களின் நிர்வாகங்கள் முடிவெடுத்து, அவ்வப்போது, அவர்களது பங்குகளின் முகமதிப்புகளைக் குறைப்பார்கள். அப்படிச் செய்வதன் பெயர் 'ஸ்டாக் ஸ்பிலிட்'. பங்கை சிறு துண்டுகள் ஆக்குவது. அப்படி சமீபத்தில் செய்த ஒரு நிறுவனம் HDFC Bank.

HDFC Bank பங்கின் முகமதிப்பு 2 ரூபாய் ஆக இருந்தது. அதை 2019, மே மாதம் 22 ம் தேதி முதல் 1 ரூபாய் முக மதிப்பாக்கிவிட்டது அந்நிறுவனம். அதன் காரணமாக, அதுசமயம் அந்நிறுவனப் பங்கு வைத்திருந்தவர்களின் பங்குகளின் முகமதிப்புகள், 1 ரூபாயாகக் குறைந்து, பங்குகளின் எண்ணிக்கை இரட்டிப்பாகிவிட்டது. 100 பங்குகள் வைத்திருந்தவர்களுக்கு மற்றொரு 100 பங்குகள். இது, ஒரு 2 ரூபாய் நாணயத்தைப் பெற்றுக்கொண்டு, இரண்டு 1 ரூபாய் நாணயங்கள் (சில்லறை மாற்றிக்) கொடுப்பது போலதான்.

சுமார் 2000 ரூபாய் விலை நடந்துகொண்டிருந்த HDFC Bank பங்குகளின் விலை திடீரென 1000 ஆகிவிட்டதே எனச் சிலர் நினைத்திருக்கலாம். அதற்குக் காரணம், 'ஸ்டாக் ஸ்பிலிட்' தான். ஒரு பங்கின் மதிப்பு குறையும். ஆனால் மொத்த மதிப்பில் மாற்றம் இருக்காது.

ஒருவகையில் பார்த்தால், இதுவும் போனஸ் கொடுக்கையில் பங்குவிலைகளில் ஏற்படும் மாற்றம் போலதான். விலை குறையும். அதே சமயம் வைத்திருக்கும் பங்குகளின் எண்ணிக்கை உயர்ந்துவிடும். இப்படிச் செய்தபின், HDFC Bank பங்கின் விலை மேலும் உயர்ந்து, 1290 ரூபாயாக இருக்கிறது.

6. மியூச்சுவல் ஃபண்டு எனப்படும் பரஸ்பர நிதி

தனிநபர்களோ, நிறுவனங்களோ அவர்கள் பணத்தை வைத்து, அவர்கள் விருப்பப்படி தேர்வு செய்த பங்குகளை வாங்குகிறார்கள், அவர்கள் முடிவு செய்யும் நேரம் விற்கிறார்கள். லாபமோ நட்டமோ எல்லாம் அவர்கள் பொறுப்பு, அவர்கள் பெருமை அல்லது தவறு.

'பங்குச்சந்தையில் முதலீடு செய்தால் லாபம் என்கிறார்கள். ஆனால், எனக்கு அது குறித்து அதிகம் தெரியாது. அதன் காரணமாக முதலீடு செய்ய பயமாக இருக்கிறது. ஆனாலும் அதில் கிடைக்கக்கூடிய கணிசமான லாப வாய்ப்பை நான் தவறவிட விரும்பவில்லை. மேலும், பங்குகளை வாங்கியபிறகு, பொருளாதாரத்தில், அந்தக் குறிப்பிட்ட துறை மற்றும் அந்த நிறுவனத்தில் என்ன நடக்கிறது என்பதைத் தொடர்ந்து கவனிக்க வேண்டும். இல்லாவிட்டால் நட்டம் ஆகிவிடக்கூடும் என்கிறார்கள். நான் வேலையில் / வியாபாரத்தில் இருக்கிறேன். எனக்கு இதையெல்லாம் கவனிக்க நேரமில்லை. இந்த நிலையில் என்ன செய்வது?'

மேலே குறிப்பிட்டிருக்கும் நிலையில் இருப்பவர்கள் ஏராளம். அப்படிப்பட்ட மக்களுக்காக உருவானதுதான் பரஸ்பர நிதி.

முதலீட்டில் விருப்பம் உள்ளவர்கள், குறிப்பிட்ட தொகையை ஒரு அமைப்பிடம் கொடுத்து, நீங்கள் பங்குகளில் முதலீடு செய்து அதில் கிடைக்கும் லாபத்தை எங்களுக்கு பிரித்துக்கொடுங்கள் என்று சொல்வது. அந்த அமைப்பு, அப்படிப்பட்ட முதலீடுகள் குறித்து விவரம் தெரிந்த, அனுபவம் உள்ள ஒருவரை வேலைக்கு அமர்த்தி, பலரும் கொடுத்த பணத்தை முதலீடு செய்யச் சொல்வார்கள். அவர் முதலீடு செய்வார். ஆண்டு இறுதியில் லாப நட்டக் கணக்குப் பார்த்து, லாபத்தைப் பிரித்துக்கொடுப்பார். அவருக்கு ஊதியம், போனஸ். அமைப்பிற்கு லாபம்.

இவ்வளவுதான் மியூச்சுவல் ஃபண்டு எனப்படும் பரஸ்பரநிதிகள்.

பரஸ்பரநிதிகள் நடத்த அரசின் அனுமதி வேண்டும். அப்படி அனுமதிபெற்று நிதிகள் நடத்தும் அமைப்புகளின் பெயர், 'ஃபண்ட் ஹவுஸ்'. தற்போது ரிலையன்ஸ் நிப்பான், HDFC, ICICI புருடென்ஷியல், பிராங்கிள்டன் டெம்பிள்டன் போன்ற 44 ஃபண்ட் ஹவுஸ்கள் இருக்கின்றன. ஒவ்வொரு 'ஃபண்ட் ஹவுஸ்'சும் பல நூறு திட்டங்கள் நடத்துகின்றன.

ஜூலை 2023 வரையிலான காலகட்டத்தில், 'ஃபண்டு ஹவுஸ்'கள் வசம் சுமார் 42 லட்சம் கோடி ரூபாய்கள் இருந்தது. இவை முதலீடு செய்யப்படுவதற்காக இந்த அமைப்புகளின் கட்டுப்பாட்டில் இருப்பதால் இதை, 'அசெட் அண்டர் மேனேஜ்மெண்ட்', AUM என்பார்கள்.

பங்குகளில் மட்டுமல்லாது, இப்படிப்பட்ட நிதிகள், கடன் பத்திரங்களிலும் முதலீடு செய்கின்றன. பங்குகளில் முதலீடு செய்பவை, 'ஈக்விட்டி ஃபண்டுகள்'. கடன் பத்திரங்களில் முதலீடு செய்பவை, 'டெட் ஃபண்டுகள்' (Debt Funds). டெட் பண்டுகளை, 'இன்கம் ஃபண்டு'கள் என்றும் அழைப்பதுண்டு. பங்குகள் மற்றும் கடன்பத்திரங்கள் ஆகிய இரண்டு வகை முதலீடுகளும் ஈடுபடும் திட்டங்களுக்குப் பெயர், 'ஹைபிரிட்' Hybrid திட்டங்கள்.

பங்குகள், கடன் பத்திரங்கள் மட்டுமில்லாமல் தங்கம், ரியல் எஸ்டேட் போன்றவற்றிலும் இதுபோன்ற முறையில் முதலீடு செய்ய வாய்ப்புத் தருபவை பரஸ்பர நிதிகள்.

இந்தப் புத்தகத்தில் நாம் பார்க்கும் பரஸ்பரநிதி என்பது முழுவதுமாகவோ ஒரு பகுதியையோ பங்குகளில் முதலீடு செய்யும் பரஸ்பரநிதிகள் குறித்து மட்டுமே. பரஸ்பர நிதிகளுக்கு என்றே தனியாக மியூட்சுவல் பண்ட் என்று ஒரு புத்தகம் எழுதியிருக்கிறேன். கூடுதல் விவரம் வேண்டுவோர் அதிலிருந்து தெரிந்துகொள்ளலாம்.

ஒரே தவணையாக முதலீடு செய்யாமல், மாதாமாதம் ஒரு தொகை என்பது போல பலரும் பரஸ்பரநிதிகளில் முதலீடு செய்கிறார்கள். அப்படி ஒரே அளவான பணத்தைத் தொடர்ந்து முதலீட்டிற்காக பரஸ்பரநிதிகளில் போடுகிற வழிமுறைக்குப் பெயர், 'சிஸ்டமேட்டிக் இன்வெஸ்ட்மென்ட் பிளான்' அதை ஆங்கிலத்தில் சுருக்கமாக *SIP* என்றழைக்கிறார்கள். இந்த முறையில் மட்டும் பரஸ்பர நிதிகளுக்கு ஒரு மாதத்தில் வரும் தொகை சுமார் *8000* கோடி ரூபாய்கள்.

ஓப்பன் எண்டெட் மற்றும் குளோஸ் எண்டெட் வகைகள்

'மியூட்சுவல் ஃபண்டில் ரிஸ்க் இல்லை', 'எவ்வளவு வேண்டுமானாலும் முதலீடு செய்யலாம்'. 'கவனிக்கவே வேண்டாம்' ஆகிய மூன்று வாக்கியங்களையும் சிலர் உண்மை என்று நம்புகிறார்கள். மூன்றுமே தவறான நம்பிக்கை.

இக்விட்டி மற்றும் ஹைபிரிட் வகை பரஸ்பரநிதிகள் அவர்களிடம் வரும் பணத்தை பங்குகளில்தான் முதலீடு செய்கிறார்கள். பங்குகளில் எப்போதுமே ரிஸ்க் உண்டு. பிறகு, அதில் முதலீடு செய்யும் பரஸ்பரநிதி மட்டும் ரிஸ்க்கே இல்லாமல் இருக்க முடியும்? சாத்தியமில்லை. ஆனாலும் நேரடியாக பங்குகளில் முதலீடு செய்வதைக் காட்டிலும், பரஸ்பரநிதிகள் மூலம் பங்குகளில் முதலீடு செய்வது, ரிஸ்கைக் குறைக்கும், லாப வாய்ப்பை அதிகரிக்கும். எப்படி என்கிறீர்களா?

முதலாவது வேறுபாடு, பரஸ்பரநிதிகளை நிர்வாகம் செய்பவர்களின் திறன், அவர்களுக்குக் கிடைக்கும் தகவல்களின் தரம் மற்றும் அவர்கள் முதலீடுகளில் கடைபிடிக்கும் வழிமுறைகள். இவையெல்லாம் ஒருசில தனிபட்ட முதலீட்டாளர்களிடம் இருக்கலாமே தவிர, பெரும்பாலானவர்களிடம் இருக்காது.

இரண்டாவது அவர்கள் பலருடைய பெரும் தொகைகளை முதலீடு செய்யும் வாய்ப்பு பெற்றிருப்பதால், பல்வேறு பங்குகளில் முதலீட்டை பரவலாகப் போட்டு, ரிஸ்க்கை குறைத்துக்கொள்கிறார்கள். எந்த பரஸ்பரநிதியும் ஒரு நிறுவனப் பங்கில் அதன் மொத்த முதலீட்டுத் தொகையில் 10 சதவிகிதத்திற்கு அதிகமாக முதலீடு செய்யக்கூடாது.

ஒருவர் தனிப்பட்ட முதலீட்டாளர் செய்துபோல, பரஸ்பரநிதியின் ஃபண்டு மேனேஜர்கள் பங்குகள் வாங்கும்போது, நிதியின் மொத்த போர்ட்போலியோவில் ஒரு சமநிலையை உருவாக்குவார். இதை ‘அசெட் அலக்கேஷன்’ மற்றும் ‘பேலன்சிங்’ என்று சொல்வார்கள். இந்த நல்ல வாய்ப்பும் பரஸ்பர நிதிகளில் இருக்கிறது.

மேலும், பங்குகளில் இருப்பது போலவே பரஸ்பர நிதிகளிலும் பல்வேறு வகையான திட்டங்கள் இருக்கின்றன. ஒருவர் அவரது குறிக்கோள் மற்றும் காலத்துக்கு ஏற்ப, அவருக்கு உகந்த பரஸ்பர நிதித் திட்டங்களைத் தேர்வு செய்து முதலீடு செய்ய முடியும்

பரஸ்பர நிதிகளில் தொடர் முதலீடு என்பது சாத்தியம். செய்வதும் சுலபம். தொடர் தவணைகளாக எஸ்.ஐ.பி. மூலம் பணம் போடுவதென்றால் குறைந்தபட்சம் ஒரு தவணைக்கு 500 ரூபாய் கூட போதும். ‘லம்ப் சம்’ என்றால் 1000 ரூபாய் போதும்.

பங்குகளை ஷேர் கள் என்பது போல பரஸ்பரநிதியில், யூனிட் கள் என்பார்கள். தமிழில் ‘அலகு’ என்று சொல்லலாம். நிறுவனங்கள் பங்குகள் வெளியிடுவதை பப்ளிக் இஷ்யு என்றும் முதன் முதலில் வெளியிடுவதை IPO என்றும் சொல்வார்கள். அதுபோல ஃபண்ட் ஹவுஸ்கள் மியுட்ச்சுவல் ஃபண்ட் வெளியிடுவதி, நியு ஃபண்ட் ஆபர் என்பார்கள். சுருக்கமாக NFO.

பரஸ்பர நிதிகளை பல்வேறு அடிப்படைகளில் வகைப் படுத்தலாம். அதில் ஒன்று அந்த திட்டங்கள் எப்போது முடிவடையும் என்பது.

முதல் வகை ‘குளோசுடு எண்டட் பண்டு’கள். அவற்றின் யூனிட் களை NFOவின்போது மட்டுமே வாங்க முடியும். அதன்பின் நிறுவனம் புதிய யூனிட்கள் வழங்காது. அதன் நிதியத்தின் அளவை மாற்றிக்கொள்ளாது. அதேபோல எவரிடம் இருந்தும் யூனிட்களை அது திரும்பப் பெற்றுக்கொள்ளாது. விலைக்கு வாங்காது. அதன்

யூனிட்களை வைத்திருப்பவர்கள், பண்டு காலத்தின் இறுதிவரை காத்திருந்துதான் நிறுவனத்திடம் கொடுத்துப் பணம் பெறலாம். அல்லது சந்தையில் விற்றுக்கொள்ளலாம்.

சந்தை விலை பெரும்பாலும் அந்த பண்ட்டின் நிகர சொத்து மதிப்பான Net Asset Value-NAV யை ஒட்டியே இருக்கும்.

இரண்டாம் வகை ஃபண்டுகள், 'ஓப்பன் எண்டட் பண்டு'கள். இந்த பண்டுகளின் யூனிட்களை NFO க்குப் பின்பும், அவ்வவ்போது இருக்கிற சந்தை மதிப்பில் நிறுவனமே வாங்கிக்கொள்ளும், பணம் கொடுக்கும். அதேபோல, புதிதாகவோ, கூடுதலாகவோ அந்த பண்டின் யூனிட்கள் கேட்டால், நடப்பு விலையில் (Net Asset Value-NAV)விற்கும். அதனால் இந்த வகை பண்டுகளின் மொத்த அளவு தொடர்ந்து மாறிக்கொண்டே இருக்கும். இந்த வகை யூனிட் களை சந்தையில் விற்க முடியாது.

டைரெக்ட் மியூச்சுவல் ஃபண்ட்

பரஸ்பரநிதிகள், 'நியு ஃபண்ட் ஆபர்' ரான NFO தவிர மற்ற நேரங்களில் அவற்றின் நிகரசொத்து மதிப்பான NAV அடிப்படையில்தான் விற்கப்படும். வாங்குபவர்கள் அந்த விலையில்தான் வாங்க முடியும். ஆனால், ஒரு குறிப்பிட்ட திட்டத்தின் நிகர சொத்துமதிப்பு, அதை வாடிக்கையாளர் வாங்கும் முறையைப் பொருத்து ஒன்றிரெண்டு சதவிகிதங்கள் கூடுதல் குறைச்சலாக இருக்கும் என்பது பலருக்கும் தெரியாது. அது குறித்து வாசகர் ஒருவர் கேட்டிருக்கிறார். அதைப்பற்றி இன்று பார்த்துவிடலாம்.

பரஸ்பரநிதிகளை முகவர் மூலம் அல்லாமல் நேரடியாக வாங்குவதற்கு 'டைரெக்ட் மியூச்சுவல் ஃபண்ட்' என்று பெயர். மற்றவற்றுக்கு, 'ரெகுலர் மியூச்சுவல் ஃபண்ட்' என்று பெயர்.

டைரக்ட் மியூச்சுவல் ஃபண்டின் யூனிட்களின் விலை, ரெகுலர் ஃபண்டுகளின் விலையைக் காட்டிலும் குறைவாக இருக்கும். காரணம், அதில் முகவர் கமிஷன் இல்லை. ஒரே விதமான பரஸ்பரநிதி திட்டத்தை ரெகுலர் ஃபண்டில் வாங்குவதற்கும்,

டைரெக்ட் ஃபண்டில் வாங்குவதற்கும் இடையே வேறுபாடு உண்டு. லட்ச ரூபாய்க்கு வாங்கினால் ரெகுலரில் கிடைப்பதைக் காட்டிலும் டைரெக்ட்டில் கூடுதல் யூனிட்கள் கிடைக்கும். வாங்குபவருக்கு லாபம்.

உதாரணத்திற்கு HDFC Top 100 Fund ன் எக்ஸ்பென்ஸ் ரேஷியோ, டைரெக்ட் முறையில் வாங்கினால் 1.28%. அதையே ரெகுலர் என்ற இடைத்தரகர் மூலம் வாங்கினால் 1.78%. அரை சதவிகிதம் கூடுதல். இதனால் அதே பண்டின் NAV, இந்த இரண்டு முறைகளிலும் சற்று வித்தியாசப்படும். லட்ச ரூபாய்க்கு அந்த பண்டின் யூனிட்டுகள் வாங்கினால், 500 ரூபாய் வேறுபாடு. ரெகுலரில் 500 ரூபாய் குறைச்சல். அல்லது டைரெக்டில் 500 ரூபாய் கூடுதல். 10,000 ரூபாய்க்கு வாங்கினால் 50 ரூபாய் வித்தியாசம்.

அதென்ன ‘வாங்கும் முறை’ என்கிற சந்தேகம் சிலருக்கு வரலாம்.

பரஸ்பரநிதிகளை இரண்டு விதங்களில் வாங்கலாம். முதலாவது திட்டத்தை நடத்தும் அசெட் மேனேஜ்மெண்ட் கம்பெனி(AMC) யிடமிருந்து நேரடியாக வாங்குவது. இதை அந்த நிறுவனங்களின் போர்ட்டல்களில் ‘ஆன்லைன்’ல் வாங்கலாம். இதன் பெயர் டைரெக்ட் முறை. AMC களின் போர்ட்டல்கள் தவிர, MF Utility, Camsonline,KarvyKtrack போன்ற இணையதளங்களிலும் டைரெக்ட் திட்டங்களை நேரடியாக வாங்கலாம். இவற்றில் எல்லாம் முழுவதும் இலவசம். எந்தக் கட்டணமும் இல்லை. இவற்றில் வாங்கும்போது எக்ஸ்பென்ஸ் ரேஷியோ குறைவு.

இப்படியாக 15 க்கும் மேற்பட்ட பிளாட்பாரம்கள் இருக்கின்றன. சிலவற்றில் ஓரளவு கட்டணம் உண்டு.

இரண்டாவது வழி, AMCகளில் இருந்து வாங்கித் தரும் இடைத் தரகர் மூலம் வாங்குவது. இவற்றை ஆன்லைன் மூலமோ, ஆப் லைன் மூலமோ வாங்கலாம். இதன் பெயர் ரெகுலர் முறை.

இடைத்தரகர்களாக பங்குத் தரகர்கள், நிதி ஆலோசனை நிறுவனங்கள், தனி நபர்கள்- பைனான்சியல் அட்வைசர்கள். ஐஐசிஐ டைரெக்ட், பஜாஜ் பைனான்ஸ் போன்ற நிதி நிறுவனங்கள் இயங்குகின்றன.

ரெகுலருக்கும் டைரெக்டுக்கும் இடையே இருக்கும் வேறுபாடு, ஈக்விட்டி ஃபண்டுகளில் இருக்கும் அளவு செலவு தொகை, எக்ஸ்பென்ஸ் ரேஷியோ, டெட் ஃபண்டுகளில் இருக்காது. காரணம், டெட் ஃபண்டுகளில் டைரெக்ட் முறையிலேயே 'எக்ஸ்பென்ஸ் ரேஷியோ' குறைவுதான்.

எக்ஸ்பென்ஸ் ரேஷியோ வா? அதென்ன! என்று சிலர் கேட்கலாம்.

அசெட் மேனேஜ்மெண்ட் கம்பெனிகள் (AMC) அவை நடத்தும் ஒவ்வொரு திட்டத்திற்கும், பல்வேறு நிர்வாக செலவுகள், ஃபண்ட் மேனேஜர் போன்றோரின் சம்பளம், போனஸ் மற்றும் பரஸ்பரநிதியை வினியோகிக்க (விற்க) ஆகும் கமிஷன் என்று பல செலவுகள் செய்யவேண்டும்.

பரஸ்பரநிதி எந்த வகையைச் சேர்ந்தது- ஈக்விட்டியா, டெட் ஆ? இன்கம் ஆ, குரோத் ஆ? நிதியின் தொகை எவ்வளவு? போன்ற பலவற்றின் அடைப்படையில் அந்தச் செலவு தொகை நிதிக்கு நிதி மாறுபடும். நிர்வாகம் செய்யும் திறமை மற்றும் நேர்மை ஆகியவற்றாலும் அது கூடலாம் அல்லது குறையலாம்.

பரஸ்பரநிதி என்பது பலரிடம் பணம் பெற்று, முதலீடு செய்து லாபம் பார்த்து, பிரித்துக் கொடுப்பது. இந்தச் செலவுகள் போக மீதம் இருப்பதுதான் லாபம். பரஸ்பர நிதியின் யூனிட்களின் NAV எனப்படும் நிகர சொத்து மதிப்பு ஒரு சிறிய அளவில் இந்த செலவாலும் பாதிக்கப்படும்.

பல்வேறு AMC களும் வெவ்வேறு அளவுகளில் செய்து கணக்கெழுத, முதலீட்டாளர்கள் பணத்தைச் செலவு செய்யக்கூடாது என்ற நோக்கத்தில், கண்காணிப்பு ஆணையம், செபி இதற்கு அளவுகள் வைத்திருக்கிறது.

அந்த அளவு, ஒரு திட்டம், அது நிர்வகிக்கும் மொத்தப் பணத்தில் எத்தனை சதவிகிதம் வரை மட்டும் செலவு செய்யலாம் என்பதுதான். இதை, 'டோட்டல் எக்ஸ்பென்ஸ் ரேஷியோ' (TER) என்பார்கள்.

இந்த TER அளவை கடந்த செப்டெம்பர் 2018ல் செபி குறைத்திருக்கிறது. என்ன வகை திட்டங்களுக்கு, எவ்வளவு மொத்த நிதி (AUM)

இருந்தால் எத்தனை சதவிகிதம்வரை மட்டுமே இருக்கவேண்டும் என்று நிர்ணயம் செய்திருக்கிறது.

அதன்படி, மிகக் குறைந்தபட்சமாக 0.8 சதவிகிதத்தில் இருந்து மிக அதிகபட்சமாக 2.25 சதவிகிதம்தான் இருக்கலாம். எந்த வகை திட்டங்களுக்கு எவ்வளவு சதவிகிதம் என்பது கீழே இருக்கும் அட்டவணையில் கொடுக்கப்பட்டிருக்கிறது.

Total Expense Ratio:

AUM (Rs crore)	TER for equity-oriented schemes (%)	TER for other schemes (excl. Index, ETFs and Fund of Funds)
0 - 500	2.25	2.00
500 - 750	2.00	1.75
750 - 2,000	1.75	1.50
2,000 - 5,000	1.60	1.35
5,000 – 10,000	1.50	1.25
10,000 – 50,000	TER reduction of 0.05% for every increase of 5,000 crore AUM or part thereof	TER reduction of 0.05% for every increase of 5,000 crore AUM or part thereof
> 50,000	1.05	0.80

இவை தவிர முதல் 30 பெரிய நகரங்களுக்கு வெளியில் சிறு முதலீட்டாளர்களுக்கு (ஒரு வர்த்தகத்தில் 2 லட்சம் ரூபாய்க்குள்) விற்பனை செய்யப்படும் பரஸ்பரநிதிகளுக்கு 30 பேசிஸ் பாயிண்ட்ஸ் (0.3%) கூடுதலாகச் செலவு செய்யலாம்.

இப்படி செபி குறைத்ததும், பல்வேறு அசெட் மேனேஜ்மென்ட் கம்பெனிகளும், அவை அதுவரை முகவர்கள், டிஸ்டிரிபியூட்டர்களுக்கு கொடுத்துவந்த கமிஷனைக் குறைத்துவிட்டன. தவிர, நேரடியாக அவர்கள் வலைதளங்கள் மூலம் வாங்குபவர்களுக்குக் கட்டணம்

இல்லை என்றும் சொல்லிவிட்டன. இதன்மூலம் AMC அதன் மற்ற செலவுகளைக் குறைக்க வேண்டியதில்லை.

நம் நாட்டில் தற்போதைய நிலவரப்படி லட்சத்து 24 ஆயிரம் பரஸ்பரநிதி டிஸ்ட்ரிபியூட்டர்கள் இருக்கிறார்கள். இவர்களில் சிலர், 'இன்டிபென்டென்ட் பைனான்சியல் அட்வைசர்'கள். சில நிறுவனங்கள் டிஸ்டிரிபியூஷன் வேலையைச் செய்கின்றன. அவர்களுக்கு 'கார்பரேட் ஏஜென்ட்'கள் என்று பெயர். அவை விற்பனையாளர்களை வேலைக்கு அமர்த்தி விற்பனை செய்யும்.

ஒருவிதமான திட்டத்தை விற்பனை செய்ய, எல்லா AMCகளும் ஒரே போல கமிஷன் கொடுப்பதில்லை. சில நிறுவனங்கள் கூடுதலாகவும், வேறு சில குறைவாகவும் கொடுக்கின்றன. இதனால் முகவர்கள், அதிக கமிஷன் கிடைக்கும் பரஸ்பரநிதிகளைப் பரிந்துரை செய்யும் ஆபத்து, ரெகுலரில் இருக்கிறது.

அதே சமயம், சிறிய விலை வேறுபாட்டிற்காக டைரெக்ட் முறைக்குப் போகிறவர்களுக்கு முகவர்கள் மூலம் கிடைக்கிற 'சர்விஸ்' கிடைக்காது. 'சர்விஸ்' சில் 'நோ யுவர் கஸ்டமர்'-க்கான (KYC) வேலைகளும் அடங்கும்.

வீடு வாங்கினால், வாடகைக்குப் பிடித்தால் புரோக்கர் கமிஷன் கொடுப்பது போன்றதுதான் ரெகுலர் முறையில் வாங்கும்போது கொடுக்கும் கூடுதல் விலையும். அதற்குண்டான பலன்கள் இருக்கவே செய்யும். டைரெக்ட்டில் வாங்கும்போது, எது சிறந்தது என்பதை வாங்குபவரே தேர்வு செய்யவேண்டும். அது சுலபமல்ல என்று நினைப்பவர்களும் உண்டு.

பரஸ்பரநிதிகள் குறித்து நன்கு அறிந்தவர்கள் டைரெக்ட் க்குப் போகலாம். அதிக பரிச்சயம் இல்லாதவர்கள், அதிக நேரம் செலவழிக்க முடியாதவர்கள், தெளிவு கிடைக்கும்வரையிலாவது முகவர்கள் மூலம் போகலாம்.

பங்கா? பரஸ்பர நிதியா?

"எனது முதலீடுகளை நான் 14 ஆண்டுகளுக்கு விட்டு வைக்க முடியும். அவற்றைப் பங்குகளில் முதலீடு செய்யவா, பரஸ்பர

நிதிகளில் முதலீடு செய்யவா? நான் 'மாடரேட் ரிஸ்க்' எடுக்கத் தயார்'' என்று ஒருவர் என்னிடம் கேட்டார்.

முதலீட்டு காலம் குறித்து தெளிவாக இருப்பதற்காக அவரைப் பாராட்டலாம். இதே சந்தேகம் இன்னும் பலருக்கும் இருக்கலாம்.

பலரும் அவர்கள் செய்யும் முதலீடு எவ்வளவு காலத்துக்கானது என்பதில் தெளிவாக இருப்பதில்லை. அப்படியில்லாததால் அவர்களால் சரியான பங்குகளில் முதலீடு செய்ய முடிவதில்லை. நீண்டகாலம் விட்டு வைக்க முடியாத பணத்தை எடுத்து வந்து ஏதாவது ஒரு பங்கில் முதலீடு செய்துவிட்டு, பின்பு அவசரத் தேவைக்கு எடுக்கப்போனால், சந்தை மொத்தமுமோ அல்லது அந்தக் குறிப்பிட்ட பங்கின் விலையோ தற்காலிகமாகக் குறைந்திருக்கலாம். ஆனாலும், அவர்கள் விற்றாகவேண்டும். பணம் தேவைப்படுகிறதே! வேறு என்ன செய்ய? நட்டம்தான் வரும்.

பங்குகள் மற்றும் பங்குகள் தொடர்பான பரஸ்பர நிதிகளில் முதலீடு செய்து லாபம் பார்க்கவேண்டுமென்றால் அதற்கு நிச்சயம் நீண்ட கால அணுமுறை மட்டுமே சரிவரும். குறுகிய காலத்தில் எப்போதாவது பணம் பண்ண முடியுமே தவிர, எப்போதும், நிச்சயமாக பணம் பண்ண முடியாது. ஏன் தெரியுமா?

ஒரு பங்கு நல்ல டிவிடெண்ட் தர வேண்டுமானால், அதில் முதலீடு செய்த பணம் பெருகவேண்டுமானால, அந்தப் பங்கின் விலை உயர வேண்டும்.

பங்கு விலை உயர்வதற்கு ஒன்றல்ல, பல விஷயங்கள் சரியாக இருக்க வேண்டும். முதலாவது அந்நிறுவனம் வியாபாரத்தில் லாபம் செய்ய வேண்டும். அதற்கு, இந்நிறுவனத்தின் நிர்வாக திறன், தொழிலாளர்களுடனான நல்லுறவு, போதுமான அளவு இடுபொருள்கள் கிடைப்பது, உற்பத்தி செய்யத் தேவையான மின்சாரம் போன்றவை கிடைப்பது, உற்பத்தியான பொருட்களை விற்பனை செய்யக்கூடிய திறன்மிக்க மார்கெட்டிங் & சேல்ஸ் குழுக்கள், பொருட்கள் போன்றவை நிறுவனத்திற்குக் கிடைக்கவேண்டும் அல்லது தொடரவேண்டும்.

தவிர, நிறுவனத்தின் வியாபாரத்திற்குத் தேவைப்படும் பணம்

என்ற முதலீடு போதுமான அளவில் கிடைக்க வேண்டும். அடுத்து, அந்நிறுவனத்தின் வியாபாரத்திற்குப் புதிய போட்டியாளர்கள் வந்துவிடக்கூடாது. அப்படி எவரும் வந்து விட்டாலும், நிறுவனத்தால் அதைச் சமாளிக்க முடிய வேண்டும்.

மேலும், அரசுகள் புதிய வரிகள் விதிக்காமல் அல்லது இருக்கும் வரிகளை மாற்றங்கள் செய்யாமல் இருக்கவேண்டும். நிறுவனம் உற்பத்தி செய்யும் பொருட்களுக்குச் சந்தையில் தொடர்ந்து தேவை இருக்கவேண்டும். மாற்றுப் பொருள் வந்துவிடக்கூடாது.

இவையெல்லாம் போக, நாட்டின் ஒட்டுமொத்தப் பொருளாதார நிலை, வியாபாரம் செய்வதற்கு சாதகமாக இருக்க வேண்டும். மேலும் இயற்கைச் சிற்றங்கள் அழிவுதரும் தாக்குதல்கள் ஆகியவை ஏற்படக்கூடாது.

குறைந்தபட்சம் இவையெல்லாம் சரியாக இருந்தால்தான் ஒரு நிறுவனத்தால் லாபம் செய்ய முடியும். இவற்றில் ஏதாவது ஒன்று சரி இல்லாவிட்டாலும், அந்த நேரம் நிறுவனத்தின் வியாபாரமும் லாபமும் பாதிக்கப்படும். அதனால் பங்கு விலை குறையும்.

அதனால்தான் பங்குகளில் முதலீடு என்றால் குறுகிய காலத்தில் உத்தரவாதம் இல்லை என்பது. இவை எல்லாவற்றையுமே நல்ல நிறுவனங்களால் சமாளித்துவிட முடியும் சமாளிக்க முடியும். ஆனால் உடனடியாக அல்ல. அதனால்தான் பங்குகளுக்கு நீண்டகாலம் தேவைப்படுகிறது.

ஆக, ஐந்து, பத்து, 15 ஆண்டுகள் போல நீண்டகால முதலீடு என்றால், பங்குகளில் முதலீடு தவறல்ல. செய்யலாம். ஆனால்... ஓர் எச்சரிக்கை.

பங்குகளை வாங்கி வைத்துவிட்டு, 14 ஆண்டுகள் அது தொடர்பாக எதையும் கவனிக்காமல் தன் வேலையைப் பார்க்கலாம் என்று இருக்க முடியாது. 14 ஆண்டுகள் என்ற நீண்டகாலத்தில் சில நிறுவனங்கள் காணாமல் கூட போக முடியும். ஒரு காலத்தில் கொடிகட்டிப் பறந்த HDIL, சுஸ்லான், யூனிடெக், JP அசோசியேட்ஸ் போன்ற பல நிறுவனப் பங்குகள் பின்பு ஒன்றும் இல்லாமல் போய்விட்டன. எனவே, நல்ல நிறுவனமாக இருந்தாலும், அவற்றைத் தொடர்ந்து

கண்காணித்து அவ்வப்போது சரியான முடிவுகள் எடுக்க வேண்டியது அவசியம்.

TCS, HDFC Ltd, HDFC Bank, டைட்டான் SBI போன்ற சில நிறுவனங்கள் பல ஆண்டுகளாகத் தொடர்ந்து சிறப்பாகச் செயல்பட்டு வருகின்றன. ஆனாலும் அவற்றைப் போலவே பல ஆண்டுகள் சிறப்பாகச் செயல்பட்டுவந்த, சன் பார்மா, இன்போசிஸ் போன்ற நிறுவனங்களில் ஏற்பட்டுள்ள எதிர்பாராத சிக்கல்கள் போல எந்த நிறுவனத்திற்கும் சிக்கல்கள் வரலாம்.

பரஸ்பரநிதிகளும் பங்குச் சந்தையில்தான் முதலீடு செய்கின்றன. எனவே அந்த ரிஸ்க் பரஸ்பரநிதிகளிலும் உண்டு. ஆனால், இரண்டுக்கும் இடையே உள்ள வேறுபாடு, பங்குகளில் நேரடியாக முதலீடு செய்தால், முதலீட்டாளரே கவனித்து முடிவுகள் எடுக்கவேண்டும். பரஸ்பரநிதிகளில் தேர்ந்த ஃபண்ட் மேனேஜர்கள் நிதியை நிர்வாகம் செய்வார்கள்.

கடன் வாங்கி வீடா? பரஸ்பரநிதியா?

இந்தியாவில் பெரிய நகரங்களில் ஒன்றான அந்த நகரத்தில் இருக்கும் ஒரு பெரிய வசிப்பிடத்தில் லட்சக்கணக்கானவர்கள் குடியிருக்கிறார்கள். அங்கேயே குடியிருப்பு வசதிகள் குறைவு. வீடுகளும் வலுவற்ற பொருட்களால் தற்காலிகத் தேவைக்காகக் கட்டப்பட்டதுபோல் இருக்கும் என்பார்கள்.

ஆனால், அந்தக் குச்சு வீடுகளுக்குள், வீட்டின் அமைப்பிற்கும் வசதிக்கும் தொடர்பில்லாத விதங்களில், விலை உயர்ந்த தொலைக்காட்சிப் பெட்டிகள், குளிர்சாதனப் பெட்டிகள் மற்றும் வீட்டிற்கு வெளியே விலை உயர்ந்த இருசக்கர வாகனங்கள் இருக்கும் என்றும் சொல்லக் கேள்விப்பட்டிருக்கிறேன்.

அந்த நகரத்தில் மட்டும் அல்ல. இன்னும் பல நகரங்களிலும், ஊர்களிலும் கூட, பலரும் வாழும் வாழ்க்கை அப்படி இருக்கிறது.

வீடு என்றால், வரவேற்பறையில் இருக்கும் சோபா, ஜன்னல் திரைச்சீலைகளை, சுவரில் தொங்கும் விலையுயர்ந்த பொருட்கள்

அல்ல. வெளித்தெரியாத, மண்ணுக்குள் இருக்கும் வலுவான அடித்தளம்; அதற்குமேல் இரும்பும் சிமெண்டும் கலந்து உறுதியுடன் நிறுத்தப்பட்டிருக்கும் தூண்கள்; அவற்றுக்கிடையே அடுக்கப்பட்டு, சிமெண்டால் இணைக்கப்பட்டிருக்கும் சுட்ட செங்கற்கள். அவற்றுக்கெல்லாம் மேலே, நல்ல, ஒழுகாத கான்கிரீட் விதானம்; பாதுகாப்பான கதவுகள்; வீட்டிற்குள்ளே திறந்தால், தண்ணீர் வருகிற குழாய்கள்; தள்ளிவிட்டால், தரைவழி கீழே இறங்கி, வீட்டுக்கு வெளியே ஓடிவிடும் கழிவுநீர் டிரைனேஜ் சிஸ்டம். இவைதானே முக்கியம்!

மேல்பூச்சு, வர்ணம், பெயிண்ட், ஏசி, டிவி, குளிர்சாதனப்பெட்டி, சோபா, டைனிங் டேபிள் போன்றவற்றை இயலும்போது, பின்னால், ஒவ்வொன்றாகச் சேர்த்துக்கொள்ளலாம். சிலகாலம் அவையெல்லாம் இல்லாமலும் வாழ முடியும்.

உடலில் வலு இருக்கிற நேரம், உலகில் வாய்ப்பு கிடைக்கிற காலம், சம்பாதிக்கும் பணத்தை மனக்கட்டுப்பாட்டுடன் சில தேவைகளைத் தள்ளிவைத்து, தவிர்த்து, செலவைக் குறைத்து, கவனமாய் சேர்க்கவேண்டும். இந்தத் தேவை எல்லா காலகட்டங்களிலும் ஒன்றுதான். 'இப்போது காலம் மாறிவிட்டது. இது செலவு செய்யும் பொருளாதாரம். சேர்ப்பது தேவையில்லை' என்று சிலர் நினைக்கிறார்கள்.

இதை நான், இதம்தரும் அறிவுறை எனும் பொருளில் 'அக்செப்டபிள் அட்வைஸ்' என்பேன். "இதற்கு மருந்து தேவையில்லை" என்கிற மருத்துவர் சொல்வது நமக்கு ஏற்புடையதாக இருக்கும். "என்ன வேண்டுமானாலும் சாப்பிடுங்கள்" என்று சொல்லும் டயட்டீஷியனை நமக்குப் பிடிக்கும். "சொந்த வீடு வேஸ்ட்" என்று சொல்லப்படும் அறிவுரை இனிக்கும். காரணம், நம் உள்மனம் விரும்பும் அணுகுமுறைகள் இவை.

உள் மனதிற்கு நம்மால் இவற்றையெல்லாம் செய்ய முடியாது என்று நன்றாகவே தெரியும். அந்த நிலையில் அந்த மனநிலைக்கு ஒத்து வருவது போல வெளியிலிருந்து வரும் அறிவுரை இருந்துவிட்டால், நிச்சயம் அது ஏற்புடையதாக தானே இருக்கும். ஆனால், அது நமக்கு நன்மை பயப்பதாக இருக்க வேண்டிய அவசியமில்லை.

எல்லாம் தனியார்மயம் என்ற இலக்கை நோக்கி ஓடும் பொருளாதாரம்; 'என் பணம் எனக்கே போதவில்லை' என்கிற மனநிலைக்கு மாறும் பிள்ளைகள்; வேகமான நகரமயமாதல் மற்றும் சூழும் சுற்றுப்புற சூழல் கேடு; எநத்த்திறனையும் விரைந்து பயனற்றதாக்கும் புதிய புதிய தொழிநுட்பங்கள்; தனி மனித திறன்களுக்கு மதிப்புகுறைந்துகொண்டே வரும் அவலம்; புதியன வந்துகொண்டே இருப்பதால் எதிலும் ஒரு நிலையற்ற தன்மை; பணி ஓய்வு வரை ஒரே வேலை; நிரந்தரமான வேலை போன்றவை பழைய 500 மற்றும் 1000 ரூபாய்த் தாள்களைப் போல மதிப்பு நீக்கம் செய்யப்பட்டுவிட்ட நிலை.

இப்படிப்பட்ட காலகட்டத்தில், பணமாக எவ்வளவு சேர்த்து வைத்திருந்தாலும், தனக்கென்று, தன்னை வெளியே போ என்று எவரும் சொல்ல முடியாத அளவு உரிமை கொண்டாடக் கூடிய ஒரு சிறிய வீடு அல்லது பிளாட் என்பது எல்லோருக்கும் அவசியம்.

"கடன் வாங்கி சொந்த வீடு வாங்கும் போது அடுத்த 20 ஆண்டுகளுக்கு நீ கட்டும் வட்டித் தொகை எவ்வளவு தெரியுமா?" என்று கணக்கிட்டு காட்டி, வாதங்கள் செய்கிறார்கள். அது சரியல்ல.

சேமித்து வைத்திருக்கும் 10 லட்ச ரூபாய் பணத்தில் 60 லட்ச ரூபாய்க்கு பிளாட் வாங்க முடிவதற்குக் காரணம், அந்தக் கடன்தான். அதற்கு வட்டி உண்டுதான். ஆனால், அந்தக் கடனைக் கட்டி முடிக்க காலம்வரை மட்டுமல்ல அதன்பின்பும் எவ்வளவு காலம் வேண்டுமானாலும் அந்த வீட்டில் குடியிருக்கலாமே. அல்லது வாடகை வருமானம் வரும்.

மேலும் வெறும் பத்து லட்ச ரூபாய் வைத்துக்கொண்டு வாங்கிய வீட்டின் மதிப்பு, இருபது ஆண்டுகளுக்குப் பிறகு எத்தனை கோடி? இவற்றையும் கணக்குப் போட வேண்டும் அல்லவா! 'இப்படி ஒரு வீடு. அதற்கு ஒரு கடன்' என்று தன்னைத்தானே நிர்ப்பந்தப்படுத்திக் கொள்வதால் வாயைக்கட்டி வயிற்றைக்கட்டி ஒருவர், நிச்சயம் பல ஆண்டுகளுக்குச் சேமிக்கிறாரே. வீடு வாங்காத ஒருவர், அதே தீவிரத்துடன் சேமிப்பாரா?

'கடன் வாங்கி வீடு வாங்குவதற்குப் பதிலாக, அந்த மாதாந்திர

தவணைத் தொகையை அப்படியே பரஸ்பரநிதியில் போட்டு விடலாம்' என்கிற அறிவுரைகளும் சொல்லப்படுகின்றன. பிளாட் என்பது குடியிருக்க உதவுகிற, கண்முன் நிற்கிற, நம் கட்டுப்பாட்டில் இருக்கிற ஒரு பௌதிகப் பொருள். ஆனால், பரஸ்பரநிதி என்பது மட்டுமே ஒருவருடைய சேமிப்பு என்பதில் ரிஸ்க் இருக்கத்தானே செய்கிறது.

நீண்ட காலத்தில் பரஸ்பரநிதிகள், 12, 14 சதவிகித வருமானம் ஈட்டித் தருகின்றன என்று கணக்குகள் காட்டப்பட்டாலும், இடையில் பெரிய பொருளாதார வீழ்ச்சிகள், தீவிரவாதத் தாக்குதல்கள், இயற்கைப் பேரழிவுகள் போன்றவற்றால் பங்குச்சந்தை பாதிக்கப்படுகிறபோது, பரஸ்பரநிதிகள் பாதிக்கப்படும்தானே.

வீட்டில் போட்ட ஆரம்ப காலச் சேமிப்பு பாதுகாப்பாக இருக்கும். அதைச் சிறு பகுதிகளாக விற்று பணம் பார்க்க இயலாது. அதே அளவு பணத்தை பரஸ்பரநிதிகளில் முதலீடு செய்து வரும் ஒருவருக்கு அவசரத் தேவைகள் வருகிறபோது, அவர் அந்தப் பரஸ்பரநிதியை பணமாக மாற்ற வாய்ப்பிருந்தால் மாற்றாமல் விடுவாரா? எனவே எளிதில் விற்க இயலாத வீடு என்பதும், ஒரு சொடக்கில் விற்கக்கூடிய பரஸ்பரநிதியும் ஒன்றல்ல.

மேலும், சொந்த வீடு வாங்காமல், இருக்கிற பணத்தை தானே நிர்வாகம் செய்கிறேன், முதலீடு செய்கிறேன் என்று களத்தில் இறங்கிவிடும் ஒருவர், தொடர்ந்து வாடகை வீட்டிலேயே குடியிருக்க வேண்டும். அந்த இருபது வருட காலத்தில் அவர் எத்தனை வாடகை வீடுகளுக்கு மாற வேண்டி இருக்கும்! எப்படிப்பட்ட சிரமங்களைச் சந்திக்க வேண்டியிருக்கும்! வாடகை உயராமல் இருக்குமா? அதே வேகத்தில் அவருடைய ஊதியம் உயருமா? தவிர, ஒருவருடைய வேலைக்கு உத்தரவாதம் உண்டா.

என் அனுபவத்தில், ஒவ்வொருவருக்கும் சொந்த ஊரிலோ அல்லது வேலை செய்யும் இடத்திலோ அவரவருக்கென ஒரு சிறு பிளாட்டாவது குடியிருப்பதற்கு மிகவும் அவசியம். 'முதலீட்டிற்காக இரண்டாவது வீடு' என்பதில் எனக்கும் சம்மதம் இல்லை. ஆனால், ஒருவருக்கு, ஒரு குடும்பத்திற்கு ஒரு சொந்த வீடு என்பது மிகப்

பெரிய சமூகப் பாதுகாப்பு. அது Secured feeling கொடுக்கும் என்பது தவிர, வயதான காலத்தில் அவசியமான ஒன்று.

தெரிந்துகொள்ளவேண்டிய சில தகவல்கள்

"ரிலையன்ஸ் மியூச்சுவல் ஃபண்டில் நான் யூனிட்ஸ் வாங்கியிருக்கிறேன். இப்போது அந்த மியூச்சுவல் ஃபண்ட் பற்றிச் சில செய்திகள் வருகின்றனவே. நான் என்ன செய்யவேண்டும். அவற்றை ரெடீம் செய்துவிட்டு, போட்ட பணத்தை எடுத்துவிடவேண்டுமா?" என்று 2020ம் ஆண்டு சிலர் கேட்டார்கள்.

ரிலையன்ஸ் மியூட்சுவல் ஃபண்ட், செய்திகளில் அடிபட்டது உண்மை. அந்தப் பரஸ்பர நிதி நிறுவனம் பங்குச்சந்தையில் பட்டியல் இடப்பட்டிருக்கும் ஒரு நிறுவனம். அதன் பெயர், ரிலையன்ஸ் நிப்பான் அசெட் மேனேஜ்மென்ட் கம்பெனி.

இந்த நிறுவனத்தின் மொத்த பங்குகளில் பெரும் பகுதியை வைத்திருந்தது, அனில் அம்பானியின் ரிலையன்ஸ் கேப்பிடல் நிறுவனம். அவற்றை எல்லாம் குறிப்பிட்ட தொகையைக் கொடுத்து, நிப்பான் லைப் இன்சூரன்ஸ் நிறுவனம் வாங்கிவிட்டது.

இந்த விற்பனைக்குப் பின், ரிலையன்ஸ் நிப்பான் அசெட் மேனேஜ்மென்ட் நிறுவனத்தின் பெரும்பான்மை பங்குதாரர், ஜப்பானைச் சேர்ந்த நிப்பான் லைப் இன்சூரன்ஸ். அது 75% பங்குகள் வைத்திருக்கிறது. மீதம், ஏனைய முதலீட்டாளர்கள் வசம். ரிலையன்ஸ் கேப்பிடல் வசம் அந்நிறுவனத்தின் பங்குகள் ஏதும் இல்லை.

இதன் காரணமாக, ரிலையன்ஸ் மியூச்சுவல் ஃபண்டின் முதலாளி மாறிவிட்டார். அதனால் ரிலையன்ஸ் பெயர் நீக்கப்பட்டுவிட்டது. புதிய பெயர், நிப்பான் இண்டியா மியூச்சுவல் ஃபண்ட். சுருக்கமாக NIMF.

இந்தப் பரஸ்பர நிதி குழுமத்தின் கீழ், அப்போது 35 ஈக்விட்டி, 2 கோல்ட், 6 ஹைபிரிட் மற்றும் 17 டெட் (Debt) திட்டங்கள் இயங்கிக்கொண்டிருந்தன.

மாற்றம் பெயரிலும் நிறுவனத்தின் முதலாளியிலும்தான். மற்றபடி நிறுவனத்தின் நிர்வாகிகளும் தலைமைச் செயல் அதிகாரியும் அதே நபர்கள்தான். குறைந்தபட்சம் இப்போதைக்கு மாற்றங்கள் இல்லை, 'அவர்களே நீடிப்பார்கள், நிர்வகிப்பார்கள்' என்று நிப்பான் நிறுவனம் அறிவித்திருக்கிறது.

அதேபோல, (ரிலையன்ஸ்) ஃபண்டுகளின், ஃபண்ட் மேனேஜர்கள் மற்றும் அவற்றின் போர்ட்போலியோக்களிலும் ரிலையன்ஸ் கேபிடல் வெளியேறியதால் மாற்றங்கள் வரவில்லை.

ஆகவே இந்த ஒரு மாற்றம் காரணமாக, அந்தப் பரஸ்பர நிதிகளில் முதலீடு செய்திருப்போர் உடனடியாக அச்சப்படவேண்டியதில்லை. மற்ற வழக்கமான காரணங்களுக்காகத் தேவைப்பட்டால் யூனிட்டுகளை விற்கலாம். பின்னால் நிலைமையைப் பார்த்து முடிவெடுக்கலாம்.

இந்த இடத்தில், இந்தச் செய்தியை வைத்து மூன்று விஷயங்களை விளக்கலாம்.

முதலாவது, இதேபோல எந்தப் பரஸ்பர நிதி நிறுவனமும் கை மாறலாம்.

இரண்டாவது, ஏற்கனவே பார்த்த நல்ல மேனேஜ்மென்ட் மற்றும் அதன் 'குட் கவர்னென்ஸ்' குறித்து. இந்த அம்சம் பரஸ்பர நிதிகளுக்கும் பொருந்தும். இப்போது ரிலையன்ஸ் பரஸ்பர நிதிகளின் நிர்வாகத்தில் ஏற்பட்டிருக்கும் மாற்றம் நல்லதற்கே என்று சொல்வோர் உண்டு.

'இல்லை. நல்ல நிர்வாகமாக இருந்தாலும் இதுவரை *Goldman Sachs, Fidelity, JP Morgan, Morgan Stanley, ING, Deutsche, Merrill Lynch, BlackRock*...போன்ற பல்வேறு வெளிநாட்டு நிறுவனங்கள் இந்தியாவில் பரஸ்பர நிதித் துறையில் பெரிதாக லாபம் ஈட்ட முடியாமல் வெளியேறியிருக்கிறார்கள். நிப்பானும் அப்படிப்பட்ட வெளிநாட்டு நிறுவனம்தானே!' என்றவர்களும் உண்டு.

மூன்றாவது, இந்த மாற்றத்தால் அதன் பரஸ்பர நிதிகளில் ஏற்படவிருக்கும் மாற்றங்களைக் காட்டிலும், அவற்றின் தாய் நிறுவனமான, ரிலையன்ஸ் நிப்பான் அசெட் மேனேஜ்மென்ட்

கம்பெனியின் பங்கு விலைகளில் முன்னேற்றம் வரலாம் என்கிற கணிப்பு குறித்து. காரணம், 'முதலாளி மாற்றம்', பரஸ்பர நிதிகளில் நல்ல தாக்கத்தைக் கொடுக்கக்கூடியதைக் காட்டிலும், அதன் அசெட் மேனேஜ்மென்ட் கம்பெனியின் லாபத்தில் தாக்கம் கொடுக்கலாம் என்கிற கருத்து.

7. சிஸ்டமேட்டிக் இன்வெஸ்ட்மென்ட் பிளான் – SIP

2019, செப்டம்பர் மாதம் 20,21,22 என்று மூன்று நாட்களுக்குப் பங்குச்சந்தைகளில் வெடிச்சத்தம். நிதியமைச்சர் நிர்மலா சீதாராமனின் அதிரடி அறிவிப்புகள் எல்லாம் தீபாவளி (வரி) தள்ளுபடிகள். கொண்டாடித் தீர்த்துவிட்டார்கள்.

‘இனி அவ்வளவுதான் என்று ‘ஷார்ட்’ போயிருந்தவர்கள் எல்லாம் மாட்டிக்கொண்டார்கள். Caught Unaware.

செப்டம்பர் 20, திங்கட்கிழமை, காலை சாவதானமாக 36,207 புள்ளிகளில் தொடங்கிய மும்பை பங்குச்சந்தை குறியீட்டு எண் சென்செக்ஸ், **அன்று 10 மணிக்குமேல் வந்த கார்ப்பரேட் வரி அதிரடி குறைப்பு போன்ற இன்ப அதிர்ச்சி அறிவிப்புகளால்,** அங்கிருந்து அப்படியே 'ஜிவ்' என்று ராக்கெட் போல உயர்ந்து, 2000 புள்ளிகள் மேலேறி 38,000 புள்ளிகளைத் தொட்டு, அடுத்த நாளும் 1075 புள்ளிகள் உயர்ந்து, 39,000-ஐத் தாண்டி, கொடிகட்டி நின்றது.

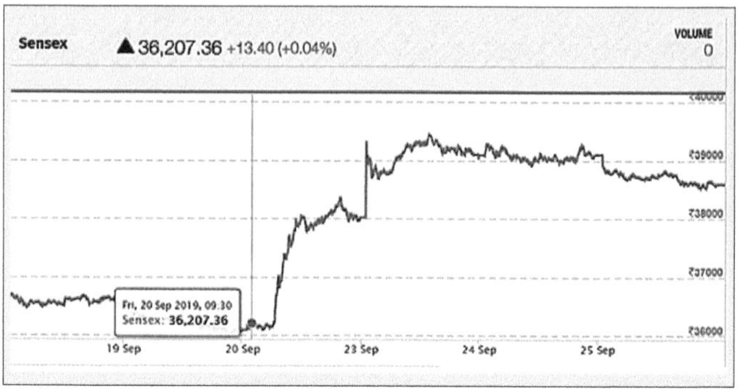

Sensex

அடுத்தநாள் செவ்வாயன்று சென்செக்ஸ் அந்த உச்சத்தில் தயங்கித் தயங்கி நின்றுவிட்டு, அதற்கு அடுத்த நாளான புதனன்று, 500 புள்ளிகள் வீழ்ந்து 38,593 புள்ளிகளில் முடிந்தது.

நிதியமைச்சரின் இந்தக் குறிப்பிட்ட அறிவிப்பால் முதலீட்டாளர்களுக்குச் சந்தை மதிப்பில் பத்தரை லட்சம் கோடி ரூபாய் உயர்வு என்றது ஒரு கணக்கு.

இந்தத் தகவல்களை வைத்து இரண்டு மூன்று விஷயங்களைப் பார்த்துவிடலாம்.

முதலாவது, பங்குச்சந்தையில் மட்டுமே இப்படி எல்லாம் ஒரே நாளில் 2000 புள்ளிகள் உயரும். அதே சமயம் விழவும் செய்யும். பல லட்சம் கோடிகள் வரும்; காணாமலும் போகும்.

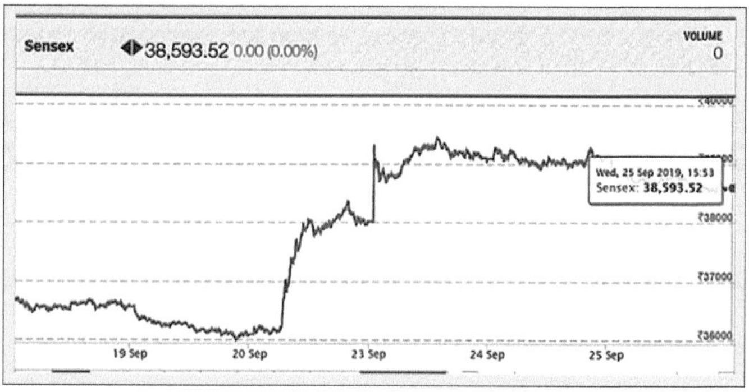

Sensex

முன்பு, பாரதிய ஜனதா கட்சியின் ஆட்சி போய் UPA I வருகிறது என்று தேர்தல் முடிவுகள் தெரிவித்தவுடன், சென்செக்ஸ் குறியீட்டு எண் பயங்கரமாக விழுந்து, பங்கு வர்த்தகத்தையே ஒரே நாளில் இருமுறை நிறுத்தவேண்டிய அளவுக்குக் கலக்கியது.

2019-ல் பாஜகவும் மோடியும் மீண்டும் வெற்றிபெறுவது சந்தேகம் என்ற நிலையில், மோடி மீண்டும் பிரதமர் ஆகும் வாய்ப்பு இருக்கிறது எனத் தேர்தலுக்குப் பிந்தைய கருத்துக் கணிப்புகள் வெளியானதும் சென்செக்ஸ் பறந்தது.

பங்குச்சந்தையில் ஈடுபடாதவர்களுக்கு இவையெல்லாம் செய்திகள். கொஞ்சம் பரபரப்பு. கொஞ்சம் வியப்பு தருவன. அவ்வளவுதான். ஆனால், முதலீடு செய்தவர்களுக்கு?

குதிக்கவைக்கும் அல்லது மாரடைப்பு தரும் அதிர்ச்சிகள். பிறகு? ஏதோ ஒரு நாள் திடீரென்று குபீர் என்று மொத்தமாக சில லட்சம் கோடி ரூபாய் சந்தை மதிப்பு உயர்வு அல்லது வீழ்ச்சி என்றால் எப்படியிருக்கும்?

தனிநபர்களுக்கு அவரவர் முதலீட்டுக்கு ஏற்ப அடி அல்லது ஏற்றம்.

இதைத்தான் ‘பங்குகள், பரஸ்பர நிதிகள் எல்லாம் சந்தை அபாயங்களுக்கு உட்பட்டவை’ என்கிறார்கள். ஆகவே, அதை பத்தோடு பதினொராவது சாதாரணமான எச்சரிக்கையாக எடுத்துக் கொள்ள வேண்டாம். They mean it.

அந்த 2, 3 நாட்களில் நடந்த சிலவற்றைப் பார்த்தால் தெரியும்.

ஆயிரம் ரூபாய் இருந்த HDFC வங்கி ஒரு ரூபாய் முகமதிப்பு பங்கு விலை, மூன்றே நாள்களில் 1,250 ரூபாய். 25 சதவிகித உயர்வு.

500 ரூபாய்க்கு மேல் வர்த்தகம் ஆகிக்கொண்டிருந்த ஜீ டிவி, எஸ் பேங்க், DHFL, மற்றும் கஃபே காஃபி டே போன்ற பங்குகளின் விலைகள் எல்லாம் அப்போது அதலபாதாளத்தில்.

அள்ளியும் தரும், அடித்தும் நொறுக்கும்.

அப்படியென்றால், இந்தப் பங்குச்சந்தையைச் சரியாகக் கையாள முடியாதா? பங்கு வர்த்தகத்தை விட்டுவிடலாமா? நல்ல லாபம்

வாய்ப்பிருக்கும் இந்தத் துறையிலிருந்து ஒதுங்கிவிடலாமா?

அவசியம் இல்லை.

சரியாகக் கையாண்டால், இதை சமாளிக்கலாம். பலர் செய்கிறார்கள்.

"நான் எப்பவும் கரெக்டா, விலை இறங்கிய பின் வாங்குவேன். சரியான உச்சத்தில் விற்றுவிடுவேன்" என்று சந்தையில் வர்த்தகம் செய்யவேண்டிய கரெக்டான நேரத்தை 'டைம்' பண்ண முயற்சி செய்யக் கூடாது. விற்பன்னர்களே இதில் தோற்று இருக்கிறார்கள். அப்படிப்பட்ட ஒரு நிகழ்வுதான் மேலே பார்த்த, Caught unaware.

அந்த வியாழன் அன்று நிதியமைச்சர் அறிவிக்கப்போவது எவருக்கும் முன்கூட்டியே தெரிந்திருந்தால், அன்று காலை அறிவிப்புக்கு முன் அவ்வளவு சவசவயென்று நடந்துகொண்டிருக்குமா?

ஆக, இந்தச் சந்தையின் முரட்டுக் குதிரையைக் கையாள ஒரே வழி, அதை 'டைம்' செய்ய முயற்சி செய்யாமல், அதில் நீண்ட 'டைம்' பொறுமையாக இருப்பதுதான்.

நல்ல பங்குகளைத் தேர்ந்து, கவனித்து, வாங்கி, நீண்டகாலம் வைத்திருப்பதுதான். இதில் எல்லாச் சொற்களும் முக்கியம்.

"அப்படியென்றால் இப்போது கூட வாங்கலாமா? ஐய்யய்யோ! விலைகள் உயர்ந்து விட்டதே!" என்று சொல்லக்கூடாது. காரணம், இப்போதுதானே சொன்னோம், சந்தையை 'டைம்' பண்ண வேண்டாமென்று.

நல்ல வாய்ப்பு தரும் பங்கு என்றால் வாங்கலாம். ஆனால்,

ஒரேயடியாக, மொத்த முதலீட்டையும் இறக்க வேண்டாம். Slow and Steady wins the race என்பது பங்குச்சந்தைக்கு அதிலும் குறிப்பாக சிறுமுதலீட்டாளர்களுக்கு நிச்சயம் வெற்றி தரும். பங்குச்சந்தையில் இந்தப் பொறுமைதான் ரொம்ப ரொம்ப முக்கியம்.

கொஞ்சம் கொஞ்சமாக, நல்ல பங்குகளை வாங்குவதுதான் சீரான முதலீடு. சிஸ்டமேட்டிக் இன்வெஸ்ட்மென்ட் பிளான். ஒவ்வொரு திங்கள்கிழமையும் என்பதுபோல, முன்கூட்டியே முடிவு செய்து கொண்ட வாரத்தில் ஏதோ ஒரு நாள் அல்லது மாதம் ஏதோ ஒரு நாள், மிகச் சிறிய அளவுகளில் வாங்கிச் சேர்க்கலாம். இதுதான் சார்

இப்ப மாடர்ன் உண்டியல். இதில் போட்டுக் கொண்டே வரலாம். சேமிப்பது மட்டுமல்ல; கூடவே வளர்ச்சியும் பார்க்கமுடியும்.

‘சிஸ்டமேட்டிக் இன்வெஸ்ட்மென்ட் பிளான்’ல் சேமிக்கலாம்.

சிறுசேமிப்பின் அவசியம் பற்றிச் சொல்லித் தெரியவேண்டியதில்லை. முன்பெல்லாம் சிறுவர் சிறுமியர் உண்டியலில் பணம் சேர்ப்பார்கள். பின்னர் வங்கிகளில் அஞ்சலகங்களில், தொடர் வைப்புகள் எனப்படும் ‘ரெக்கரிங் டெபாசிட்’கள் செய்யப் பழக்கப்படுத்தப்பட்டார்கள். இதற்காக வங்கிகளே அழகான உண்டியல்கள் கொடுத்தார்கள். அதற்கும் அடுத்த காலகட்டத்தில் மக்கள் சீட்டுக் கட்டி சேமித்தார்கள்.

ஆக, எல்லாக் காலங்களிலும் அவ்வப்போது கிடைக்கும் சிறுதொகைகளை வருங்காலத்திற்காக சேமிக்க வழிகள் கண்டுபிடித்து வைத்திருந்திருக்கிறார்கள். இப்போதும் அந்தத் தேவை இருக்கவே செய்கிறது. சேமிக்காமல் ஆகாது.

இப்போதைய நடைமுறைகளில் பிரபலமானது ’சிஸ்டமேட்டிக் இன்வெஸ்ட்மென்ட் பிளான்’ எனப்படும் SIPதான். இதைத் தமிழில், ‘சீரான முதலீட்டுத் திட்டம்’ என்று அழைக்கிறார்கள்.

உதாரணத்திற்கு, ஒருவர் நாம் முன்பு பார்த்த TCS பங்குகளில் முதலீடு செய்ய நினைக்கிறார். அவர் முடிவு செய்திருக்கும் தொகை 25 ஆயிரம் ரூபாய். அவர் முடிவு செய்த நாளான 3.12.2018 அன்று அவரது பங்குத் தரகர் மூலம் வாங்குகிறார். அன்றைய தினம் பங்கின் முடிவு நேர விலை, 1982 ரூபாய். அவருடைய பணத்துக்கு அவர் 12 பங்குகள் வாங்கியிருப்பார்.

அவர் செய்ததன் பெயர், ‘ஒரே தவணை’ அல்லது ‘லம்ப் சம்’ வாங்குதல். இதற்கு மாற்றான ஒரு திட்டம்தான், ‘சிஸ்டமேட்டிக் இன்வெஸ்ட்மென்ட் பிளான்.’

சிஸ்டமேட்டிக் இன்வெஸ்ட்மென்ட் பிளான்’ல் மொத்தப் பணத்திற்கும் அன்றைக்கு நடக்கும் விலையில் வாங்குவதில்லை. மாதாமாதம் வாங்குவது என்று முடிவு செய்திருந்தால் அடுத்த 12

மாதங்களுக்கு, மாதம் ஒரு பங்கு என்ற விகிதத்தில் ஒவ்வொரு பங்காக வாங்குவது. இதில் பல்வேறு தவணை வழிகள் இருந்தாலும் இப்போதைக்கு மாத தவணையை மட்டும் பார்ப்போம்.

2018 டிசம்பர் முதல் வர்த்தக நாள் அன்று, என்ன விலையாக இருந்தாலும் ஒரு TCS பங்கு வாங்குவது. அப்படியாக 2019 நவம்பர் மாதம் வரை, 12 பங்குகள் வாங்குவது.

இப்படியே செய்தால் அவரிடம், ஓர் ஆண்டு முடிவில் 12 பங்குகள் சேர்ந்துவிடும். 12 பங்குகளின் சராசரி விலை, ஒரே தவணை விலையில் இருந்து வேறுபடும்.

அந்த வேறுபாடு வேண்டும் என்றுதான் ஒரே நாளில் ஒரே விலையில் ஒரே தவணையாக வாங்காமல் மாதம் ஒன்று வீதம் 12 மாதங்கள் வாங்குவது. சில மாதங்கள் விலை குறைவாக இருக்கலாம். சில மாதங்கள் கூடுதலாக இருக்கலாம். போகப் போக விலைகள் என்னவாகும் என்று தெரியாததால் இப்படி வாங்குவது.

டிசம்பர் 2018 முதல் நவம்பர் 2019 வரையிலான 12 மாதங்களில், முதல் வர்த்தக நாளில் நடந்த TCS பங்குகளின் முடிவு விலைகள் வருமாறு.

Date	Close Price
03-Dec-18	1,982
01-Jan-19	1,903
01-Feb-19	2,030
01-Mar-19	1,995
01-Apr-19	2,032
02-May-19	2,215
03-Jun-19	2,242
01-Jul-19	2,240
01-Aug-19	2,180
03-Sep-19	2,252
01-Oct-19	2,060
01-Nov-19	2,201

சில மாதங்கள் விலை குறைவாக இருந்திருக்கிறது. வேறு சில மாதங்களில் விலை அதிகமாக இருந்திருக்கிறது. இப்படி வாங்கிய 12 பங்குகளின் விலைகளையும் கூட்டினால் வருவது, மொத்தம் 25,332 ரூபாய். பங்கு ஒன்றின் விலை சராசரியாக 2,111 ரூபாய்.

இந்தக் குறிப்பிட்ட உதாரணத்தில், முதல் தவணை வாங்கிய பின், *TCS* பங்கு விலை தொடர்ந்து உயர்ந்திருக்கிறது. அதனால் 'லம்ப் சம்' ஆக வாங்கியிருந்தால் கிடைத்திருக்கக் கூடியதைவிட, இந்த முறையில் சராசரி விலை சற்றுக் கூடுதல்.

இது 12 மாதங்களுக்கு மட்டுமான கணக்கு. அதுவும் *TCS* பங்கிற்கான, விலை குறைவாக இருந்த டிசம்பரில் ஆரம்பித்ததால் வந்த கணக்கு. இவை எல்லாமே பங்கு, ஆரம்பிக்கும் நாள், அதன்பின் நிகழும் மாற்றங்கள் அடிப்படையில் மாறும்.

இதையே வாரம் ஒரு நாள் என்றும் செய்யலாம். தினசரி அடிப்படையிலும் தினம் ஒரு பங்கு வீதம்செய்யலாம். அதன் பெயர் 'டெயிலி சிப்.'

ஒருவர் இப்படி, பங்குகளில் முதலீடு செய்யாமல், மியூச்சுவல் ஃபண்டுகளிலும், *SIP* முறையில் பணம் போடலாம். மாதம், 1000 ரூபாய் வீதம், ஒரு மியூச்சுவல் ஃபண்டைத் தேர்வு செய்து, அந்த நிறுவனத்தைத் தொடர்புகொண்டு பணம் போடலாம். இது ஒரு சேமிப்பு.

இந்தச் சேமிப்பை ஒன்றிரண்டு ஆண்டுகள் வரை மட்டுமே விட்டுவைக்க முடியும். பின் அந்தப் பணத்திற்குத் தேவை இருக்கிறதென்றால், டெட் ஃபண்டுகளிலும், ஐந்து பத்து ஆண்டுகளுக்கு விட்டுவைக்கக்கூடிய சேமிப்பு என்றால் பங்குகள் சார்ந்த ஈக்விட்டி மியூச்சுவல் ஃபண்டுகளிலும் *SIP* போடலாம்.

முன்பு பார்த்த 'டைரெக்ட்' மற்றும் 'ரெகுலர்' வழிமுறைகளில் ஒன்றைத் தேர்வு செய்து, அதன் மூலம் *SIP* போடலாம்.

8. டெக்னிக்கல் அனாலிசிஸ்

நட்டங்களைத் தடு. லாபங்களைத் தொடர்.

சிலர் வாங்கிய பின் வாங்கிய பங்கின் விலை விழும். பதற்றப்பட மாட்டார்கள். 'சில நாட்கள் விலை ஏறும். வேறு சில நாட்கள் இறங்கும்தான். இதெல்லாம் சகஜம்'என்று சும்மா இருப்பார்கள். விலை மேலும் இறங்கும். இப்போது விற்றால் நட்டம் அதிகமாகிவிடுமே! 'வேண்டாம். மீண்டும் உயராமலா போய்விடும்!' என்று பொறுமை காப்பார்கள். விலை மேலும் குறையும்.

அவர்கள் செய்திருக்க வேண்டியது, 'ஸ்டாப் லாஸ்'. அதாவது, நட்டத்தைத் தடுக்க, விலை குறிப்பிட்ட அளவுக்கும் கீழ் போனால், விற்றுவிடும், 'ஸ்டாப் லாஸ்' செய்திருக்கவேண்டும். செய்யவில்லை. அதனால் பெரிய நட்டம்.

ஸ்டாப் லாஸ் என்பது, குறிப்பாக டிரேடர்கள் செய்யவேண்டிய ஒன்று. மிக உறுதியாகத் தெரியாத பங்குகளில் முதலீடு செய்யும் போதும், 'ஸ்டாப் லாஸ்' அளவு தெரிந்துவைத்திருக்கவேண்டும். அந்த நிலை வரும்போது பயன்படுத்த வேண்டும்.

இந்தப் பகுதியில் பதில் கேட்டு வந்திருக்கிற கேள்விகளில், அப்படி மாட்டிக்கொண்டவர்களின் கேள்விகளும் இரண்டு இருக்கின்றன.

வேறு சிலர் அல்லது அதே நபர்கள், நல்ல பங்காக வாங்கிவிடுவார்கள். விலை உயரும். ஓரளவு லாபம் என்பது அவர்களுக்கு சந்தோஷம் கொடுக்கும். ‘இந்த அளவு லாபம் வந்திருக்கிறதே! பரவாயில்லை, இதிலாவது நட்டமில்லாமல் போகட்டும். கிடைக்கும் லாபத்தை எடுத்துக்கொண்டுவிடலாம்’ என்று லாபம் தரும் பங்கை விற்றுவிடுவார்கள். லாபம்தான். ஆனால், சிறிய லாபம்.

அவர்கள் விற்ற பின்பும் அந்தப் பங்கின் விலை உயரும். முதல் சில நாட்கள் அப்படிப்பட்ட விலை உயர்வைப் பார்த்தும் சும்மா இருப்பார்கள். ‘எல்லா சமயமும், சரியாக மிக உயர்ந்த விலையில் விற்க முடியாது’ என்று தங்களைத் தாங்களே சமாதானப்படுத்திக் கொள்வார்கள்.

ஆனால், அந்தப் பங்கு அதன்பின்னும் தொடர்ந்து விலை உயரும். அவர்களுக்கு வியப்பாக இருக்கும். அவர்கள் செய்தது என்ன? அல்லது செய்யாதது என்ன? என்ன காரணம்?

அவர்கள் செய்தது உடனடியாக ‘லாபத்தைப் பதிவு செய்தது.’ Booked the profit. அது அந்த இடத்தில் தவறு. கண்ணில் தெரியும் லாபம் இல்லாமல் போய்விடக்கூடாது என்கிற ஆதங்கம். போய்விடுமோ என்ற அச்சம்.

‘ரன் த ப்ராஃபிட். ஸ்டாப் த லாஸ்’ (Run the profit. Stop the loss) என்று பங்குச்சந்தையில் ஓர் அனுபவமொழி உண்டு.

மேலே பார்த்தவை இரண்டு விதமான தவறுகள். முதலாவது, தொடர்ந்து விலை இறங்கவிருக்கும் பங்கை விற்காமல் வைத்துக்கொள்வது. இரண்டாவது, தொடர்ந்து விலை உயரும் பங்கை விற்பது.

பங்குச்சந்தையில் வாங்குகிறவற்றில் சில, சரியில்லாமல் போகும் ஆபத்து உண்டு. எவராலும், எந்த நிறுவனத்தாலும் 100 சதவிகிதம் சரியாக மட்டுமே செய்யமுடியாது. ஆனால், சரிவரவில்லை என்று தெரியவந்தால், உதறிவிட்டுவிடவேண்டும். அதற்குத்தான் ‘ஸ்டாப் லாஸ்.’

அப்படிப்பட்ட சிறு நட்டங்களையும் தாண்டி பணம் பண்ணவேண்டும் என்றால், வேறு சிலவற்றில் நல்ல லாபம்

வரவேண்டும். அப்படி கிடைக்கும் சில வாய்ப்புகளை அவசரப்பட்டு, குறைத்துக்கொண்டுவிடக்கூடாது. அதற்குத்தான், 'லாபத்தை ஓடவிடு' என்பது.

என்ன விலைக்குக் கீழ் போனால் விற்பது, எதன் லாபத்தைத் தொடரவிடுவது என்பதெல்லாம் எப்படித் தெரியுமாம்? என்று கேட்கலாம்.

அவற்றுக்கெல்லாம் வழிகள் கண்டுபிடித்து வைத்திருக்கிறார்கள். அந்த வழிமுறைகளின் பெயர், டெக்னிக்கல்ஸ். அல்லது டெக்னிக்கல் அனாலிசிஸ்.

பேராசை மற்றும் பெரும் பயம்

முந்தைய அத்தியாயத்தில் பார்த்த இருவரில் ஒருவர் நட்டத்தை சந்தித்தார். மற்றொருவர் லாபத்தைத் தவறவிட்டார். அவர்களுக்கு அப்படி நேர என்ன காரணம்?

காரணம், அவர்களது உணர்வுதான்.

உணர்வு என்றால், பங்குச்சந்தை வியாபாரத்தில் முக்கியமாக இரண்டு உணர்வுகள். முதலாவது ஆசை. பங்குச்சந்தையில் பணம் பண்ண மக்கள் காட்டும் ஆசையை, பேராசை என்று வர்ணிக்கும் பழக்கம் இருக்கிறது. ஆங்கிலத்தில் க்ரீட் (Greed).

இரண்டாவது வலுவான உணர்வு, பயம். ஃபியர் (Fear). நட்டம் வந்துவிடுமோ என்கிற அச்சம்.

Greed & Fear என்ற இரண்டு உணர்வுகளும் இல்லாமல் பங்குச்சந்தை நகராது. ஆனால், இவற்றில் ஏதோ ஒன்று மட்டும் இருப்பவர்கள் சிலர். இந்த உணர்வுகளில் ஏதோ ஒன்றிலோ அல்லது இரண்டிலுமோ கொஞ்சம் மட்டும் இருப்பவர்களும் உண்டு. நபருக்கு நபர், அளவுகள் வேறுபடும்.

இன்னும் இன்னும் என்று தொடர்ந்து இருப்பவர்கள், செய்பவர்கள், அதிக ஆசை உள்ளவர்கள். சாத்தியமில்லாதவற்றிலும் பணம் பண்ண முயற்சிப்பவர்களும் அதிக ஆசை உள்ளவர்கள்தான்.

எல்லாம் சரியாகப் போகையிலேயே, ஏதோ ஒன்று நடக்கப்போவதாக நினைத்து, ‘நட்டமானாலும் பரவாயில்லை’ என்று விற்பவர்கள் உண்டு. வெளியில் எது நடந்தாலும் அது பங்கு விலைகளை பாதிக்கும் என்கிற கோட்பாட்டை மனதில் வைத்து, சின்னச் சின்ன சலசலப்புகளுக்குக் கூட, கையில் இருப்பவற்றை விற்பவர்கள், செய்வது, அச்சம் என்ற உணர்வால்தான்.

இப்படிப்பட்ட வலுவான இரண்டு உணர்வுகளையும் தவிர்த்து, லாபம் பார்ப்பது, நட்டத்தைத் தவிர்ப்பது எப்படி?

இரண்டுக்கும் உதவக்கூடியது டெக்னிக்கல் அனாலிசிஸ்.

கோழி கூவினால், பொழுது விடியப்போகிறது என்று சொல்பவர்கள் இப்போதும் கிராமங்களில் உண்டுதானே. நகரங்களில் வாழ்ந்தாலும் நமக்கும் இது தெரியும். இது மிக எளிமையான உதாரணம். இப்படி பல இருக்கின்றன.

கோழி கூவிவிட்டால், கடிகாரம் பார்க்கவேண்டாம். நிச்சயம் விடிகாலை ஆகிவிட்டது என்று முடிவுக்கு வரலாம். அந்த இரண்டுக்குள்ளும், ‘அது நடந்தால், இது நடக்கும்’ என்பது போல ஒரு ‘உறவு’. மழை வரப்போவதற்கும் மயில் சிறகு விரித்து ஆடுவதற்கும், சில மிருகங்கள் குறிப்பிட்டவிதமாக சப்தம் செய்வதற்கும் என்று, இதுபோன்ற ‘அசோசியேஷன்’கள் இன்னும் பல இருக்கின்றன.

அப்படிப்பட்ட ‘இது நடந்தால், இது’ என்ற ‘அசோசியேஷன்’ கள் பங்கு விலைகளிலும் உண்டு.

ஐந்தாவது மாடியில் ஒரு கதவு இருக்கிறது. அந்தக் கதவைத் தாண்டி, திருடனால் வரமுடியாது (என்று வைத்துக்கொள்வோம்). ஆனால், அதைத் தாண்டிவிட்டால் அவன் நான்காவது மற்றும் மூன்றாவது மாடிக்குச் சுலபமாக வந்துவிடுவான்.

மூன்றாவது மாடியில் மற்றொரு கதவு இருக்கிறது. அது கொஞ்சம் தாங்கும். அதையும் உடைத்துவிட்டானோ, அவன் நிச்சயம் தரைத் தளத்துக்கு ஓடிவந்துவிடுவான்.

ஐந்தாவது மாடி என்பது ஒரு குறிப்பிட்ட அளவு விலை. பங்கின் விலை. அங்கிருந்து விலை ஏதாவது காரணத்திற்காக இறங்கினால், எவ்வளவு இறங்க முடியும்? நிறுவனத்தில் இருப்பவர்களுக்குத்தான் நிறுவனத்தின் குறிப்பிட்ட பிரச்சினை பற்றி அதிகம் தெரியும். மற்றும் அந்த நிறுவனத்தின் புள்ளிவிவரங்களை, தகவல்களை ஆராய்கிற அனலிஸ்டுகளுக்கும் தெரியும். சாதாரண டிரேடர்களுக்கு அவற்றைப் பற்றித் தெரிய வாய்ப்பில்லை.

டிரேடர்கள் அந்தப் பங்கின் விலை இறங்குவதைப் பார்ப்பார்கள். ஏன் இறங்குகிறது என்ற காரணம் தெரியாது. அதனால் இறக்கம் எதுவரை போகக்கூடும் என்று அவர்களால் யூகிக்க முடியாது. ஆனால், அந்தப் பங்கின் விலை இறங்கி, கதவு அளவு வந்து விட்டது. இந்த இடத்தில் கதவு என்பது, அந்தப் பங்கின் ‘சப்போர்ட் விலை’ என்று சொல்லலாம்.

அதற்குக் கீழ் போவது கடினம். அப்படி நெருங்கும்போதே, ‘ஆகா! விலை இறங்கியிருக்கிறது! என்று வாங்குவதற்கு வேறு ‘பையர்ஸ்’ வந்துவிடுவார்கள். அதனால், குறிப்பிட்ட விலை என்பது அந்தப் பங்கிற்கு, சப்போர்ட்’ விலையாக இருக்கும். பல சமயங்களில் சிறு சிறு பாதகமான செய்திகளுக்கு அந்தப் பங்கின் விலை இறங்கும். ஆனால் அந்த இடத்தில் இறங்குவது நின்றுவிடும். அதுதான் சப்போர்ட்.

ஆனால், சப்போர்ட் ஓரளவிற்குத்தான். பிரச்சினை பெரிதாக இருந்தால், விற்பவர்கள் அதிகமாகி, அந்த விலைக்குக் குறைவாகவும் விற்க முன்வருவார்கள். வாங்க வருபவர்களுக்கு, தாராளமாக பங்குகள் கிடைக்கும். அப்படி நடந்தால், முதல் ‘சப்போர்ட்’ உடைகிறது என்று அர்த்தம். அந்தக் கதவைத் தள்ளித் திறந்துவிட்டால், நான்காவது மாடியில் வேறு ‘சப்போர்ட்’ (கதவு) இல்லை. தடையின்றி விலை மடமடவென்று இறங்கும்.

எதுவரை இறங்கலாம்?

அடுத்த கதவு (சப்போர்ட்) இருக்கும் மூன்றாவது மாடி வரை. அங்கு வந்ததும் பெரிய அளவில் பையர்கள் வருவார்கள். கீழே கொடுக்கப்பட்டிருக்கும் ஸ்டேட் பேங்க் ஆப் இண்டியா பங்கின் 5

ஆண்டுகால விலை 'சார்ட்'டைப் பார்த்தால் தெரியவரும். ரூபாய் *240* என்பது ஒரு நல்ல சப்போர்ட்.

நீண்டகால முதலீட்டாளராக இருக்கும் ஒருவர், அந்த விலைக்கு கீழ் போனால், விற்றுவிடலாம். அதன் பின் *184, 158* ரூபாயெல்லாம் கூட சீக்கிரமே வரக்கூடும். *240* ரூபாய் என்பது ஒரு கதவு.

மேலே சொல்லப்பட்டிருப்பது உதாரணம்தான்.

பங்குகளின் ஜாதகம் போன்ற 'விலை சார்ட்'

மனிதர்களுக்கு ஜாதகங்கள் வைத்து ஆருடம் சொல்வார்கள். இப்போது நேரம் நன்றாக இருக்கிறது. அல்லது நன்றாக இல்லை என்பது போல. ஜாதகக் கட்டங்களில் கிரகங்களின் அமைப்பைப் பொறுத்து, 'நீ பிரமாதமாக வருவாய், வெளிநாடு போவாய்' என்பது போல சிலருக்கும், 'சிரமப்பட்ட வாழ்க்கைதான். எவ்வளவு செய்தாலும் உனக்குக் கடைசியில் கெட்ட பெயர்தான் வரும்'என்பது போல வேறு சிலருக்கும் சொல்வார்கள்.

ஜாதகங்களை நம்புகிறவர்களும் உண்டு, நம்பாதவர்களும் உண்டு. மனிதர்களுக்கு ஜாதகம் போல, பங்குகளுக்கு, சார்ட் *(Chart)*.

சார்ட்டை வைத்து, 'இப்போது விலை ஏறும் நேரம்'. 'இப்போது விலை பயங்கரமாக விழப்போகிறது' என்றெல்லாம் சிலரால் சொல்லமுடியும். சிலர் சொல்வது பெரும்பாலும் சரியாகவே இருக்கிறது.

அதென்ன சார்ட்? அதை வைத்து எப்படி விலை நகர்வுகளை முன்கூட்டி கணிக்க முடியும்?

பங்குகள், பட்டியலிடப்பட்டபின் அவை தொடர்ந்து வர்த்தகம் ஆகின்றன. சிலர் வாங்க, சில விற்க என்று, தினசரியே விலை மாறுகிறது. இப்படி மாறும் விலைகளை எல்லாம் நாள் வாரியாக குறித்துக்கொண்டே வருவார்கள். அந்த விவரங்களை 'சார்ட்' டில் சேர்ப்பார்கள்.

சார்ட் என்பது ஒரு பங்கு அல்லது குறியீட்டு எண்ணின் விலை மாறுதல்களைப் படமாகக் காட்டுவது. உதாரணத்திற்கு மார்ச் மாதம் புதிதாக பங்குச்சந்தையில் பட்டியலிடப்பட்ட ஒரு பங்கு, அப்போது 100 ரூபாய்க்கு வர்த்தகம் ஆனது. பின்பு விலை குறைந்து குறைந்து, ஏப்ரல் மாதம் 90 ரூபாய் அளவுக்குப் போய்விட்டது. அதன்பின் வேகமாக விலை உயர்ந்து, மே மாத இறுதியில் 120 ரூபாய் அளவுக்கு உயர்ந்துவிட்டது என்று வைத்துக்கொள்வோம். அந்த விலை மாற்றங்களை ஒரு சார்ட்டாக வரைந்தால், கீழே கொடுக்கப்பட்டிருப்பது போல இருக்கும்.

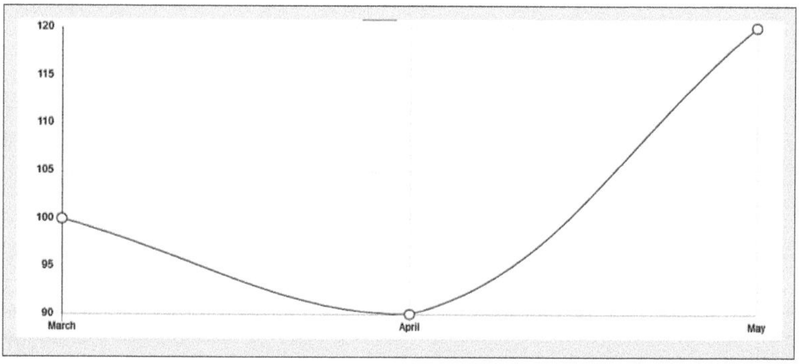

இது மார்ச் முதல், மே மாதம் வரையிலான மூன்று மாத விலை சார்ட். இப்படியாக தினசரி விலை மாற்றங்களை, வார விலை மாற்றங்களை, மாத, ஆண்டு விலை மாற்றங்களை எல்லாம் படம் போடலாம். எவ்வளவுக்கு எவ்வளவு விவரங்கள் கிடைக்கின்றனவோ அவ்வளவுக்கு அவ்வளவு, சார்ட்டின் தரம், அதாவது நம்பகத்தன்மை அதிகரிக்கும்.

தினசரி அதிகம் வர்த்தகம் ஆகாத, எப்போதாவது மட்டும் வர்த்தகம் ஆகிற, அல்லது மிகக் குறைந்த எண்ணிக்கையில் வர்த்தகம் ஆகிற

பங்குகளுக்கு சார்ட் வரைந்து, நடக்கப்போவதை சரியாகக் கணிக்க முடியாது.

இந்த இடத்தில் அதிகம் வர்த்தகம் ஆகிற ஒரு பங்கின் சார்ட் ஒன்றைப் பார்க்கலாம். அதற்கு, ஹிந்துஸ்தான் யூனிலிவர் லிட், *HUL* பங்கை எடுத்துக்கொள்ளலாம்.

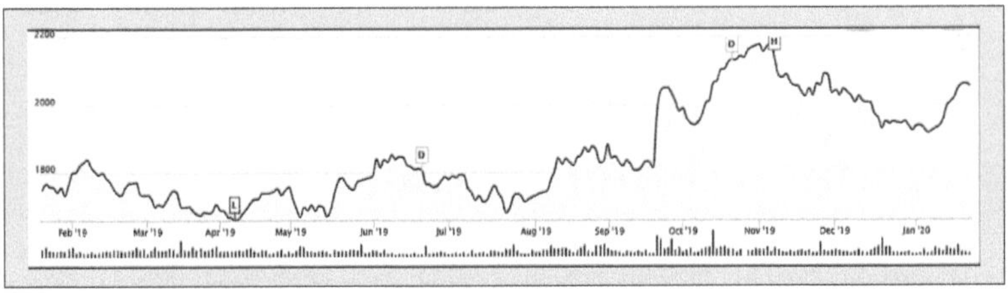

மேலே கொடுக்கப்பட்டிருப்பது, *HUL* நிறுவனப் பங்கின் ஓராண்டு விலை சார்ட். இங்கே விலை என்றால், குளோசிங் விலைதான் கணக்கில் எடுத்துக்கொள்ளப்படும்.

இதுபோல 2, 5, 10 ஆண்டுகள் மற்றும், நிறுவனம் பட்டியலிடப்பட்டதில் இருந்து தற்போதுவரை என, பல்வேறு காலகட்டங்களுக்கு விலை சார்ட்டுகள் வரையலாம். வரைகிறார்கள். பொது வெளியில் சுலபமாகவே கிடைக்கின்றன.

சார்ட்டுகளில் இரண்டு வகைகள் உண்டு. ஒன்று லைன் சார்ட். கோடுகள் கொண்ட வரைபடம். அதுதான் மேலே காட்டப்பட்டிருப்பது. மற்றொன்று 'கேண்டில்ஸ்டிக் சார்ட்' டுகள்.

ரிலையன்ஸ் இண்டஸ்டிரீஸ் லிட் நிறுவனத்தின் ஒரு மாத விலைகளை, கேண்டில் ஸ்டிக் சார்ட்டில் பார்த்தால், கீழே கொடுக்கப்பட்டிருப்பது போல இருக்கும்.

லைன் சார்ட்டுகளைவிட அதிக தகவல்கள் தரும் சார்ட்டு இது. கேண்டில் (மெழுகுவர்த்தி) போல இருப்பதால், இந்தப் பெயர். குறிப்பிட்ட நாளின் ஆரம்ப விலை, அதிகபட்ச விலை, குறைந்தபட்ச விலை மற்றும் குளோசிங் விலை போன்ற நான்கையும் காட்டும் இந்த சார்ட் கேண்டில் காட்டும். இவற்றைப்பற்றி விரிவாகச் சொல்ல இந்தத் தொடரில் இடம் போதாது. பங்குச்சந்தை டிரேடிங்- அள்ள அள்ளப் பணம் -3 என்று கேண்டில் ஸ்டிக் சார்ட் மற்றும் டெக்னிக்கல் அனாலிசிஸ் குறித்து தனிப்புத்தகமே எழுதியிருக்கிறேன். கூடுதல் ஆர்வம் இருப்பவர்கள் அதில் பார்த்துக்கொள்ளலாம்.

௯. டிரேடிங்

‘**மு**தலீடு செய்யத் தகுந்த பங்குகளின் லட்சணங்களை வைத்து, தற்போதைய நிலையில் எவை **முதலீடு செய்ய ஏற்ற பங்கு இல்லை** என்பதைப் பார்த்தால், இந்த ‘ஸ்டாக் செலெக்ஷன்’ குறித்த புரிதல் அதிகரிக்குமே’ என்பது சிலரது மைண்ட் வாய்ஸ். என்ன சரிதானே!

தாங்கள் செய்திகளில் அதிகம் அடிபடுவதுடன், பங்கு முதலீட்டாளர்களையும் அடிபட வைக்கும் பங்குகளுக்கா பஞ்சம்? எடுத்துக்காட்டுக்கு எதை எடுப்பது, எவற்றை விடுவது? என்பதுதான் பிரச்சினை. ஏகப்பட்டவை இருக்கின்றன.

அந்தப் பட்டியலைப் பார்ப்பதற்கு முன் ஓர் எச்சரிக்கை.

முதலீடு செய்ய இது தகுந்த பங்கு அல்லது முதலீடு செய்ய இது ஏற்றது அல்ல என்று சொல்லப்படுவதை எப்படிப் புரிந்துகொள்ளவேண்டும் தெரியுமா?

‘இப்போதைக்கு’ என்றுதான். ஆமாம், எல்லா நேரமும் ஒரு நிறுவனத்தின் பங்கு ஒரே போன்ற நிலையில் இருக்காது. ஆகவே கீழே இருக்கும் முதலீட்டாளர்கள் எச்சரிக்கையாக இருக்க வேண்டிய பங்குகளின் பட்டியல், இப்போதைய நிலையை வைத்து.

- ஜீ எண்டர்டெயின்மென்ட்
- எஸ். பேங்க்
- கபே காபி டே- சிசிடி
- பல பொதுத்துறை வங்கிகள்
- டி.எச்.எப்.எல். (தீவான் ஹவுசிங்)

பங்குச்சந்தையில் ஏற்கனவே முதலீடு செய்திருக்கும் சிலருக்கு இந்தப் பட்டியல் வியப்பைத் தரலாம். காரணம், தற்போதைக்கு முதலீடு செய்யத் தகுந்த பங்குகள் அல்ல என்ற பட்டியலில் 2019 அக்டோபர் 3ம் தேதியன்று நன்கு விலை உயர்ந்த பங்குகளில் முதல் சில இடங்களில் இருப்பவை எஸ் பேங்க் மற்றும் ஜீ எண்டர்டெயிண்மெண்ட் பங்குகள்.

தேசிய பங்குச்சந்தையில் 3.10.19 அன்று அதிகம் விலை உயர்ந்த பங்குகளின் பட்டியல் இதோ.

Top Gainers NIFTY

Company	Price	Change	%Gain
Yes Bank	42.50	10.50	32.81
Zee Entertain	251.55	18.40	7.89
BPCL	531.60	37.70	7.63
Tata Motors	122.40	7.10	6.16
Eicher Motors	18,284.65	457.80	2.57

இருந்தும் ஏன் அப்படிச் சொல்கிறோம் என்கிற வியப்பு வரலாம்.

நேற்று அவை விலை உயர்ந்ததற்கு வேறு காரணங்கள் இருக்கலாம். முதலீட்டாளருக்கு அது பற்றிக் கவலை இல்லை. வாங்கி உடனுக்குடன் விற்று லாபம் பார்க்க நினைக்கும் டிரேடருக்குத்தான் அந்தக் காரணங்கள் முக்கியமானவை.

ஒரு டிரேடர் அந்தப் பங்குகளை இப்போது டிரேட் செய்யத் தகுந்த பங்குகள் என்று அடையாளம் காணலாம். அது வேறு. முதலீட்டுக்கு தகுந்த பங்குகளின் எதிர்பார்க்கப்படும் அடையாளங்கள் வேறு.

டிரேடர் பத்து வர்த்தகம் செய்தால், பத்து காண்டிராக்ட் போட்டால் அதில் நான்கு, ஐந்து வர்த்தகங்களில் நட்டம் ஆனாலும் பரவாயில்லை. மற்றதில் பிடித்துவிடுவேன் என்று நினைப்பவர். ஆனால், முதலீட்டாளர் அப்படியில்லை.

வாங்கியது, வாங்கியதும் விலை இறங்கினாலும் விற்கமாட்டார். வைத்திருப்பார். விலை மீண்டும் உயர்ந்துவிடும் என்பது அவரது எதிர்பார்ப்பு.

ஆகவே ஒருவர் பங்குகளைத் தேர்வு செய்கிற போதே, தான் முதலீட்டுக்காக வாங்குகிறோமா அல்லது டிரேட் செய்ய வாங்குகிறோமா என்பதில் தெளிவாக இருக்கவேண்டும்.

எவ்வாறு குறுகிய காலத்தில் திருப்பிக்கொடுக்கவேண்டிய பணத்தை கடன் வாங்கி, நீண்டகாலத்தில் பலன் தரக்கூடிய முதலீட்டில் போடுவது தவறோ, அதே போன்றதுதான் முதலீட்டிற்கு வாங்கிவிட்டு, டிரேட் செய்வதும்; டிரேடிங் செய்ய வாங்கிவிட்டு முதலீட்டாளர் போல, நட்டத்தை, ஸ்டாப் லாஸ் SL டன் தடுத்துக்கொள்ளாமல், அதே பங்கோடு நீண்ட காலம் விலை உயர்வுக்காக காத்திருந்து நட்டப்படுவதும்.

'ஜீ எண்டர்டெயின்மெண்ட் பங்கு, 2018ல் 600 ரூபாய் போன ஷேர், இப்ப 240 தான். விலை ரொம்பக் குறைவு. நல்ல சந்தர்ப்பம். அந்த ஷேர் பற்றி நிறையக் கேள்விப்பட்டிருக்கிறேன் என்றெல்லாம் நினைத்து' சிலர் வாங்குவார்கள்.

இதெல்லாம் வாங்கத் தகுந்த காரணங்கள் அல்ல. அவர்கள் செய்வது 'ஸ்பெக்குலேஷன்.' லாட்டரி போல. 'நமக்கு அதிர்ஷ்டம் இருந்தால் அதன் விலை பயங்கரமாக ஏறிவிடும்' என்று நம்புவார்கள்.

'600 போன ஷேர் ஏன் 240 க்கும் கீழ் வந்தது? அதற்கு ஏதோ காரணங்கள் இருக்கும்தானே! இல்லாமலா அதிகம் விபரம் தெரிந்த முதலீட்டாளர்களும், முதலீட்டு நிறுவனங்களும் வாங்காமல் அந்த

விலைகளில் இருப்பதையும் விற்கின்றன!' என்பது போலவும் இதே விஷயத்தை யோசிக்க முடியும் அல்லவா?

ஒரு முதலீட்டாளராகக் கொண்டிருக்க வேண்டிய எண்ணம், 'என்னைக் காட்டிலும் சந்தைக்கு கூடுதல் விவரங்கள் தெரியும்' என்பதுதான்.

அதேதான். ஒரு நிறுவனம் சரியாக வருமா, வராதா என்று ஒரு சாதாரண முதலீட்டாளரால், வெளி ஆளால் சரியாகத் தெரிந்துகொள்ள முடியாது. தொடர்ந்து விலை வீழ்கிறது அல்லது உயர்கிறது என்பதை வைத்துத்தான் அனுமானிக்க முடியும்.

ஆனால், முதலீடு செய்ய அனுமானங்கள் மட்டும் போதாது. அனுமானங்கள் தவறாகப் போகலாம். அப்படியென்றால், நம்மால் வாங்கக் கூடிய பங்கையோ, தவிர்க்கவேண்டிய பங்கையோ கண்டறிய முடியாதா?

தனி நபர்களால், சிறுமுதலீட்டாளர்களால் முடியாது.

பிறகு எப்படி?

விவரம் தெரிந்த, நம்பிக்கைக்கு உரிய நிறுவனங்களின் பரிந்துரைகளை, ஆய்வறிக்கைகளைப் படித்து, புரிந்துகொண்டுதான் முடிவெடுக்க வேண்டும். அதிலும் தவறுகள் வரலாம். ஆனால் நிச்சயம் தனி நபராகச் செய்வதைக் காட்டிலும் குறைவான தவறுகளாக இருக்கும்.

நாம் முன்பு எடுத்துக்கொண்ட ஐந்து லட்சணங்களில், ஜீ எண்டர்டெயின்மென்ட் நிறுவனப் பங்கு, எப்படி?

- **வளர்ச்சியில் இருக்கும் துறையில் இயங்கும் நிறுவனமா?– இண்டஸ்ட்ரி எப்படி?**

  ஆமாம்.

- **லாபம் ஈட்டும் நிறுவனம், தொடர்ந்து ஈட்டும் வாய்ப்பிருக்கும் நிறுவனமா?- பிராபிடபிளிட்டி எப்படி?**

ஆம். லாபம் நன்றாக இருக்கிறது. கீழே உள்ள படத்தில் EPS என்பதைப் பார்க்கவும். ஒரு ரூபாய் முகமதிப்புள்ள பங்கு ஆண்டு ஒன்றுக்கு ரூபாய் 18.75 சம்பாதித்திருக்கிறது.

Market Cap (Rs Cr.)	23,330.10	Market Lot	1	Price/Book	3.27
P/E	12.96	Industry P/E	17.25	Dividend Yield.(%)	1.44
Book Value (Rs)	74.25	EPS (TTM)	18.75	Face Value (RS)	1.00
Dividend (%)	350.00	P/C	11.91	Deliverables (%)	25.59

- **ஈட்டும் லாபத்தை ஷேர் ஹோல்டர்களுடன் நன்கு பகிரும் நிறுவனமா?- டிஸ்டிரிபூஷன் எப்படி?**

நல்ல பகிர்வுதான். ஒரு ரூபாய் முகமதிப்பு பங்கு ஒன்றுக்கு ரூபாய் 3.50 டிவிடெண்ட் கொடுத்திருக்கிறார்கள். 2016ம் ஆண்டு முதல் தொடர்ந்து டிவிடெண்ட் தொகையை அதிகரித்துக்கொண்டே வந்திருக்கிறார்கள்.

Dividend%	Ex-Dividend date
350.00	Jul 15, 2019
290.00	Jul 09, 2018
250.00	Jul 05, 2017
225.00	Jul 21, 2016
225.00	Jul 09, 2015

- **நேர்மையாக, வெளிப்படையாக, புரபஷனலாக நடத்தப்படும் நிறுவனமா- கவர்னென்ஸ் எப்படி?**

நிறுவனத்தின் நேர்மையைப் பற்றித் தவறாகச் சொல்லும் தகவல்கள் இல்லை. ஆனால், ஒரு குறைபாடு, இந்நிறுவனத்தின் புரமோட்டர்கள் வைத்திருக்கும் பங்குகள், மொத்த பங்குகளில் 37.2 சதவிகிதம்தான். அதையும் அவர்கள் அடமானம் வைத்துக் கடன் வாங்கியிருக்கிறார்கள்.

அடமானம் வைக்கும் புரமோட்டர்களின் பங்குகளின் அளவு ஆண்டுக்கு ஆண்டு அதிகரித்து மார்ச் 2019ல் 68% ஆகிவிட்டது. வைத்திருப்பது 37.2 சதவிகிதம்தான். அதில் 68% அடமானம்.

Share Holding Pattern in (%)

Standalone	March 2019	December 2018	September 2018	June 2018
Promoters	**38.2**	**41.62**	**41.62**	**41.62**
Pledged	66.18	59.37	59.27	52.08
FII/FPI	**44.96**	**41.52**	**40.81**	**40.77**
Total DII	**14.84**	**15.11**	**15.71**	**15.79**
Fin.Insts	4.92	5.03	5.12	5.09
Insurance Co	0	0	0	0
MF	6.31	6.02	5.84	6.04
Others DIIs	3.61	4.06	4.75	4.66
Others	**2**	**1.75**	**1.86**	**1.81**
Total	100	100	100	99.99

இது ஒரு ஆபத்தான நிலை என்பது தவிர, நிலைமை கைமீறினால், நிர்வாகம் வேறு நபர்களிடம் போய்விடும் ஆபத்து இருக்கிறது.

இந்நிறுவனம் *Essel* குழுமத்தைச் சேர்ந்த ஒரு நிறுவனம். இந்தக் குழுமத்தில் இருக்கும் பிற நிறுவனங்களான டிஷ் டி.வி, சிட்டி நெட் ஒர்க்ஸ், ஜீ லெர்ன் மற்றும் ஜீ மீடியா ஆகிய நிறுவனங்களின் பங்குகளும் முறையே *94.47 %, 90% 82.74% & 93.4%* என்ற அளவுகளில் கடனுக்கு ஈடாக அடமானம் வைக்கப்பட்டிருக்கின்றன.

ஆக, இந்தக் குழுமத்தின் நிர்வாகத்தினர் கடுமையான நிதி நெருக்கடியில் இருக்கிறார்கள்.

- **கணிசமான அளவில் தினசரி வர்த்தகமாகும் நிறுவனம் – லிக்விடிட்டி**

ஆம்.

எல்லாம் சரியாக இருக்க, ஒரே ஒரு விஷயம் சிக்கலாக இருக்கிறது. ஆகவே இவை டிரேட் செய்ய வாய்ப்புத் தரலாம். முதலீடு என்று வரும்போது யோசிக்க வேண்டும் என்று தோன்றுகிறது.

மேலே உள்ள தகவல் 2019ம் ஆண்டு எழுதியது. முதலீட்டிற்கு சரியா என்று சொல்லமுடியவில்லை என்று எழுதியிருக்கிறோமே! 2023ல் இந்தப் பகுதியை மீண்டும் எழுதும்போது, அந்தப்பங்கு

என்ன விலை இருக்கிறது என்று பார்க்க ஆவலாக இருந்தது.

13.7.23 அன்று பார்த்தேன், விலை ரூபாய் 204. ஜூன் மாதம் 177 என்ற அளவிற்கே போயிருந்தது.

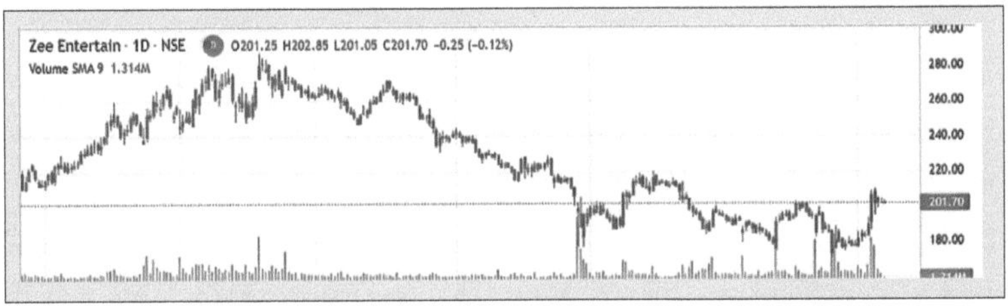

இன்ட்ரா டே வர்த்தகம் லாபம் தருமா?

இன்ட்ரா டே டிரேட் செய்து பணம் பண்ணமுடியுமா? வாரன் பஃபெட் போன்று எவரும் இதில் வெற்றி பெற்றிருக்கிறார்களா? என்று ஒரு கேள்வி.

வாரென் பஃபெட் பங்குச்சந்தையில் பெரும் பணம் பண்ணியவர் என்பது சரி. உலகில் இருக்கும் மனிதர்களிலேயே பங்குச்சந்தையில் அதிக அளவில் பணம் செய்தவரும், தொடர்ந்து செய்துகொண்டிருப்பவரும் பஃபெட் என்பது உண்மை.

ஆனால், அவருக்கும் இன்ட்ரா டே டிரேடுக்கும் வெகுதூரம். சொல்லப்போனால் ஸ்நானப் பிராப்தி கூட இல்லை. (ஒரே நேரம் ஒரே குளம் அல்லது ஆற்றில் குளித்த அளவிலான சிறு தொடர்பை ஸ்நானப் பிராப்தி என்பார்கள்).

பஃபெட் செய்வதெல்லாம் இன்வெஸ்ட்மெண்ட். தேர்ந்த நிதானமான முதலீடுகள்.

ஒரு பங்கை வாங்கியதில் இருந்து விற்கும் வரையிலான நேரத்தை வைத்து, ஒருவர் பங்குச்சந்தையில் செய்வது என்ன என்று சொல்லலாம்.

- **நீண்டகாலம் வைத்திருப்பவர், முதலீட்டாளர். ஆங்கிலத்தில் இன்வெஸ்டர்.**

- **ஓரிரு நாட்கள் முதல் சில வாரங்கள் வரை வைத்திருந்து விற்பவர், டிரேடர்.**
- **வாங்கிய அன்றே விற்பவர், இன்ட்ரா டே-டிரேடர். ஸ்பெக்குலேட்டர்.**

டிரேடிங்கில், வாங்கிவிட்டு விற்பது மட்டுமல்ல. முதலில் விற்றுவிட்டு, பின்னர் அதே நாளில் விலை இறங்கியதும் வாங்கி, லாபம் பார்க்கும் நோக்கில் செய்வதும் 'இன்ட்ரா டே' வர்த்தகம்தான். அதை 'ஷார்ட்' போய்விட்டு பின்னர் 'கவர்' செய்வது என்பார்கள்.

டிரேட் என்பதில் பியூட்சர்ஸ் & ஆப்ஷன்ஸும் அடங்கும். அவையும் வாங்கி விற்று அல்லது விற்று வாங்கி லாபம் முயற்சிக்க அனுமதிப்பவை. அவற்றைத் தனியாகப் பார்க்கலாம்.

ஆமாம். இவையெல்லாமே முயற்சிகள்தான். இவற்றில் எதிர்பார்த்தபடி லாபம் கிடைக்கலாம். நட்டமும் ஆகலாம்.

லாபம் அல்லது நட்டம் என்பது முதலீடு, டிரேட் மற்றும் இன்ட்ரா டே டிரேட் ஆகிய மூன்றுக்குமே பொருந்தும்.

எடுத்துக்காட்டு:

உதாரணத்திற்கு பட்டியலிடப்பட்ட ஐஆர்சிடிசி பங்கையே எடுத்துக்கொண்டால், இன்ட்ரா டே செய்யும் சிலர், பங்கு பட்டியலிடப்பட்டதும், 'மார்க்கெட் ரேட்' என்று போட்டு வாங்கியிருக்கலாம். என்ன விலை நடந்தாலும் அந்த விலையில் வாங்குவதுதான் 'மார்கெட் ரேட்'.

ஐபிஓ வில் 112 மடங்கு சப்ஸ்கிரைப் ஆன பங்கு என்பதால், நிச்சயம் வழங்கப்படும் 310 விலையைக் காட்டிலும் கூடுதல் விலைக்கு பட்டியலிடப்படும், வாங்க பலத்த போட்டி இருக்கும் என்று பலரும் எதிர்பார்த்தது போலதான் நடந்தது.

சொல்லப்போனால், 'கிரே மார்க்கெட்'டில் 50% கூடுதல் விலைக்கு வர்த்தகம் ஆகிறது என்ற செய்திகள் வந்தன. ஆனால், பட்டியலிடப்பட்டு முதல்நாள் நடந்த விலையோ, 125%க்கும் அதிகம்.

அலாட்மென்ட் கிடைத்த சிலர், அடித்தது லக்கி பிரைஸ் என்று உடன் விற்றிருக்கலாம். விற்றிருந்தால், இரண்டு வாரத்தில் போட்ட பணம் இரட்டிப்பிற்கும் மேல்.

கிடைத்ததை விற்காமல் சிலர், இன்னும் விலை உயரும் என்கிற எதிர்பார்ப்பில் வைத்திருக்கலாம். வேறு சிலர் கூடுதலாக அந்தப் பங்குகளை வாங்கியிருக்கலாம்.

சிலர், காலையில் பட்டியலிடப்பட்டதும் வாங்கி, பங்கு விலை உயர்ந்ததும் நேற்றே விற்றிருக்கலாம். வேறு சிலர், எல்லோரும் இந்தப் பங்கு பிரமாதமாக சப்ஸ்கிரைப் ஆகியிருக்கிறது. அதனால் மிகவும் கூடுதல் விலை போகும் என்று நம்பி, கண்ணை மூடிக்கொண்டு வாங்குவார்கள். ஆனால், அவ்வளவு கூடுதல் விலை எல்லாம் நிற்காது. ஆரம்ப ஜோரில் பலரும் மார்க்கெட் ரேட்டில் வாங்குகையில், நாம் சும்மாவே விற்று வைப்போம். இன்றே கண்டிப்பாக விலை இறங்கும். அப்போது கவர் செய்துவிடலாம் என்று விற்றிருப்பார்கள். கையில் பங்கு இல்லாமலே! இதுபோன்று பல பங்குகளுக்கு பட்டியலிடப்படும் நாளன்று நடந்திருக்கிறது.

மேலே பார்த்த வாங்குதல் விற்றல் ஆகிய இரண்டும் ஒரே நாளுக்குள் நடப்பது. வாங்கி விற்றோ. விற்று பின் வாங்கியோ.

எல்லா வகையினருக்கும் அந்த புதிய பங்கு பட்டியலிடப்பட்ட நாளன்று வாய்ப்பிருந்தது.

ஐஆர்சிடிசி பங்கு

வழங்கப்பட்ட விலை: ரூபாய் 320

சிறுமுதலீட்டாளர்களுக்கு மட்டும் ரூபாய் 310

- NSE யில் பட்டியல் இட்டதும் ஆரம்ப விலை : ரூபாய் 626

14ம் தேதியன்று போன அதிகபட்ச விலை: ரூபாய் 743.80

14ம் தேதி அன்று நடந்த குறைந்தபட்ச விலை: ரூபாய் 625

அன்றைய முடிவு விலை: ரூபாய் 727

ஒருநாளில் வர்த்தகமான பங்குகளின் எண்ணிக்கை NSE யில் 45,270,607

வர்த்தகமான பங்குகளின் எண்ணிக்கை BSE யில் 5,440,273

ஒரு நாள் வர்த்தகத்தின் டெக்னிக்கல் சார்ட் பார்த்தால் அந்த ஒரு நாளின் வர்த்தக நேரத்தில் பங்குவிலை எப்படியெல்லாம் நகர்ந்திருக்கிறது என்று தெரியும்.

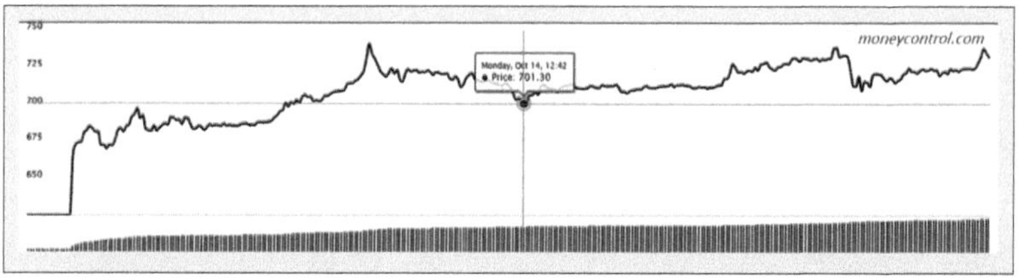

தேசியப் பங்குச்சந்தையில் 14.10.19 அன்று ஐஆர்டிசி பங்கு விலை சார்ட்- மணிகண்ட்ரோல்.காம்

ஆரம்ப விலையில் வாங்கி அதிகபட்ச விலையில் விற்றிருந்தால், 743-626, பங்கு ஒன்றுக்கு 117 ரூபாய் லாபம். எப்படிப் பார்த்தாலும் முதல் நாள் அன்று நிச்சயம் விலை ஏறும் என்று யூகித்திருந்தவர்கள், பங்கு ஒன்றுக்கு 50 முதல் 100 ரூபாய் வரை பார்த்திருக்கலாம். சிலர் பார்த்திருப்பார்கள்.

வேறு சிலர், எப்போதும் மேலே பார்த்தது போல வாங்கிவிட்டு விற்கமாட்டார்கள். அவர்களுக்கு அவ்வாறு ‘லாங்’ போவது பிடிக்காது. எப்போதும் ‘ஷார்ட்’ தான். 626ல் ஆரம்பித்து 670, 680, 690 எல்லாம் போனவுடன் ஷார்ட் அடிப்பார்கள். இறங்கும். இறங்கிய பின் குறைந்த விலையில் ‘கவர்’ செய்து லாபம் பார்ப்போம் என்கிற எண்ணத்தில்.

ஐஆர்சிடிசி பங்கு அன்று அந்த வாய்ப்பைக் கொடுக்கவில்லை.

பார்த்தால் தெரியும், அன்றைய ஆரம்ப விலையும், அன்றைய குறைந்த விலையும் (ஓப்பனிங் மற்றும் குளோசிங்) தேசியப் பங்குச்சந்தையில் ஒன்றுதான் (ஒரே ஒரு ரூபாய்தான் வித்தியாசம்). அதனால் ஷார்ட் போனவர்களுக்கு நட்டம்.

சில ‘இன்ட்ரா டே’ ‘லாங்’ போனவர்களுக்கும் நட்டம்

ஏற்பட்டிருக்கலாம். காரணம், அவர்கள் நேற்றைய அதிக விலையில், உதாரணத்திற்கு 730, 740க்கும் மேற்பட்ட விலைகளில் வாங்கியிருந்தால், அதை இன்ட்ராடே டிரேட் என்பதால் நேற்றே விற்றிருக்கவேண்டும். பங்கிற்கு 20 ரூபாயோ 30 ரூபாயோ நட்டமாகியிருக்கும்.

காரணம், 743 என்ற விலை போய்விட்டு, பின்னர், மதியம் 12.42 வாக்கில் ரூபாய் 701ம் விலை நடந்திருக்கிறது.

செய்யலாமா?

இன்ட்ரா டே டிரேட் என்பது மின்சாரம் ஓடும் ஒயரைக் கையில் பிடிப்பது போலதான். படார் என்று பெரிய அடியாக விழலாம். அதிலும் இன்ட்ரா டே ஷார்ட் மிகவும் ஆபத்தானது.

இன்ட்ரா டே யில் லாங் போய்விட்டு, அன்றைக்கு விற்கமுடியாமல் போனால், பணம் கட்டி, டெலிவரி எடுக்கலாம். ஆனால் ஷார்ட் அப்படியல்ல. விற்றவர் அன்றைக்கே டெலிவரி கொடுத்தாகவே வேண்டும். அதற்காகத்தான் அதை அன்றே வேறு எவரிடமிருந்தாவது வாங்கிவிடுவது.

விற்றவர் அப்படி வாங்க வேண்டும் என்றால். எவரேனும் விற்கவேண்டும். எவரும் விற்க முன்வராவிட்டால்? அதன் பெயர் ‘பையர் பிரீஸ்.’ (இதுதான் ஷாக் என்பது!)

அதன்பின் நமக்காக சந்தை நிர்வாகம் தனியாக ஆன்லைன் ஏலம் நடத்தி, அங்கே கிடைக்கிற விலையில் நமக்காக அந்தப் பங்கை எவரிடமிருந்தாவது வாங்கி, டெலிவரி கொடுத்து, நம் கணக்கை நேர் செய்யும்.

இதனால் ஷார்ட் அடித்து கவர் பண்ணமுடியாதவருக்கு பெரிய நட்டம் வரும்.

அப்படியென்றால் இன்ட்ரா டேவை வெற்றிகரமாக, லாபகரமாக செய்யவே முடியாதா?

இன்ட்ரா டே வர்த்தகம்

‘இன்ட்ரா டே’ வர்த்தகத்தை வெற்றிகரமாகச் செய்வது எப்படி என்று

கேட்டால் பதில் சொல்லலாம். ஆனால், உங்களால் வெற்றிகரமாக லாபகரமாகச் செய்ய முடிகிறதா என்று கேட்டால் நான் சொல்லும் பதில், 'இல்லை. என்னால் முடியவில்லை' என்பதுதான்.

அதெப்படி, இப்படிச் செய்தால் லாபம் என்று சொல்ல முடியும். ஆனால், செய்ய முடியாது என்று கேட்கலாம். அது அப்படித்தான்.

சிலது 'தியரிட்டிகலி பாசிபிள்.' ஆனால் நடைமுறைக்கு ஒத்துவராது. கார் வண்டிகள் கொடுக்கக் கூடிய மைலேஜ் குறித்து கார் தயாரிக்கும் நிறுவனம் சொல்வது போலதான். எல்லாம் 'ஐடியல் கண்டிஷன்' களில் நடக்கும். மற்றபடி ஹூ... ஹிம். இன்ட்ரா டே வர்த்தகத்தில் தொடர்ந்து லாபமும் அப்படித்தான். நிகரமாக லாபம் செய்துவிட்டு வெளியேற முடியாது.

கம்ப்யூட்டருடன் இணைக்கப்பட்ட யந்திரங்கள் வேண்டுமானால் செய்யும். அல்லது மிக கடுமையான பயிற்சிகள் வேண்டும்.

என்னால் லாபகரமாகச் செய்ய முடியவில்லை என்று சொல்லும்போது, எந்த டிரேடும் அப்படியே நட்டம்தான் என்பதில்லை. பத்து டிரேட் செய்தால், சிலவற்றில் லாபம் கிடைக்கும், சிலவற்றில் பணம் போகும். நிகரமாக நட்டம்தான் ஏற்படுகிறது.

2005 ல் இருந்து கிட்டத்தட்ட 18 ஆண்டுகளாக பல்வேறு ஊர்களில், அமைப்புகளில் பங்குச்சந்தை குறித்த விழிப்புணர்வுக் கூட்டங்களில் பேசிவருகிறேன். கூட்டம் முடிந்த பின்னர் சந்திக்கிற பலர், அவர்களது அனுபவங்களை என்னுடன் பகிர்ந்துகொள்கிறார்கள். சந்தேகங்கள் கேட்கிறார்கள்.

தவிர, நான் எழுதியிருக்கும் பங்குச்சந்தை குறித்த புத்தகங்களைப் படித்த வாசகர்கள் பலரும் மின்னஞ்சல் மூலம் தொடர்புகொள்கிறார்கள். அவர்கள் கதைகளைச் சொல்லி, என்னிடம் ஆலோசனை கேட்கிறார்கள்.

இந்த அனுபவங்களின் அடிப்படையில் சொல்கிறேன், 'இன்ட்ரா டே' வர்த்தகத்தில் பணம் செய்தவர்கள் மிக மிகக் குறைவு. விட்டவர்கள்தான் அதிகம்.

மேலும் இன்ட்ரா டே செய்பவர்களை 'டே டிரேடர்'கள் என்று

அழைப்பார்கள்- அந்த வர்த்தகம் விடாது. மீண்டும் மீண்டும் செய்யத் தூண்டும்.

சீட்டுக்கட்டு விளையாட ஆரம்பித்தவர், காசு வைத்து விளையாட ஆரம்பித்தவர், எவ்வளவு பணம் தோற்றாலும், ஆடுவதை நிறுத்துவாரா? அந்த ஆட்டம் அவரை விடுமா? இழுக்கும்.

'டே டிரேட்'டும் அப்படித்தான்.

ஒரு நாளைக்கு பத்து 'காண்டிராக்ட்' போடுகிறவர்கள் சாதாரணம். காலையில் வந்ததும், இது அதுவென்று சிலவற்றை வாங்கி விடுவார்கள். விலை ஏறினால் விற்பார்கள். இறங்கினாலும் விற்பார்கள். விட்டதை அடுத்ததில் பிடிக்க முயற்சிப்பார்கள்.

எடுத்தவுடன் ஷார்ட் போகிறவர்களும் உண்டு. அதிலும் லாபமோ நட்டமோ. நிச்சயம் அடுத்த டிரேட் செய்வார்கள். லாபம் கிடைத்தால் தான் செய்தது சரிதான் என்கிற சந்தோஷத்தில். நட்டம் ஆகிவிட்டால், 'அதெப்படி விடுவது? விட்டதை அடுத்த டிரேட்டில் பிடித்துவிடவேண்டும்' என்கிற ஆதங்கத்தில்.

இதில் வேடிக்கை என்னவென்றால், இன்ட்ரா டே செய்பவர்கள் பலர் அவர்களது லாப நட்டக் கணக்கை துல்லியமாகப் பார்ப்பதில்லை. மேலோட்டமாகத்தான் அதுவும், என் போன்றோர் அவர்களிடம் வலிய விவரங்கள் கேட்கிறபோதுதான் விவரங்கள் சொல்கிறார்கள். அவர்களுக்கே அதன் அளவு மனதில் படுகிறது. மற்றபடி அடுத்தடுத்த டிரேட்களுக்குப் போய்விடுகிறார்கள். முடிந்ததை அவர்கள் ஆராய்வதில்லை.

பெரும்பாலான பங்கு தரகு நிறுவனங்களைப் பொறுத்தவரை, இவர்கள்தான் வியாபாரம் தருகிறவர்கள். ஒவ்வொரு டிரேடுக்கும் புரோக்கரேஜ்.

அரசுக்கும் இவர்கள்தான் பால் தரும் பசுக்கள். ஒவ்வொரு டிரேடுக்கும், வரி. செக்யூரிட்டி டிரான்சாக்ஷன் டேக்ஸ், ஜி.எஸ்.டி. வரி, டர்ன் ஓவர் டேக்ஸ், செபி டர்னோவர் பீ, ஸ்டாம்ப் டூட்டி என்று அதன் போக்கில் கம்ப்யூட்டர் போட்டுத்தள்ளி பிடித்துக்கொண்டு மீதம்தான் தரும். அல்லது கேட்கும்.

நிதிநிலை முடிவுகளும் விலை ஏற்ற இறக்கங்களும்.

முதலீடு செய்பவர்கள் ஒவ்வொரு காலாண்டு நிதிநிலை முடிவுக்கும் பெரிய முக்கியத்துவம் கொடுக்க மாட்டார்கள். ஆனால், டிரேட் செய்பவர்கள் அப்படியல்ல. அவற்றுக்கும் முக்கியத்துவம் கொடுப்பார்கள்.

இதில் நல்ல லாபம் பார்ப்பவர்களும் உண்டு. பெரும் நட்டத்தில் மாட்டிக்கொள்கிறவர்களும் உண்டு.

TCS மற்றும் இன்போசிஸ் ஆகிய இரு பெரும் தகவல் தொழில் நுட்பத் துறை பங்குகளை இதற்கு உதாரணத்திற்கு எடுத்துக்கொள்ளலாம்.

இரண்டுமே முதலீட்டாளர்களுக்கு நல்ல லாபம் மற்றும் வருமானம் தரும் பங்குகள். நாம் முன்பு பார்த்த ஐந்து லட்சணங்களும் இருக்கிற நிறுவனப் பங்குகள்.

TCS நிறுவனத்தின் இரண்டாம் காலாண்டு முடிவுகள் அக்டோபர் 12ம் தேதி, சனிக்கிழமை அன்று வெளியிடப்படும் என்று அறிவிப்பு வந்தது.

அதற்கு முந்தைய 2019 ஜூன் மாதத்துடன் முடிந்த முதல் காலாண்டிலேயே *TCS*, எதிர்பார்த்ததைக் காட்டிலும் குறைவான வியாபாரம் மற்றும் லாபம் காட்டியிருந்தது. 2019 செப்டெம்பர் மாதத்துடன் முடியும் அடுத்த காலாண்டு நிதி நிலை முடிவுகள் அதை ஒட்டியே இருக்கும் அல்லது மிகச் சிறு வளர்ச்சி மட்டுமே கண்டிருக்கும் என்று பல தரகு நிறுவனங்களும் கணிப்பு வெளியிட்டிருந்தன.

சில தரகு நிறுவனங்களும், முதலீட்டு நிறுவனங்களும் இனி இந்த விலைக்குக் குறையும் என்று டார்கெட் விலையும் வெளியிட்டிருந்தன.

இப்படி கணிப்புகள் செய்வோரும் அவற்றைத் தெரிந்துகொள்வோரில் சிலரும் ரிசல்ட் வந்ததும் நிச்சயம் விலை இறங்கிவிடும் என்கிற எதிர்பார்ப்பில், அந்தப் பங்குகளை முன்கூட்டியே சந்தையில் விற்றார்கள். கையில் இல்லாமல் விற்க முடியும் என்றும் அதன் பெயர் ஷார்ட் போவது என்றும் ஏற்கனவே பார்த்திருக்கிறோம். தவிர, கையில் இருக்கும் பங்குகளை விற்றுவிடுவோரும் உண்டு.

12ம் தேதி வரவிருந்த ரிசல்ட் போதுமானதாக இருக்காது என்று எதிர்பார்த்து, 4ம் தேதி 2,079 ரூபாய் இருந்த TCS பங்கு விலை, அன்றிலிருந்து தொடர்ந்து இறங்கி, ரிசல்ட்டுக்கு முதல் நாள், அதாவது அக்டோபர் 11ம் தேதி அன்று வர்த்தகத்தில் 1929 என்கிற அளவெல்லாம் போய்விட்டு, பின் வர்த்தக முடிவில் 1,986 என்கிற அளவில் நின்றது. பங்கு ஒன்றுக்கு சுமார் 107 ரூபாய் குறைவு.

இப்படியாக TCS-ன் பங்கு விலை, அதன் காலாண்டு முடிவுகள் வெளிவருவதற்கு முன் இறங்கியது.

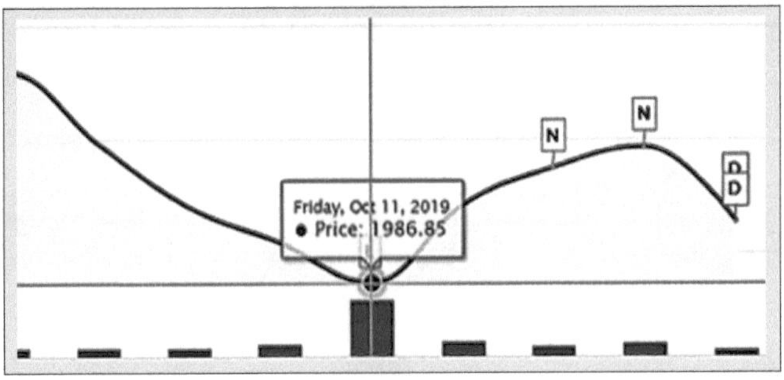

12ம் தேதி வந்த ரிசல்ட், வல்லுனர்கள் கணித்தது போல சுமாராகத்தான் இருந்தது. அப்படியென்றால், அதன் விலை மேலும் இறங்கியிருக்க வேண்டும் அல்லவா?

ஆனால், ரிசல்ட் வந்த சனிக்கிழமைக்கு அடுத்த வர்த்தக நாளான திங்கள்கிழமை முதல் TCS பங்கு விலையில் ஏற்றம்தான்! அக்டோபர் 16 அன்று 2,046 என்ற அளவுக்குப் போய்விட்டது.

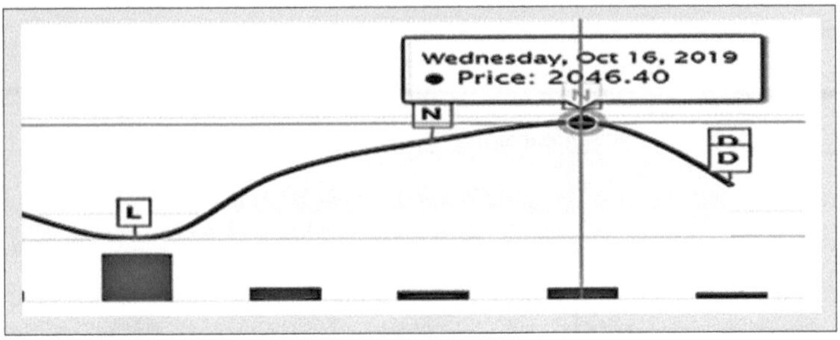

ஏன் இப்படி எதிர்பார்ப்பிற்கு மாறாக நிகழ்ந்தது?

அதைப் பற்றிப் பார்ப்பதற்கு முன் மற்றொரு ஜாம்பவான் பங்கான இன்போசிஸ் Q 2 ரிசல்ட் மற்றும் விலைகள் மீதான அந்த ரிசல்ட்டின் தாக்கத்தையும் பார்த்துவிடலாம்.

இன்போசிஸ் ரிசல்ட் அக்டோபர் 11, வெள்ளிக்கிழமை அன்று வெளியிடப்படும் என்று அறிவிக்கப்பட்டிருந்தது. அதன் லாபம் மற்றும் விகிதங்கள் முன்பைவிட கூடுதலாக இருக்கும் என்று வல்லுனர்கள் (அனலிஸ்ட் கள்) மற்றும் தரகு நிறுவனங்கள் கணித்தன. எதிர்பார்ப்புத் தெரிவித்தன.

அக்டோபர் 7ம் தேதி 789 ரூபாய் இருந்த இன்போசிஸ் பங்கு விலை, தொடர்ந்து உயர்ந்து, ரிசல்ட் வரவிருந்த 11ம் தேதியன்று 824 ரூபாய் வரை உயர்ந்துவிட்டு பின், 819ல் ரூபாயில் முடிவுற்றது.

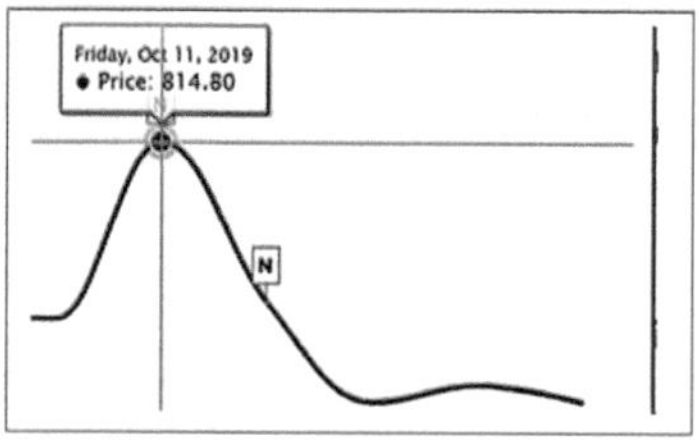

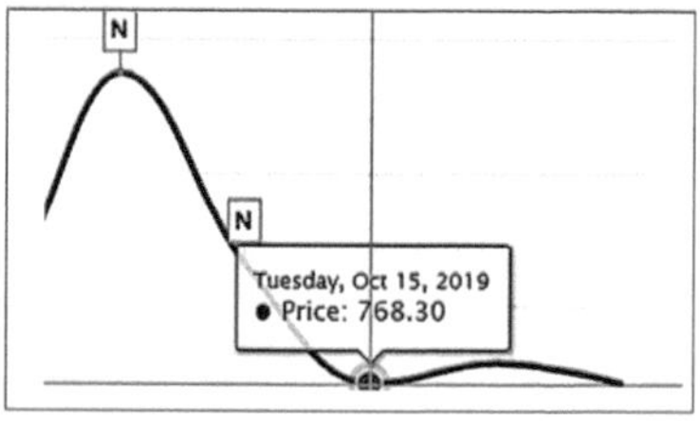

வந்த ரிசல்டில், எதிர்பார்த்தது போலவே லாபமும், விகிதங்களும் உயர்ந்து இருந்தன. நியாயமாகப் பார்த்தால் அதன்பின் விலை தொடர்ந்து உயரவேண்டும். ஆனால், அந்தப் பங்கின் விலை விழுந்தது. 14ம் தேதி இன்போசிஸ் பங்கு விலை, 789ல் தொடங்கி 785ல் முடிவுற்றது.

ஏன்?

சந்தையின் போக்குகள் குறித்து அதிகம் அறியாதவர்கள், இப்படிப்பட்ட நிகழ்வுகளால் நட்டப்படக்கூடும்.

நல்ல ரிசல்ட் கொடுத்த இன்போசிஸ் பங்கு அடுத்த சில நாட்களுக்கு விலை குறைவதும், சந்தை சரியில்லை என்று அபிப்பிராயப்படும்படி ரிசல்ட் கொடுத்த TCS பங்கு விலைகள், ரிசல்ட் வந்தபின் உயர்வதும் சிலருக்கு வினோதமாகத் தெரியலாம். அப்படி நடப்பது ஏன் தெரியுமா?

இந்தக் கேள்விக்கு சந்தை மொழியிலேயே பதில் சொல்வதென்றால், இப்படிச் சொல்லலாம். 'அந்த ரிசல்ட்டுகள் ஆல்ரெடி டிஸ்கவுண்டெட்.'

வரவிருக்கும் செய்திக்கான விலை மாற்றத்தை ஏற்கனவே சந்தை செய்துவிட்டது. அதனால் செய்தி வந்தபோது சந்தையால் மீண்டும் ஒருமுறை மறுவினையாற்ற (ரியாக்ட் செய்ய) முடியவில்லை.

மேலும், வரப்போகிற செய்திக்காக விலை இறக்குவதோ ஏற்றுவதோ, செய்திக்கு ஏற்ற அளவுதானே செய்யவேண்டும்? ஆனால், விவரம் தெரிந்தவர், தெரியாதவர் என்று பலரும் ஒரே திசையில் விலையை ஏற்றவோ இறக்கவோ செய்வார்கள். அவர்கள் பலர் அப்படிச் செய்ய, விலை இறங்கவேண்டியதைக் காட்டிலும் அல்லது அதிகரிக்க வைக்க வேண்டியதைக் காட்டிலும் கூடுதலாக மாறிவிடும்.

அதன்பின் அந்த அதிகத்தை சரிசெய்கிறேன் என்று அதற்கு எதிர் திசையில், அவர்களோ அல்லது வேறு சிலரோ, வாங்கவோ விற்கவோ செய்ய, ரிசல்ட் வந்தபின், விலை போக வேண்டிய திசைக்கு மாறான திசையில் நகரும். வியப்பூட்டும்.

இதனால்தான் விவரம் தெரியாமல் டிரேடில் இறங்கினால் சிக்கல், நட்டம் என்பது. நல்ல ரிசல்ட்டுக்குப் பின் விலை இறக்கம். சுமாரான ரிசல்ட்டுக்குப் பின் விலை ஏற்றம் என்பனவும் சாத்தியமே.

முதலீட்டில் இந்தப் பிரச்சினை இல்லை. காரணம், இந்தக் குழப்பங்கள் எல்லாம் சில நாட்களுக்குத்தான். பின்னர் சரியாகிவிடும். அதுவரை தாங்க முடியாமல் விற்றால்தான் நட்டம். அது டிரேட் செய்பவர்களின் டெலிவரி எடுத்து வைக்கும் கெப்பாசிட்டியைப் பொறுத்தது.

வெற்றிகரமான டிரேடர்களுக்கு பழக்கமான ஒரு பங்குச்சந்தை முதுமொழி, பை ஆன் ரூமர். செல் ஆன் நியூஸ் (*Buy on rumour. Sell on news*).

மார்ஜின் பண்டிங்- பங்குகள் மேல் கடன்

'கையில காசு, வாயில தோசை' என்று 'டவுன் பேமெண்டு'க்கு சொல்லப்படும் வாக்கியம் தெரியும்தானே. எவ்வளவு பணம்

இருக்கிறதோ, அவ்வளவிற்கு மட்டுமே பொருட்கள் தருவோம் என்பதற்கு சொல்லப்படுவது.

இந்த வழிமுறை பங்குச்சந்தைக்கும் பொருந்தும். தரகரிடம் சொல்லி அல்லது நாமாகவே நேரடியாக தரகரின் இணையதளம் மூலம் பங்குகள் வாங்கவேண்டும் என்றால், அதற்கு முன்பணம்-மார்ஜின் – கொடுக்க வேண்டும். அந்த நாளுக்குள் முழுப்பணமும் கொடுத்தால்தான் வாங்கிய பங்கை நமது டி மேட் கணக்கிற்கு டெலிவரி கொடுப்பார்கள். இல்லாவிட்டால், வாங்கியதை அன்றே விற்று, ‘ஸ்கொயர் ஆப்’ செய்துவிடுவார்கள்.

லட்ச ரூபாய் பணம் இருந்தால், லட்ச ரூபாய்க்கு பங்குகள் வாங்கலாம். டெலிவரி எடுக்கலாம். ‘அதற்கு மேலும் நான் வர்த்தகம் செய்ய விரும்புகிறேன் என்றால் என்ன செய்வது?’ என்று கேட்டவர்களுக்காக ஒரு திட்டத்தை அறிமுகப்படுத்தினார்கள். அந்தத் திட்டத்தின் பெயர், ‘மார்ஜின் டிரேடிங் பெசிலிட்டி- MTF’.

நகையை, வீட்டை, இடத்தை அடமானம் வைத்து பணம் வாங்குவது போல, பங்குகளை அடமானமாக வைத்து, அதில் கிடைக்கும் பணத்தில் மேலும் பங்குகள் வாங்கலாம்.

எப்படி எல்லா நகைகளுக்கும் கடன் கிடைக்காதோ அப்படி எல்லாப் பங்குகளின் மீதும் கடன் தரமாட்டார்கள். குறிப்பிட்ட சில பங்குகளை மட்டுமே ஈடாக வைத்துக்கொண்டு, மேலும் பங்குகள் வாங்க கடன் கொடுப்பார்கள். எந்த எந்தப் பங்குகளுக்கு மார்ஜின் தரலாம் என்பதை, பங்குத் தரகர் முடிவு செய்வதில்லை. பங்குச்சந்தைகளான, NSE, BSE மற்றும் கண்காணிப்பு ஆணையம் SEBI முடிவு செய்கின்றன. அவ்வப்போது அந்த அனுமதிக்கப்பட்ட பங்குகளின் பட்டியலில் மாற்றங்களும் கொண்டுவருகின்றன.

தங்கம் விலை கிராம் 5500 ஆக இருந்தாலும், கடன் கொடுப்பது கிராமுக்கு 4500 என்பது போல தான் இருக்கும் என்பதுபோல, இங்கும் பங்குகளின் மீது நடப்பு விலைகளில் கடன் கிடைக்காது. தங்கத்தைக் காட்டிலும் வேகமாக விலை மாற்றங்கள் நிகழக்கூடியதல்லவா பங்குகள்.

இந்த MTF வசதியைப் பெற, ஓரளவு கேஷ் கட்டவேண்டும்.

உதாரணத்திற்கு ஒருவர் அவரது 5 லட்ச ரூபாய் பங்குகளை அடமானம் வைக்க விரும்பினால், அவர் 50,000 ரொக்கம் கட்டிவிட்டு, மேலும் 3.5 லட்ச ருபாய்க்கு பங்குகள் வாங்கலாம். இது ஒரு எடுத்துக்காட்டுதான். எவ்வளவுக்கு எவ்வளவு என்பதெல்லாம் அடமானம் வைக்கிற பங்குகள், தரகு நிறுவனத்தின் MTFக்கான வரைமுறைகள் போன்றவற்றைப் பொறுத்து மாறும்.

இந்த முறையின் மூலம், ஒருவர் ஐந்தரை லட்ச ரூபாய் முதல் போட்டுவிட்டு, எட்டரை லட்ச ரூபாய்க்கு பங்குகள் வாங்க முடியும்.

எந்தக் கடனுக்கும் வட்டி உண்டல்லவா? இதற்கும் உண்டு. அதன்படி மூன்று லட்ச ரூபாய் கடனுக்கு நாள் கணக்கில் வட்டி கணக்கிட்டு, எடுத்துக்கொண்டு விடுவார்கள். சில தரகு நிறுவனங்கள் மாதத்துக்கு 2% வட்டி போடுகிறார்கள். அப்படியென்றால், ஆண்டுக்கு 24%.

மார்ஜின் ஃபண்டிங் பணத்தில் வாங்கிய பங்கு திடீரென்று கடுமையாக விலை இறங்கினால் (இண்டியா புல்ஸ் ஹவுசிங் போல) என்ன செய்வார்கள்? உடனே ஒரு தகவல் அனுப்புவார்கள். ‘உங்கள் மார்ஜின் பணம் குறைகிறது. தேவைப்படும் பணத்தை உடனடியாக கட்டுங்கள்’ என்பது போல மெயில் போகும். குறிப்பிட்ட நேரத்திற்குள் கட்டாவிட்டால், அவர்களிடம் அந்த வாடிக்கையாளருக்கு இருக்கும் வேறு டிரேடிங் கணக்குகளில் கிரெடிட் பேலன்ஸ் இருந்தால் அதிலிருந்து MTF கணக்குக்கு பணத்தை மாற்றிக்கொள்வார்கள்.

வேறு எந்தக் கணக்கிலும் கிரெடிட் பேலன்ஸ் இல்லாவிட்டால், ஈடாகக் கொடுத்திருக்கும் அடமானம் பங்குகளை சந்தை விலையில் விற்றுவிடுவார்கள். விற்று, அவர்கள் பணத்தை எடுத்துக்கொண்டுவிடுவார்கள்.

அவர்கள் அப்படிச் செய்யாவிட்டால், அவர்கள் கடனாகக் கொடுத்திருக்கும் பணத்தைத் திரும்ப வாங்குவது சிரமமாகிவிடலாம்.

அடமானம் பெற்றுக்கொண்டு கடன் கொடுத்தவர்கள் சந்தைகளில் விற்க ஆரம்பித்தால் அதன் பெயர், ‘மார்ஜின் கால்’. சாதாரணமாக யாரோ சில சிறுமுதலீட்டாளர்களின் அடமானப் பங்குகள் அந்த முறையில் சந்தையில் விற்கப்படுவதால் பெரிய தாக்கம் இருக்காது.

ஆனால், நிறுவனத்தின் பெரும்பகுதி பங்குகளை அடமானம் வாங்கியவர்கள் விற்றால், அந்தப் பங்கு விலையில் புயல் வீசும்.

அப்படி நிகழ்ந்ததற்குப் பல உதாரணங்கள் உண்டு. சமீபத்திய உதாரணங்கள், ஜீ எண்டர்டெயின்மென்ட் மற்றும் எஸ் பேங்க்.

நல்ல விலையில் டிரேட் ஆகிக்கொண்டிருந்த பங்கு ஒரு குறிப்பிட்ட விலைக்குக் கீழ் போய்விடக்கூடாது. அதுதான் 'லக்ஷ்மண் ரேகா.' அதற்கும் கீழ் விலை போய்விட்டால், மடை திறந்த வெள்ளம் போல அந்தப் பங்கு விற்கப்படும்.

அந்தக் குறிப்பிட்ட விலைதான் அடமானம் வைக்கப்படும் விலை. அதற்குக் கீழ் போனால் அதன் மீது கடன் கொடுத்தவர், 'ஆட்டொமேட்டிக்'ஆக விற்பார். அவ்வாறு விற்கும் வண்ணம் அவர் புரோகிராம் பண்ணி வைத்திருப்பார். அன்றைய தினமே விலை மீண்டும் விலை உயர்ந்துவிடலாம். ஆனால், குறைந்த விலையில் விற்றது விற்றதுதான்.

இப்படி விலை கடுமையாக இறங்குகிறபோது மற்றொன்றும் நடக்கும். அது பலரும் போட்டு வைத்திருக்கும் 'ஸ்டாப் லாஸ் ட்ரிகர்' ஆவது. அதனாலும் விலைகள் விழும்.

சந்தை பெரிய அளவில் தொடர்ந்து உயர்கிற போது, முதலீட்டாளர்கள் பங்குகளை மேலும் மேலும் வாங்க விரும்புவார்கள். ஆனால், அவர்களிடம் அவ்வளவு பணம் இருக்காது. Fully invested நிலையில் இருப்பார்கள். ஆனாலும் வாங்கினால் லாபம் கிடைக்கும் என்று தோன்றுகிறபோது, 'மார்ஜின் பண்டிங்' கிற்குப் போவார்கள். அதில் தொடர்வார்கள்.

பின்பு, எப்போதாவது சந்தை மிக வேகமாகவும் அதிகமாகவும் விழுகிறபோது, பல்வேறு பங்குகளும் மிக அதிகம் விலை இறங்கி, மார்ஜின் விலைகளுக்கும் கீழ் வர, 'மார்ஜின் கால்' கள், ஸ்டாப் லாஸ்கள் எல்லாம் வேலை செய்ய, பலரும் விற்க, சந்தை மேலும் விழும்.

இதைத்தான் நான் 'மார்ஜின் கால பயங்கரங்கள்' என்று என்னுடைய அள்ள அள்ளப் பணம் புத்தகத்தில் எழுதியிருக்கிறேன்.

விலை விழப்போவதை முன்கூட்டியே தெரிந்துகொள்ள முடியுமா?

“ஒரு பங்கின் விலை விழுவதற்கு முன், விழப்போகிறது என்பதை எப்படிக் கண்டுபிடிப்பது?” என்று சிலர் கேட்பார்கள்.

இதென்ன சாதாரண கேள்வியா! மில்லியன் டாலர் கொஸ்டின் அல்லவா!! இதற்கு மிகச் சரியான பதில் தெரிந்தால் பலரும் பங்குச்சந்தையில் நட்டம் செய்யமாட்டார்கள். ஆனாலும், இதற்கான பதிலைத் தேடும் முயற்சி தொடர்ந்து நடந்துகொண்டேதான் இருக்கிறது. அதில் பலமுன்னேற்றங்கள் வந்திருக்கின்றன.

பங்குகளை வாங்க வேண்டுமென்றால் அல்லது கையில் இருக்கும் அந்த நிறுவனத்தின் பங்குகளை வைத்திருந்தது போதும் என்று முடிவெடுக்க வேண்டுமென்றால், அந்த நிறுவனத்தின் பண்டமெண்டல்களைப் பார்க்க வேண்டும் என்பார்கள். “அந்தப் பங்கின் ஃபண்டமெண்டல்ஸ் நன்றாக இருக்கிறது” அல்லது “சரியில்லை” என்பது போன்ற பரிந்துரைகள் சொல்லப்படுவதைக் கேட்டிருக்கலாம். அதென்ன ஃபண்டமெண்டல்ஸ்?

ஒரு மனிதனின் உடல் ஆரோக்கியம் எப்படி என்று கேட்டால் மருத்துவர்கள் எவற்றை எல்லாம் சோதனை செய்துவிட்டு முடிவுக்கு வருவார்கள் என்று தெரியும்தானே!

ரத்தத்தில் இருக்கும் சர்க்கரை, ரத்தக்கொதிப்பு, நுரையீரல் பங்ஷன் டெஸ்ட், கிட்னி, லிவர் ஆகிவற்றின் பங்ஷன்ஸ் டெஸ்ட்கள், தவிர *ECG* போன்றவற்றை சோதிப்பார்கள். இந்த சோதனைகளின் முடிவில் கிடைக்கும் ரிசல்ட்டை வைத்து, “நோ பிராப்ளம். நீங்கள் போகலாம்” என்பார்கள். வேறு சிலருக்கு மேலும் சில டெஸ்டுகள். அல்லது அறுவைசிகிச்சை, மாத்திரைகள் மருந்துகள், உணவுக்கட்டுப்பாடுகள் பரிந்துரைப்பார்கள்.

அதேபோன்றதுதான் ஒரு நிறுவனத்திற்கு அனலிஸ்ட்கள் செய்யும் சோதனைகள்; அதன் பின்னர் அந்தச் சோதனைகளில் கிடைக்கும் தகவல்களை வைத்து அவர்கள் செய்யும் அலசல்கள் மற்றும் அதன் பின் அவர்கள் செய்யும், ‘விற்கலாம்’ அல்லது ‘வாங்கலாம்’ என்று சொல்லும் ரெக்கமெண்டேஷன்களும்.

ஆக, பங்குச்சந்தைகளில் ஒன்றுக்கு ஒன்று தொடர்பில்லாத இரண்டுவிதமான அணுகுமுறைகள் இருக்கின்றன. ஒன்று ஃபண்டமெண்டல் அனாலிசிஸ். மற்றொன்று டெக்னிக்கல் அனாலிசிஸ். இரண்டும் முற்றிலும் வேறுபட்ட தகவல்களை வைத்து முடிவுக்கு வரப்படுவது.

முதலாவது நடந்து முடிந்தனவற்றை வைத்து சொல்லும் முறை. மற்றொன்று நடந்துகொண்டிருப்பதை வைத்து நடக்கப்போவதை அனுமானிக்கும்முறை.

'ஃபண்டமெண்டல் அனாலிசிஸ்' சில் என்னவெல்லாம் பார்ப்பார்கள் என்பதை வேறு ஒரு சமயம் கூடுதல் விளக்கங்களுடன் பார்க்கலாம். இப்போது பார்த்திபன் அவர்களின் கேள்விக்கு மீண்டும் வருவோம். 'ஒரு பங்கின் விலை விழுவதற்கு முன், விழப்போகிறது என்பதை எப்படிக் கண்டுபிடிப்பது?'

இது போன்ற கேள்விகளுக்கு பதில், 'டெக்னிக்கல் அனாலிசிஸ்' செய்து கண்டுபிடிக்கலாம் என்பதுதான். ஆம். ஒரு பங்கின் விலை மூவ்மெண்ட்களை கணிக்கக்கூடிய ஏற்பாடு டெக்னிக்கல் அனாலிசிஸ் என்றால் அது மிகை இல்லை.

விலை இறங்கப்போவதை மட்டுமல்ல. விலை உயரப்போவதையும் முன்கூட்டியே அடையாளம் காட்டுவது டெக்னிக்கல் அனாலிசிஸ். பங்கு விலைகளை மட்டுமல்ல. பல்வேறு இன்டெக்ஸ் களின் நகர்வுகளையும் அதை வைத்து கணிக்கமுடியும்.

பங்குச்சந்தையில் பணம் செய்பவர்கள், ஜெயிப்பவர்கள் தற்செயலாகவோ, குருட்டாம் போக்கிலோ, 'பத்துக்குள்ள ஏதோ ஒரு நம்பர்' என்பதுபோல வாங்கவேண்டிய பங்குகளை தேர்வு செய்வதில்லை. 'நேரம் சரியில்லை'என்பது போல முடிவு செய்து பங்குகளை விற்பதில்லை.

கோழி கூவினால் விடியப்போகிறது. தவளை கத்தினால் மழை வரும். யானைகளுக்கு சுனாமி வருவது முன்கூட்டியே தெரியும், அவை எதிர் திசையில் ஓடும் என்றெல்லாம் சொல்லப்படுபவை, சொல்பவர்களின் அவற்றுடனான அனுபவம் காரணமாக இருக்கலாம். ஆனால், கோழி, தவளை, யானை ஆகியவை எப்படி அவற்றை

அவ்வளவு சரியாகச் செய்கின்றன? அவற்றுக்கு ஏதோ தகவல்கள் கிடைக்கின்றன. அதை வைத்துதான் அவை அப்படிச் செய்கின்றன.

அதேபோல குறிப்பிட்ட பங்குகளின் விலைகளிலோ அல்லது பங்குச்சந்தை குறியீட்டு எண்ணிலோ அடுத்து என்ன நிகழும் என்பதை முன்கூட்டியே சுட்டிக்காட்டும் சில அறிகுறிகள் உண்டு. அவற்றை 'இண்டிகேட்டர்ஸ்' என்பார்கள். அவற்றை வைத்து ஆராய்பவர்கள் விலையில் அடுத்து என்ன நடக்கும் என்பதைப் பெரும்பாலும் சரியாகச் சொல்லிவிடுகிறார்கள்.

அப்படிக் கணக்கிட்டுச் சொல்பவர்களை,'சார்ட்டிஸ்ட்' என்றும், 'டெக்னிக்கல் அனலிஸ்டு'கள் என்றும் அழைப்பார்கள்.

பங்குகளின் விலைகள் உயரப்போகின்றனவா அல்லது விழப்போகின்றனவா என்பதையும் அந்த மாற்றத்தின் அளவு எவ்வளவு இருக்கும் என்பதையும் அதாவது, என்ன விலை வரை உயரலாம் அல்லது விழலாம் என்பதையும் கூட டெக்னிக்கல் அனலிசிஸ் செய்பவர்களால் தெரிவிக்க முடியும்.

டெக்னிக்கல் அனாலிசிஸ் என்பது ஒரு 'டூல் பாக்ஸ்' போல. அதில் பல்வேறுவிதமான கருவிகள் உண்டு. ஒவ்வொன்றுக்கும் ஒவ்வொரு திறன் உண்டு. அவற்றில் சில இதோ.

Bands

Bollinger Bands	Fractal Chaos Bands	Stoller Average Range Channel
Moving Average Envelope	Prime Number Bands	Darvas Box
High Low Bands	Keltner Channel	Ichimoku Cloud

General

High Minus Low	Volume Rate of Change	Lowest Low Value
Median Price	Price Rate of Change	Colored Volume
Typical Price	Standard Deviation	Volume
Weighted Close	Highest High Value	

Index

Accumulative Swing Index
Chaikin Money Flow
Commodity Channel Index
Comparative Relative Strength
Elder Force Index
Elder Thermometer
Gopalakrishnan Range Index
Historical Volatility
Intraday Momentum Index
Market Facilitation Index
Mass Index
Money Flow Index
Negative Volume Index
On Balance Volume
Performance Index
Positive Volume Index
Price Volume Trend
QStick
RAVI
Random Walk Index
Relative Strength Index
Stochastic Momentum Index
Swing Index
Trade Volume Index
Twiggs Money Flow

Oscillator

Aroon
Aroon Oscillator
Average True Range
Center Of Gravity
Chaikin Volatility
Chande Forecast Oscillator
Chande Momentum Oscillator
Coppock Curve
Detrended Price Oscillator
Directional Movement System
Ease of Movement
Ehler Fisher Transform
Elder Ray
Fractal Chaos Oscillator
Klinger Volume Oscillator
MACD
MACD Histogram
Momentum Oscillator
Parabolic SAR
Pretty Good Oscillator
Price Oscillator
Prime Number Oscillator
Rainbow Oscillator
Schaff Trend Cycle
Stochastic Oscillator
TRIX
True Range
Ultimate Oscillator
Vertical Horizontal Filter
Volume Oscillator
Williams %R
Williams Accumulation Distribution

Regression

Linear Regression Forecast
Linear Regression Intercept
Linear Regression R2
Linear Regression Slope
Time Series Forecast

டிரெண்ட் ரிவர்சல்

ஒரு பங்கு தீவிரமான நல்ல அல்லது கெட்ட செய்திகளுக்கு உடனடியாகவும் பெரிய அளவிலும் விலை மாற்றம் பெறும். மிக நல்ல செய்தி என்றால் உடனே சந்தையில் இயங்கும்

பலரும் அந்தப் பங்கை வாங்குவார்கள். வாங்குபவர்களில், பாரின் இன்ஸ்டிடூஷனல் இன்வெஸ்டார்கள்-FIIs-, உள்நாட்டு இன்ஸ்டிடூஷனல் இன்வெஸ்டார்கள்-DIIs-, பெரும் பணக்காரர்கள் எனப்படும் HNIகள், பரஸ்பரநிதிகள், முதலீட்டாளர்கள், டிரேடர்கள், இன்ட்ரா டே டிரேடர்கள் என பலரும் இருப்பார்கள்.

2019 உதாரணம் என்றால் டாடா மோட்டார்ஸ் பங்குகள். இரண்டாம் காலாண்டு முடிவுகளில் நிறுவனத்தின் நட்டம் குறைந்திருக்கிறது என்று தெரிய வந்ததும்,தீபாவளி மூகூரத் டிரேடிங்கிலேயே 17% விலை உயர்வு. அடுத்த வர்த்தக நாளில் மற்றுமொரு 16.5%. இப்படியே அந்த நல்ல செய்திக்காக விலை உயர்ந்துகொண்டே போகும். கேஷ் மார்க்கெட் தவிர, பியூட்சர்ஸ் மார்கெட்டிலும் பலர் டாடா மோட்டார் பங்குகளை குறைந்த அளவு பணத்தை மார்ஜின் ஆக கட்டிவிட்டு, வாங்குவார்கள்.

மற்றுமொரு உதாரணம் என்றால்,IRCTC பங்குகள். லிஸ்ட் ஆனதும் போட்ட பணம் இரட்டிப்புக்கும் மேல் என்று சிலர் விற்றிருப்பார்கள். ஆனால், அதன்பின்பும் தொடர்ந்து விலை உயர்வதைக் கண்டு பலரும் வாங்க ஆரம்பித்திருப்பார்கள். விலை 1000 போகும் என்கிற பேச்சுகளும் சந்தையில் உலாவர ஆரம்பித்தது. இன்னும் பலர் வாங்கினார்கள்.

12.7.23 அன்று டி சி எஸ் முதல் காலாண்டு முடிவுகள் எதிர்பார்த்ததைக் காட்டிலும் நன்றாக இருந்தது என்பதால், 13.7.23 அன்று காலை வர்த்தகம் தொடங்கியது முதலே ஏற்றம்தான். 12 அன்று முடிவு 3257. 13 அன்று 3272ல் தொடங்கி... தொடர்ந்து உயர்ந்து .. 3365 இல் முடிவு. ஒரே நாளில் 3.28% உயர்வு.

விலை உயர்வு அதோடு நிற்கவில்லை. அடுத்த நாள் மேலும் ஒரு 5.21% உயர்வு!

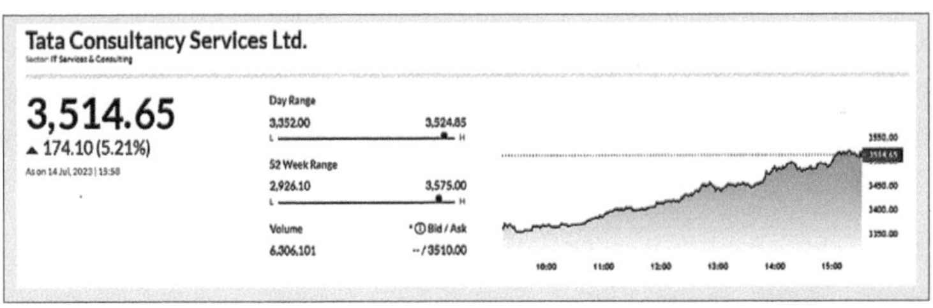

இதெல்லாம் விலை உயர்வது குறித்து. அதேபோல சில கெட்ட செய்திகளுக்காக சில பங்குகளின் விலை விழும். தொடர்ந்து குறையும். செய்தி தெரிந்துகொண்ட பல்வேறு தரப்பினரும் கையில் இருப்பதை விற்பார்கள். இல்லாத பங்குகளையும் லாப நோக்கில் இன்ட்ரா டே கணக்கில் விற்பார்களை. பியூட்சர்ஸ் & ஆப்ஷன்ஸ்-ல் இருக்கும் பங்குகளாக இருந்தால், கையில் இல்லாத பங்குகளை ஷார்ட் அடிப்பார்கள். இப்படியாக ஒரே பங்கு பலராலும் தொடர்ந்து விற்கப்படும்.

யார் எவ்வளவு வாங்குகிறார்கள் அல்லது விற்கிறார்கள் என்பது எல்லோருக்கும் தெரியாது. குறிப்பிட்ட செய்திக்கு எவ்வளவு விலை உயரலாம் அல்லது எதுவரை விலை குறையலாம் என்கிற வரையறைகளும் சந்தையில் இல்லை. எல்லாம் அவரவர் கணிப்புகள், கணக்குகள்.

இதன் காரணமாக நல்ல செய்திக்குத் தொடர்ந்து விலை உயரும், தொடர்ந்து வாங்கப்படும் பங்கு, ஒரு கட்டத்தில் அதன் விலை உச்சத்துக்குப் போய்விடும். அதன்பின் சந்தையில் வாங்கு சக்தி குறைந்துவிடும். காரணம், அந்தப் பங்கின் மீது ஆர்வம் கவனம் இருப்பவர்கள் அவர்கள் சக்திக்கு மீறியே வாங்கியிருப்பார்கள்.

இதனால் வாங்குதல் குறையும். ஏற்கனவே வாங்கி லாபத்தில் இருப்பவர்கள் விற்றுவிட முடிவு செய்வார்கள். விற்பார்கள். விலை குறைவதைப் பார்த்து, இனி ஏறாது என்ற முடிவுக்கு வந்து சிலர் ஷார்ட் அடிப்பார்கள். ஆக, கையில் இருப்பதை விற்பவர்கள். இல்லாததை விற்பவர்கள் என்று சந்தையில் இப்போது அதே பங்கை விற்பவர்கள் எண்ணிக்கை அதிகரிக்கும்.

இதே நிலைதான் கெட்ட செய்திக்கு விலை இறங்கியதில் நடக்கும். பலரும் விற்று விற்று, மிக அதிகமாகவே விற்று, ஒரு நேரம் விற்பனை குறையும். ஷார்ட் அடித்தவர்கள், கவர் செய்வதற்காக வாங்கும் நிலைக்குத் தள்ளப்படுவார்கள். ‘ஷார்ட் கவரிங்’ கினாலும் விலை உயரும். அட! இது இன்னும் விலை உயருமோ என்ற நோக்கில் டிரேடர்களும் வாங்குவார்கள்.

இப்போது சந்தையில் அந்தப் பங்கின் நிலைமை தலைகீழாகியிருக்கும். விலை உயர ஆரம்பிக்கும்.

முன்னது நடந்தது 'ஓவர் பாட்' காரணத்தால். பின்னது நடந்தது 'ஓவர் சோல்ட்' காரணத்தால்.

'ஓவர் பாட்' என்றால் தேவைக்கு அதிகமாய் வாங்கிவிட்ட நிலை. 'ஓவர் சோல்ட்' என்றால் இருப்பதற்கும் அதிகமாய் விற்றுவிட்ட நிலை.

இந்த நிலை சந்தையில் மற்றவர்களால் சரிசெய்யப்படும். தப்பு செய்தவனை அடித்துவிட்டு, அதிகம் அடித்ததால் அவன் மயங்கிவிட்டால் அடித்தவர்களே அவனை ஆசுவாசப்படுத்தி, சோடா வாங்கிக்கொடுப்பார்கள் அல்லவா அப்படித்தான்.

இப்படி ஒரு கட்டத்தில் வாங்குவது விற்பதாக மாறுவதையும், விற்பது வாங்குவதாக மாறுவதையும் 'டிரெண்ட் ரிவர்சல்' என்பார்கள்.

அதைக் காட்டக்கூடிய இண்டிகேட்டர், *RSI*.

'ரிலேட்டிவ் ஸ்டிரெங்த் இன்டெக்ஸ்' என்பதன் சுருக்கம்தான் *RSI*.

டெக்னிக்கல் அனாலிசிஸில் இருக்கும் பல இண்டிகேட்டர்களில் *RSI*யும் ஒன்று.

RSI எண் எழுபதிற்கும் மேல் போனால் அது, 'ஓவர் பாட் சோன்.' அதன்பின் விலை இறங்கும் அதே எண், 30-க்கும் கீழ் போய்விட்டால் அது, 'ஓவர் சோல்ட் சோன்.' அதன்பின் விலை ஏறும் என்பது பொதுவிதி. இந்த எண்களுக்குக் கொஞ்சம் பிளஸ் மைனஸ் (கூடுதல் குறைச்சல்) இருக்கும்.

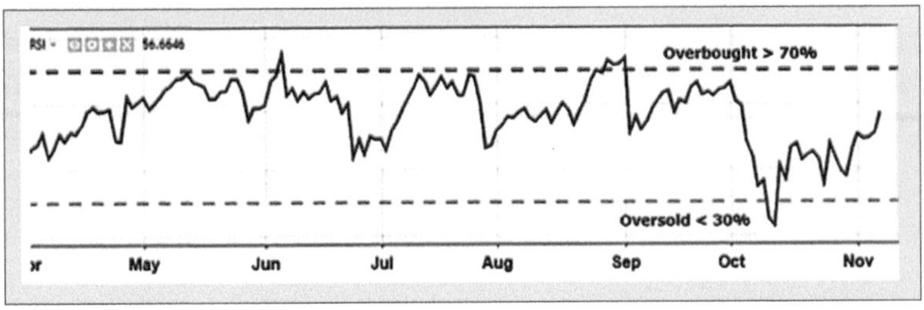

RSI சொல்லும் சேதி

டாடா மோட்டார்ஸ் பங்கு, 2019 தீபாவளி அன்று நடந்த முகூரத் வர்த்தகத்தில் 16.7% விலை உயர்ந்தது. விலை மிகக் குறைவாக இருந்த இதன் விலை, இவ்வளவு உயர்ந்துவிட்டதே, இதற்கு மேலுமா உயரும்! என்று பலரும் நினைத்திருக்கலாம். குறிப்பாக டெக்னிக்கல் அனாலிசிஸ் போன்றவற்றின் பரிச்சயம் இல்லாதவர்கள் நினைத்திருக்கலாம். கையில் இருந்ததை விற்றிருக்கலாம்.

ஆனால், நாம் முன்பு பார்த்த RSI யில் இருக்கும் 'சுவிங் ரிஜெக்ஷன்' என்ற 'இண்டிகேட்டர்' தெரிந்தவர்கள், நிச்சயமாக மேலும் விலை உயரும் என்று அந்தக் கூடுதல் விலையிலும் விற்காமல், வாங்கியிருப்பார்கள்.

'இதற்கு மேலுமா உயரும்!' என்று நினைப்பது 'காமன் சென்ஸ்'. அவ்வளவுதான். 'இல்லை, இனியும் உயரும்' என்று அந்த நேரத்தில் முடிவு செய்ய வைப்பது 'டொமைன் நாலெட்ஜ்'. அதாவது இந்த விஷயம் குறித்த குறிப்பான நாலெட்ஜ்.

என்னதான் மோசமான செய்தியாக இருந்தாலும் ஒரு நிறுவனப் பங்கை தொடர்ந்து விற்றுக்கொண்டே இருந்தால், ஒரு கட்டத்தில் அந்தப் பங்கின் விலையில்- குறைந்தபட்சம் ஒரு சில நாட்களுக்காவது- சிறிய விலை உயர்வு வரும். காரணம் அது 'ஓவர் சோல்ட்' ஆகிவிடும். இதை RSI என்ற இண்டிகேட்டர் காட்டும்.

இவ்வாறு நடந்திருப்பதை எஸ் பேங்க் பங்கின் RSI சார்ட்டில் பார்த்தால் தெரியும். படத்தின் மேல் பகுதியில் உருளை உருளையாக (கேண்டிகள்) காட்டப்பட்டிருப்பது பங்கின் விலை. படத்தின் கீழ்ப் பகுதியில் லைன் (கோடுகளாக) காட்டப்பட்டிருப்பது எஸ் பேங் பங்கின் RSI.

எஸ் பேங்க் பங்கின் RSI சார்ட்.

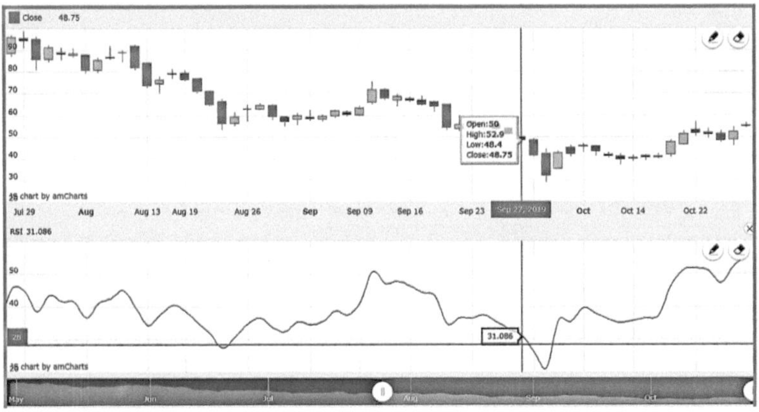

நன்றி: amcharts

பலரும் எஸ் பேங்க் பங்குகளைத் தொடர்ந்து விற்க, அதன் ரிலேட்டிவ் ஸ்டிரெங்க்த் இண்டெக்ஸ் எண், RSI செப்டெம்பர் 27 ம் தேதி 31 ஆக இருப்பதைப் படத்தில் பார்க்க முடியும். அப்போது அந்தப் பங்கின் அன்றைய தின முடிவு விலை 48.75 ரூபாய்.

அதன்பின் RSI 30 க்கும் கீழ் போகிறது. அதன்பின், அந்தப் பங்கின் விலையில் உயர்வு வந்தது. RSI யும் உயர்ந்தது.

இதே நிகழ்வை, டாடா மோட்டார்ஸ் பங்கு விலையிலும் பார்க்கலாம். தொடர்ந்து விலை இறங்கிக்கொண்டே வந்த டாடா மோட்டார்ஸ் பங்கு விலையால் கடந்த ஆகஸ்ட் 7ம் தேதி அதன் RSI, 21 க்கு அருகிலேயே வந்துவிட்டது.

அதன்பின், அந்தப் பங்கின் விலை உயர ஆரம்பித்தது. உயர்ந்து, உயர்ந்து அதன் RSI 30க்கும் மேல் போய்விட்டது.

டாடா மோட்டார்ஸ் RSI சார்ட்

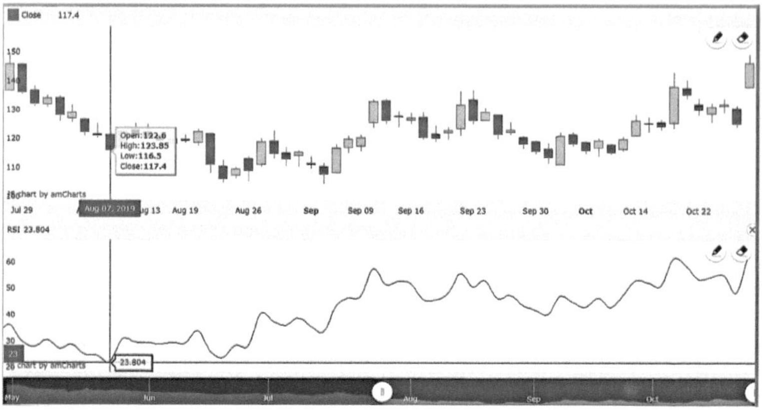

நன்றி: amcharts

எஸ் பேங்க் RSIக்கும் டாடா மோட்டார்ஸ் RSIக்கும் இடையே ஒரு வேறுபாடு இருப்பதை சார்ட்டில் பார்த்தால் தெரியும்.

டாடா மோட்டார்ஸ் RSI, 21 என்ற அளவுக்குக் கீழ் போய், பின்பு மேல் எழும்பி 30க்கு அருகில் வந்தது. ஆனால், உடனடியாக மீண்டும் கீழிறங்கியது. அதன் பின் மீண்டும் அது 30தைத் தாண்டியது.

இப்படி ஆவதை, டெக்னிக்கல் அனாலிசிஸில் ‘சுவிங் ரிஜெக்ஷன்’ என்பார்கள். இதுவும் ஒரு ‘இண்டிகேட்டர்.’ சில பங்குகளில் இரண்டாவது முறை RSI 30 எனும் கட்டத்தைத் தாண்டியதும் பங்கின் விலை வேகமாகவும் வலுவாகவும் மேலே போய்விடும்.

119 ரூபாய் என்ற அடிமாட்டு விலை வந்த டாடா மோட்டார்ஸ் பங்கு விலை 130 என்கிற அளவில் உயர்ந்துவிட்டு, அதைத் தாண்டாமல் கீழ் இறங்கியது. அதன்பின் மீண்டும் விலை உயர்ந்த போது, 130தைத் தாண்டி 135, 140 என்கிற அளவுகளோடு நிறுத்திக்கொள்ளவில்லை. ஒரே நாளில் 17% உயர்வு. மீண்டும் அடுத்த வர்த்தக நாளிலும் மற்றொரு 17% என்பது போல உயர்ந்து, விலை 170 ரூபாயைத் தொட்டது.

இப்படி RSI 30 க்கும் கீழ் இறங்கி-30 ஐ நோக்கி உயர்ந்து- மீண்டும் 30க்கு கீழ் இறங்கி மீண்டும் 30க்கும் மேல் உயர்கிறபோது அதன் வலு கூடுதல். அதைத்தான் சுவிங் ரிஜெக்ஷன் என்கிறார்கள். அது டாடா மோட்டார்ஸ் பங்கு விலையில் நடந்திருக்கிறது.

இது தெரிந்தவர்கள் வாங்கி லாபம் பார்த்திருப்பார்கள். பங்குச்சந்தையில் கணிசமாகப் பணம் செய்யும் வர்த்தகர்கள் இது போன்ற இண்டிகேட்டர்களைக் கவனிக்கிறார்கள்.

கேப் அப்- கேப் டவுன்

டெக்னிக்கல் அனாலிசிஸில் 'சார்ட் பேட்டர்ன்ஸ்'-Chart Patterns- என்று ஒன்று உண்டு. அவையும் பின்னால் நடக்கக்கூடியதை முன் அறிவிப்பு செய்யும். முன்பு பார்த்த 'சுவிங் ரிஜெக்ஷன்' போல.

எவரும் சுலபமாக அடையாளம் காணக்கூடிய 'சார்ட் பேட்டர்ன்ஸ்'களில் ஒன்று 'கேப் அப்' மற்றும் 'கேப் டவுன்.' *Gap up & Gap down*.

பல்வேறு பங்குகளின் விலைகள் தினசரி மாறும். ஒரு அளவேனும் மாறும். அந்த மாறுதல்கள் ஒன்றுக்கு ஒன்று தொடர்புடையதாக இருக்கும். உதாரணத்திற்கு திங்கள்கிழமை ஒரு பங்கு ஒன்றின் விலை 780 ரூபாய் என்றால், செவ்வாய் அன்று அதன் விலை 780ல் இருந்து ஆரம்பிக்கும். அதன்பின் அது இறங்கலாம். உயரவும் செய்யலாம். இப்படியே அடுத்தடுத்த நாட்கள் விலைகள் மாறும்.

ஒரு பங்கின் விலை என்று சொல்லும்போது, குறிப்பிட்ட நாளில் அந்தப் பங்கு வர்த்தக நேர முடிவில் என்ன விலை நடந்ததோ -குளோசிங் பிரைஸ்- அதைத்தான் அன்றைய விலை என்பார்கள்.

அதே பங்கு அன்றைய ஒரு தினமே பல விலைகளில் வர்த்தகம் ஆகியிருக்கும். ஒரு வர்த்தக நாளில் முதலில் நடக்கும் விலைக்குப் பெயர் , 'ஓபனிங் பிரைஸ்'. முடியும் விலை, 'குளோசிங் பிரைஸ்.' இரண்டுக்கும் நடுவில், வெவ்வேறு விலைகள் நடந்திருக்கும். அவை ஓபனிங் மற்றும் குளோசிங் விலைகளில் இருந்து மாறுபடலாம்.

அவை எல்லாவற்றையும் கணக்கில் எடுத்துக்கொள்ளாமல், அன்றைய தினம் அந்தப் பங்கு போன மிக அதிக விலை என்ன என்று பார்ப்பார்கள். அந்த விலைக்குப் பெயர், டேஸ் ஹை. (Day's high) அதே நாள் நடந்த மிகக் குறைந்த விலை, டேஸ் லோ (day's low).

உதாரணத்திற்கு அதிகம் டிரேட் ஆகும் ஸ்டேட் பேங்க் ஆப் இந்தியா பங்கை எடுத்துக்கொள்ளலாம். 1.11.2019 அன்று, மும்பை பங்குச்சந்தையில் அந்தப் பங்கு நடந்த விலைகளைப் பார்க்கலாம்.

1.11.19 அன்று முடிவு விலை	:	313.50
முதல் நாள் முடிவு விலை	:	312.50
1.11.19 அன்று தொடக்க விலை	:	312.80
நாளின் குறைந்தபட்ச விலை	:	308.70
நாளின் அதிகபட்ச விலை	:	315.10

முதல் நாள் முடிவு விலை 313.50 என்கிற விலை, அடுத்த நாளும் நடந்திருக்கிறது. நடந்திருக்கிறது என்றால், அடுத்த நாளின் 'லோ' மற்றும் 'ஹை' விலைகளான 308.70 மற்றும் 315.10 என்ற 'ரேஞ்ச்'சிற்குள், நடந்திருக்கிறது. இதுதான் முதல் நாள் விலையுடனான தொடர்பு. முதல் நாள் 'ரேஞ்ச்' சிற்குள் அடுத்த நாளின் ஏதாவது ஒரு வர்த்தகம் நடந்திருக்க வேண்டும்.

இப்படி நடப்பதுதான் இயல்பு. விலை மாற்றங்களில் இடைவெளி இல்லை.

சந்தை நிலவரத்திலோ, நிறுவனத்தின் லாப நட்டங்களிலோ மிகப் பெரிய அல்லது விலையில் தாக்கம் தரவல்ல புதிய செய்தி ஏதும் இல்லை. அதனால், அது முதல் நாள் விட்ட இடத்தில் இருந்து மறுநாள் வர்த்தகம் நடக்கிறது.

ஆனால், முதல் நாள் வர்த்தகம் முடிந்தபின் சந்தைக்கு அல்லது

துறைக்கு அல்லது நிறுவனத்திற்குத் தாக்கம் தரவல்ல பெரிய செய்திகள் ஏதேனும் வந்தால், அதன் தாக்கம் மறுநாள் வர்த்தகத்தில் எதிரொலிக்கும். செய்தியைத் தெரிந்துகொண்ட பலரும் வாங்கவோ விற்கவோ ஆயத்தமாக இருப்பார்கள்.

நல்ல செய்தியாக இருந்தால், முதல் நாள் ஹை விலையைக் காட்டிலும் அடுத்த நாள் ஓப்பனிங் விலை கூடுதலாக இருக்கும். கூடுதல் விலையில் வர்த்தகம் தொடங்கும். அப்படியென்றால் முதல்நாள் விலைகளுக்கும் அடுத்த நாள் விலைக்கும் இடையே வித்தியாசம். ஆங்கிலத்தில் கேப் அப்.

வர்த்தக ஆரம்பத்திலேயே இப்படி இருப்பதால் அதன் பெயர், 'கேப் அப் ஓப்பனிங்'. செய்தி கெட்டதாக இருந்தால், முதல் நாள் குளோசிங் விலையைக் காட்டிலும் குறைவான விலைக்கு வர்த்தகம் தொடங்கினால், 'கேப் டவுன் ஓப்பனிங்.'

இப்படி நடப்பதை சார்ட்டில் பார்த்தால் தெரியும். சார்ட்களிலும் பல வகை உண்டு. அவற்றில் கேண்டில் ஸ்டிக் வகை சார்ட்டில் பார்த்தால்தான் தெரியும். பங்குச்சந்தை டெக்னிக்கல்ஸின் ஒரு விதி என்ன என்றால், இப்படிப்பட்ட **இடைவெளிகளை, விலைகள் மீண்டும் நிரப்பும்** என்பதுதான். *Gaps will be filled*.

முன்பு பார்த்த ஸ்டேட் பாங்க் ஆப் இந்தியா பங்கின், 24 செப்டெம்பர் 2019 ன் குறைந்தபட்ச விலை 301 ரூபாய்.

அடுத்த நாள், 25 செப்டெம்பர் 2019 அன்று, ஓபனிங் விலை 299. அன்று முழுவதும் ஸ்டேட் பேங்க் பங்கின் விலை முதல்நாள் குளோசிங் விலையைத் தாண்டவில்லை. 301க்கும் 299 க்கும் விலை வித்தியாசம் 2 ரூபாய். இதுதான் கேப்.

இந்த 'கேப்' பை பின்னொருநாள், ஒருமுறையேனும், தற்காலிகமாக இன்ட்ராடே வர்த்தகத்திலேனும், மற்றொரு வர்த்தகம் 'பில் அப்' செய்யும். அதாவது அந்தத் தவறவிட்ட 301 ரூபாய் விலையைத் தொடும். தாண்டவும் செய்யலாம், தொட்டபின் மீண்டும் விழவும் செய்யலாம். ஆனால், அதைத் தொடும்.

ஸ்டேட் பேங்க் பங்கு விலை, 31 அக்டோபர் 2019 அன்று அந்த வேலை செய்தது. 291ல் ஓபன் ஆகி, 312ல் முடிந்தது. ஓவர். 'கேப்' 'பில் அப்' ஆகிவிட்டது. எல்லா பங்குகளிலும் இதே வேகத்தில், சீக்கிரமாக நடக்கவேண்டும் என்பதில்லை. அடுத்தடுத்து வரும் செய்திகளையும் செய்திகளின் தன்மைகளையும் பொறுத்து மாறும்.

இதேபோன்ற கேப், சமீபத்தில் இன்போசிஸ் பங்கு விலையில் விழுந்தது. அக்டோபர் 18, லோ விலை 760. அக்டோபர் 22 ஹை விலை 691. 692ல் இருந்து 759 வரை கேப். அந்த கேப் இன்னும் முழுவதும் மூடப்படவில்லை. ஆனால், அதற்கான வேலைகள் ஆரம்பித்திருப்பது 'சார்ட்'டில் தெரிகிறது.

இன்போசிஸ் பெரிய கேப் டவுன்.

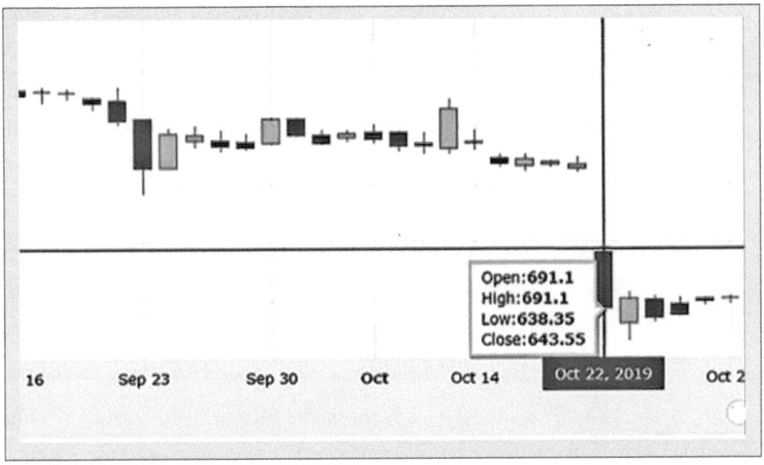

பல ஆண்டுகளாக பல பங்குகளில் பல சந்தைகளில் பார்த்த அனுபவங்களை வைத்து இதைச் சொல்கிறார்கள். இது பெரும்பாலும் நடக்கிறது. சில சமயங்களில் நடக்காமலும் போகலாம். ஆம். எல்லா கேப்களும் பில் அப் ஆகாது. கேப்களில் நான்கு வகைகள் உண்டு.

- பிரேக் அவே கேப்ஸ் – *Breakaway Gaps*
- எஃஷாசன் கேப்ஸ் – *Exhaustion Gaps*
- காமன் கேப்ஸ் - *Common Gaps*
- கண்டினுவேஷன் கேப்ஸ்- *Continuation Gaps*

மூன்றாவது மற்றும் நான்காவது கேப்கள் ‘பில் அப்’ ஆகாமலும் போகலாம். உதாரணத்திற்கு ஒரு நிறுவனம் மீள முடியாத பெரும் சிக்கலில் இருப்பது தெரியவந்து, விலைகள் கேப் டவுன் ஆனால். சத்யம் கம்ப்யூட்டர்ஸ் போல.

பங்குகளில் டிரேடிங் சரியா? தவறா?

கண் தெரியாத சிலர், யானையை வெவ்வேறுவிதங்களாகப் பார்த்த கதை குறித்து முன்பு குறிப்பிட்டது நினைவிருக்கலாம். ஒரே பங்குச்சந்தையையும் பலரும் அப்படிப் பல்வேறு விதங்களாகப் பார்க்கிறார்கள், அணுகுகிறார்கள். சிலர் முதலீட்டு வாய்ப்பாகப் பார்ப்பது போல, வேறு சிலர், நல்ல டிரேடிங் வாய்ப்பாகப் பார்க்கிறார்கள்.

இதுவரை நீண்டகால முதலீட்டிற்கு பங்குகளை எப்படித் தேர்வு செய்யவேண்டும் என்பது குறித்து விரிவாகப் பேசினோம். இனி, பங்குகளில் 'டிரேடிங்' செய்வது எப்படி மற்றும் அதன் லாப நட்டங்கள் குறித்துப் பார்க்கலாம்.

சில கடைக்காரர்கள் இருக்கிறார்கள். அவர்கள் ஏதோ சில பொருட்களை வாங்கி விற்றுக்கொண்டிருப்பார்கள். ஆனால், அந்தப் பொருட்கள் அனைத்தையும் அவர்கள் பயன்படுத்தியிருப்பார்கள் என்று சொல்ல முடியாது. அவர்களைப் பொறுத்தவரை, அது ஒரு வியாபாரப் பொருள். அவ்வளவுதான்.

எந்தப் பொருள் எந்த சீசனில் நன்றாக விற்கும் என்பது அவர்களுக்குத் தெரியும். எதை அதிகம் வாங்கி ஸ்டாக் வைத்துவிடக்கூடாது என்பனவும் அவர்களுக்குத் தெரியும். ஆனால், அதை அவர்கள் பயன்படுத்தி அனுபவித்திருக்க மாட்டார்கள். எளிதான உதாரணம் சொல்வதென்றால் சில ரியல் எஸ்டேட் தரகர்களைச் சொல்லலாம்.

நல்ல நல்ல இடங்கள் பலவற்றை, நல்ல குறைவான விலைகளில் பலருக்கும் வாங்கிக்கொடுத்திருப்பார்கள். ஆனால், அவர்களுக்கு என்று வாங்கியிருக்க மாட்டார்கள்.

பங்குகளில் டிரேடிங் செய்கிறவர்களில் பலர் அப்படிப்பட்ட வியாபாரிகள் போலதான் நடந்துகொள்வார்கள். அவர்களில் பலர் பங்குகளை நீண்டகாலம் வைத்திருப்பதில்லை. அவை தரும் டிவிடெண்ட் போனஸ் போன்றவற்றுக்காக அவற்றை வாங்குவதில்லை. வாங்கி வைத்திருப்பது, காத்திருப்பதெல்லாம் அவர்கள் அகராதியில் கிடையாது. கொஞ்சம் லாபம் கிடைத்தாலும், உடனே விற்றுவிடுவார்கள்.

இது தவறா? இப்படிச் செய்யக்கூடாதா?

இதில் தவறோ, செய்யக்கூடாத எதுவுமோ இல்லை. இது அவர்களுடைய அணுகுமுறை. இதில் மிக நல்ல லாபம் பார்ப்பவர்கள் இருக்கிறார்கள். தொடர்ந்து நட்டம் செய்பவர்களும் இருக்கிறார்கள்.

‘முதலீடு செய்துவிட்டு அதில் உட்கார்ந்திருப்பது’ என்றால்தான் ரிஸ்க். ‘இப்படி வாங்கி அப்படி விற்கும்போது நமக்கு ரிஸ்க் குறைவு’ என்று நினைப்பவர்கள் இவர்கள். தவிர, ‘வாங்கி தொடர்ந்து வைத்திருக்க வேண்டிய முதலீடுகளுக்கு, அதிகம் தெரிந்திருக்கவேண்டும். இதில் அதிகம் தெரிந்துகொள்ளவேண்டியதில்லை’ என்பது சிலர் எண்ணம்.

இன்னும் சிலர், ‘முதலீட்டுக்கு என்று போய்விட்டால், கையில் இருக்கும் பணம் ‘லாக்’ ஆகிவிடும். கையில் இருக்கும் பணத்திற்கு ஏதாவது பங்கு வாங்கிவிட்டால், முதலீடு என்றால், காத்திருக்கச் சொல்வார்கள். அதனால் வேறு எதுவும் வாங்க முடியாது. அப்படி இருந்துவிட்டால் பலவும் ‘இழக்கும் சந்தர்ப்பங்கள்’ ஆகிவிடும்! டிரேட் செய்தால் கையில் இருக்கும் பணத்தை அதிகம் ‘ரொட்டேட்’ செய்யலாம். அவ்வளவுக்கு அவ்வளவு லாபம்’ என்று வாதிடுவார்கள்.

மேலும் ‘ஒருமுறை முதலீடு’ செய்துவிட்டால், அதன்பின் என்ன செய்ய? எவ்வளவு விஷயங்கள் நடக்கும் இடம். பங்குச்சந்தை! அங்கே நான் ‘பேசிவ்’ ஆக, சும்மா உட்கார்ந்திருக்க, வேடிக்கை பார்க்க விரும்பவில்லை. எனக்கு தினம் தினம் ஏதாவது செய்யவேண்டும். ‘மார்க்கெட்டில் ‘ஆக்டிவ்’ ஆக இருக்க விரும்புகிறேன்’ என்று சொல்லி, ‘டிரேடிங்’ செய்பவர்கள் உண்டு.

‘நான் புத்திசாலி. எனக்கு சந்தை பற்றி நன்றாகவே தெரியும். நான் ஜெயித்துக் காட்ட விரும்புகிறேன். என் திறமையைக் காட்ட, இந்த டிரேடிங் ஒரு பெரிய வாய்ப்பு’ என்று உள்ளே வருகிறவர்களும் உண்டு.

இவர்களை எல்லாம் தாண்டி மற்றொரு வகையினரும் உண்டு. ‘நான் முதலீடு செய்யத்தான் வந்தேன். அப்படித்தான் ஆரம்பித்தேன். ஆனால், ஏனோ இப்போது டிரேட் செய்துகொண்டிருக்கிறேன்’ என்று தன்னைத்தானே வியப்புடன் பார்ப்பவர்கள் அவர்கள்.

எனவே பங்குச்சந்தை என்றால், டிரேடிங் என்றால் என்ன, எப்படிச் செய்கிறார்கள், என்ன 'டெக்னிக்'குகள் பயன்படுத்தி வெற்றிபெறுகிறார்கள் போன்றவற்றையெல்லாம் தெரிந்துகொள்வது பயனுள்ளது, சுவாரஸ்யமானதும் கூட.

ஒவ்வொன்றாகப் பார்ப்போம்.

டிரேடிங் ஆர்டர்கள் பலவிதம்

இந்திய பங்குச்சந்தைகளில் பட்டியலிடப்பட்டிருக்கும் நிறுவனங்கள் 5,000க்கும் அதிகம். அவற்றில் எந்த நிறுவனப் பங்கையும் வாங்கலாம், விற்கலாம். சிரமமல்ல. வங்கிக் கணக்கு, டி மேட் கணக்கு, தரகர் உடனான வர்த்தகக் கணக்கு, வருமான வரி கணக்கு எண் ஆகியவை இருந்தால் போதும். வர்த்தகம் செய்யலாம்.

தரகு நிறுவனத்திற்கு நேரடியாகச் சென்று அங்கே இருக்கும் அலுவலகர்களிடம் சுயவிவரம் சொல்லி, வேண்டிய பங்குகள் வாங்கலாம். விற்கலாம். வீட்டில் இருந்தபடியே தொலைபேசியில் அழைத்து வாங்கச் சொல்லலாம், விற்கச் சொல்லலாம். அல்லது முன்கூட்டியே சில வேலைகள் செய்துவிட்டு, பின்பு தன் கையில் இருக்கும் மொபைல் போன் அல்லது 'ஐ பேட்' அல்லது கம்ப்யூட்டர்கள் மூலம் தானே, தரகரின் இணையதளம் மூலம் பங்குகள் வாங்கலாம், விற்கலாம்.

சந்தைகள், வாரம் ஐந்து நாட்கள்- திங்கள் முதல் வெள்ளிவரை -இயங்குகின்றன, காலை 9.15க்குத் தொடங்கும் வர்த்தகம், இடைவெளி இல்லாமல் மாலை 3.30 வரை நடக்கிறது.

பட்டியலிடப்பட்டிருக்கும் பங்குகளை எந்த எண்ணிக்கையிலும் வாங்கலாம். முன்பெல்லாம் மார்க்கெட் லாட் என்று குறிப்பிட்ட எண்ணிக்கைகளில்தான் வாங்க முடியும் விற்க முடியும். இப்போது அந்த 'லாட்' என்பது பியூட்சர்ஸ் & ஆப்ஷன்ஸ்க்கு மட்டும்தான். அதைப் பற்றித் தனியே பார்க்க இருக்கிறோம். அதனால், இப்போதைக்கு 'கேஷ் மார்க்கெட்' அல்லது 'ஈக்விட்டி' என்றழைக்கப்படும் பொதுவான வர்த்தகம் குறித்து மட்டும் பார்ப்போம்.

கேஷ் மார்க்கெட்டில், மார்க்கெட் லாட் என்பது ஒன்று. அதனால் பங்குகளை எந்த எண்ணிக்கையிலும் வாங்கலாம், விற்கலாம். 23 அல்லது 56 அல்லது லட்சத்து ஒன்று என்று எந்த எண்ணிக்கையிலும் வாங்கலாம், விற்கலாம்.

ஒரு வர்த்தகம் முழுமையடைய இருவர் தேவை. ஒருவர் வாங்குபவர், மற்றொருவர் விற்பவர். ஒருவர் லட்சம் பங்குகள் வாங்க விரும்புவார், முயற்சிப்பார். ஆனால் அவ்வளவு பங்குகளை விற்க எவரும் முன்வராவிட்டால், லட்சம் பங்குகள் வாங்க முடியாது. ஆயிரமோ இரண்டாயிரமோ மட்டும் கிடைக்கலாம். சமயத்தில் எதுவுமே கிடைக்காது!

இப்படி நடப்பதன் பெயர், 'பையர் பிரீஸ்' Buyer Freeze.

வாங்க ஆட்கள் நிறைய உண்டு. ஆனால், விற்க ஆட்கள் இல்லை. இந்த நிலை ஒவ்வொரு நாளும் சில பங்குகளிலாவது இருக்கும். 27.12.2019 அன்று மதியம் 12 மணி நிலவரப்படி, கீழ்க் கண்ட பங்குகளில் அப்படிப்பட்ட 'பையர் பிரீஸ்' நிலை.

Company Name	Sector	Bid Qty	Last Price	Diff	% Chg	5 Day Performance
Rane Engine	Auto Ancillaries	21,254	302.15	50.35	20.00	
Rollatainers	Packaging	73,068	1.45	0.10	7.41	
Themis Medicare	Pharmaceuticals	232	306.75	14.60	5.00	
Den Networks	Media & Entertainment	30,574	44.20	2.10	4.99	
Emami Realty	Construction & Contracting - Real Estate	5,551	48.60	2.30	4.97	
Capital Trust	Finance - Leasing & Hire Purchase	2,391	125.55	5.95	4.97	
Adhunik Ind	Steel - Medium & Small	1,268	45.50	2.15	4.96	
Camlin Fine	Chemicals	640,039	76.25	3.60	4.96	

ரானே எஞ்சின் நிறுவனத்தின் பங்குகளை வாங்க ஆட்கள் ஆர்டர் போட்டிருக்கிறார்கள். அதன் பெயர் 'பை ஆர்டர்'. அப்படியாக 21,254 பங்குகளுக்கு ஆர்டர் சந்தைக்கு வந்திருக்கிறது. ஆனால், அந்த

நிறுவனப் பங்குகளை விற்க எவரும் முன்வரவில்லை. இத்தனைக்கும் அந்தப் பங்கு அன்றே 20 சதவிகிதம் விலை உயர்ந்துவிட்டது. அதன்பின்னும் எவரும் விற்க முன்வரவில்லை.

ரோலடெயினர்ஸ் என்ற நிறுவனத்தின் பங்குகளை வாங்கவும் சிலர் ஆர்டர் போட்டிருக்கிறார்கள். அப்படியாக 73,068 பங்குகளுக்கு ஆர்டர் சந்தைக்கு வந்திருக்கிறது. ஆனால், அந்த நிறுவனப் பங்குகளை விற்கவும் எவரும் முன்வரவில்லை.

நேரம் ஆக ஆக, விற்பவர்கள் வரலாம். வந்தால், வாங்க ஆர்டர் போட்டிருந்தவர்களுக்குக் கிடைக்கும். உதாரணத்திற்கு, ரானே எஞ்சின் பங்குகள் வைத்திருப்பவர்களில் ஒருவர், 100 பங்குகள் விற்க முன்வந்த, ‘செல் ஆர்டர்’ போட்டால், வாங்க ஆர்டர் போட்டிருந்தவர்களில் முதலில் 100 பங்குகள் கேட்டவர்களுக்கு, சந்தையின் கம்ப்யூட்டர் சிஸ்டமே, அந்த 100 பங்குகளை விற்றுவிடும்.

வாங்கவோ விற்கவோ ஆர்டர் போட்டிருப்பவர்களில் எவருக்கு முதலில் என்பதில் சந்தைகள் பின்பற்றும் வழிமுறை சுவாரஸ்யமானது. தெரிந்துகொள்ளவேண்டியது. அதன் பெயர், ‘பிரைஸ் டைம் பிரையாரிட்டி’. Price Time Priority.

எவர் அதிகமான விலை கேட்கிறாரோ அவருக்கு முதலில் வாங்கப்படும். அவருடைய ‘பை ஆர்டர்’ முதலில் எக்ஸிகியூட் ஆகும். ஒரே விலையில் ஒன்றுக்கும் மேற்பட்ட ஆர்டர்கள் இருந்தால், அவற்றில் எந்த ஆர்டர் முதலில் போடப்பட்டதோ, அது முதலில் நிறைவேற்றப்படும்.

ஆர்டர் போடும் போதே, அது, ‘செல் ஆர்டரோ’, ‘பை ஆர்டரோ’, இன்ன விலை வந்தால் வாங்குங்கள் அல்லது இன்ன விலை வந்தால் விற்கலாம் என்று ‘ரேட்’ குறிப்பிட்டு ஆர்டர் போடலாம். ‘ரேட்’ போடாவிட்டால், அதன் பெயர், ‘மார்க்கெட் ரேட்’ ஆர்டர். அதை, MR ஆர்டர் என்பார்கள்.

மார்க்கெட்டில் கிடைத்த விலைக்கு வாங்குவார்கள். கிடைத்த விலைக்கு விற்பார்கள். அதிக லிக்விடிட்டி இருக்கிற லார்ஜ் கேப் பங்குகளை வாங்க, விற்க, ‘மார்க்கெட் ரேட்’ என்பது ஓரளவு சரி. என்ன விலைக்கு கிடைக்கும் அல்லது போகும் என்பது

பார்த்தாலே தெரியும். ஆனால், மேலே அட்டவணையில் பார்த்த 'ஸ்மால் கேப்' பங்குகளை அப்படி ஒப்பனாக மார்க்கெட் ரேட்டில் வாங்குங்கள், விற்பனை செய்யுங்கள் என்று சொல்ல முடியாது.

ஆர்டர்களிலேயே 'கன்சீல்டு' ஆர்டர் என்ற வகையும் இருக்கிறது. கன்சீல்டு என்றால், மூடிய அல்லது மறைத்த என்று பொருள். 100 ரூபாய் விலையில் 10 பங்குகள் வாங்க ஆர்டர் இருப்பது போல திரையில் தெரியும். ஆனால், 100 ரூபாய் விலையில் 10 மட்டுமல்ல, கன்சீல்டாக 1000 பங்குகளுக்கு ஆர்டர் இருக்கும். இருக்கலாம்.

விற்பதிலும் இப்படி கன்சீல்டு ஆர்டர் போடுவார்கள். இவற்றின் பின்னால் நோக்கங்கள் இருக்கின்றன.

வாங்கியதை விற்கவே முடியாவிட்டால்!

பங்குகளை வாங்க முயற்சித்து, பங்குகள் கிடைக்காத நிலையின் பெயர், 'பையர் ஃபிரீஸ்' என்பது போல, பலரும் விற்க முயல்கையில், எவரும் வாங்க முன்வராத நிலைகளும் சந்தைகளில் நிகழும். அதன் பெயர், 'செல்லர் ஃபிரீஸ்'. Seller Freeze.

அதிக முதலீட்டாளர்கள் வைத்திராத சிறு சிறு நிறுவனப் பங்குகளில் இப்படிப்பட்ட , 'ஃபிரீஸ்' நிலைகள் வரும். அதிக எண்ணிக்கையிலான பங்குகள் புழங்குகிற 'லார்ஜ் கேப்' பங்குகளுக்கு இந்த நிலைகள் வருவது அரிது. அதனால்தான் எப்போதும் லார்ஜ் கேப் நிறுவனப் பங்குகளுடனே வர்த்தகத்தை வைத்துக்கொள்ளுங்கள் என்பது.

முதலீடு என்றால்கூட 'ஸ்மால் கேப்' பங்குகள், 'மிட் கேப்' பங்குகள் பரவாயில்லை. முதலீடு என்பதால் உடனடியாகவோ, குறிப்பிட்ட நாளிலோ விற்கவேண்டிய அவசியம் ஏற்படாது. நல்ல நிறுவனம் என்பதால் விற்காமல் காத்திருக்கலாம். ஆனால், வாங்கி, சில நாட்களிலேயே அல்லது சில மணித்துளிகளிலேயே விற்று லாபம் பார்க்க நினைக்கும். 'டிரேடிங்'கிற்காக வாங்கும்போது, நம்மால் விற்கமுடியுமா? அல்லது 'நாம் வாங்கியபின் விலை இறங்குகிறதே, உடனடியாக விற்று நட்டத்தைக் குறைத்துக்கொள்ளலாம்' என்று

விற்க முயலும் போது, நம்மிடம் வாங்க ஆள் கிடைப்பார்களா என்றெல்லாம் பார்த்துதானே வாங்கவேண்டும்!

27.12.2019 வெள்ளிக்கிழமை மதியம் 12 மணி நிலவரப்படி, தேசிய பங்குச்சந்தையில், 'செல்லர் ஃபிரீஸ்'சில் இருந்த பங்குகளின் விவரங்கள் கீழே.

Company Name	Sector	Offer Qty	Last Price	Diff	% Chg	Pe
Agro Phos India	Diversified	3,407,272	98.75	-24.65	-19.98	
Manaksia Steels	Steel - Large	8,351	13.05	-1.45	-10.00	
Gayatri Highway	Engineering & Construction	732,340	0.65	-0.05	-7.14	
Setubandhan Inf	Construction & Contracting - Civil	119,153	0.80	-0.05	-5.88	
Syncom Health	Pharmaceuticals	1,288	0.90	-0.05	-5.26	
Seya Industries	Chemicals	42,715	118.35	-6.20	-4.98	
BPC	Cables - Power & Others	64,117	14.50	-0.75	-4.92	
Uniply Ind	Miscellaneous	836,042	9.40	-0.45	-4.57	
Jaiprakash Asso	Infrastructure - General	7,617,795	2.10	-0.10	-4.55	

ஆக்ரோ பாஸ்பேட்ஸ் இந்தியா என்ற நிறுவனத்தின் 34 லட்சத்து 7,272 பங்குகளை விற்க ஆட்கள் இருக்கிறார்கள். ஏற்கனவே 19.98 சதவிகிதம் விலை இறங்கி 98 ரூபாய் 75 காசுக்கு விற்க பலர் தயார். ஆனால் வாங்க ஆட்களில்லை!

முன்பு ஒரு காலத்தில் கொடி கட்டிப்பறந்த ஜெயபிரகாஷ் அசோசியேட்சுக்கும் இந்த நிலை. 76 லட்சத்துக்கும் அதிகமான பங்குகள் விற்பனைக்கு வந்திருக்கின்றன. ஆனால், வாங்க எவருமில்லை. விலை 2 ரூபாய் 10 காசு! முதல் நாள் விலையைக் கட்டிலும் 4.55% குறைவு.

இந்த 'செல்லர் ஃபிரீஸ்' அப்படிப்பட்ட ஒரு ஆபத்து. நான் ஒரு விலை கொடுத்து வாங்கிய பின், லாபம் கூட வேண்டாம்,

நட்டத்தைக் குறைத்துக்கொள்ள விற்க முயன்றாலும் இயலாது. காரணம், இந்த ‘ஃபிரீஸ்’ என்பவை ஒரே ஒரு நாளோடு முடிவது அல்ல. சில பங்குகளில் ஒவ்வொரு நாளும் என்று தொடர்ந்து விலை இறங்கும். ஆனாலும் வாங்க ஆள் இருக்காது.

அடுத்த நாட்களும் இப்படியே என்றால், விற்க நினைப்பவர் பரிதாபமாகப் பார்த்துக்கொண்டிருக்க வேண்டியதுதான். இப்படித்தான் சமீபத்தில், காபி டே எண்டர்பிரைசஸ் லிமிடெட் பங்கிற்கு நேர்ந்தது. ஊருக்கே, உலகத்திற்கே தெரிந்துவிட்டது அந்த நிறுவனம் எவ்வளவு பெரிய சிக்கலில் மாட்டிக்கொண்டிருந்தது என்று. முதலாளியும் தற்கொலை செய்துகொண்டுவிடுகிறார். அந்த நிலையில் அந்நிறுவனப் பங்குகளை யார் வைத்திருக்க விரும்புவார்கள்? பலரும் அலறியடித்து, வைத்திருப்பனவற்றை விற்க முன்வந்தார்கள்.

அதே சமயம் இந்நிலையில் அந்நிறுவனப் பங்குகளை யார் வாங்க முன்வருவார்கள்? அதுவும் அந்த விலையில்! வாங்க நினைப்பவர்களும் இன்னும் விலை இறங்கும். இறங்கட்டும். இறங்கினால் பார்த்துக்கொள்ளலாம் என்று காத்திருந்தார்கள்.

இந்த நிலையில் சந்தையில் அனுபவம் இல்லாதவர்கள் மற்றும் முழு விவரம் தெரியாதவர்கள், ‘ஆகா! விலை இறங்கியிருக்கிறது’ என்று வாங்கினால், பின் விற்க இயலாமல் போய்விடும். பலருக்கு அப்படி ஆகியிருக்கிறது.

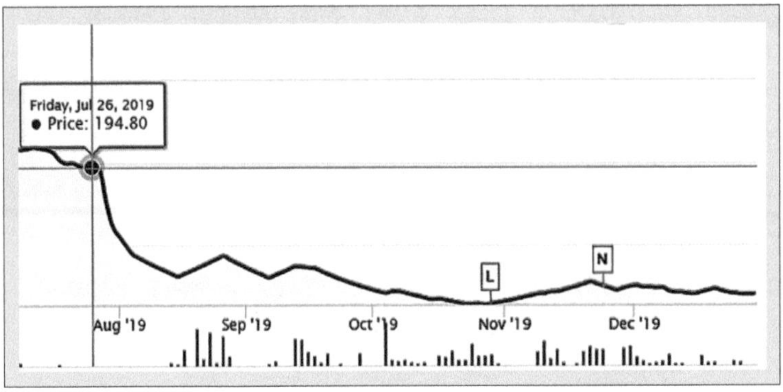

2019, ஜூலை 26ம் தேதி 194 ரூபாய் விலை இருந்த காபி டே எண்டர்பிரைசெஸ் லிமிடெட் பங்கு விலை, அக்டோபர் மாதம்

30ம் தேதி, 29 ரூபாய். இடையில் தொடர்ந்து இறக்கம். பல நாட்கள் 'செல்லர் ஃபிரீஸ்.'

எனவே, புரிந்துகொள்ள வேண்டியது, டிரேடிங் என்பது கடல் நீச்சல் போல.

ஏலத்தில் எடுக்கப்படும் பங்குகள்! மற்றும் மார்க்கெட் டெப்த்

கடைக்குப் போய் கத்திரிக்காய் வாங்கி வருகிறீர்களா? என்று கேட்டால் "ஓ… அதற்கென்ன! வாங்கிவந்துவிட்டால் போயிற்று" என்று கிளம்பிவிடக் கூடாது. ஏன்? எதற்கு? என்று கேட்க வேண்டும்.

அதென்ன அவ்வளவு பெரிய விஷயமா?

ஆமாம். எதற்கு என்று தெரிந்தால்தான் சரியான வகை காத்திரிக்காய் வாங்கமுடியும். சிலருக்குத் தெரிந்திருக்கலாம். கத்திரிக்காயில் சில வகைகள் உண்டு. பெரிசாய், வெளிர் பச்சையாய் இருப்பது கோசுமல்லி எனும் ஒருவகை சாம்பார் வைக்க ஏற்றது. கத்திரிப்பூ நிறத்திலிருக்கும் குட்டி குட்டி கத்திரிக்காய்கள் பொரிக்க மற்றும், எண்ணெயில் வதக்க ஏற்றவை. இன்னும் சில வகைகள் இருக்கின்றன. கத்திரிக்காய் ஓர் உதாரணம்தான்.

இன்ன சமையலுக்கு இந்த வகை காய் ஏற்றது என்பது போல, பங்குகளிலும், முதலீட்டுக்கு பொருத்தமானவை, டிரேடிங்கிற்கு ஒத்துவருபவை என்று வகைகள் உண்டு. பொருத்தம் பார்த்து செய்யவேண்டும்.

பட்டியலிடப்பட்டிருக்கும் பங்குகள் எல்லாம் டிரேடிங்கிற்கு ஏற்றவை அல்ல.

டிரேடிங் என்றாலே, வாங்கி உடனே விற்பது. அல்லது விற்றுவிட்டு, உடனே வாங்கி விடுவது. முதலாவது, 'லாங்; போவது. இரண்டாம் வகை, 'ஷார்ட்' போவது.

பியூட்சர்ஸ் & ஆப்ஷன்ஸ் தவிர ஏனைய கேஷ் மார்க்கெட் வர்த்தகங்களில் வாங்கினால், அன்றே பணம் கொடுக்கவேண்டும்.

விற்றால் அன்றே பங்கை, 'டெலிவரி' கொடுக்க வேண்டும். இப்படி இருக்கையில் எப்படி ஷார்ட் போகமுடியும் என்று சிலருக்கு சந்தேகம் வரலாம்.

முதலில் கையில் இல்லாமலேயே ஒரு குறிப்பிட்ட பங்கை விற்பது. 'செல் ஆர்டர்'. பின்பு அன்றைய வர்த்தக நேரம் முடிவதற்குள், விற்ற அதே பங்கை அதே அளவு (குவாண்டிட்டி) வாங்கிவிடுவது. இதை பங்குச்சந்தைகள் அனுமதிக்கின்றன. விற்றதை வாங்கி நேர் செய்தாயிற்று. *Squared off* என்பார்கள். நோ பிராப்ளம்.

நேர் செய்தால் நோ பிராப்ளம். நேர் செய்யாவிட்டால்?

ஆ... அது நல்ல கேள்வி. நேர் செய்யாவிட்டால் நிச்சயம் பிரச்சினைதான். விற்கும்போது உங்களிடம் பங்கு இருக்கிறதா இல்லையா என்றெல்லாம் கேட்க மாட்டார்கள். 'செல் ஆர்டர்' ரா? ஓக்கே. போடு' என்று போட்டு விற்றுவிடுவார்கள். பின்னர், அனறைய தின வர்த்தகம் முடிவதற்குள், 'பை ஆர்டர்' போடச் சொல்வார்கள். அல்லது டெலிவரி தரமுடியுமா? என்று கேட்பார்கள்.

விற்றவர் வசம் அந்தப் பங்கு இருந்தால் சரி. இல்லாவிட்டால், சந்தையில் 'பை' செய்தாகவேண்டும். என்ன விலையாக இருந்தாலும். இல்லாவிட்டால், விற்றவருக்காக அவர்களே, சந்தை நேரத்துக்குப்பின் நடக்கும் ஏலத்தில் விவரம் தெரிவித்து, வேறு எவரிடமிருந்தாவது, கிடைத்த விலைக்கு வாங்கி டெலிவரி கொடுத்து, நேர்செய்துவிடுவார்கள்.

இப்படிச் செய்வதன் பெயர் ஆக்ஷன். *Auction*.

முன்பு பார்த்த 'பையர் ஃபிரீஸ்' நினைவிருக்குமே. ஒருவர் முதலில் ஷார்ட் போய்விட்டு, பின்பு வாங்கி கவர் பண்ண நினைக்கையில் அந்நிறுவனப் பங்கு பையர் ஃபிரீஸ் ஆகியிருந்தால், என்ன ஆகும்? 'பையர் ஃபிரீஸ்' என்றால் வாங்க ஆட்கள் உண்டு. ஆனால் விற்க ஆட்களில்லை.

விற்க எவருமேயில்லை என்ற நிலையில், காலையில் ஷார்ட் போனவர் எப்படி வாங்கி நேர் செய்வது? முடியாது. அதனால் ஆக்ஷன். ஏலம் என்றால் சந்தை விலையைக் காட்டிலும் கூடுதல்.

ஆகவே, இந்த 'ஃபிரீஸ்' ஆகும் பங்குகள் பொதுவாக டிரேடிங்கிற்கு, குறிப்பாக, ஷார்ட் அடிக்க ஏற்றவை அல்ல. ஷார்ட் அடிப்பதற்கு முன், குறிப்பிட்ட பங்கின் 'மார்க்கெட் டெப்த்' எப்படி இருக்கிறதென்று தெரிந்துகொள்ளவேண்டும்.

அதற்காக, விவரம் தெரிந்த டிரேடர்கள், குறிப்பிட்ட பங்கில் அன்றைக்கு இப்படி வாங்க விற்கத் தயாராக இருப்பவர்கள் ஆஃபர் செய்யும் பங்குகள் எண்ணிக்கை எவ்வளவு என்று தெரிந்துகொள்ள, தரகு நிறுவனங்களில் இருக்கும் டீலர்களிடம் அந்த நேரம் அந்தப் பங்கிற்கு 'மார்க்கெட் டெப்த்' எவ்வளவு என்று கேட்பார்கள்.

டீலர்களிடம் கேட்கவேண்டும் என்பதில்லை. வலைதளத்தில் இருந்து எவரும் தெரிந்துகொள்ளமுடியும். வாங்க ஆர்டர் போடப்பட்டிருக்கும் பங்குகள் எண்ணிக்கையும், விற்க ஆர்டர்கள் போடப்பட்டிருக்கும் பங்குகளின் எண்ணிக்கையும் சந்தையின் வலைதளத்தில் இருக்கும். அவ்வவ்போது மாறிக்கொண்டேயிருக்கும்.

அன்றைய தினம், அது சமயம், குறிப்பிட்ட பங்கை விற்க நினைப்பவர்கள் என்னென்ன விலைகளில் எவ்வளவு தரத் தயார் என்றும், வாங்க நினைப்பவர்கள், என்னென்ன விலைகளில் எவ்வளவு வாங்கத் தயார் என்றும் குறிப்பிட்டிருப்பார்கள். அவற்றின் பெயர் 'பிட்' *(Bid)*.

உதாரணத்திற்காக, தேசிய பங்குச்சந்தையில் வர்த்தகமாகும் கோப்ரான் என்ற ஒரு நிறுவனப் பங்கின் 'ஆர்டர் புக்' விவரங்களைப் பார்க்கலாம். இது சில நாட்களுக்கு முன்பு இருந்த நிலை.

Market Depth - Order Book

Qty	Bid (₹)	Ask (₹)	Qty
22	31.50	31.55	1
332	31.40	31.60	150
137	31.30	31.65	60
5	31.25	31.85	55
2	31.20	31.90	200
Buy *(Total Quantity) - 70,226*		**Sell** *(Total Quantity) - 27,684*	

27.12.19 அன்று கோப்ரான் பங்கிற்கு மாலை 3.28 மணி அளவில் இருந்த மொத்த 'பை' அளவு 70,226 பங்குகள். மொத்த 'செல்' அளவு 27,684 பங்குகள். இதுதான் அதன் அப்போதைய 'மார்க்கெட் டெப்த்.'

அப்படியென்றால், அந்தப் பங்கு விலை அதிகரிக்கும் வாய்ப்பு அதிகம். மாறாக விற்க 'பிட்' கள் அதிகமாவும் வாங்க குறைவாகவும் இருந்தால்; விலை குறையக் கூடிய வாய்ப்புகள் அதிகம். இப்படி இந்தத் தகவலைப் புரிந்துகொண்டு, 'லாங்' அல்லது 'ஷார்ட் டிரேட்' செய்ய ஆரம்பிப்பார்கள்.

புதிதாக உள்ளே வருபவர்கள் இரண்டு வகை

டிரேடிங்தான் ஒருவருடைய விருப்பம் என்றால், அதை வெற்றிகரமாகச் செய்வதற்குச் சில வழிகள் இருக்கின்றன.

பங்குச்சந்தை அறிமுகம் ஆனதும் சிலர் உடனடியாக டிரேட் செய்ய ஆரம்பித்துவிடுவார்கள். காரணம், அதை ஆரம்பிப்பது சுலபம். எங்கிருந்தோ ஒரு பரிந்துரை வரும். தரகரே கூட என்ன வாங்கலாம் என்று சொல்வார். உடனே ஒரு தொகைக்கு வாங்கிவிடுவார்கள். இன்னும் சிலர் உள்ளே வரும் விதமே வினோதமாக இருக்கும். டி மேட் தொடங்கியதும் ஐம்பதாயிரம் ரூபாய் போல ஆரம்பப் பணம் எடுத்து வரச் சொல்வார்கள்.

அப்படி உள்ளே அழைத்துவரப்படுபவர்களுக்கு முன் அனுபவம் ஏதும் இருக்காது. பங்குகளில் பெரும் லாபம் ஈட்டமுடியும் என்று எவரோ சொன்னதை அப்படியே நம்பி, உடனடியாக பணம் பண்ணும் எதிர்பார்ப்புடன் வந்திருப்பார்கள். ஒவ்வொரு 'பூம்' நேரத்திலும் இப்படி நேரும்.

சந்தை உயர்ந்துகொண்டே இருப்பதைப் பார்த்து, தெரிந்தவர்கள், உடன் வேலை செய்கிறவர்கள் பங்குகளில் லாபம் செய்வதைக் கேள்விப்பட்டு, செய்திகளிலும் உயர்வு, உயர்வு என்று சொல்லப் படுபவைகளைக் கேட்டு, தானும் செய்துபார்த்தால் என்ன என்று நினைக்கையில், ஏதோ ஒரு தரகு நிறுவனத்தின் முகவரின் பேச்சால் கவரப்பட்டு, சந்தைக்குள் வருவார்கள்.

முகவருக்கு ஏற்கனவே பல வாடிக்கையாளர்கள். தவிர, அவர் மேலும் சில வாடிக்கையாளர்கள் சேர்க்கவேண்டும். வாடிக்கையாளர்களைச் சேர்த்ததுடன் அவர் வேலை முடிந்தது. அவர் அந்நிறுவனத்தின் 'சேல்ஸ் பெர்சன். 'இனி, போன் எடுப்பது, ஆர்டர் போடுவதெல்லாம்' டீலர்'கள் என்றழைக்கப்படும், டிரேடிங் டெர்மினல் முன்பு அமர்ந்திருக்கும் வேறு பணியாளர்கள்தான்' என்று அவர்களை அறிமுகப்படுத்திவிட்டு அவர் நகர்ந்துவிடுவார்.

புதிதாக சந்தைக்குள் வந்த வாடிக்கையாளருக்கு எந்தப் பங்கை வாங்குவது போன்ற சொந்த யோசனைகள் ஏதும் இல்லாததால், தரகு நிறுவனத்தில் இருந்து வரும் 'பை கால்' (Buy Call) கள் எதுவோ, அவற்றை வாங்கலாம் என்று 'டீலர்' சொல்வதை செய்வார்கள். எதை வாங்கலாம் என்று நிச்சயமாகத் தெரியாதவர்களுக்கு, எந்தப் பங்கை வாங்கினால்தான் என்ன!

டீலர் சொல்வதைக் கேட்பதுதான் அப்போதைக்கு அவர்களுக்கு இருக்கும் ஒரே வழி. கிட்டத்தட்ட 50,000 ரூபாய் பணத்திற்கும், இதில் 10, அதில் 20 என்பது போல டீலர் சொல்வதை எல்லாம் வாங்கிவிடுவார்கள்.

அடுத்து?

வாங்கியவற்றின் விலைகளைக் கவனித்துக்கொண்டிருப்பார்கள். சிலவற்றின் விலை உயரும். சிலவற்றின் விலை இறங்கும். என்ன செய்வது என்பது அவர்களுக்குத் தெரியாது. இதில் வேதனை என்னவென்றால், தரகர்களின் பெரும்பாலான டீலர்கர்களுக்கும் அதெல்லாம் தெரியாது. காரணம், டீலர்களில் சிலர் வேலைக்கு புதிதாக இருப்பார்கள். பரிந்துரை சொல்லும் அளவெல்லாம் அனுபவம் இருக்காது.

அவர்களைக் கேட்டால், "விற்றுவிடுங்கள். வேறு சில பரிந்துரைகள் வந்திருக்கின்றன. அவற்றை வாங்கலாம்" என்பார்கள். இன்னும் சிலர், "ஏற்கனவே 'ஸ்டாப் லாஸ்', 'டிரிகர்' ஆகி, விற்றாகிவிட்டது" என்பார்கள். அவர்கள் குரலில் எந்தப் பதட்டமும் வருத்தமும் இருக்காது.

புதிதாக உள்ளே வந்தவர்களுக்கு 'ஸ்டாப் லாஸ்', 'டிரிகர்' போன்ற

எதுவும் புரியாது. தவிர, 'டிரெண்ட்', 'மொமெண்டம் ஸ்டாக்', 'ஓவர் பாட்', 'ஓவர் சோல்ட்' என்று பயன்படுத்தப்படும் பல சொற்களும் பதங்களும் புதியனவாக இருக்கும்.

சிலருடைய அதிர்ஷ்டத்துக்கு, தொடக்கத்தில் வாங்கியவற்றுக்கே லாபம் கிடைக்கலாம். அதனால் அவர்கள் மிகவும் ஊக்கம் பெற்று, கூடுதல் பணத்தை பங்குகளில் வர்த்தகம் செய்யக் கொண்டுவரலாம். அதன்பின் அவர்களுக்கு நட்டம் வரலாம். வேறு சிலருக்கு தொடக்கத்தில் இருந்தே பங்கு வர்த்தகம் சரி வராது. ஐம்பதாயிரத்தின் மதிப்பு, 40 அல்லது 35 ஆயிரம் என்பது போல குறைந்துவிடும். அடுத்து என்ன செய்வது எப்படிச் செய்வது என்பது புரியாது.

இப்படிப்பட்ட நேரத்தில் பங்குச்சந்தைகளுக்கு விவரம் தெரியாமல் வந்த புதியவர்கள், இரு வேறு பாதைகளில் பிரிவார்கள். ஒரு பகுதியினர், 'இனி பங்கு வர்த்தகம் வேண்டவே வேண்டாம். எனக்கு ஒத்துவரவில்லை. இருப்பவற்றை விற்றுவிடுங்கள், போதும்' என்று முடித்துக்கொள்வார்கள். சந்தையிலிருந்து விலகிவிடுவார்கள்.

அடுத்த பகுதியினர், 'இதென்ன பெரிய விஷயமா! நான் இதை விடப்போவதில்லை. தொலைத்த பணத்தைப் பிடிப்பேன்' என்று தொடர்ந்து செய்வார்கள்.

அவ்வாறு பங்கு வர்த்தகத்தில் தொடர முடிவெடுத்தவர்கள், மேலும் இரண்டு வெவ்வேறு வழிமுறைகளைப் பின்பற்றுவார்கள்.

முதல் பகுதியினர், அவர்கள் நடவடிக்கைகளில் பெரிய மாற்றங்கள் செய்யாமல், மேலும் பணத்தைத் தொலைப்பார்கள். அவ்வப்போது செய்யும் தற்செயல் லாபங்கள், அவர்களைப் பங்கு வர்த்தகத்தில் தக்கவைக்கும். தவிர, தேவைப்படும் நேரம் கூடுதல் தொகைகளையும் சந்தைக்குள் கொண்டுவருவார்கள். வர்த்தகத்தில் மிகவும் பிசியாக இருப்பார்கள். லாபம் வராது. நட்டம்தான் ஏற்படும். ஆனால், அவர்கள் அந்தக் கணக்கு பார்க்கமாட்டார்கள். வருத்தப்படவும் மாட்டார்கள்.

மற்றொரு பிரிவினர், பங்குச்சசந்தை குறித்தும் விலை உயர்வுகள் இறக்கங்கள் குறித்து விவரங்கள் தேடிப் படித்து, கேட்டுத்தெரிந்துகொண்டு, தங்கள் செயல்பாட்டை மாற்றி சரியாக செய்து லாபம் பார்ப்பார்கள்.

டிரேடிங் நீச்சல் என்றால், இன்வெஸ்ட்மெண்ட் என்பது படகு அல்லது கப்பலில் போவது போல. அதிலும் ஆபத்து உண்டு ஆனால், குறைவு. டிரேடிங்கில் பணம் செய்யும் 'நீச்சல் மன்னர்கள்' இருந்தாலும் மொத்தத்தில் அவர்கள் சதவிகிதம் குறைவு.

அப்படிப்பட்ட வெற்றிகரமான டிரேடர்கள் சொல்லும் லாபம் செய்யும் வழிமுறைகள் பலவும் எளிமையானவை. ஆனால், பெரும்பாலானவர்கள் பின்பற்றாதவை!

அவற்றில் ஒன்று, டிரேடிங்கில் 'டிசிப்ளின்' கடைப்பிடிக்காதது. டிப்சிப்ளின் என்றால் ஒழுங்குமுறை.

அப்படியென்ன எளிய ஆனாலும் பலரும் கடைப்பிடிக்காத ஒழுங்குமுறைகள்?

பார்க்கலாம்.

டிரேடிங் செய்கிறவர்களுக்குத் தேவைப்படும் ஒழுங்கு (டிசிப்ளின்)

- எவ்வளவு பணம் நட்டமானால் உங்களால் தாங்க முடியுமோ, அவ்வளவு பணத்தை மட்டும் சந்தைக்கு எடுத்து வாருங்கள். அதற்கு மேல் போகவேண்டாம்.
- எடுத்து வந்த பணம் முழுவதற்கும் டிரேட் செய்யவேண்டும் என்பதில்லை. 25% அளவாவது விட்டு வையுங்கள். 75% பணத்திற்கு டிரேட் செய்தால் போதும்.
- ஒரே சமயத்தில் பல 'பொஸிஷன்' கள் எடுக்காதீர்கள். சிந்திக்க, ஆராய, கவனிக்க இயலாது.
- சில டிரேட்கள் நட்டம் தரலாம். அது இயல்புதான். நட்டம் அளவானதாக இருக்க வேண்டும்.
- ஸ்டாப் லாஸ் போட்டுத்தான் டிரேட் செய்யவேண்டும். பின்னர் அதை உங்கள் விருப்பத்திற்கு மாற்றாதீர்கள். குறிப்பிட்ட பங்கிற்கு அந்த நேரத்தில் எது தகுமோ அதுதான் ஸ்டாப் லாஸ். அது நம் விருப்பமான எண் அல்ல.

- லாபங்களைத் தொடரவிடுங்கள். நட்டங்களை உடனே தடுங்கள்.
- லாங் டிரேடில் வாங்கியதன் விலை, தொடர்ந்து உயர்கிற போது, கிடைக்கிற லாபத்தை உறுதிசெய்ய, ஸ்டாப் லாஸை உயர்த்திக்கொண்டே போகலாம். ஷார்ட் டிரேடிலும் விற்ற பின் விலை இறங்கிக்கொண்டே போனால், ஸ்டாப் லாஸ் அளவையும் இறக்கிக்கொண்டே போங்கள்.
- எல்லா நேரமும் நீங்கள் சந்தையில் ஏதாவது பொஸிஷன் வைத்திருக்க வேண்டும் என்பதில்லை. சரியாக இல்லையென்றால், நிச்சயமான அறிகுறிகள் தென்படாவிட்டால், சும்மா இருங்கள். 'ஏதாவது ஒரு டிரேட்' என்பது ஆபத்தானது.
- விலை குறைவதாலேயே ஒரு 'பை டிரேட்' என்பதோ விலை அதிகம் உயர்கிறது என்பதாலேயே ஒரு 'செல் டிரேட்' அல்லது ஷார்ட் என்பதோ ஆபத்தில் முடியலாம். (எஸ் பேங்க் பங்கை எவ்வளவு பேர் வாங்கி லாபம் பார்க்க முயற்சித்தார்கள்!)
- விவரங்கள் கவனித்து, இன்டிகேட்டர்கள் பார்த்து, திட்டமிட்டுச் செய்யவேண்டியது, டிரேடிங். சந்தை நடந்துகொண்டிருக்கும்போது திடீரெனச் செய்வதல்ல. அதற்கென்று ஒரு திட்டம் வேண்டும். ஜெயிக்க வேண்டும். தோற்றால் போவது பணம் மற்றும் டிரேடிங்கிற்கு எடுத்து வந்திருக்கும் முதலீடு.
- ஒரு டிரேடால் எவ்வளவு தரமுடியுமோ, அவ்வளவுதான் தரமுடியும். நமக்குத் தேவை என்பதாலோ, அன்றைக்குப் பிற டிரேட்களில் நமக்கு நட்டம் என்பதாலோ அல்லது வேறு காரணங்களுக்காகவோ, இல்லாததை டிரேட் ஆல் தர இயலாது. அதிகம் வேண்டி லாபத்தை பதிவு செய்யவோ *(Booking Profit)* நட்டத்தை தடுக்கவோ *(Cutting the loss)* கிடைக்கும் வாய்ப்பைத் தவறவிடக்கூடாது. பின்பு லாபம் போய், நட்டம் ஏற்படும்.
- பதட்டமடையக் கூடியவர்கள், நட்டங்களைத் திரையில் கூட பார்க்க சகிக்காதவர்கள், பரபரப்பானவர்கள், டிரேடிங்கிற்கு வரவேண்டாம். நிறைய சோதனைகள் உண்டு.
- தவறவிட்ட டிரேட் போகட்டும். எதையும் துரத்தாதீர்கள். வேறு ஒரு வாய்ப்பு கிடைக்கும்.

- சந்தைக்கு எதிரான போக்கு எப்போதாவதுதான் லாபம் கொடுக்கும். கிடைத்தால் பெரிதாகக் கிடைக்கும் போல தெரிந்தாலும், கிடைக்கும் வாய்ப்புகள் எப்போதாவதுதான் நிகழும். விலைபோகிற டிரெண்டில் பயணிப்பது கூடுதல் நேரங்களில் லாபம் தரும்.
- டிரேட் செய்ய வாங்கிய ஒன்றை விலை இறங்கிவிட்டது என்பதற்காக, முதலீட்டிற்கு என்று மாற்றி யோசித்து, தொடராதீர்கள். இரண்டும் வேறு வேறு.
- நீங்கள் யோசித்த விதம் சந்தையில் நடக்கவில்லை என்றால், அதை ஏற்றுக்கொண்டு டிரேடில் இருந்து அப்போதைக்கு நகர்ந்துவிடுங்கள். நீங்கள் சரிதான் என்பதை உங்களுக்கு நீங்களே நிரூபித்துக்கொள்ள, மேலும் மேலும், அதே திசையில் பயணிக்க வேண்டாம். கூடுதல் பொசிஷன்கள் எடுத்துப் பெரிய ரிஸ்கில் மாட்டிக்கொள்ள வேண்டாம்.
- எவரைக் காட்டிலும் சந்தை பெரிது. அதற்குக் கூடுதலாகத் தெரியும்.
- ‘காண்ட்ராக்ட் நோட்’ கள் வழங்கப்பட்டாலும், நீங்களே தனியாக ஒரு நோட் புத்தகத்திலோ, கம்ப்யூட்டரிலோ, செய்யும் டிரேட்கள் அனைத்தையும் விவரங்களுடன் எழுதுங்கள். வாரம் ஒருமுறையும் மாதம் ஒருமுறையும் அதைப் பாருங்கள். உங்கள் செய்முறை (பேட்டர்ன்) என்ன என்பதையும், எங்கே தவறவிடுகிறீர்கள், எதில் சரியாக வருகிறது என்பனவற்றையும் தெரிந்துகொண்டு, உங்கள் அணுகுமுறையில் தேவைப்படும் மாற்றங்கள் செய்யுங்கள்.

டிரேடிங் செய்ய பொருத்தமான பங்குகள்

எதை டிரேட் செய்பவர்களாக இருந்தாலும், வாங்கி விற்கிற பொருட்கள் குறித்த விவரங்கள் தெரிந்து வைத்திருக்க வேண்டும்.

சாதாரணமாக சந்தையில் கிடைக்கும் பெரிய வெங்காயம், பெரும்பாலும் கிலோ முப்பது நாற்பது ரூபாய்க்குள் விற்பனையாகும் பொருள், கடந்த ஆண்டு எப்படி விலை உயர்ந்தது என்பது நமக்குத் தெரியும்.

விலை, கிலோ 100, 120 ரூபாய் எல்லாம் போகையில், சில வியாபாரிகள், 'இந்த விலையெல்லாம் நிற்காது. மூன்று நான்கு மடங்குகளா! விலை விழ்ந்தே தீரும்' என்று கையில் இருந்ததை எல்லாம் 120க்கு விற்றிருக்கலாம். பின்னர் விரைவிலேயே விலை கிலோவுக்கு 200 போனபோது ஏமாற்றத்துக்கும் அதிர்ச்சிக்கும் உள்ளாகியிருக்கலாம்.

அதேபோல, விலை 200க்கு அருகில் இருக்கையில், சில வியாபாரிகள், விலை 250, 300 போகும் என்று கையில் இருந்ததை விற்காமல் வைத்திருந்திருக்கலாம். சிலர் மேலும் வாங்கிக் குவித்திருக்கலாம். ஆனால், அவர்கள் எதிர்பார்த்தது நடக்கவில்லை. விலை 200ல் இருந்து வேகமாக 130, 110 க்கு இறங்கிவிட்டது. காரணம், இறக்குமதி ஆனவை மற்றும் அடுத்த வெள்ளாமையில் இருந்து வந்தவை, சந்தைக்குள் வந்துவிட்டன. அவர்களுக்குத் தவறவிட்ட லாபம். அல்லது நட்டம்.

வெங்காயம் என்ற பொருளில், அதன் குணத்தில், பயன்பாட்டில் வேறுபாடு இல்லை. சில மாதங்களுக்குள்ளாகவே இவ்வளவு ஆட்டம். அதன் வரத்து குறைந்ததனால், விலை உயர்ந்தது. வரத்து சரியானதும் விலை இயல்புக்கு அருகில் வந்துவிட்டது. சில வியாபாரிகளுக்கு நட்டம் சிலருக்கு லாபம்.

இதுபோல உருளை, தக்காளி, என்று பல காய்கறிகளிலும் நடக்கும். காய்கறிகளில் மட்டுமல்ல, 'பல்வேறு பொருட்களிலும் நடக்கும். எல்லாம், டிமாண்ட் & சப்ளை' செய்யும் வேலை.

பங்குகளிலும் விலை மாற்றங்களுக்குக் காரணம், அதே 'டிமாண்ட் & சப்ளை'தான். டாடா மோட்டார் நிறுவனம் பெரும் நட்டம் செய்கிறது என்று தெரிய வந்ததும், அந்தப் பங்குகளை வாங்குவோர் இல்லை. அப்படியென்றால் சுத்தமாக டிமாண்ட் இல்லை. ஏற்கனவே அந்தப் பங்குகளை வைத்திருப்போர், விற்றுக் கழற்றிக்கொள்ள விரும்புகிறார்கள். அதனால் சப்ளை அதிகம். விலை தொடர்ந்து இறங்கியது. ஒரு நேரம் 117 ரூபாய்க்கே போனது.

விற்க விரும்புகிறவர்கள் எல்லாம் விற்று, விற்று, பின்பு ஒரு நேரம் சந்தையில், சப்ளை குறைய ஆரம்பித்தது. அதே நேரம்,

'அட! இவ்வளவு நல்ல நிறுவனப் பங்கு 117 ரூபாய்தானா!' என்று அதைப் பல நீண்டகால முதலீட்டாளர்களும் வாங்க ஆரம்பிக்க, டிமாண்ட் கூடி, விலையும் உயர ஆரம்பித்தது. இப்போது 190 ரூபாய்க்கு அருகில்.

டிரேட் செய்ய சரியான, பொருத்தமான பங்குகளுக்கு இரண்டு லட்சணங்கள் பார்க்கவேண்டும். முதலாவது, அந்த நிறுவனப் பங்கு தினசரி கணிசமான அளவு டிரேட் ஆகிற பங்காக இருக்க வேண்டும். இரண்டாவது, அதன் விலையில் அடிக்கடி மாற்றங்கள் வரவேண்டும். மாற்றங்கள் என்றால், அது விலை உயர்வதோ அல்லது குறைவதோ. ஏதாவது ஒன்று நிச்சயம் நடக்கவேண்டும்.

இவற்றை ஏன் முக்கியம் என்று சொல்கிறேன் என்று கேட்கலாம்.

அதிக எண்ணிக்கையில் விற்பனை ஆவதை 'வால்யூம்' என்பார்கள். வால்யூம் இல்லாத பங்குகளை, வேண்டிய, பெரும் அளவுகளில், கிட்டத்தட்ட ஒரே விலைகளில் வாங்க விற்க முடியாது. டிரேட் என்பது சமயத்தில் அதிக எண்ணிக்கையிலான பங்குகளில் செய்தால்தான் லாபம் கிடைக்கும்.

உதாரணத்திற்கு, ரிலையன்ஸ் பங்கை 'லாங்' போக நினைக்கிறோம். அதாவது டிரேடிற்காக வாங்க விரும்புகிறோம். 1000 பங்குகள் வாங்க ஆர்டர் போட்டால், உடனே கிடைக்கும். 10,000 போட்டாலும் உடனே கிடைக்கும். 3.1.2020 அன்று நடந்த வர்த்தகத்தைப் பாருங்கள். 3.5 லட்சம் பங்குகள், மும்பை பங்குச்சந்தையிலும், 95 லட்சம் பங்குகள் தேசிய பங்குச்சந்தையிலும் டிரேட் ஆகியிருக்கிறது. ஒரு, முக்கிய செய்திகள் இல்லாத சாதாரண நாளில், கிட்டத்தட்ட ஒரு கோடி பங்குகள் பரிவர்த்தனை!

ரிலையன்ஸ் இண்டஸ்டிரீஸ் லிட்

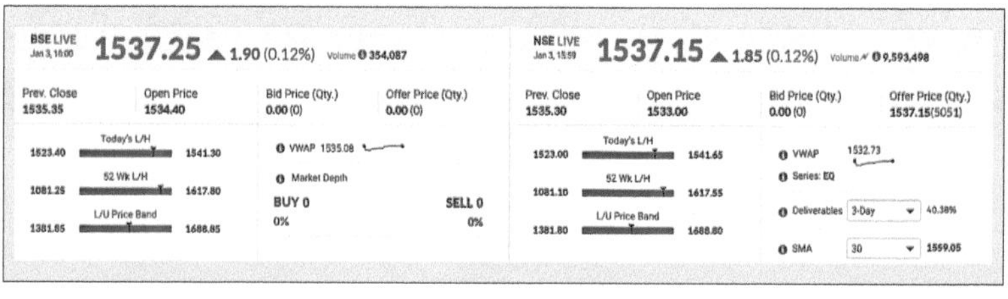

ரிலையன்ஸ் பங்கிற்கு பதிலாக, ஃபோர்ஸ் மோட்டார் என்ற பங்கை டிரேடிங்கிற்கு வாங்க விரும்பினால், ஒரே விலையில் அவ்வளவு பங்குகள் கிடைக்காது. சமயத்தில் 10,000 பங்குகள் வாங்கக் கூட முடியாது.

ஃபோர்ஸ் மோட்டார்ஸ்

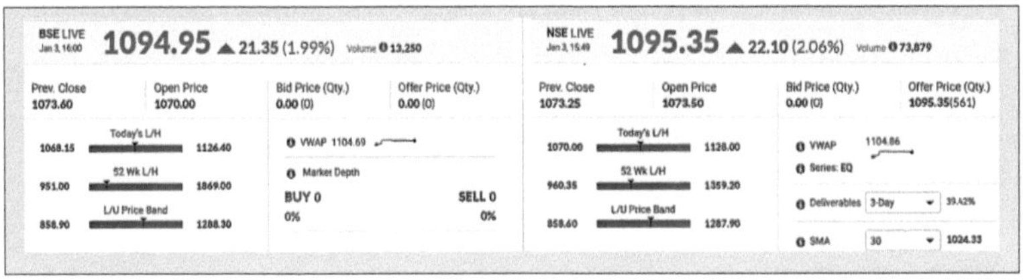

அதே, ஜனவரி 3ம் தேதி அன்று, முன்பை பங்குச் சந்தையில், பரிவர்த்தனை ஆன, மொத்த ஃபோர்ஸ் மோட்டார் பங்குகளின் எண்ணிக்கை 13,250 தான். தேசிய பங்குச்சந்தையில் 73,879 தான்.

வாங்கியதை விற்கவேண்டும். விற்றிருந்தால், வாங்க வேண்டும். அதற்கு ஏதுவாக கணிசமான வால்யூம் இருக்க வேண்டும்.

அடுத்த லட்சணம், ஒரு நாளுக்குள்ளாகவே கணிசமான விலை வேறுபாடு நடக்கவேண்டும். இல்லாவிட்டால், டிரேடில் பெரிய லாபம் கிடைக்காது. முன்பு பார்த்தது போல ஒவ்வொரு டிரேடுக்கும் புரோக்கரேஜ், ஜி.எஸ்.டி. வரி, டர்னோவர் டேக்ஸ் என்பதுபோல பல கட்டணங்கள். டிரேடருக்கு மிஞ்சுவது குறைவாகிவிடும்.

உதாரணத்திற்கு 3ம் தேதி *IDFC* பங்கில் நடந்த வர்த்தகத்தைப் பார்த்தால் தெரியும்.

IDFC பங்கு

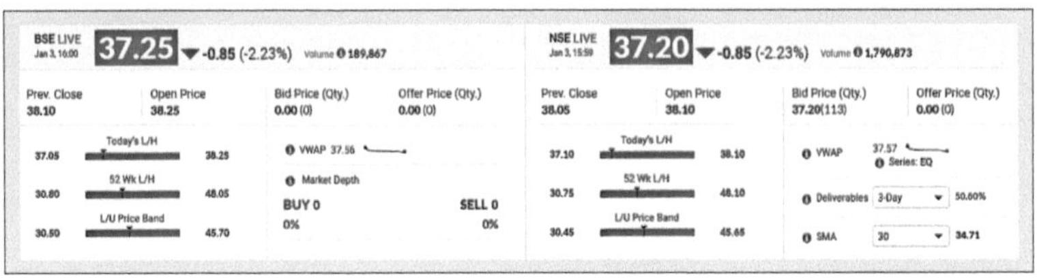

இரண்டு பங்கு சந்தைகளிலும், அன்றைய தினத்தின் அதிகபட்ச விலை மற்றும் குறைந்தபட்ச விலைகளுக்கு இடையே வேறுபாடு கிட்டத்தட்ட ஒரு ரூபாய்தான். இதற்கு என்ன விலையில் வாங்கி, என்ன விலையில் விற்று லாபம் பார்ப்பது! ஆனால் ரிலையன்ஸ் பங்கில்? கிட்டத்தட்ட 18 ரூபாய் வேறுபாடு, டிரேடிங்கிற்கு பங்கு தேர்வு செய்ய சுலபமான வழி, 'பியூச்சர்ஸ் & ஆப்ஷன்ஸ்' பகுதியிலும் வர்த்தகம் நடக்கும் பங்காகப் பார்த்து செய்வதுதான்.

அதென்ன 'பியூச்சர்ஸ் & ஆப்ஷன்ஸ்'! என்று சிலர் கேட்கலாம். அதற்கான பதில் அடுத்த அத்தியாயத்தில்.

10. பியூச்சர்ஸ் & ஆப்ஷன்ஸ்— எளிய அறிமுகம்

இன்வெஸ்ட்மெண்ட்டுக்கு என்றில்லாத ஒரு விஷயம் பங்குச்சந்தையில் இருக்கிறதென்றால் அது, பியூச்சர்ஸ் & ஆப்ஷன்ஸ் விஷயம்தான். டிரேடிங் செய்வதற்கு என்றே உருவாக்கப்பட்டது என்றும் இதைச் சொல்லலாம். இந்த இரு வார்த்தைகளையும் சுருக்கமாக, 'எப் & ஓ' என்று குறிப்பிடுவார்கள்.

பியூச்சர்ஸ் என்பதும் ஆப்ஷன்ஸ் என்பதும் எப்போதும் சேர்த்தே *F & O* என்று குறிப்பிடப்பட்டாலும், அவை வெவ்வேறானவை. பியூச்சர்ஸ் என்பது ஒரு 'வர்த்தகப் பொருள்.' ஆப்ஷன் என்பது மற்றொரு 'வர்த்தகப் பொருள்.' தனித்தனியே வர்த்தகம் ஆகிறவை. சில ஒற்றுமைகள் இருந்தாலும், சில வேற்றுமைகளும் உண்டு.

முதலில் வேற்றுமைகள்.

உதாரணத்திற்குச் சொல்வதென்றால் ரிலையன்ஸ் இண்டஸ்டிரீஸ் நிறுவனப் பங்குகள் குறித்துச் சொல்லலாம். அதை ஒரே ஒரு பங்கு கூட வாங்கலாம். ஒன்றே ஒன்றைக் கூட விற்கலாம். வாங்கியதை, வாங்கிய நாளே கூட விற்கலாம். அப்படிச் செய்தால் அது அது இண்ட்ராடே வர்த்தகம்.

அன்றைக்கே விற்காவிட்டால், வாங்கிய பங்கு நமக்கு டெலிவரி வரும். நாம் அதற்குப் பணம் கொடுக்கவேண்டும். அந்தப் பங்கு, நம் 'டி மேட்' கணக்கிற்கு வந்தபின், நாம் விற்கலாம். விற்ற பங்கை டெலிவரி கொடுக்கவேண்டும். அதன்பின் நமக்கு அதற்கான காசு வரும்.

ஒரு பங்கு விலை 1500 ரூபாய். மேலே புரோக்ரேஜ் மற்றும் வரிகள். வாங்கிய அளவுக்கு நாம் காசு கொடுக்கவேண்டும். விற்றால், விற்ற அளவுக்கு பணம் கொடுப்பார்கள் என்றெல்லாம் சொல்கிறீர்களே! இதிலென்ன அதிசயம்? வாங்கிய விற்ற அளவுகளுக்குத்தானே காசு என்றும், காசு கொடுக்கத்தானே வேண்டும் என்றும் கேட்கலாம்.

ஆம். இது வித்தியாசமானதுதான். மேலே சொல்லப்பட்டிருப்பவை, இண்ட்ராடேவோ, டெலிவரியோ. இரண்டுமே கேஷ் மார்க்கெட் தொடர்பானவை. இப்படிப்பட்ட கேஷ் மார்க்கெட் வர்த்தகம் என்பது பியூச்சர்ஸ் & ஆப்ஷன் வர்த்தகத்தில் இருந்து சில விதங்களில் வேறுபட்டது.

ஒருவர், ரிலையன்ஸ் இன்டஸ்டிரீஸ் பங்கை கேஷ் மார்க்கெட்டில் வாங்காமல், பியூச்சர்ஸ் மார்க்கெட்டில் வாங்க விரும்பினால், அவரால் ஒரு பங்கை மட்டும் வாங்க முடியாது. குறைந்தபட்சம் 250 பங்குகள் மற்றும் மேலே வாங்குபவை எல்லாம் 250 ன் மடங்குகளாகத்தான் வாங்க முடியும். இந்தப் பங்கை குறிப்பிட்ட அளவு எண்ணிக்கையில்தான் வாங்க முடியும் என்பதற்கு 'மார்க்கெட் லாட்' என்று பெயர். விற்பதற்கும் அதே அளவுதான்.

குறைந்தபட்சம் ஒரு லாட் வாங்கலாம். லாட் என்பது, இந்தப் பகுதியை எழுதும் 2023 ஜூலை மாதம் வரை ரிலையன்ஸ் இண்டஸ்டிரீஸ் பங்கிற்கு 250. இந்த மார்க்கெட் லாட் அளவு பங்கிற்கு பங்கு மாறுபடும். அப்படியென்றால், ஒருவர் பியூச்சர்ஸ்சில் ரிலையன்ஸ் இண்டஸ்டிரீஸ் வாங்கினால் 250க்கும் குறைவாக வாங்க முடியாது அல்லவா?

ஆம். வாங்க முடியாது.

ஒரு பங்கு விலை 2750. இருநூற்று ஐம்பது பங்குகள் விலை, ஆறேகால் லட்ச ரூபாய். 500க்கும் மேல் வாங்க வேண்டும் என்று

நினைத்தால் மற்றுமொரு 250 எனும் லாட்தான் மற்றொரு ஆறேகால் லட்ச ரூபாய்!

விற்றாலும் லாட் லாட் ஆகத்தான் விற்க முடியும்.

MRF நிறுவனத்தின் ஒரு பங்கு விலையே, லட்ச ரூபாய் ஆயிற்றே! பியூச்சர்ஸ் மார்க்கெட்டில் அதன் லாட் சைஸ் (எண்ணிக்கை) என்ன என்று தெரிந்துகொள்ள ஆர்வமாக இருக்குமே. நூறு இருநூறு எல்லாம் இல்லை. MRF நிறுவன பங்கின் மார்க்கெட் லாட் 5 தான். அதற்கே ஐந்து லட்ச ரூபாய் வேண்டும்.

பாரத ஸ்டேட் பேங்க் பங்கு விலை 2023 ஜூலை மாதம் ரூ 590. அதன் மார்க்கெட் லாட், 750. ஆம் வாங்குவதும் விற்பதும் 750 ன் மடங்குகளாக. 4 லட்சத்து 42 ஆயிரத்து 500 ரூபாய்.

இருந்தாலும் மக்கள் ஏன் பியூச்சர்ஸ் பகுதியில் வாங்குகிறார்கள், விற்கிறார்கள்? அதில் ஏதேனும் அனுகூலங்கள் இருக்கின்றனவா?

பியூச்சர்ஸ் மார்கெட்டில் லாட் சைஸ் அதிகம் என்று பார்த்தோம். ஆனாலும் மக்கள் அந்த வர்த்தகத்திலும் ஈடுபட காரணம் இருக்கிறது. முதல் காரணம், வாங்குவதற்கும் விற்பதற்கும் கேஷ் மார்க்கெட்டில் செய்வதைப் போல முழுப்பணம் தேவையில்லை.

மார்க்கெட் லாட்

ஆமாம்.250 ரிலையன்ஸ் நிறுவனப் பங்குகளை ஜூலை 23ல் வாங்க ஆறேகால் லட்ச ரூபாய் தேவையில்லை. அந்த மொத்தத் தொகையில் ஒரு பகுதியை மட்டும் மார்ஜின் பணமாகக் கொடுத்தால் போதும்.

உதாரணத்திற்கு ரிலையன்ஸ் பங்கு அதிகமாக விலை இறங்கிவிட்டது, அடுத்த காலாண்டு நிதி நிலை முடிவுகள் வெளிவருகிறபோது அதன் விலைகள் மீண்டும் உயரும் என்று ஒருவர் நினைத்தால், அவர் என்ன செய்யலாம்?

அவர் அப்படி உறுதியாக நம்பினால், அவரால் இயன்ற அளவு எண்ணிக்கையில் ரிலையன்ஸ் நிறுவனப் பங்குகளை கேஷ் மார்க்கெட்டில் வாங்கி வைத்துக்கொள்ளலாம். அவரிடம்

12.7.2023 நிலவரப்படி, லட்சத்து 21 ஆயிரம் ரூபாய் இருப்பதாக வைத்துக்கொள்வோம். அவரால் சுமார் 44 பங்குகள் வாங்க முடியும்.

அவர் எதிர்பார்த்தபடி, ரிலையன்ஸ் இண்டஸ்டிரீஸ் பங்கு விலை 30 ரூபாய் உயர்ந்துவிட்டது என்றும் வைத்துக்கொள்வோம். அந்த நேரம், அவர் விற்று லாபத்தைப் பதிவு செய்துகொள்ள நினைக்கிறார். விற்றுவிடுகிறார். அவர் வாங்கி வைத்திருந்த 44 பங்குகளுக்கு, பங்கு ஒன்றுக்கு 30 ரூபாய் வீதம், 1,320 ரூபாய் லாபம்.

இது கேஷ் மார்க்கெட்டில். அதனால்தான் அவரால் 44 என்பது போன்ற எண்ணிக்கையில் வாங்க முடிகிறது, விற்க முடிகிறது. மொத்தப் பணம் கொடுக்கவேண்டியிருக்கிறது.

அதற்குப் பதிலாக, அதே கணக்கு மற்றும் எதிர்பார்ப்புடன் அவர் அதே 1,21,000 பணத்தை 'மார்ஜின் பணம்' ஆகக் கட்டினால் அவரால் பியூச்சர்ஸ் மார்க்கெட்டில், ஒரு லாட், அதாவது 250 ரிலையன்ஸ் இண்டஸ்டிரீஸ் பங்குகள் வாங்க முடியும்.

மார்ஜின் மட்டுமே கட்டியிருப்பதால், அவர், 'டி மேட்' கணக்கிற்கு பங்குகள் வராது. ஆனால், 250 ரிலையன்ஸ் இண்டஸ்டிரீஸ் பங்குகள் வாங்கிய காண்ட்ராக்ட் அவருக்கு வரும். பின்பு அவர் அதை விற்கலாம். முன்பு பார்த்தது போலவே அவர் 30 ரூபாய் லாபம் வரும்போது விற்றால், 250 கொண்ட லாட்டுக்கு அவருடைய லாபம், 7500 ரூபாய்.

அவர் கட்டிய மார்ஜின் பணத்தைத் திருப்பிக்கொடுத்து விடுவார்கள். லாபம் 7500 ம் கிடைக்கும். ஒரே அளவு முதல் பணத்தை வைத்துக்கொண்டு கூடுதல் பணத்துக்கு வர்த்தகம் செய்ய அனுமதிப்பதுதான் பியூச்சர்ஸ்.

அட! நன்றாக இருக்கிறதே என்று அவசரப்பட்டுவிடாதீர்கள். எதிர்பார்த்ததைப் போல ரிலையன்ஸ் இண்டஸ்டிரீஸ் பங்குகள் விலை உயர்ந்தால், இப்படி லாபம். மாறாக விலை 30 ரூபாய் குறைந்தால்?

கேஷ் மார்க்கெட்டில் வாங்கியவருக்கு நட்டம், 1320 ரூபாய். பியூச்சர்ஸில் வாங்கியவருக்கு 7500 ரூபாய் நட்டம். மேலும் கேஷ் மார்க்கெட்டில் வாங்கியவர் விற்கவேண்டும் என்று கட்டாயம்

இல்லை. இந்தக் காலாண்டில், நிதி நிலை இல்லாவிட்டால் அடுத்த காலாண்டு நிதிநிலை வரை பொறுத்திருக்கலாம் அவர் முடிவு செய்தால் யாரும் தடுக்க முடியாது.

ஆனால், பியூச்சர்ஸில் அப்படியில்லை. கால வரையறை உண்டு. வாங்கிய பங்கை, குறிப்பிட்ட நாட்களுக்குள் விற்கவேண்டும். விற்றுவிட்டு வேறு வாங்கிக்கொள்ளலாம். ஆனால், குறிப்பிட்ட நாட்களுக்குள் வாங்கியதை விற்றுத்தான் வேறு வாங்க முடியும். அதன் பெயர் ரோல் ஓவர்.

பியூச்சர்ஸ் & ஆப்ஷன்ஸ்- காண்ட்ராக்ட் காலம்

பியூச்சர்ஸ் மார்க்கெட்டில் வாங்கவோ விற்கவோ ஆர்டர் போடும் போது எந்த மாத காண்டிராக்ட் என்று சொல்லிப் போடவேண்டும். ஒருவர் வாங்கும் நேரம் ஜனவரி மாதம் என்று வைத்துக்கொண்டால், அவர் ஜனவரி அல்லது பிப்ரவரி அல்லது மார்ச் என்ற மூன்று காண்ட்ராக்ட்களில் ஏதாவது ஒன்றில் வாங்கலாம் விற்கலாம்.

நடப்பு மாதத்தை, ‘நியர் மன்த்’ என்றும், அடுத்த (பிப்ரவரி) மாதத்தை, ‘நெக்ஸ்ட் மன்த்’ என்றும் மூன்றாவது (மார்ச்) மாதத்தை, ஃபார் (Far) மன்த்’ என்றும் குறிப்பிடுவார்கள்.

இப்படியாக செப்டெம்பர் மாதம் வாங்குபவருக்கு செப்டெம்பர், அக்டோபர் நவம்பர் என்று மூன்று மாதங்கள். எந்த மாதம் வாங்கினாலும் அந்த அல்லது அடுத்த அல்லது அதற்கும் அடுத்த மாத காண்ட்ராக்ட்களில் வாங்கலாம், விற்கலாம்.

ஜனவரி காண்ட்ராக்டில் வாங்கினால், ஜனவரிக்குள் விற்றுவிட வேண்டும். பிப்ரவரி காண்டிராக்டில் வாங்கியதை, பிப்ரவரி மாத இறுதிவரை வைத்திருக்க அனுமதி உண்டு. உடனே, வாங்கிய அதே ஜனவரி மாதமே, ஏன், அடுத்த நிமிடமே கூட விற்கலாம். ஆனால், பிப்ரவரிக்குள் விற்றுவிடவேண்டும். அதேபோல, மார்ச் என்று வாங்கினால், மார்ச் மாத இறுதிவரை நேரம் உண்டு.

மாத இறுதி என்பது இந்தியப் பங்குச் சந்தைகளின் பியூச்சர்ஸ் மார்க்கெட்டில், அந்த மாதத்தின் கடைசி வியாழக்கிழமை. வியாழன்

எந்தக் காரணத்திற்காகவும் விடுமுறை தினமாக இருந்தால், அதற்கு முந்தைய நாள், அந்த மாதத்தின் பியூச்சர்ஸ்க்கு கடைசி வர்த்தக தினம்.

முன்பு பார்த்த ரிலையன்ஸ் பங்கை விலை உயரும் என்று நினைத்து வாங்கியவர், ஜனவரி காண்ட்ராக்டில் வாங்கியிருந்தால், விலை உயர்ந்திருந்தாலும் இல்லாவிட்டாலும், 2023, ஜனவரி மாதத்தின் கடைசி வியாழனுக்குள் விற்றாகவேண்டும். விற்றுவிட்டு, உடனே பிப்ரவரி அல்லது மார்ச் மாத காண்ட்ராக்ட்டில் மீண்டும் ஒரு லாட் வாங்கலாம்.

ஆனால், விற்றதற்கு புரோக்ரேஜ் மற்றும் வரிகள் போன்ற செலவு. வாங்குவதற்கும் அதேபோல முழுச் செலவு. கேஷ் மார்க்கெட்டில் அப்படியில்லை. மொத்தப் பணமும் கொடுத்துவிட்டதால் வாங்கியதை, எவ்வளவு காலம் வேண்டுமானாலும் வைத்துக்கொள்ளலாம்.

தவிர, நிறுவனம் டிவிடெண்ட், மற்றும் ரைட்ஸ் பங்குகள் போன்றவை கொடுத்தால், அவையெல்லாம் கேஷ் மார்க்கெட்டில் வாங்கியவருக்குக் கிடைப்பது போல, பியூச்சர்ஸ் மார்க்கெட்டில் வாங்கியவருக்குக் கிடைக்காது. போனஸ் பங்குகள் உண்டு. ஒன்றுக்கு ஒன்று என்று போனஸ் கொடுத்தால், ஒரு லாட் இரண்டு லாட் ஆகிவிடும். ஆனால், அதற்கு ஏற்ப விலை குறைந்துவிடும்.

ஷார்ட் போவது

வாங்கியதை விற்பது போல, பியூச்சர்ஸ் மார்க்கெட்டில், கையில் இல்லாத பங்குகளைக் கூட விற்றுவைக்கலாம். விற்றதற்கு கேஷ் மார்க்கெட் போல, டெலிவரி கொடுக்க வேண்டாம். இங்கே ‘ஆக்ஷன்’ என்ற ஏலமெல்லாம் கிடையாது. போட்ட காண்ட்ராக்ட் மாத இறுதிக்குள் வாங்கிவிட்டால் போதும். அவ்வளவு நேரம் கொடுக்கப்படுகிறது.

ஒரு பங்கை ‘ஷார்ட்’ அடிக்க பியூச்சர்ஸ் மார்க்கெட் வழிகொடுக்கும். ஆனால், வாங்கும்போது கட்டவேண்டியதைப் போலவே ஷார்ட் அடிக்கவும், மார்ஜின் பணம் கட்டவேண்டும்.

வேறு ஒருவர் ரிலையன்ஸ் நிறுவனப் பங்கு விலை குறையும் என்று கணித்தால், அவரால் கேஷ் மார்க்கெட்டில் ஷார்ட் அடிக்க முடியாது. ஆனால், அவர் பியூச்சர்ஸ் மார்க்கெட்டில் ஒரு லாட் விற்று வைக்கலாம். அதுவும் எந்த மாத காண்ட்ராக்ட் என்று குறிப்பிட்டு செய்யவேண்டும். ஜனவரி காண்ட்ராக்ட் என்றால், ஜனவரி இறுதி வியாழக்கிழமைக்குள் விற்றதற்கு ஏற்ப ஒரு லாட் வாங்கி கணக்கை நேர் செய்யவேண்டும். இல்லாவிட்டால் புரோக்கரே சந்தைவிலையில் வாங்கி நேர் செய்துவிடுவார். லாபமோ நட்டமோ நமது கணக்கில் சேர்க்கப்படும்.

ஷார்ட்டுக்குப் பின் விலை உயர்ந்து, 'கவர்' செய்தால் (நேர் செய்வதைத்தான் 'கவர்', *Cover* செய்வது என்பார்கள்), நட்டம். ஷார்ட்டுக்குப் பின் விலை இறங்கி அதில் கவர் செய்தால் லாபம்.

இந்த லாபத்திற்கு ஆசைப்பட்டுத்தான் மக்கள் ஷார்ட் அடிக்கிறார்கள். பின்னர் அப்படி ஷார்ட் அடித்தவர்கள் எல்லாம், ஒருசேர அவசரமாக வாங்கினால், அதன் பெயர், 'ஷார்ட் கவரிங்' அப்போது விலை உயரும். தற்காலிகமாகவேணும்.

பியூச்சர்ஸ் & ஆப்ஷன்ஸ்- எல்லாப் பங்குகளுக்கும் இல்லை

பங்குச்சந்தைகளில் பட்டியலிடப்பட்டிருக்கும் எல்லாப் பங்குகளும் பியூச்சர்ஸ் & ஆப்ஷன்ஸ் பகுதியில் டிரேட் ஆகாது. சந்தை நிர்வாகங்கள் ஆராய்ந்து சில பங்குகளை மட்டும்தான் அனுமதிக்கும். பின்னர் பட்டியலில் இருந்து எந்தப் பங்கையும் விலக்கலாம்.

ஜூலை 2023ல் தேசிய பங்குச்சந்தையில் மொத்தம் 186 பங்குகள் பியூச்சர்ஸ் & ஆப்ஷன்ஸ் பகுதியிலும் பரிவர்த்தனைக்கு அனுமதிக்கப்பட்டிருக்கிறது. இந்த எண்ணிக்கை மாறும். இந்த பட்டியலில் இருந்து சிலவற்றை நீக்குவார்கள். வேறு சிலவற்றைச் சேர்ப்பார்கள். இவற்றை 'டெரிவேடிவ்ஸ்' வர்த்தகம் என்றும் சொல்வார்கள்.

டெரிவேடிவ்ஸ் என்றால், ஒன்றில் இருந்து 'உருவாக்கப்பட்டது' என்று பொருள். ஒரு நிறுவனத்தின் பங்குகளை வாங்கலாம்,

விற்கலாம். அது நடப்பது கேஷ் அல்லது ஈக்விட்டி மார்க்கெட்டில். விற்பவர் பங்கை டெலிவரி கொடுக்கவேண்டும். வாங்குபவர் டி மேட் கணக்கில் பங்குகள் வரவு வைக்கப்படும்.

கேஷ் மார்க்கெட்டில் அப்படி வாங்கி விற்கப்படும் பங்குகளின் உரிமை, விற்பவரிடம் இருந்து வாங்குபவருக்குப் போய்விடும். அதனால்தான் வாங்கிய தேதிக்குப் பின் அறிவிக்கப்படும் டிவிடெண்ட், உரிமைப் பங்குகள், போனஸ் பங்குகள் எல்லாம் வாங்கியவருக்கே சொந்தமாகின்றன.

ஆனால், டிரைவேட்டிவ்ஸ் பகுதியில் அப்படியல்ல. இந்தப் பகுதியில் உண்மையான நிறுவனப் பங்குகளை விற்பதோ வாங்குவதோ இல்லை. அதனால்தான் டெலிவரி, டிவிடெண்ட், உரிமைப்பங்குகள் எல்லாம் கிடையாது. குறிப்பிட்ட நிறுவனத்தின் விலை உயருமா, குறையுமா என்கிற யூகங்களை வைத்து நடக்கும் பரிவர்த்தனைகள்; வியாபாரம் அது. பங்குகள் கைமாறுவது இல்லை. அதன் காரணமாகத்தான் அவற்றுக்கு 'டிரைவேட்டிவ்ஸ்' என்று பெயர்.

நிறுவனப் பங்குகள் தவிர, பங்குச்சந்தை குறியீட்டு எண்களையும் பங்குகள் போலவே பியூச்சர்ஸ் & ஆப்ஷன்ஸ் பகுதியில் வாங்கவும் விற்கவும் செய்யலாம். இவற்றை, 'இன்டெக்ஸ் பியூச்சர்ஸ்' என்பார்கள்.

தேசிய பங்குச்சந்தையில் 'நிப்டி 50' என்ற குறியீட்டு எண்ணும், 'பேங்க் நிப்டி' என்ற குறியீட்டு எண்ணும் வாங்கி விற்கக்கூடிய டிரைவேடிவ்ஸ்.

ரிலையன்ஸ் இன்டஸ்டிரீஸ் லிமிடெட் நிறுவனத்திற்கு பியூச்சர்ஸ் & ஆப்ஷன்ஸ் பகுதியில் மார்க்கெட் லாட் 250 என்றும் MRF நிறுவனப் பங்கிற்கு மார்க்கெட் லாட், 5 என்றும் பார்த்தோம் அல்லவா. அதுபோல, ஒவொரு பங்கிற்கும் அது விற்கும் விலையைப் பொறுத்து மார்க்கெட் லாட் நிர்ணயம் செய்யப்படுகிறது. இன்டெக்ஸ் பியூச்சர்ஸ்களுக்கும் 'மார்க்கெட் லாட்' உண்டு.

கடந்த சில ஆண்டுகளாக நிப்டி 50யின் மார்க்கெட் லாட், 50 ஆக இருக்கிறது. பேங்க் நிப்டியின் மார்க்கெட் லாட் 15.

நிறுவனப் பங்குகளின் மார்க்கெட் லாட்கள், தேவைப்படும்போது மாற்றப்படுவதைப் போல, இவற்றின் லாட் சைஸ்களும் மாற்றப்படும்.

பங்குகளுக்கும், இன்டெக்ஸ் பியூச்சர்களுக்கும் கேஷ் மார்க்கெட்டில் ஒரு விலை இருக்கும். அவற்றுக்கே, பியூச்சர்ஸ் மார்க்கெட்டில் சிறு வித்தியாசத்துடன் கூடிய வேறு விலை இருக்கும். உதாரணத்திற்கு, 2020 ஜனவரி 10ம் தேதி, கேஷ் மார்க்கெட்டில், ரிலையன்ஸ் பங்கின் குளோசிங் விலை 1,547 ரூபாய். அதே பங்கின் பியூச்சர்ஸ் மார்க்கெட் குளோசிங் விலை, 1,551 ரூபாய். 4 ரூபாய் அதிகம்.

MRF நிறுவனப் பங்கின் கேஷ் மார்க்கெட், குளோசிங் விலை, 67,493 ரூபாய். அதே பங்கின் பியூச்சர்ஸ் மார்க்கெட் குளோசிங் விலை, 67,700 ரூபாய். 207 ரூபாய் அதிகம்.

அன்றைய தினம், நிப்டி 50 இன்டெக்ஸ் முடிவுற்றது, 12,256 புள்ளிகளில். அதே இன்டெக்ஸ், பியூச்சர்ஸ் மார்க்கெட்டில் குளோசிங், 12,294 புள்ளிகளில்.

‘இன்டெக்ஸ் டெரிவேடிவ்ஸ்’ சைப் பொறுத்தவரை, புள்ளிகள்தான் அவற்றின் விலை. ஒரு ‘நிப்டி 50’ டிரைவேட்டிவ், 12,294 புள்ளிகளில் முடிந்திருக்கிறது. அப்போது மார்க்கெட் லாட் 75.

ஒருவர், ஜனவரி 10ம் தேதியன்று 12,294 என்ற விலையில் ஒரு லாட் வாங்கியபின், அடுத்த வர்த்தக நாளான, ஜனவரி 13 அன்று 50 புள்ளிகள் உயர்ந்திருக்கும் நேரம் அவர் விற்றால், அவருக்கு 50X75 என்ற விகிதத்தில், ரூபாய் 3,750 லாபம். குறைந்திருக்கும் நேரம் விற்றால் அந்த அளவு நட்டம். விற்பதற்கு ஜனவரி 30 வரை அவகாசம் உண்டு.

கவனித்திருக்கலாம். மேலே பார்த்த மூன்று டெரிவேடிவ்ஸ் களுமே, கேஷ் மார்க்கெட்டில் இருப்பதை விட, பியூச்சர்ஸில் கூடுதல் விலை அல்லது கூடுதல் புள்ளிகளில் முடிந்திருக்கிறது. இதை ‘பிரீமியம்’ என்பார்கள். நிப்டி 50 அதிக பிரீமியத்தில் இருந்தால், மார்க்கெட்டின் ‘மூட்’ (mood) புல்லிஷ் (Bullish) ஆக இருப்பதாகக் கணிப்பார்கள்.

பியூச்சர்ஸில் வர்த்தகமாகும் டெரிவேடிவ்ஸ்களை நியர், நெக்ஸ்ட் மற்றும் ஃபார் என்று நடப்பு மற்றும் அடுத்த இரண்டு மாதங்களில்

ஏதாவது ஒரு காண்ட்ராக்ட்டில் வாங்கலாம் என்று முன்பு பார்த்தது நினைவிருக்கலாம். கேஷ் மார்க்கெட் விலைக்கும் பியூச்சர்ஸ் விலைக்கும் இடையே வேறுபாடு இருக்கும் என்பது போல, ஒரு பங்கின் பியூச்சர்ஸ் விலைக்குள் வெவ்வேறு மாத காண்ட்ராக்ட்களில் வெவ்வேறு விலைகள் இருக்கும்.

உதாரணத்திற்கு MRF நிறுவனப் பங்கின் 10.1.2020 என்ற ஒரே நாளில் முடிவுற்ற

- கேஷ் மார்க்கெட், குளோசிங் விலை, 67,493 ரூபாய்.
- ஜனவரி பியூச்சர்ஸ் மார்க்கெட் குளோசிங் விலை, 67,700 ரூபாய்.
- பிப்ரவரி பியூச்சர்ஸ் மார்க்கெட் குளோசிங் விலை, 67,316 ரூபாய்.
- மார்ச் பியூச்சர்ஸ் மார்க்கெட் குளோசிங் விலை, 68,282 ரூபாய்.

சில பங்குகளுக்கு மூன்றாவது மாதமான மார்ச்சுக்கு குறிப்பிட்ட நாளன்று வர்த்தகம் நடந்திருக்காது. அதனால் விலை இருக்காது.

பியூச்சர்ஸ் & ஆப்ஷன்ஸ்- முன்பணம் கட்டவேண்டும்

நிப்டி50 மற்றும் பேங்க் நிப்டி ஆகிய இரண்டு குறியீட்டு எண்கள் மட்டுமே பியூச்சர்ஸ் பகுதியில் வர்த்தகம் ஆகின்றன. ஆனால், இவற்றைப் போல இன்னும் பல குறியீட்டு எண்கள் உருவாக்கப்பட்டு, அந்தந்தக் குறியீட்டு எண்களில் இருக்கும் பங்குகளின் விலை மாற்றங்கள் தொடர்ந்து கவனிக்கப்படுகின்றன.

தற்போது இந்தியப் பங்குச்சந்தைகளில் கவனிக்கப்படும் குறியீட்டு எண்களைக் கீழே உள்ள படத்தில் பார்க்கலாம். இன்டெக்ஸ் என்பது ஒருமை. இன்டிசெஸ் (Indices) என்பது பன்மை. குறியீட்டு எண்களுக்கு அருகில் அவற்றின் 10.1.20 தினத்தின் முடிவு புள்ளிகள் கொடுக்கப்பட்டிருக்கின்றன.

INDIAN INDICES	
NIFTY BANK	32,097.40
NIFTY FMCG	30,370.45
NIFTY NEXT 50	28,556.05
Nifty Pvt Bank	17,729.25
NIFTY SERV SECTOR	17,557.00
NIFTY Midcap 100	17,386.35
NIFTY IT	15,959.90
NIFTY ENERGY	15,940.15

டெரிவேடிவ்ஸ் வர்த்தகம் செய்ய 'மார்ஜின்' என்ற முன்பணம் கட்டவேண்டும். காரணம், 250 ரிலையன்ஸ், 750 பாரத ஸ்டேட் பேங்க் என்பதுபோல 186 பங்குகள் மற்றும் இரண்டு பெரிய குறியீட்டு எண்களில் வர்த்தகம் நடக்கிறது. பலரும் வாங்குகிறார்கள், விற்கிறார்கள். விலைகள், ஒரே நாளில் பல சதவிகிதங்கள் வரைகூட உயர்கின்றன, விழுகின்றன. குறியீட்டு எண்களும் அப்படிப் பெரிய அளவுகளில் ஏற்றத்தாழ்வுகள் அடைகின்றன.

இந்த நிலையில், ஒருவர் பங்குகளை வாங்கியபின், அதன் விலை குறைந்துவிட்டால் அல்லது அவர் விற்றபின் விலை உயர்ந்துவிட்டால், அவருக்குப் பெரிய நட்டம். அதற்குரிய பணத்தை, அவர் அவருடைய பங்குத்தரகர் மூலம் சந்தைக்குத்தர வேண்டும். கிடைக்கும் அந்தப் பணத்தை சந்தை மற்றொரு தரகர் மூலம் அதே வர்த்தகத்தின் மூலம் லாபம் அடைந்தவரிடம் சேர்க்கவேண்டும். இதெல்லாம் சந்தையின் பொறுப்பு.

வர்த்தகம் செய்த வாடிக்கையாளர் பணம் கொடுக்காமல் போய்விடக் கூடாது. அதன் பெயர் 'கவுன்ட்டர் பார்ட்டி ரிஸ்க்.' அப்படி ஏதும் நிகழ்ந்துவிட்டால் அதுபோன்ற சூழ்நிலைகளை சமாளிக்க,

சந்தை நிர்வாகங்கள், வர்த்தகம் செய்கிறவர்களிடம் முன்பணம் கேட்கின்றன. அப்படிப்பட்ட முன்பணத்தின் பெயர், 'மார்ஜின்.'

மார்ஜின் பணம், கேஷ் மார்க்கெட் பரிவர்த்தனைகளுக்கும் உண்டு, பியூச்சர்ஸ் மார்க்கெட் பரிவர்த்தனைகளுக்கும் உண்டு. கேஷ் மார்க்கெட் பரிவர்த்தனைகளுக்கு இரண்டுவிதமான மார்ஜின் பணம் கட்டவேண்டும்.

முதலாவது, வார் மார்ஜின் (VAR Margin). Value at risk என்பதுதான் அதன் விரிவு. இந்தத் தொகை பங்குக்குப் பங்கு மற்றும் ஒரே பங்கிற்கேயும் அடிக்கடி மாறும்.

இரண்டாவது மார்ஜின் பெயர், ஈஎல்எம் (ELM) மார்ஜின். இதன் விரிவு, Extreme Loss Margin என்பது. இந்தத் தொகையும் பங்கிற்கு பங்கு மாறும். ஆனால், மாதம் ஒருமுறைதான் மாறும். இது, பரிவர்த்தனைத் தொகையில் சுமார் 5 முதல் 7 சதவிகிதமாக இருக்கும்.

பியூச்சர்ஸ் மார்க்கெட் பரிவர்த்தனைகளுக்கும் இரண்டு மார்ஜின் தொகைகள் உண்டு. ஒன்று, ஈஎல்எம் (ELM) மார்ஜின். மற்றொன்று ஸ்பான் (SPAN) மார்ஜின். இந்த மார்ஜின் தொகை, விலைகளின் ஏற்ற இறக்கங்களுக்கு ஏற்ப அடிக்கடி மாறும்.

இவற்றின் பெயர்களைப் பல்வேறு தரகு நிறுவனங்களில் அவர்களின் பழக்கங்கள் காரணமாக வேறு சில பெயர்களிலும் குறிப்பிடுவார்கள். ஆனால், எல்லாம் மார்ஜின் பணம்தான். தொகைகள் ஒன்றுதான். சந்தை அறிவிப்பதுதான்.

எதற்கு எவ்வளவு மார்ஜின் பணம் என்பதை https://zerodha.com/margin-calculator/SPAN/ என்ற இணையதளத்திலும் பார்த்துத் தெரிந்துகொள்ளலாம். உதாரணத்திற்காக, கடந்த வாரம் இருந்த நிலையில், சிலவற்றுக்கான மார்ஜின் கணக்கிடல் மற்றும் தொகைகளைப் பார்க்கலாம்.

மார்ஜின் தொகைகளை நிர்ணயிப்பது பங்குச்சந்தைகள்தான். விலை உயர உயர, மார்ஜின் தொகை அதிகரிக்கும். ஒரு குறிப்பிட்ட பங்கில் அதிகம் பேர் ஊகபேரம் -ஸ்பெக்குலேஷன் நடந்தால், செபியின் வழிகாட்டுதல்படி, சந்தை நிர்வாகங்கள், அந்தப் பங்கிற்கு

கட்டவேண்டிய மார்ஜின் சதவிகிதத்தை அதிகரிக்கும்.

ஜனவரி முதல் வாரத்தில் எஸ் பேங்கிற்கு இருந்த மார்ஜின் சதவிகிதம், 88.72 %

அப்போது எஸ் பேங்க் பங்கின் லாட் சைஸ், 8800. பங்கு ஒன்று அப்போதைய 45 ரூபாய் விலையில் 8800 பங்குகளின் மதிப்பு, 3 லட்சத்து 96 ஆயிரம் ரூபாய். அந்தப் பங்குகளை பியூச்சர்ஸ் மார்க்கெட்டில் வாங்குவதற்குக் கட்டவேண்டியிருந்த மார்ஜின் தொகை, 3,31,924 ரூபாய். ஆமாம், 88.72% தொகையை மார்ஜின் பணமாகக் கட்டினால்தான், அந்தப் பங்கை பியூச்சர்ஸில் வாங்கலாம்,விற்கலாம்.

2001ம் ஆண்டில் தொடங்கப்பட்ட டெரிவேடிவ்ஸ் வர்த்தகம் இந்தியப் பங்குச்சந்தைகளில் கனஜோராக நடந்துகொண்டிருக்கிறது.

ஒரே ஒரு நாளில் நடக்கும் பியூச்சர்ஸ் & ஆப்ஷன்ஸ் வர்த்தகத்தின் அளவுகளைப் பார்த்தால் வியப்பாக இருக்கும். 10.01.20 க்கான தேசியப் பங்குச்சந்தையின் டெயிலி ரிப்போர்ட்டில் இருந்து...

Trade Stats

Product	No. of contracts	Turnover(cr.) *	Put Call Ratio	Premium Turnover (cr.)
Index Futures	3,03,666	22,970.83	-	-
Volume Futures	0	0.00	-	-
Stock Futures	6,84,987	47,870.82	-	-
Index Options	1,24,16,925	9,21,200.99	1.00	4504.05
Stock Options	6,84,823	51,255.08	0.54	989.06
F&O Total	1,40,90,401	10,43,297.72	0.97	5493.11

ஆப்ஷன்ஸ் அறிமுகம்

பியூச்சர்ஸ் பற்றிச் சொல்ல இன்னும் எவ்வளவோ இருக்கிறது. அதுகுறித்து ஒரு தனி புத்தகமே எழுதலாம். அள்ள அள்ளப் பணம் – 3 – பியூச்சர்ஸ் & ஆப்ஷன்ஸ் என்று எழுதியிருக்கிறேன்.

இப்போதைக்கு இந்தப் புத்தகத்தில் பியூச்சர்ஸை, இத்துடன் விட்டு விட்டு 'ஆப்ஷன்'-க்குப் போவோம்.

ஆப்ஷன் என்பதும் பியூச்சர்ஸ் போலவே முழுக்க முழுக்க ஒரு 'டிரேடிங் பிராடெக்ட்'. இதில் முதலீடெல்லாம் கிடையாது. அதனால் பங்குச்சந்தை பற்றி நன்றாகத் தெரியாதவர்கள் இதைச் செய்ய வேண்டாம்.

கேஷ் மார்க்கெட்டில் ஒருவர் வாங்கிய பங்கு விலை இறங்கினால், டெலிவரி எடுத்து வைத்திருக்கலாம். காத்திருப்புக்குப் பின் அது நன்றாக வந்தாலும் வரும்.

பியூச்சர்ஸில் வாங்கியது விலை இறங்கிவிட்டால், டெலிவரி கிடையாது. வாங்கிய 'பொசிஷனை' குறிப்பிட்ட காலம் வரைதான், 'விலை உயரட்டும்' என்று காத்திருக்க முடியும். பின்பு 'ஸ்கொயர் ஆப்' செய்யத்தான் வேண்டும். நிச்சயம் விலை உயரும் என்று தெரிந்தால், மீண்டும் கிட்டத்தட்ட அதே விலைக்கு வாங்கிவிட்டு, மீண்டும் காத்திருக்கலாம்.

இப்படி, வாங்கியதை 'மாத இறுதி' வந்ததால்,' ஸ்கொயர் ஆப்' செய்துவிட்டு, மீண்டும் அதே 'டெரிவேடிவ்'வை வாங்குவது, அல்லது விற்று வைத்ததை, 'மாத இறுதி' காரணமாக, வாங்கி நேர் செய்துவிட்டு, உடனே அடுத்த மாத காண்ட்ராக்டிலேயே மீண்டும் அதே 'டெரிவேட்டிவ்'வை வாங்குவது அல்லது விற்பதன் பெயர், 'ரோல் ஓவர்' *(Roll over)*.

'ரோல் ஓவர்' என்பதுதான் பழைய 'பொசிஷனை'த் தொடர்வது. இப்படியே தங்கள் 'லாங்' கையோ, 'ஷார்ட்'டையோ தொடர்ந்து பல மாதங்களுக்கு 'ரோல் ஓவர்' செய்வோர் உண்டு. லாபம் கிடைக்கும் வரை விடமாட்டார்கள். அல்லது பெரிய நட்டம் ஆனால்தான் விடுவார்கள்.

ஆனால், இந்த 'ஆப்ஷன்'னில் கேஷ் மார்க்கெட் போல டெலிவரி கிடையாது என்பது மட்டுமல்ல. பியூச்சர்ஸ் போல 'ரோல் ஓவர்' ம் கிடையாது. லாபமோ நட்டமோ, அந்தந்த காண்ட்ராக்டுடன் சரி. பதிவு செய்துவிட்டுப் போகவேண்டியதுதான்.

'பியூச்சர்ஸ்'க்கும் 'ஆப்ஷனு'க்கும் இடையே சில ஒற்றுமைகள், சில வேறுபாடுகள் உண்டு. முதலில் ஒற்றுமைகள்.

ஒற்றுமைகள்

- இரண்டும் சேர்ந்து ஒரு பகுதியில் டிரேட் ஆகும்.
- இவை இரண்டிலும் டிரேட் செய்யச் சில கூடுதல் நிபந்தனைகளுக்கு ஒப்புக்கொண்டு கையெழுத்துப் போட்டுக்கொடுக்கவேண்டும்.
- இரண்டும் குறிப்பிட்ட சில நிறுவனப் பங்குகளுக்கும், 'நிப்டி50' மற்றும் 'பேங்க் நிப்டி' க்கு மட்டுமே உண்டு.
- Futures & Options ஆகிய இரண்டிற்கும் ஒரே அளவு 'மார்க்கெட் லாட்' கள். ரிலையன்ஸ் இண்டஸ்டிரீஸ் லிட் மார்க்கெட் லாட் 250 என்பது, பியூச்சருக்கு மட்டுமல்ல. ஆப்ஷன் வாங்கினாலும் அதே 250ன் மடங்குகளாகத்தான் வாங்கலாம், விற்கலாம்.
- இரண்டுக்கும் இந்த அடுத்த மற்றும் அதற்கும் அடுத்த என்ற மூன்றுமாத காண்ட்ராக்ட்கள்தான்.

வேற்றுமைகள்

- ஆப்ஷனில் மார்ஜின் பணம் இல்லை. முழுப் பணமும் கொடுத்து வாங்க வேண்டும்.
- பங்குகளின் கேஷ் மார்க்கெட் விலைக்கும், அதே பங்குகளின் பியூச்சர்ஸ் மார்க்கெட் விலைகளுக்கும் இடையே சிறு வித்தியாசம்தான் இருக்கும். ஆனால், அதே நிறுவனப் பங்குகளின் விலைகளைக் காட்டிலும், அவற்றின் ஆப்ஷன் விலைகள் மிகக் குறைவாக இருக்கும். அதனால், வாங்குவதற்கும் விற்பதற்கும் அதிக பணம் தேவையில்லை.
- ஆப்ஷனில் இரண்டு வகை ஆப்ஷன்கள் இருக்கின்றன. முதலாவது 'கால் ஆப்ஷன்' (Call Option). அடுத்தது, 'புட் ஆப்ஷன்' (Put Option).
- விலை உயரும் என்று வாங்குவது, 'கால் ஆப்ஷன்'. விலை இறங்கும் என்று வாங்குவது புட் ஆப்ஷன்.

- சந்தையில் பங்குகளுக்கு விலைகள் இருப்பது போல, ஒரே பங்கின் கால் ஆப்ஷனுக்குத் தனியாகவும், புட் ஆப்ஷன்களுக்குத் தனியாகவும் விலைகள் நடக்கும்.
- கேஷ் மார்க்கெட்டிலும் பியூச்சர்ஸ் மார்க்கெட்டிலும் சந்தையில் நடக்கிற விலையில் வாங்கவேண்டும், விற்கவேண்டும். வேறு வழியில்லை. ஆனால் ஆப்ஷன் பகுதியில், நாம் வாங்க விற்க நினைக்கும் 'டெரிவேடிவ்' வின் விலையைச் சொல்லி, வாங்கலாம்.

என்ன? கொஞ்சம் புரிந்த மாதிரியும், கொஞ்சம் புரியாத மாதிரியும் இருக்கிறதா? ஆப்ஷன் கொஞ்சம் பெரிய விஷயம்தான். அடுத்த அத்தியாயத்தில் கூடுதல் விவரங்கள் வருகின்றன. அப்போது எல்லாம் புரிந்துவிடும்.

ஆப்ஷன்ஸ் ஏன் செய்கிறார்கள்?

ஆப்ஷனை எளிமையாக விளக்குங்கள் என்று என்னிடம் கேட்டால், 'அது வேறு ஒன்றும் இல்லைங்க. பெட் (Bet) கட்டுகிற மாதிரிதான். பெட்டில் ஜெயித்தால் பணம் வரும். தோற்றால் கட்டிய பணம் போய்விடும் இல்லையா? கிட்டத்தட்ட அப்படிப்பட்டதுதான் ஆப்ஷன்' என்பேன்.

2020 ஜனவரி 10 ம் தேதி ரிலையன்ஸ் இன்டஸ்டிரீஸ் லிட் பங்கு விலை, கேஷ் மார்க்கெட்டில் 1,547 ரூபாயாக இருந்தது. சிலர் நினைக்கிறார்கள் இன்னும் சில நாட்கள் அல்லது வாரங்கள் அல்லது மாதங்களில் அதன் விலை நிச்சயமாக 100 ரூபாய் அளவு உயர்ந்துவிடும் என்று நினைக்கிறார்கள். அவர்கள் என்ன செய்யலாம்?

கையில் இருக்கும் மொத்தப் பணத்திற்கும் அந்தப் பங்கை வாங்கி வைத்துக்கொள்ளலாம். ஒரு பங்கு விலை 1,547. அதனால், முழுப்பணமும் கொடுத்து, குறிப்பிட்ட எண்ணிக்கையில் வாங்கலாம்.

அல்லது கையில் இருக்கும் அதே தொகைக்கு, மார்ஜின் மட்டும் கட்டிவிட்டு, கூடுதல் எண்ணிக்கையிலான பங்குகளுக்கு பியூச்சர்ஸில் உரிமை பெறலாம்.

உதாரணத்திற்கு ஒருவரிடம் ஒரு லட்சத்து 40 ஆயிரம் ரூபாய் பணம் இருந்தால் அவர் கேஷ் மார்க்கெட்டில் 90 பங்குகள் வாங்கலாம்.

அந்தப் பணத்தை மார்ஜின் பணமாகக் கட்டி, அவர், பியூச்சர்ஸ் பகுதியில், ஒரு லாட், ரிலையன்ஸ் வாங்கலாம். அதாவது 500 பங்குகள்.

அதே 1,40,000 பணத்திற்கு அவர் ஆப்ஷன்கள் வாங்கினால், 1660 'ஸ்டிரைக் பிரைஸில்' (Strike Price) ஒரு ஆப்ஷன் விலை 6 ரூபாய் 5 காசு வீதம், 46 லாட்கள் வாங்கலாம்.

46 லாட்கள் என்றால், 23,000 பங்குகள்.

இதற்காகத்தான் 'பாலகுமாரன்கள்' ஆசைப்படுகிறார்கள். கொஞ்சம் பணத்தில் அதிகம் 'பங்குகள் வர்த்தகம் செய்யும் வாய்ப்புத் தருவதுதான், ஆப்ஷன்ஸ்.

இந்த இடத்தில், அட! இதென்ன 'ஸ்டிரைக் பிரைஸ்' என்றும் 1660 என்றும் வருகிறேதே! என்று தோன்றலாம்.

'தற்சமயம், இந்தப் பங்கு, இந்த விலை விற்கிறது. இது இன்ன விலை வரை உயரும்' என்று ஏதாவது ஒரு விலையை நாம் முடிவு செய்யலாம். அப்படி நாம் முடிவு செய்யும் விலையின் பெயர்தான், 'ஸ்டிரைக் பிரைஸ்.'

அப்படிப்பட்ட பல ஸ்டிரைக் பிரைஸ்களும் சந்தையில் இருக்கும். ஒவ்வொரு ஸ்டைரைக் பிரைஸில் வாங்கவும் ஒரு விலை இருக்கும். அந்தக் குறிப்பிட்ட பங்கின் விலை மாற்றம் ஆக ஆக, ஆப்ஷன் ஸ்டிரைக் பிரைஸ் விலைகளும் மாறும்.

கீழே இருக்கும் படத்தில் காட்டப்பட்டிருப்பதுபோல, பல்வேறு விலைகளுக்கும் ஆப்ஷன் இருக்கும்.

கவனித்திருக்கலாம். கேஷ் மற்றும் பியூச்சர்ஸ் பகுதிகளில் பங்கு 1547 விற்கும் போது, ‘ஸ்டிரைக் பிரைஸ்’ என்பது அதைவிட சில நூறு ரூபாய்கள் குறைவாகவும், சில நூறு ரூபாய்கள் அதிகமாகவும் இருக்கின்றன. இவற்றில் எந்த ‘ஸ்டிரைக் பிரைஸ்’ஸும் வாங்கலாம் என்றாலும், அதை விற்க எவரேனும் இருந்தால்தான் வாங்க முடியும். நடப்பு விலைக்கு அருகில் இருக்கும் விலைகளில் வாங்க விற்க நபர்கள் இருப்பார்கள். மிக வித்தியாசமான விலைகளுக்கு ஆட்கள் இல்லாமல் இருக்கலாம்.

நினைவிருக்கலாம், நாம் இப்போது பார்த்துக்கொண்டிருப்பது ஆப்ஷன்கள் குறித்து. இதில் இரண்டு வகை உண்டு என்றும், ஒன்று கால் ஆப்ஷன் என்றும் மற்றொன்று புட் ஆப்ஷன் என்றும் சொன்னது நினைவிருக்கலாம்.

மேலே பார்த்த விவரங்கள் எல்லாம், கால் ஆப்ஷன் குறித்து.

வாங்குவது போலவே கால் ஆப்ஷனை நாம் விற்கவும் செய்யலாம். உதாரணத்திற்கு அதே ரிலையன்ஸ் பங்கின் 1660 ரூபாய் ஸ்டிரைக் பிரைஸ் ஆப்ஷனை நாம் 6.05 ரூபாய்க்கு விற்கலாம். நாம் எதிர்பார்த்தது போல, ரிலையன்ஸ் பங்கு, விலை இறங்கும்போது, இந்த ஆறு ரூபாய் ஐந்து காசு கால் ஆப்ஷன் விலை குறைந்திருக்கும்.

உதாரணத்திற்கு, ஐந்து ரூபாய் ஐந்து காசு ஆகிவிட்டது என்று வைத்துக்கொள்வோம். அப்போது நமது கால் ஆப்ஷன் 'செல் ஆர்டரை', 'ஸ்கொயர் ஆப்' செய்துவிடலாம். அதாவது, நாம் அப்போது 23 லாட் ரிலையன்ஸ் 1,660 ரூபாய் 'ஸ்டிரைக் பிரைஸ்' கால் ஆப்ஷன்களைச் சந்தையில் வாங்கிவிடலாம்.

ஏற்கனவே 23 லாட்களை 6.05 ல் விற்றிருப்பதால், லாட் ஒன்றுக்கு 500 ரூபாய் லாபம். காரணம், லாட் ஒன்றுக்கு 500 பங்குகள். 23 லாட்களுக்கு, 11,500 ரூபாய் லாபம்.

நாம் விற்றபின்பு பங்கு விலை உயர்ந்துவிட்டால், 7 ரூபாயாகிவிட்டால், லாட் ஒன்றுக்கு 95 காசு X 500 = 475 ரூபாய் நட்டம். 23 லாட்களுக்கு, 10,925 நட்டம்.

தவிர வாங்க, விற்க என்று இரண்டு பக்கமும் தரகு கட்டணம், வரிகள் உண்டு.

11. பங்குச்சந்தைகள் – ஏற்ற இறக்கங்கள்

ஆசியாவின் தொன்மையான பங்குச்சந்தை, சீனாவிலோ, ஜப்பானிலோ, சிங்கப்பூரிலோ இல்லை. இந்தியாவில்தான் இருக்கிறது என்றால் நம்புவீர்களா?

மும்பையில் இருக்கும் அந்தச் சந்தையின் ஆரம்ப காலப் பெயர், 'த நேட்டிவ் ஷேர் & ஸ்டாக் புரோக்கர்ஸ் அசோசியேஷன்' (The Native Share & Stock Brokers Association). அது ஆரம்பிக்கப்பட்டது, ஜூலை மாதம், 1875ம் ஆண்டு. ஆம். 143 ஆண்டுகளுக்கு முன்பு.

அதன் தற்போதைய பெயர், பாம்பே ஸ்டாக் எக்ஸ்சேஞ்ச். சுருக்கமாக BSE. மும்பை பங்குச்சந்தை என்றும் குறிப்பிடுகிறார்கள். அத்தனை தொன்மையான சந்தையில், இன்றைக்கும் சிறப்பாக வர்த்தகம் நடந்துகொண்டிருக்கிறது. சந்தையின் கட்டிடம் இருப்பது, 'தலால் ஸ்ட்ரீட்' என்கிற சாலையில். அதனால் அந்தத் தெருவின் பெயரே பங்குச்சந்தைக்கு ஒப்பு என்பதுபோல பங்குச்சந்தையின் ஏற்ற இறக்கங்களைக் குறிப்பிடுகிற போது சில சமயம் 'தலால் ஸ்ட்ரீட்'டில் உயர்வு அல்லது வீழ்ச்சி என்பது போல குறிப்பிடு கிறார்கள். அயல்நாடுகளிலும் இந்தப் பெயர் பிரபலம்.

எந்தப் பங்குச்சந்தையும் அரசாங்கத்தினுடையது அல்ல. பெரும்பாலும் பங்குச்சந்தை புரோக்கர்கள்தான் சந்தையை ஆரம்பிப்பார்கள், நடத்துவார்கள். சில ஆண்டுகளுக்கு முன்பு மும்பை பங்குச்சந்தை பப்ளிக் லிமிடெட் நிறுவனம் ஆகிவிட்டது. அதன்பின், மற்ற நிறுவனப் பங்குகளைப் போல, *BSE* என்ற 2 ரூபாய் முகமதிப்புள்ள பங்கின் நேற்றைய *(5.11.19)* விலை, *536* ரூபாய். அந்தப் பங்கை எவரும் சந்தையில் வாங்கலாம், விற்கலாம். ஆனால், மும்பை பங்குச்சந்தையில் அல்ல. காரணம் அந்தப் பங்கு பங்குச்சந்தையின் பங்காக இருப்பதால், வேறு ஒரு பங்குச்சந்தையான தேசிய பங்குச்சந்தையில் மட்டும்தான் பட்டியல் இடப்பட்டிருக்கிறது.

சென்செக்ஸ் என்று அழைக்கப்படும் மும்பை பங்குச்சந்தையின் குறியீட்டு எண், தேர்ந்தெடுக்கப்பட்ட முப்பது பங்குகளின் விலை மாற்றத்தைக் காட்டுவது. அது தொடங்கப்பட்ட ஆண்டு, *1986.*

ஜனவரி மாதம் 2ம் தேதி. 1978-79ம் ஆண்டை 'பேஸ் இயர்' ஆக எடுத்துக்கொண்டு, 100 என்ற புள்ளிகளுடன் தன் பயணத்தைத் தொடங்கிய சென்செக்ஸ், தற்போது அடைந்திருப்பது 40,000 என்ற மைல்கல்லை.

முப்பத்து மூன்று ஆண்டுகளில் 400 மடங்கு உயர்வு. 1986ல் லட்ச ரூபாய் போட்டிருந்தால், தற்போது நான்கு கோடி ரூபாய் போல.

உலகில் இயங்கும் பல்வேறு பங்குச்சந்தைகளில், நாள் ஒன்றில் நடக்கும் 'டிரேட்'களில் மிக அதிகமான டிரேட்கள் நடப்பதில் இரண்டாவது இடம், இந்தியாவின் தேசியப் பங்குச்சந்தை. 'நேஷனல் ஸ்டாக் எக்ஸ்சேஞ்ச்' எனப்படும் NSE. நேற்று, அதாவது 5.11.19 அன்று NSE மட்டும் ஒருநாள் நடந்த டிரேட்களின் எண்ணிக்கை, ஒரு கோடியே 36 லட்சத்துக்கும் சற்றுக் கூடுதல். டிரேட் ஆனவற்றின் சந்தை மதிப்பு 40 ஆயிரம் கோடி ரூபாய். ஒரே ஒரு நாளில்.

NSE ஆரம்பிக்கப்பட்டது 1994ம் ஆண்டு. கட்டிடங்களில் நடந்து கொண்டிருந்த பங்கு வர்த்தகத்தை, அவரவர் இடத்தில் இருந்தே கம்ப்யூட்டர் ஸ்கிரீன் மூலம் செய்ய வல்ல 'screen-based trading' அறிமுகப்படுத்தியது NSEதான்.

Life Insurance Corporation of India, State Bank of India, IFCI Limited, **IDFC** Limited and **Stock Holding Corporation of India** Limited போன்ற உள்நாட்டு நிறுவனங்களும், Gagil FDI Limited, GS Strategic Investments Limited, SAIF II SE Investments Mauritius Limited, Aranda Investments (Mauritius) Pte Limited and PI Opportunities Fund போன்ற வெளிநாட்டு நிறுவனங்களும் சேர்ந்து முதல் போட்டு தேசியப் பங்குச்சந்தையை ஆரம்பித்தார்கள்.

பங்குகள் என்றால் பட்டியல் இடப்பட்டவைதான். பட்டியல் இடப்படுவதை 'லிஸ்டிங்'செய்யப்பட்டது என்பார்கள். அவற்றைத்தான் இந்த இரண்டு சந்தைகளில் வாங்க முடியும். விற்க முடியும்.

மும்பை பங்குச்சந்தையில் பட்டியலிடப்பட்டிருக்கும் நிறுவனங்களின் எண்ணிக்கை சுமார் 5,000. NSEயில் பட்டியல் இடப்பட்டிருக்கும் நிறுவனங்களின் எண்ணிக்கை, சுமார் 2000.

சில நிறுவனங்களின் பங்குகள் NSEயில் மட்டும் பட்டியலிடப்பட்டிருக்

கின்றன. வேறு சில BSEல் மட்டும் பட்டியலிடப்பட்டிருக்கின்றன. 1600 பங்குகள் இரண்டு சந்தைகளிலும் லிஸ்ட் செய்யப்பட்டிருக்கின்றன.

மும்பை பங்குச்சந்தையின் இடைத்தரகர்களை 'ஸ்டாக் புரோக்கர்' என்று அழைக்கிறார்கள். NSEயில் அவர்களை 'டிரேடிங் மெம்பர்கள்' என்று அழைக்கிறார்கள். தரகராக, பெரும் முன்பணம் கட்டவேண்டும். கட்டும் பணத்திற்கு வட்டி கிடையாது.

ஒரு தரகு நிறுவனமே இரண்டு சந்தைகளிலும் தரகராக இருப்பார்கள். சில பங்குகள் மும்பை பங்குச்சந்தையில் மட்டுமே பட்டியல் இடப்பட்டிருக்கும். அவற்றை வாங்குவதென்றால், அதில் ஸ்டாக் புரோக்கராக இருக்கும் நிறுவனம் மூலம்தான் வாங்க முடியும். அதே போலதான் NSEயில் பட்டியல் இடப்பட்டிருக்கும் பங்குகளை NSEயில் டிரேடிங் மெம்பராக இருக்கும் தரகர் மூலம்தான் வாங்க முடியும்.

எந்த முதலீட்டாளராலும் பங்குச்சந்தைகளில் இருந்து தரகர் இல்லாமல் நேரடியாக வாங்க முடியாது. ஆகவே எவரேனும் பங்கு வாங்கித்தருகிறார்கள் என்றால், அவர்கள் கொடுக்கும் 'காண்ட்ராக்ட் நோட்'டில், தரகர் பதிவு எண் கொடுக்கப்பட்டிருக்கிறதா என்று பார்த்துக்கொள்ளவேண்டும்.

வாங்கிய பங்குகள், வாங்கியவரின் டி மேட் கணக்கிற்கு வந்தபின் அவர் இந்த இரண்டு சந்தைகளில் எதில் வேண்டுமானாலும் அவரது தரகரை விற்கச் சொல்லிக் கேட்கலாம். ஆனால், வாங்கியதை டெலிவரி எடுக்காமல் அன்றைய தினமே விற்பதென்றால், வாங்கிய சந்தையில்தான் விற்கமுடியும். BSE என்றால் BSE யில். வாங்கியது NSEயில் என்றால் NSE யில்.

ஒரு தரகரே இரண்டு சந்தைகளிலும் புரோக்கராக இருந்தால், அவர் இரண்டிலும் டிரேட் செய்வது, வாங்கி விற்பது ஒன்றும் பெரிய சிரமம் இல்லை. எல்லாம் ஒரே கம்ப்யூட்டரில் வெவ்வேறு ஸ்கிரீன்களில் தெரியும். அவ்வளவுதான். அப்படி கம்ப்யூட்டர்களில் வாங்கும் விற்கும் ஆர்டர் போடுகிறவர்கள் குறிப்பிட்ட 'கோர்ஸ்' 'பாஸ்' செய்திருக்கவேண்டும். கேஷ்க்கு தனியாக எப் & ஓ வர்த்தகங்களுக்குத் தனியாக. அவர்கள் பெயர், டீலர்.

இரண்டு சந்தைகளிலும் பட்டியலிடப்பட்டிருக்கும் சில பங்குகள், ஒரே நேரம் இரண்டு சந்தைகளிலும் சிறிய விலை வித்தியாசங்களுடன் டிரேட் ஆவது உண்டு. இரண்டிலும் தரகராக இருக்கும் புரோக்கர்களால் இந்த விலை வித்தியாசத்தைப் பயன்படுத்தி சிறு லாபம் பார்க்க முடியும். இதை 'ஆர்பிட்ரேஜ்' என்பார்கள்.

தேசியப் பங்குச்சந்தையின் குறியீட்டு எண்ணுக்குப் பெயர், நிப்டி. இது குறிப்பிட்ட 50 பங்குகளின் விலை மாற்றங்களை மட்டும் காட்டுவது. நவம்பர் 3, 1995ல் நிப்டி 1000 புள்ளிகளுடன் ஆரம்பிக்கப்பட்டது. தற்போது அது நெருங்கியிருக்கும் மைல்கல், 12,000 புள்ளிகள்.

உலகிலேயே மிக அதிகம் விற்பனையாகும் குறியீட்டு எண், நமது நிப்டிதான் என்பது கூடுதல் தகவல். நிப்டியை சிங்கப்பூர் ஸ்டாக் எக்ஸ்சேஞ்சிலும் வாங்கலாம், விற்கலாம். அதன் பெயர், SGX Nifty.

விலைகள் தொடர்ந்து உயரும், காளை ஓட்டம் எனும் '*Bull Phase*'

நாட்டின் பொருளாதார நிலை சரியாக இருந்தால், பல்வேறு நிறுவனங்களின் வியாபாரங்கள் நன்றாக நடக்கும். அவை லாபமீட்டும். அதனால், பல்வேறு நிறுவனங்களின் பங்குகளை வைத்திருப்போருக்கு லாபம்.

இப்படிப்பட்ட சாதகமான நிலை தொடர்ந்தால், வியாபாரங்களும் லாபங்களும் மேலும் அதிகரிக்கும். அதனால், பங்கு விலைகளும் தொடர்ந்து உயரும். இப்படி நடப்பது சில, பல ஆண்டுகளுக்குக் கூட தொடரும்.

அப்படிப்பட்ட, முறையாக விவரங்கள் கிடைக்கும், முதல் 'விலைகள் தொடர் உயர்வு காலம்', 1984-86 என்று சொல்லலாம்.

பிரதமர் இந்திராகாந்தி சுட்டுக்கொல்லப்பட்டபின் நடந்த தேர்தலில் ராஜிவ் காந்தி மிகப்பெரும் வெற்றிபெற்று, பெரும்பான்மையுடன் ஆட்சி அமைத்தார். VP சிங், நிதியமைச்சராகப் பணியாற்றினார். அப்போது அவர்கள் செய்த பல சீர்திருத்தங்களால் பங்குச்சந்தைகளில் ஏற்றம் வந்தது. பங்குகள் விலைகள் நல்ல ஏற்றம் கண்டன. இந்த

‘விலை தொடர் உயர்வு காலம்’ 65 வாரங்கள் தொடர்ந்தது.

அடுத்து, 1991ல் மிகக்குறைந்த மெஜாரிட்டியுடன் ஆட்சி செய்த நரசிம்ம ராவ் அவர்கள் செய்த Liberlisation, Privatisation & Globalisation காரணமாக, பங்கு விலைகள் மிக அதிக அளவில் உயர்ந்தன. இரண்டே ஆண்டுகளில் சென்செக்ஸ் 578 % உயர்ந்தது.

அடுத்து, 1999ம் ஆண்டு ஏப்ரல் மாதத்தில் 978 புள்ளிகளில் இருந்த நிப்டி, பிப்ரவரி 2000ல் 1,654 புள்ளிகள் வரை உயர்ந்தது. 10 மாதங்களில் 69 சதவிகித உயர்வு.

அதன் பின்னர், 2003ம் ஆண்டு, ஏப்ரல் மாதம் 934 என்ற அளவில் இருந்த தேசியப் பங்குச்சந்தையின் புள்ளிகள், 2008 டிசம்பர் மாதம் 6,138 வரை உயர்ந்தது. ஐந்தரை ஆண்டுகளில் ஆறு மடங்கிற்கும் மேல் உயர்வு.

பின்பு, 2013ம் ஆண்டு ஆகஸ்ட் மாதம் 5,500 புள்ளிகள் என்ற அளவில் இருந்த நிப்டி, இப்போது, 2019ம் ஆண்டு 12 ஆயிரத்தைத் தொட்டுவிட்டு வந்திருக்கிறது. ஆறு ஆண்டுகளில் இதுவரை 118 சதவிகித உயர்வு. இடையில் பெரிய வீழ்ச்சி இல்லாமல் தொடர்ந்து பல ஆண்டுகளுக்கு உயர்வு.

Start date	End date	Duration (Week)	Magnitude (%)	Key characteristics
9 May 1984	27 Feb 1986	94	185	Rajiv Gandhi's new era
8 Feb 1990	22 Apr 1992	115	578	Harshad Mehta bull market
19 Jul 1993	12 Sep 1994	60	121	Access to Global Depository Receipts and foreign institutional investors
20 Oct 1998	11 Feb 2000	68	115	Technology boom
25 Apr 2003	8 Jan 2008	246	614	Infrastructure and global liquidity
9 Mar 2009	5 Nov 2010	87	157	Global revival after the financial crisis
	Average	112	295	
	Median	90	171	

நன்றி: livemint.com

இப்படிச் சில குறிப்பிட்ட காலத்துக்கு, பெரும்பாலான பங்குகளின் விலைகள் உயர்வதை, ‘பூம் பீரியட்’ (Boom Period) என்பார்கள். முன்னேறி முட்டித் தள்ளும் காளை மாடுகளின் காலம் என பொருள்படும் விதம் ‘புல் ஃபேஸ்’ (Bull Phase) என்றும் சொல்வார்கள்.

இப்படிப்பட்ட காலங்களில் நல்ல லாபம் பார்க்கும் நிறுவனப் பங்குகளின் விலைகள் உயரும். தொடர்ந்து உயரும். அதனால், பங்குகளை வாங்கி வைத்திருந்தவர்களுக்கு நல்ல லாபம் கிடைக்கும். இதைப் பார்க்கும் வேறு பலரும் இது, 'பங்குகளில் பணம் பார்க்க சரியான நேரம்' என்று சந்தைக்குள் வருவார்கள். அவர்களும் வாங்குவார்கள். அவர்கள் வாங்கியனவும் விலை உயரும்.

அவர்களுக்கும் லாபம். அதுவும் வாங்கி கொஞ்ச நாட்களிலேயே லாபம். இது அவர்களை மேலும் வாங்கத் தூண்டும். வாங்குவார்கள். அவர்களுக்குத் தெரிந்தவர்களுக்குச் சொல்வார்கள். ஊடகங்கள் இப்படிக் கிடைக்கும் லாபங்கள் பற்றிப் பேசும், எழுதும். அதுவரை பங்குச்சந்தைப் பக்கம் வராதவர்கள் கூட, லாபம் செய்யும் நோக்கத்துடன் பங்குகள் வாங்குவார்கள்.

இந்தக் காரணங்களால் பங்கு விலைகள் தொடர்ந்து உயர, 'கையில் இருப்பதை விற்பானேன், நமக்குக் கிடைக்கும் லாபத்தை விடுவானேன்' என்று விற்க வருபவர்கள் எண்ணிக்கை குறையும். விற்க வருபவர்கள் குறைவாகவும், வாங்க வருபவர்கள் அதிகமாகவும் ஆக, பங்கு விலைகளுக்கு மேலும் கொண்டாட்டம்தான். மேலும் உயரும்.

அதுவரை என்ன நிறுவனம், என்ன லாபம் ஈட்டுகிறது என்று பார்த்துப் பார்த்து வாங்கியவர்கள், ஆராய்வதை எல்லாம் விட்டுவிடுவார்கள். 'இந்தப் பங்கிற்கு இந்த விலை வரை சரி. அதற்குமேல் பெறாது' என்றெல்லாம் யோசிக்க மாட்டார்கள். 'வாங்கியதும் விலை உயரப்போகிறது. விற்று லாபம் பார்க்கப் போகிறோம். அவ்வளவுதான்' என்கிற ரீதியில் சிந்தனை போகும். ஆசை கண்ணை மறைக்கும். பலவற்றையும் வாங்குவார்கள். காதில் விழுவதையெல்லாம் நம்புவார்கள்.

கையில் இருக்கும் காசுக்கு வாங்குவார்கள். கையில் இருக்கும் பங்குகளை அடமானம் வைத்து 'மார்ஜின் ஃபண்டிங்' கில் பணம் பெற்று பங்குகள் வாங்குவார்கள். நகைகள் போன்ற வேறு சொத்துகளின் மீது கடன் வாங்கி வாங்குவார்கள். இப்போது அப்படிப்பட்ட நிலை இன்னும் வரவில்லை. சந்தை இன்னும் அந்த 'டாப் கியர்'க்கு வரவில்லை. மேலே பார்த்த 'ஃபுல் பீரியட்'களின்

உச்சத்தில் அப்படித்தான் நடந்தது.

அதனால் விலைகள் தாறுமாறாக உயரும். ஆனாலும் வாங்குவார்கள். இப்படியே எவ்வளவு காலம் விலைகள் உயரமுடியும்?

அடுத்தது என்ன நடக்கும்?

விலைகள் தொடர்ந்து இறங்கும், கரடிகளின் காலம் எனும் 'பேர் ஃபேஸ்' நெருங்குகிறதா?

எதுவுமே நேர்கோட்டில் தொடர்ந்து வெகுகாலம் பயணிக்க முடியாது. சில ஆண்டுகளுக்கு ஒருமுறை மாற்றம் வந்தே தீரும். சைக்கிளில் மேலே போன பெடல் கீழே வருவது போல, கீழே இருந்த பெடல் மேலே போவது போல பல்வேறு பொருளாதாரக் கூறுகளும் மாறுதலுக்கு உள்ளாகும்.

அதுவரை நாட்டில் நிலவிய குறைந்த வட்டி விகிதம், தாராளமாகக் கிடைத்த கடன், தொடர்ந்து உயர்ந்த மக்களின் வருமானம் மற்றும் வாங்கு சக்தி ஆகியவை குறையும். அவற்றின் காரணமாக அதற்கு முன்னர் நிலவிய 'வியாபாரங்களுக்குச் சாதகமான சூழல்' மெல்ல மெல்ல மாறும்.

வட்டி விகிதங்கள் உயர்ந்து, வியாபாரத்துக்குக் கிடைக்கிற கடன் தொகைகள் குறைந்துவிடும்; இடுபொருட்கள் விலை உயர்ந்துவிடும்; 'இன்னும் விற்கும். இன்னும் விற்கும்.' என்கிற எதிர்பார்ப்பில் செய்த தொழிலக விரிவாக்கங்கள் உற்பத்தி செய்து தள்ளும் அளவு பொருட்கள் விற்பனை ஆகாமல் தேங்க ஆரம்பிக்கும். (இப்போது நடக்கும் மோட்டார் வாகன விற்பனை தேக்கம் போல).

இதனால் நிறுவனங்களின் வியாபாரமும், அதனால் லாபமும் குறையும். ஆனாலும் நிலைமையில் வந்திருக்கும் மாற்றங்களை உணராமல், பழைய நினைப்பிலேயே பலரும் பங்குகளைத் தொடர்ந்து வாங்குவார்கள்.

பங்குகளின் விலைகளுக்கும் அவை தரும் வருமானம் மற்றும் பிற வாய்ப்புகளுக்கும் இருக்கும் தொடர்பு குறையும். விவரமறிந்த சிலர் இதை, *Market has become expensive* என்பார்கள். பங்குகளை விற்க

ஆரம்பிப்பார்கள். ஆனால், சந்தை பற்றி அதிகம் தெரியாதவர்கள், முதல் சில வர்த்தகங்களில் லாபம் மட்டுமே பார்த்தவர்கள், நிலைமை மாறிவிட்டதை உணரமாட்டார்கள். கையில் இருப்பதை விற்காததுடன், 'அட விலைகள் கொஞ்சம் இறங்கி இருக்கிறதே, இது நல்ல சந்தர்ப்பம் என்று மேலும் வாங்குவார்கள்.

சிலர் விற்க, வேறு சிலர் வாங்க, சந்தை, சின்ன இறக்கங்களும் சின்ன ஏற்றங்களுமாக போக்குப் புரியாமல் அலைபாய்ந்துகொண்டிருக்கும். இதை, 'சைடு வே மூவ்மெண்ட்' என்பார்கள். 'இந்த நிலைமை தற்காலிகம். நிலைமையில் முன்னேற்றம் வரும். மீண்டும் பங்கு விலைகள் உயரும்' என்ற தகவல்களும் சந்தையில் பரப்பப்படும். 'இல்லை ஆட்டம் முடிந்தது' என்று வேறு சிலர் சொல்வார்கள்.

பின்னர் சின்னச் சின்ன சாதகமில்லாத புள்ளிவிவரங்களுக்குக் கூட மதிப்பளித்து, சந்தை இறங்கும். ஆனாலும் மீண்டும் கொஞ்சம் உயரும். மீண்டும் ஒரு செய்திக்கு விழும். கொஞ்சம் மீளும்.

பின்பு ஒரு பெரிய 'கெட்ட செய்தி' வரும். அன்றைக்கு ஒரு பெரிய அடியாக அடிப்பார்கள். ஒரே நாளில் சந்தை மூன்று நான்கு சதவிகிதம் விழும். செய்தி அடிப்படையானதாக இருந்தால் அடுத்தடுத்த நாட்களும் விலைகள் விழும்.

1985-86ல் இருந்த 'புல் ரன்' க்கு அப்படித்தான் 'போஃபோர்ஸ் ஊழல்' என்ற செய்தி வந்தவுடன், 1987ல் 'காளையின் ஓட்டம் முடிவுக்கு வந்தது. பெரிய வீழ்ச்சி.

அதன்பின், 1991ல் நரசிம்மராவ் ஆட்சியில் செய்யப்பட்ட Liberalisation, Privatisation & Globalisation காரணமாக 1992 ஆகஸ்ட் செப்டெம்பர் வரை தொடர்ந்து எகிறிக்கொண்டிருந்த பங்கு விலைகள், 'மீண்டும் ஒரு ஊழல்' என்ற செய்தியால் தடைபட்டது. அந்தக் கெட்ட செய்தியின் பெயர், ஹர்ஷத் மேத்தா ஊழல்.

அதுவரை வரலாறு காணாத அளவு விலைகள் உயர்ந்துகொண்டிருந்த பங்குகளின் விலைகள், 28 ஏப்ரல் 1992 அன்று, ஒரே நாளில் தலைகுப்புற விழுந்தன. அடி என்றால் சாதாரண அடியல்ல. 12.77 சதவிகிதம் வீழ்ச்சி. ஹர்ஷத் மேத்தா என்ற Big Bull ஊழல் செய்திருக்கிறார் என்ற தகவல் வெளியானதால் ஏற்பட்ட 'கிராஷ்.'

23 ஏப்ரல் 1992 அன்று சுசேதா தலால் (Sucheta Dalal) என்பவர், 'டைம்ஸ் ஆப் இந்தியா' நாளிதழில் ஒரு கட்டுரை எழுதினார். அதில் ஹர்ஷத் மேத்தா வங்கிகளில் தவறாகப் பணம் பெற்று, அதைப் பங்குச்சந்தையில் முதலீடு செய்திருப்பது குறித்து எழுதினார். 1994 வரை தொடர்ந்த வீழ்ச்சியில், 1992ல் இருந்த விலைகளில் 70% காணாமல் போனது.

2000ம் ஆண்டில் காணப்பட்ட 'டெக்னாலஜி பூம்'ல் பெரிய அளவுகளில் விலை உயர்ந்த தகவல் தொழில்நுட்ப நிறுவனப் பங்கு விலைகள், பின்பு பெரிய அளவுகளில் விழுந்தன.

அதன்பின் 2003ல் தொடங்கிய 'பூம்' 2008 வரை தொடர்ந்தது. அந்தக் காலகட்டத்தில் விலைகள் விண்ணுக்குப் போய்விட்டன. அமெரிக்காவில் 'சப் பிரைம்' சிக்கல் என்ற கெட்ட செய்தி வர, விலைகள் குப்புற அடித்து விழுந்தன.

பின்பு அதிலிருந்து மீண்டு, திரும்ப விழுந்து, அதன்பின் 2013ம் ஆண்டு உயரத்தொடங்கி, இப்போதும் காளையின் ஓட்டம் தொடர்ந்துகொண்டிருக்கிறது. ஆறு ஆண்டுகளாக விலைகள் உயர்வு. அதன் விளைவாக, முன் எப்போதும் இல்லாத அளவாக, சென்செக்ஸ் 41,000 புள்ளிகள், நிப்டி 12,000 புள்ளிகள் என்று ஜெயக்கொடி பறந்துகொண்டிருக்கிறது.

இந்த நிலை தொடருமா?

பங்குச்சந்தை நகரும் ஆறு நிலைகள்.

'புல் ரன்' எனப்படும் காளையின் ஓட்டம் சில ஆண்டுகள் நடக்கும். அதிகம் ஓடிக் களைத்திருக்கும் காளைகளை, உள்ளே புகும் கரடிகள் அடித்து விரட்டும். கரடிகள் சில காலம் சுற்றித் திரியும். அது 'பேர் ஃபேஸ்.' ஆனால், அவற்றாலும் அதிக காலம் ஆட்சி செய்ய முடியாது. வெளியில் இருந்த காலத்தில் பெற்ற புதுத்தெம்புடன் காளைகள், உள்ளே நுழையும், கரடிகளைத் துரத்தி அடிக்கும். அரியாசனம் ஏறி அமரும். மீண்டும் ஆட்சி செய்யும்.

ஆட்சி மாறும் நேரம், 'இனி எல்லாம் இப்படித்தான்' என்பது

போலவே தோன்றும். ஓடுவது கரடியோ அல்லது காளையோ. அந்த நேரம் அவை தோல்வியை ஒப்புக்கொண்டு பின்வாங்கி வெளியேறும். ஆனால், நிச்சயம் அவை மீண்டு வரும். எப்போது என்பது ஒவ்வொரு முறையும் மாறலாமே தவிர, மாற்றம் வரும் என்பதில் மாற்றம் இல்லை. காளைகளும் கரடிகளும் என பங்குச்சந்தையில் எப்போதும் இரண்டுகட்சி காட்சிதான்.

என் அனுபவத்தில் நான் புரிந்துகொண்டது, பங்குச்சந்தையைப் பொறுத்தவரை மொத்தம் ஆறுவிதமான காலகட்டங்கள் உண்டு. முதலாவது பங்கு விலைகள் உயர ஆரம்பிக்கிற காலம். இரண்டாவது, விலைகள் தொடர்ந்து உயரும் காலம். மூன்றாவது விலைகள் மற்றும் சந்தைக் குறியீட்டு எண்களின் உச்சம் தொடும் காலம் இல்லை. உச்சம் தொடும் நாள் அல்லது நேரம். இதை Peak என்பார்கள். நான்காவது நிலை, விலைகள் இறங்க ஆரம்பித்தல். ஐந்தாவது தொடர்ந்து மேலும் மேலும் விலைகளும் சந்தைக் குறியீட்டு எண்களும் இறங்கும் காலம். ஆறாவது நிலை, இதற்குமேல் இறங்க முடியாது என்கிற 'அடி விலை.' இதை ராக் பாட்டம் (Rock Bottom) என்றும் சொல்வார்கள். இதுவும் ஒரே ஒரு நாள்தான், ஒரு நேரம்தான் நடக்கும்.

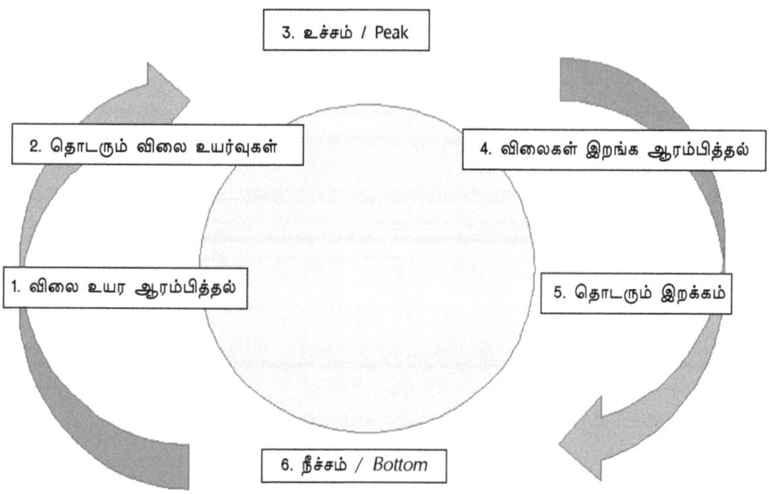

இப்போது, 2019ம் ஆண்டு டிசம்பர் மாதம், சந்தை இருக்கும் ‘நிலை’ எது என்பதை மிகச் சரியாகச் சொல்ல முடியுமா என்று கேட்டால், என்னால் மட்டுமில்லை, அப்படிச் சொல்வது எவருக்குமே கடினம். ஆனால், ஓரளவு கணிக்கலாம்.

14 பிப்ரவரி 2014ல் 6,048 என்ற அளவில் இருந்த தேசியப் பங்குச்சந்தையின் குறியீட்டு எண் நிப்டி, இப்போது 2019 டிசம்பரில் 12,048 என்ற அளவில் இருக்கிறது. கிட்டத்தட்ட ஆறு ஆண்டுகளாக தொடர்ந்து விலைகள் உயர்ந்து கொண்டிருக்கின்றன. அப்படிப் பார்த்தால், சந்தைகள் இப்போது இருப்பது இரண்டாவது ‘நிலை’ யான, ‘தொடரும் விலை உயர்வுகள்’ பகுதியில்.

மூன்றாவது நிலையான ‘உச்சம்’ இன்னும் வந்துவிடவில்லை என்று தோன்றுகிறது. சந்தை உச்சம் என்ற மூன்றாம் நிலையை அடைந்துவிட்டால் அதன்பின், மிகவும் எச்சரிக்கையாக இருக்க வேண்டும். ஆனால், இதுதான் உச்சம் என்று அது நேர்கிறபோது உணரமுடியாது என்பது அதில் உள்ள ஒரு சிக்கல்.

உச்சத்தை மட்டுமல்ல. ஓர் நிலையில் இருந்து அடுத்த நிலைக்கு சந்தைகள் நகர்வதைக் கூட, ‘சனிப்பெயர்ச்சி’, ‘குருப்பெயர்ச்சி’ போல முன்கூட்டி சரியாக நாள் குறித்துச் சொல்ல முடியாது. அவை மாறிக் கொஞ்ச காலம் ஆனபின், திரும்பிப் பார்த்தால்தான் அவை நடந்திருப்பது, நடந்துகொண்டிருப்பது தெரியவரும்.

2008 ம் ஆண்டு, ஜனவரி மாதம், நிப்டி 6,200 புள்ளிகள் என்ற உச்சம் தொட்டபோது, எந்த நிபுணரும், ஆய்வாளரும், இதுதான் சந்தையின் ‘பீக்’. இனி இறக்கம்தான் என்று சொல்லவில்லை. அப்போதும் கூட, ‘எவற்றை வாங்கலாம்’. ‘எவை மேலும் விலைகள் உயரும்’ என்ற பரிந்துரைகள் வந்துகொண்டிருந்தன.

11.1.2008 தேதியில் 6,200 புள்ளிகளில் இருந்து குப்புற விழுந்த நிப்டி, 13.3.2009 அன்று வெறும் 2719 புள்ளிகள் என்ற அளவு கீழே விழுந்து, நீச்சத்தைப் பார்த்தது. அதன்பின் உயர ஆரம்பித்து, 16.12.2010ல் 5,948 புள்ளிகளைத் தொட்டது. உச்சம் பார்த்தது, நீச்சத்துக்கு வந்தது எல்லாம் படுவேகத்தில்.

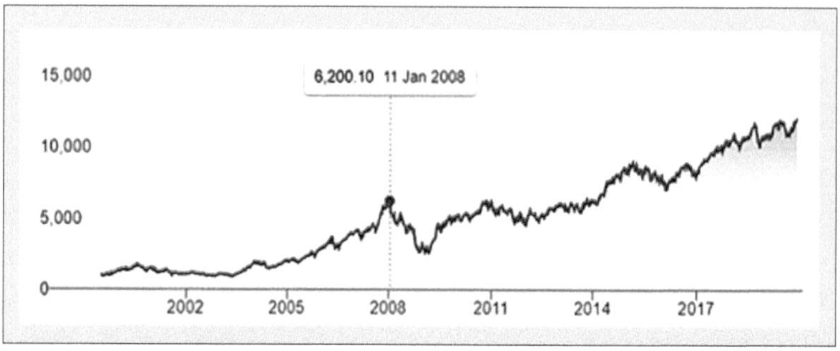

இவற்றைச் சரியாகக் கணிக்க இயலாமல் போவதற்கு மற்றொரு காரணமும் உண்டு. அது, எல்லா சமயங்களிலும் ஓர் நிலையில் இருந்து அடுத்த நிலைக்குப் போக சந்தைக்கு ஒரே அளவு நேரம் தேவைப்படாது. களநிலையைப் பொறுத்து மாறும்.

பங்குச்சந்தை ஏற்ற இறக்கங்கள் திட்டமிட்டு நடத்தப்படுகின்றனவா?

"பங்குச்சந்தை ஏற்ற இறக்கம் திட்டமிட்டு நடத்தப்படுகிறதா?" என்று சிலர் கேட்பார்கள்.

இது மிகவும் சுவாரசியமான கேள்வி... குறிப்பாக, அவர்கள் நட்டத்தை சந்திக்கபோது இப்படி யோசிக்கத் தோன்றும்.

இந்தக் கேள்விக்கு பதில் கண்டுபிடிப்பதற்கு முன்பு, வேறு சில கேள்விகளுக்கு பதில் தெரிந்துகொள்ள வேண்டும். அதில் ஒரு கேள்வி, ஏற்ற இறக்கங்கள் யாரால் திட்டமிட்டு நடத்தப்படுகிறது? என்பது.

சிலர் நினைக்கலாம், சில பெரும் முதலாளிகள், அரசியல்வாதிகள் அல்லது சில பெரிய பங்கு புரோக்கர்கள் இப்படிச் செய்கிறார்கள் என்று. இது உண்மையா என்று கண்டுபிடிப்பது இயலாத வேலை. ஆனால் இது சாத்தியமா? என்ற கோணத்தில் இந்தக் கேள்விக்கு பதில் தேடலாம்.

அடுத்த கேள்வி, பங்குச்சந்தை ஏற்ற இறக்கம் என்றால் எதைக் குறிப்பிடுகிறோம்? குறியீட்டு எண்ணையா? அப்படி என்றால்

அவற்றோடு தொடர்புடைய நிறுவனப் பங்குகளை மட்டுமா அல்லது ஒட்டுமொத்த நிறுவனப் பங்குகளில் விலைகளையுமா?

முன்பெல்லாம் நம் நாட்டில் பங்குச்சந்தை குறித்த விழிப்புணர்வு (அவேர்னெஸ்) மிக மிகக் குறைவு. அந்த காலகட்டங்களில் மும்பை பங்குச்சந்தைதான் அறிவிக்கப்படாத அரசன். கொல்கத்தா, டெல்லி, சென்னை, பெங்களூரு, ஹைதராபாத் எல்லாம் அரசரின் தளபதிகள். அவையெல்லாம் 'ரீஜனல் எக்ஸ்சேஞ்சஸ்.'

தொடங்கப்பட்ட காலத்தில் இருந்து பல ஆண்டுகளுக்கு இந்தியப் பங்குச்சந்தையின் போக்கை நிர்ணயித்தது பாம்பே ஸ்டாக் எக்சேஞ்ச்தான். அதில் கோலோச்சியவர்கள் ஒரு சில பெரிய தரகர்கள். அவர்களுக்கு பின்புலமாக சில அரசியல்வாதிகளும் தொழிலதிபர்களும் இருந்திருக்கலாம். அந்த காலகட்டத்தில், அவர்கள் நினைத்தால் பங்குச்சந்தை நிலவரத்தை மாற்ற முடிந்தது. செய்தார்கள் என்று சொல்வார்கள்.

பின்பு உள்ளே வந்தவர்கள், FIIக்கள் எனப்படும் பாரின் இன்ஸ்டிடூஷனல் இன்வெஸ்டார்ஸ். அவர்கள் பணபலம் அதிகம். அவர்கள் அணுகுமுறை வித்தியாசமானது. தேர்ந்த ஆய்வுகள் செய்து நீண்டகாலம் வைத்திருப்பதற்காக வாங்கினார்கள். (2019 வரை அவர்கள் இந்தியச் சந்தைகளில் முதலீடு செய்திருப்பது 13 லட்சம் கோடி ரூபாய்கள்). அதனால், அவர்கள் வந்த பின்பு பல ஆண்டுகளுக்கு சந்தையின் போக்கை அவர்கள் தீர்மானித்தார்கள். அவர்கள் வாங்கினால் உயரும். விற்றால் இறங்கும். குறிப்பாக ஏ குரூப் எனப்படும் பங்குகள் மற்றும் லார்ஜ் கேப் பங்குகளில் அவர்கள் தாக்கம் அதிகம்.

முன்பிருந்தே இருந்துகொண்டிருந்தாலும், அதற்கும் அடுத்த காலகட்டத்தில், இந்தியன் இன்ஸ்டிடூஷன்ல் இன்வெஸ்டார்ஸ் பங்குகளில் பெரிய அளவுகளில் முதலீடு செய்ய ஆரம்பித்தார்கள். LIC உள்ளிட்ட பெரிய காப்பீட்டு நிறுவனங்கள், பரஸ்பர நிதிகள் போன்றவை பங்குகளில் பெரிய அளவுகளில் முதலீடு செய்ய, கணிசமான பணம் அவர்கள் மூலம் சந்தைக்கு வந்தது. அந்த முதலீடுகள் நிலையாகவும் இருந்தது. அவர்களின் வாங்கு சக்தி வலிமையானது. ஜூன் 2019 வரையிலான கணக்குப்படி, LIC மட்டும்

வைத்திருக்கும் பங்குகளின் சந்தை மதிப்பு 5.98 லட்சம் கோடி ரூபாய்கள்.

அதற்கும் அடுத்த காலகட்டத்தில் தேசியப் பங்குச்சந்தை வந்து விட்டது (1994). அது புளோர் டிரேடிங் முறையில் இருந்து மாறுபட்டு, வெளிப்படைத் தன்மையுள்ள 'ஸ்கிரீன் பேஸ்டு டிரேடிங்'கை அறிமுகப்படுத்தியது. ஒரு வர்த்தகரோ முதலீட்டாளரோ, அவர் செய்த வர்த்தகத்தை, விலை, நேரம் உட்பட, அவரே இணையத்தில் சரிபார்த்துக்கொள்ள முடியும் என்கிற அளவு வெளிப்படைத்தன்மை வந்தது.

இந்த மாற்றங்களால் மும்பையில் மட்டும் மையம் கொண்டிருந்த வர்த்தகம் பெருநகரங்கள் மட்டுமல்லாது, இந்தியாவின் பல்வேறு சிறு நகரங்களுக்கும் ஊர்களுக்கும் கூட பரவியது. Broad based ஆனது. 2017 டிசம்பர் வரையிலான தகவல்படி, 363 ஊர்களில் தேசிய பங்குச்சந்தை அதன் டெர்மினல்கள் மூலம் இயங்குகிறது. கிட்டத்தட்ட 2 லட்சம் டிரேடிங் டெர்மினல்கள் மூலம் நாடெங்கில் இருந்தும் வாங்குதல் விற்றல் நடக்கிறது.

இவை குறித்து இன்னும் சில தகவல்களையும் தெரிந்துகொள்ள வேண்டும். அதன்பின், திட்டமிட்டு ஏற்ற இறக்கங்கள் நடத்த முடியுமா என்பது குறித்து ஒரு முடிவுக்கு வரலாம்.

ஏற்ற இறக்கங்களைத் திட்டமிட்டு நடத்தமுடியுமா?

2019 இல் இந்தியாவில் பங்குச்சந்தையில் ஏதாவது ஒரு விதத்தில் ஈடுபடுவோர் மக்கள் தொகையில் 10 சதவீதம் பேர். அந்த 10 சதவீதத்தில் முக்கால் பங்கு நபர்கள் நேரடிப் பங்கு வர்த்தகத்தில் ஈடுபடுபவர்கள். 2019ஆம் ஆண்டு டிசம்பர் வரை நம் நாட்டில் 30 கோடி டி -மேட் கணக்குகள் இருக்கின்றன.

மக்களுக்கு பரஸ்பர நிதிகளின் மீது ஆர்வமும் நம்பிக்கையும் அதிகமாகியிருக்கிறது. அதனால்தான் SIP போன்றவற்றின் மூலம் தொடர்ந்து பரஸ்பரநிதிகளில் முதலீடு செய்து வருகிறார்கள். ஒவ்வொரு மாதமும், SIP மூலம் பரஸ்பரஸ்பநிதிகளுக்கு வரும் பணம் சுமார் 7000 கோடி ரூபாய்கள். ஜூன் 2019 நிலவரப்படி

பரஸ்பரநிதிகள் வசம் இருக்கும் மொத்தப் பணம் – அசெட் அண்டர் மேனேஜ்மெண்ட்-AUM, 25 லட்சம் கோடி ரூபாய்கள். இதில் டெட் ஃபண்டுகளின் நிதிகளும் சேர்த்தி. தனித்தனி கணக்குகள் எனப்படும் பரஸ்பரநிதி போர்ட்போலியோக்கள் எண்ணிக்கை, 83 கோடி.

விவரம் தெரிந்தவர்கள், பணம் வைத்திருப்பவர்கள், பங்குகளில் ஆர்வம் உள்ளவர்கள் எண்ணிக்கை அதிகரித்திருப்பது போலவே, வலிமையான குழுமங்களின் எண்ணிக்கையும் அதிகரித்திருக்கிறது.

FIIக்கள், பரஸ்பரநிதிகள், LIC மற்றும் ஏனைய காப்பீட்டு நிறுவனங்கள், HNI எனப்படும் பெரும் செல்வந்தர்கள் மற்றும் சிறுமுதலீட்டாளர்கள் என குறைந்தபட்சம் ஐந்து வகையான முதலீட்டாளர்கள் வகைகள் இருக்கின்றன. இவர்களைத் தாண்டி எந்தத் தனிப்பட்ட அல்லது குழுவாக இணைந்துகொண்ட தரகர்களோ சந்தையின் போக்கை அவர்கள் விருப்பத்திற்கு ஆட்டிவைக்க முடியாது.

அதேபோல, முன்கூட்டியே சரியாக கணித்து வாங்குவது மற்றும் விற்பதில் வேண்டுமானால் FIIக்கள் மற்றும் பரஸ்பர நிதிகள் சிறப்பாக இருக்கலாம். ஆனால், அவர்களாலும் தனித்து, சந்தையின் மொத்த மனநிலையை எதிர்த்து இயங்க இயலாது.

சில நேரங்களில், சர்வதேச பிரச்சினைகள், அமெரிக்க வட்டி விகிதம், டாலர் மதிப்பு போன்ற காரணங்களுக்காக FIIக்கள் இந்தியப் பங்குச்சந்தைகளில் பெரிய அளவுகளில் விற்றுவிட்டு வெளியேறலாம். அதேபோல, ‘ரெடெம்ஷன்’ அழுத்தம் காரணமாக பரஸ்பரநிதிகளும் விற்கலாம். அதுபோன்ற நேரங்களில், பெரிய அளவுகளில் ‘செல்லிங்’ இருப்பதால் விலைகள் குறையும். அதை திட்டமிட்டுச் செய்வதாக எடுத்துக்கொள்ளமுடியாது.

அதேபோல, சர்வதேச பிரச்சினைகள், அமெரிக்க வட்டி விகிதம், டாலர் மதிப்பு போன்ற காரணங்களுக்காக FIIக்கள் இந்தியப் பங்குச்சந்தைகளில் பெரிய அளவுகளில் வாங்கலாம். அப்படி சந்தை உயர்கிறபோது, ‘மார்க்கெட்டில் அவ்வளவு வேல்யு இல்லை. ஏற்கனவே மார்க்கெட் ஓவர் பிரைசிடு. ஆனாலும் லிக்விடிட்டி காரணமாக உயர்கிறது’ என்பார்கள். பரஸ்பர நிதிகளும்,

அவர்களுக்குத் தொடர்ந்து முதலீட்டிற்காக பணம் வருகிறபோது வேறு வழியில்லாமல் வாங்குவார்கள். இதையும் உள்நோக்கத்தோடு செய்வதாக எடுத்துக்கொள்ளமுடியாது.

மேலே பார்த்த விலைகள் இறங்குதல் மற்றும் உயர்தல் ஆகிய இரண்டும் FIIக்கள் மற்றும் பரஸ்பரநிதிகளால் ஏற்படுவன. இந்த நேரங்களில், மற்றவர்களான LIC மற்றும் ஏனைய காப்பீட்டு நிறுவனங்கள், HNI கள் மற்றும் சிறுமுதலீட்டாளர்கள் சந்தையின் போக்கில் போக வேண்டியதில்லை. FIIக்கள் அவர்கள் பிரச்னைக்காக விற்றால், மற்றவர்கள் வாங்கலாம். அதேபோல அவர்களிடம் கூடுதல் பணம் இருக்கிறது என்பதற்காக FIIக்கள் அல்லது பரஸ்பரநிதிகள் வாங்கினால் மற்றவர்களும் வாங்க வேண்டும் என்பதில்லை. ஆனால், பெரும்பாலானவர்கள் அப்படி 'கான்ட்ரா கால்' எனப்படும் எதிர் முடிவு எடுப்பதில்லை.

இந்தியப் பங்குச்சந்தை மிக மிகப் பெரியதாகிவிட்டது. வர்த்தகம் பரவலாகிவிட்டது. பங்கேற்பாளர்கள் எண்ணிக்கை மிக அதிகமாகிவிட்டது. பெரிய குழுமங்களின் பலங்களிலும் ஒன்றுக்கு ஒன்று பெரிய வேறுபாடுகள் இல்லை. மேலும் அவர்கள் சூழ்நிலைகள், தேவைகள் வேறுபட்டனவாக இருக்கின்றன. இந்த நிலையில் எவராலும் மொத்த சந்தையின் போக்கைத் திட்டமிட்டு மாற்றுவது மிக மிகக் கடினம். அதற்குப் பெரும் பணம் தேவை. அப்படி சந்தைக்குள் வரும் பணத்திற்கு முன்போல இல்லாமல் இப்போது அடையாளம் தேவைப்படுகிறது. அதனால் தவறான நோக்கங்கங்களுடன் பணம் உள்ளே வருவது சிரமம்.

மேலே பார்த்ததெல்லாம் மொத்த சந்தைக்கும் குறியீட்டு எண்களுக்கும். ஆனால். தனிப்பட்ட பங்குகளில் சிலர் விளையாடலாம். ஆனால் அவை லார்ஜ் கேப் பங்குகளாக இருந்தால், A குரூப் மற்றும் குறியீட்டு எண்களில் இருக்கும் பங்குகளாக இருந்தால், அந்த விளையாட்டுகளை அதிக நாட்களுக்கு விளையாடமுடியாது. 'ஷார்ட் டர்ம்'ல் கொஞ்சம் இறக்கி, ஏற்றிப் பார்க்கலாம். அதற்கும் அதிக செலவாகும்.

திட்டமிட்டு ஏற்றுதல் இறக்குதல் எல்லாம், *FII*க்கள், பரஸ்பர நிதிகள் மற்றும் பெரிய இன்ஸ்டிடூஷன்ஸ் ஆர்வம் காட்டாத, சிறிய நிறுவனப் பங்குகளில்தான் சாத்தியம். நடந்த பல செய்திகள் வந்திருக்கின்றன. மக்கள் அதிலும் சிறுமுதலீட்டாளர்கள் ஏமாறுவது அங்கேதான்.

அவற்றைத் தடுக்க, பங்குச்சந்தை கண்காணிப்பு ஆணையம் செபி பல முயற்சிகள் எடுத்துவருகிறது. ஆனாலும் நிகழ்வுகளுக்கு குறைவில்லை.

12. பங்குச்சந்தையில் தவிர்க்க வேண்டிய செயல்பாடுகள்

பங்குகள் லாபம் தரும். பங்குகளில் முதலீடு என்பது சரியாகச் செய்தால், வங்கி வட்டி வருமானம், தங்கம் போன்றவற்றின் விலை உயர்வுகளை எல்லாம் விட அதிக லாபம் தரும் என்பதெல்லாம் பொய்யல்ல. ஆனால் அவையெல்லாம் பங்குகளில் முதலீடு செய்யும் போது கிடைப்பவை.

ஆனால் சிலர் அதிலும் குறிப்பாக சிறுமுதலீட்டாளர்கள், புதியவர்கள் பங்குச் சந்ததையை ஏதோ லாட்டரி போல நினைத்துக்கொண்டு, அவர்கள் வாங்கியது பலமடங்கு லாபம் தரவேண்டும் என்று விரும்பி, சில தவறான முறைகளைக் கையாள்கிறார்கள்.

அவை குறித்த சில அனுபவங்கள் மற்றும் ஆலோசனைகள்.

பட்ஜெட் போன்ற முக்கிய நிகழ்வுகளின் போது டிரேட் செய்வது

பட்ஜெட் போன்ற நிகழ்வுகளை ஒட்டிய இறக்கங்கள்

"பட்ஜெட் வர இருக்கிறது. அதனால் பங்குச்சந்தை உயரும் அல்லது இறங்கும்" என்று சிலர் சொல்வார்கள். "பட்ஜெட்டில் இந்த ஆண்டு

குறிப்பிட்ட அம்சங்கள் இருக்கப்போகின்றன. அதனால், இந்த இந்தத் துறைகளுக்கு அனுகூலம்" என்பது போலவும் பேச்சுக்கள் அடிபடும்.

நீண்ட கால முதலீட்டாளர்கள், 'இதுவும் கடந்து போகும்' என்று இந்த நிகழ்வுகளுக்கு முன்பும் நிகழ்வுகளின் போதும் வெறும் பார்வையாளர்களாக இருப்பார்கள். பட்ஜெட் குறித்து வரும் யூகங்களின் அடிப்படையில் முடிவுகள் எடுக்க மாட்டார்கள். ஆனால், டிரேடர்கள் இதை ஒரு நல்ல வாய்ப்பாகப் பார்ப்பார்கள். குறியீட்டு எண்களிலோ, குறிப்பிட்ட பங்குகளிலோ பொசிஷன்கள் எடுப்பார்கள். 'லாங்' அல்லது 'ஷார்ட்' போவார்கள்.

இன்னும் தீவிரமாக டிரேட் செய்கிறவர்கள் ஆப்ஷன்ஸ் பக்கம் போய்விடுவார்கள். 'குறைந்த செலவில் அதிக லாபம்' பார்க்கும் முயற்சி அவர்களுடையது.

பட்ஜெட் நாள் நெருங்க நெருங்க சந்தையின் போக்கு, மேலும் கீழும் என தடுமாற்றமாக இருக்கும். அந்தத் தடுமாற்றத்தில், சிலர் அவர்கள் பொசிஷனை விட்டு வெளியேறிவிடுவார்கள். காரணம், ஒன்று, போதுமான லாபம் கிடைத்துவிட்டது என்கிற திருப்தி. அல்லது தாங்கக்கூடிய அளவை காட்டிலும் நட்டம் அதிகரித்து விடுமோ என்கிற பயம்.

பட்ஜெட் 2 நிதியமைச்சர் வரவு செலவு கணக்கு படிக்க தொடங்குகையில், அந்த ஆண்டு அதுவரை நிலவிய பட்ஜெட் குறித்த ஒட்டுமொத்த எதிர்பார்ப்பை அனுசரித்து, சந்தை ஏறி இறங்கியோ இருக்கும்.

ஆரம்பத்தில் தெரியவரும் சில தகவல்களை மட்டும் வைத்து, சில குறிப்பிட்ட துறைகளில் பங்கு விலைகள் ஏறும் அல்லது இறங்கும். இவற்றையெல்லாம் செய்வது, 'தீவிர டிரேடர்'கள்.

கிடைத்த மிகக் குறைவான தகவல்களை வைத்துப் பெரிய முடிவுகள் எடுப்பார்கள். காரணம் ஒன்று, அவர்கள் பொசிஷன் அளவு அப்படி. பெரிய அளவிலான ரிஸ்க் இல் இருப்பவர்கள் அவர்கள். இரண்டாவது காரணம், அவர்கள் ஆசை அவ்வளவு. பெரிய அளவில் பணம் செய்ய விரும்பி டிரேட் செய்கிறார்கள்.

பட்ஜெட் முழுவதும் படித்து முடிக்கப்பட்டவுடன் சமயங்களில் பட்ஜெட் வரை தொடக்கத்தில் புரிந்துகொண்டது சரியில்லை என்று தெரிய வந்தால், அதன் காரணமாக விலை உயர்ந்த சில பங்குகளின் விலைகள் ஏறிய வேகத்தில் இறங்கும். விலை அடிக்கப்பட்ட சில பங்குகள் விலை உயரும்.

ஊடகங்களிலும் பட்ஜெட்டின் முழு தாக்கம் குறித்து உடனடியாக சரியான தகவல்கள் வெளிவராது. வர முடியாது. "படித்தார் தான். முழுவதும் படிக்கவில்லை. Fine print பார்த்தால்தான் முழுவதும் சரியாகத் தெரியவரும்" என்பார்கள்.

உண்மைதான் முழு படத்தையும் பார்த்த அதே அதனால் உருவாகக் கூடிய தாக்கங்களை உடனடியாகக் கணக்கிட்டுவிட முடியாது.

பின்புதான் பாரின் இன்ஸ்டிடூஷனல் இன்வெஸ்டர்ஸ், FII s, பரஸ்பர நிதிகள் உட்பட்ட டொமஸ்டிக் இன்ஸ்டிடூஷனல் இன்வெஸ்டர்ஸ் மற்றும் HNI எனப்படும் பெரும் பணக்காரர்கள் முதலியோர் குறிப்பிட்ட பங்குகளை வாங்க ஆரம்பிப்பார்கள். அறிவிக்கப்பட்ட மாற்றங்கள் அந்த நிறுவனங்களுக்குச் சாதகமாக அமையும் என்ற எதிர்பார்ப்பில் அப்படி வாங்குவார்கள். ஆம், அதுவும்கூட எதிர்பார்ப்புதான். அதன்பின், அந்த நிறுவனங்கள் நன்கு செயல்பட்டு, மற்ற சூழ்நிலைகள் சரியாக அமைந்து, நிறுவனங்களில் லாபம் அதிகரிக்க வேண்டும். அப்படியானால்தான், அவர்கள் வாங்கியது சரி என்று ஆகும்.

பட்ஜெட் போன்றே, 'ரிசர்வ் வங்கி இன்று வட்டி விகிதம் அறிவிக்கிறது', 'மூன்று மாநிலங்களில் தேர்தல் முடிவுகள் வெளிவரும் நாள்', 'கச்சா எண்ணெய் உற்பத்தியாளர்கள் கூட்டமைப்பான OPEC இன்று கூடி, உற்பத்தி குறித்து முடிவு எடுக்கிறது', 'அமெரிக்க ஃபெடரல் ரிசர்வ், இன்று வட்டி விகிதங்கள் மாற்றி அறிவிக்கலாம்' என்பது போன்ற நிகழ்வுகளையும் பங்குச்சந்தை கவனத்தில் எடுத்துக் கொள்ளும். அதனால், அவற்றால் தாக்கம் பெறக்கூடிய பங்குகளின் விலைகளில் சலசலப்புகள் இருக்கும். இந்திய பாராளுமன்றத் தேர்தல் எக்ஸிட் போல் முடிவுகள் ஆகியவை இப்படிப்பட்ட நிகழ்வுகளில் மிக முக்கியமான மற்றும் பெரிய ஒன்று.

நிகழ்வுக்கு முன் முன் யுகங்களில், நிகழ்வுகள் நடந்து, முடிவு தெரியும் நேரம் மற்றும் நிகழ்வுக்குப் பின் தாக்கங்கள் தெளிவான பின்பு என்று, நிகழ்வுகளை மூன்று கால கட்டங்களாகப் பிரிக்கலாம். அதிக ஆசைப்பட்டு அல்லது பயந்து ரிஸ்க் எடுப்பவர்கள் அல்லது கொஞ்சம் கூட ரிஸ்க் எடுக்க விரும்பாதவர்கள் முதல் காலகட்டத்தில் செயல்படுவார்கள். மிதமான ஆசை கொண்டு மிதமான ரிஸ்க் எடுப்பவர்கள், இரண்டாவது காலகட்டம் வரை பொறுத்து, அப்போது முடிவுகள் எடுப்பார்கள். நிதானமாக பணம் செய்ய விரும்பும் முதலீட்டாளர்கள், மூன்றாவது காலகட்டம் வரை காத்திருந்து முடிவுகள் எடுப்பார்கள்.

குறியீட்டு எண்களுக்குள் சேர்த்துக்கொள்ளப்படும் பங்குகள் வாங்குவது

பொதுவாக முதலீட்டாளர்களிடம் இருக்கும் ஒரு எதிர்பார்ப்பு, ஒரு பங்கு குறியீட்டு எண்ணில் சேர்க்கப்படுகிறதென்றால், அதன் பின் அதன் விலை உயரும் என்பது.

அப்படி எண்ணித்தான் ஜவஹர், நீங்களும் எஸ்.பேங்க் பற்றி அப்படிக் கேட்டிருக்கிறீர்கள். ஆனால், ஆய்வு தரும் தகவல் என்ன தெரியுமா?

இதுவரை நிப்டியில் புதிதாகச் சேர்க்கபட்ட 21 நிறுவனப் பங்குகளில் 19 பங்குகள், அதன்பிறகு அடுத்த ஆண்டில் பங்கு விலையில் நெகடிவ் ரிட்டர்ன்ஸ் கொடுத்தன. அப்படியென்றால், நிப்டியில் சேர்த்தபின் அவற்றின் விலைகள் இறங்கியிருக்கின்றன! ஒன்றிரண்டு அல்ல. 21ல் 19 பங்குகளின் விலைகள்.

சென்செக்ஸ், நிப்டி போன்ற குறியீட்டு எண் பட்டியலில் சேர்க்கப்படுவதால் மட்டுமே ஒரு பங்கின் விலை உயர்ந்துகொண்டு போகும் என்பதில்லை.

அவை சேர்க்கப்படுவதற்குக் காரணம், அந்தப் பங்குகள் அதிகம் வர்த்தகம் ஆகின்றன என்பதுதான். தேசியப் பங்குச்சந்தை, அதன் குறியீட்டு எண்ணில் ஒரு நிறுவனத்தின் பங்கைச் சேர்ப்பதற்கு, கவனிக்கும் காரணங்களை அதன் இணையதளத்தில்

கொடுத்திருக்கிறார்கள். பார்க்கலாம்.

அதில் நிறுவனத்தின் வியாபாரம் குறித்தோ, லாபம், லாப பகிர்வு, வரவிருக்கும் வியாபார வாய்ப்புகள் போன்றவை குறித்தோ எந்த கட்டாயமும் கொடுக்கப்படவில்லை. ஆனால், ஒரு பங்கின் விலை ஏற்றத்திற்கு இவையெல்லாம் அல்லவா முக்கியம்.

Eligibility Criteria Selection of Nifty 50 is based on the following:

1. **Liquidity**: For inclusion in the index, the security should have traded at an average impact cost of 0.50 % or less during the last six months, for 90% of the observations for portfolio of Rs. 2 crores. *Impact cost is the cost of executing a transaction in a security in proportion to its index weight, measured by market capitalization at any point in time.*
2. **Float-Adjusted Market Capitalization:** Companies eligible for inclusion in the NIFTY 50 must have at least twice the float-adjusted market capitalization of the current smallest index constituent.
3. **Domicile**: The company must be domiciled in India and trade on the NSE.
4. **Eligible Securities:** All common shares listed on the NSE (which are of equity and not of a fixed income nature) are eligible for inclusion in the NIFTY 50 index. Convertible stock, bonds, warrants, rights, and preferred stock that provide a guaranteed fixed return are not eligible.
5. **Differential Voting Rights:** Equity securities with Differential Voting Rights (DVR) are eligible for inclusion in the index subject to fulfilment of certain criteria.
6. **F&O criteria for stocks in NIFTY 50:** In order to become eligible for inclusion in NIFTY 50, a stock must be available for trading in NSE's Futures & Options segment.
7. **Other Variables:** A company which comes out with an IPO is eligible for inclusion in the index if it fulfills the normal eligibility criteria for the index - impact cost, float-adjusted market capitalization for a three-month period instead of a six-month period. The company's trading frequency should be 100% in the last six months.
8. **Timing of Changes:** The index is reviewed semi-annually, and a four-week notice is given to the market before making any changes to the index constituents.

9. **Additions:** The complete list of eligible securities is compiled. After that, the liquidity (impact cost) and float - adjustment filters are applied to them, respectively. The top ranking companies form the replacement pool. The top stocks, in terms of size (float-adjusted market capitalization) are, then, identified for inclusion in the index from the replacement pool.

10. **Deletions:** Stocks may be deleted due to mergers, acquisitions or spin-offs. Otherwise, as noted above, twice a year a new eligible stock list is drawn up to review against the current constituents. If this new list warrants changes in the existing constituent list, then the smallest existing constituents are dropped in favor of the new additions.

Source: https://www.nseindia.com/content...

ஆக, டிரேட் செய்ய, ஸ்பெக்குலேட் செய்யவெல்லாம், அப்படிப்பட்ட சேர்ப்பு உதவலாம். முதலீடு செய்ய அல்ல.

விலை இறங்குவதாலேயே ஒரு பங்கை வாங்குவது

2019 ஜூன் மாதம் எஸ் பேங்க் பங்கு ரூபாய் 100 இருந்திருக்கிறது. அதிலிருந்து தொடர்ந்து இறங்கியது. பலரும் அந்தப்பங்கின் பழைய விலைகளை நினைத்துக்கொண்டு இறங்க இறங்க வாங்கினார்கள்.

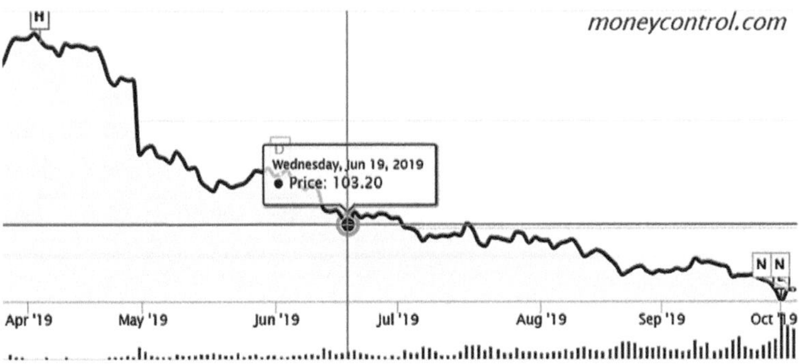

ஒன்றரை ஆண்டுகளுக்கு முன்பு 393 ரூபாய் இருந்த பங்காயிற்றே! இவ்வளவு இறங்கியிருக்கிறதே! இதைவிடவுமா இறங்கும்! என்று நினைத்து சிலர் வாங்கினார்கள்.

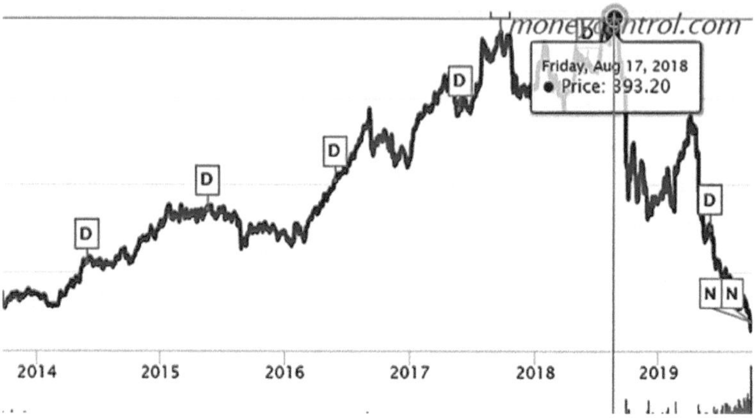

சில பங்குகள் தொடர்ந்து பல ஆண்டுகளுக்கு விலை உயர்ந்துகொண்டே இருப்பதைக் கவனிப்பவர்கள், முன்பு வாங்கி, சொற்ப லாபத்துக்கு விற்றுவிட்டு, ஏனடா விற்றோம் என்று அதன் தொடர் விலை உயர்வைப் பார்த்து வருத்தப்பட்டுக்கொண்டிருப்பவர்கள், அது விலை இறங்கிய போது வாங்கத் தவறியவர்கள் என்று சந்தையில் பலர் கொஞ்சம் பரபரப்பாக இருப்பார்கள்.

அந்த விதத்தில் எஸ் பேங்க் பங்கையும் பலர் கவனித்திருப்பார்கள். அதன் விலை வீழ்கிறபோது, ஆர்வத்துடன் வாங்கியிருப்பார்கள், தொடர்ந்து வாங்குவார்கள்.

மேலோட்டமாகப் பார்த்தால் நீங்கள் செய்தது சரிதான். 393 போனது இப்போது ரூபாய் 100 மட்டுமே என்பதால் வாங்கியிருப்பீர்கள். ஆனால், அதன்பின்பும் தொடர்ந்து விழுந்து, அக்டோபர் 1ம் தேதி 32க்கே வந்தது.

393 எங்கே, 32 எங்கே!

இடையில் வாங்காதவர்கள் ஏன் வாங்கவில்லை? அவர்களுக்கு மட்டும் அப்படியென்ன கூடுதல் விவரம் தெரிந்திருக்கும்? என்று கேட்கிறீர்களா? அது டெக்னிக்கல் அனாலிசிஸ் சார்ந்த விஷயம். ஒரு பங்கின் விலை தொடர்ந்து விழும்போது, அதன் விலையில் டிரெண்ட் ரிவர்சல் வந்தால்தான் விவரம் தெரிந்தவர்கள்

வாங்குவார்கள். அதைப்பற்றிப் பின்னர் பார்க்கலாம்.

எஸ் பேங்க் பங்கு விலை இவ்வளவு வீழ்வதற்கு நிறுவனத்தின் பண்டமெண்டல்ஸ்-அடிப்படைகள் மட்டும் காரணமல்ல. அந்நிறுவனத்தின் பங்குகளை மிக அதிக எண்ணிக்கையில் வைத்திருப்பவர்கள் பெரிய அள்வுகளில் சந்தையில் விற்பதுதான் காரணம்.

சமீபத்தில் பரஸ்பர நிதிகள் அவர்களிடம் அடமானம் வைக்கப்பட்ட எஸ் பேங்க் பங்குகளை, அடமான விலையைக் காட்டிலும் குறைவான விலைக்கு வர்த்தகம் நடக்க ஆரம்பித்ததால், விற்றிருக்கிறார்கள். அதன் புரமோட்டர் ராணா கபூர் அவரது 13% பங்குகளில் 12% பங்கை விற்றுவிட்டு, வெறும் 1% பங்கை வைத்திருக்கிறார்.

மிக்குறுகிய காலகட்டத்தில் பெரும் எண்ணிக்கையிலான பங்குகள் விற்கப்படுவதால், விலை தலைகுப்புற விழுகிறது.

45 ரூபாய் விலையில் அக்டோபர் 4 அன்று தேசியப் பங்குச்சந்தையில் வர்த்தகமான எஸ் பேங்க் பங்குகளின் எண்ணிக்கை, 51 கோடி சொச்சம். மும்பை பங்குச்சந்தையில் மற்றுமொரு 3.8 கோடி.

இந்தப் பணம் போனால் போகிறது என்று நினைப்பவர்கள் மட்டும், இந்த விலைகளில் வாங்கலாம். இந்த அமளி எல்லாம் அடங்கியபின் விலை உயர்ந்தாலும் உயரலாம். அதற்கு முன் மேலும் இறங்கினாலும் இறங்கலாம்.

100 விலையில் வாங்கியவர், இயன்றால் மேலும் கொஞ்சம் வாங்கி சராசரி விலையைக் குறைத்துக்கொள்ளலாம் என்று சொல்லத் தோன்றுகிறது. போட்ட பணம் வரை போதும், விட்டு விடுங்கள் என்றும் சொல்லத் தோன்றுகிறது.

காரணம், எஸ் பேங்க் பங்கு விலை என்ன ஆகும் என்று என்னால் நிச்சயமாகச் சொல்ல முடியவில்லை.

14.7.23 அன்று விலை : 17 ரூபாய் 35 காசு!

பென்னி ஸ்டாக்ஸ்

எஸ் பேங்க் மட்டுமல்ல. தற்போது, கபே காபிடே எண்டர்பிரைசஸ் -சிசிடிஎல், ஜீ எண்டர்டெயின்மெண்ட் போன்ற பங்கு விலைகளும் தொடர்ந்து விலை இறங்கி, சிறு முதலீட்டாளர்களை, 'வா வா. வாங்கு' என்று அழைக்கின்றன.

இந்த நிறுவனப் பங்குளின் உயர்ந்த விலைகளை முன்பு பார்த்தவர்களுக்கு, இப்போது மிகக் குறைந்த விலைகளைப் பார்க்கும் நேரம், ஆர்வம் வருவது இயற்கை. வாங்கத் தோன்றும்.

நிறுவனத்தின் வியாபாரம் நன்றாக இருந்தாலும், நிர்வாகம், பங்குகள் அடமானம், அல்லது தேர்தல் முடிவு போன்ற வேறு பொதுவான காரணங்களுக்காக விலை இறங்குகிறது என்றபோது அவற்றை வாங்கலாம்.

அப்படி மிகக் குறைந்த விலைகளில் சில பங்குகளை தைரியமாக வாங்கியவர்கள் பின்னால் நல்ல லாபம் பார்த்த கதைகள் உண்டு, வேறு சில பங்குகளில் அதன்பின் மேலும் விலை இறங்கி அந்தப் பங்கு விலைகள் ஒன்றும் இல்லாமல் போனதும் உண்டு.

எச்.டி.ஐ.எல், சுஸ்லான், ஜெயின் இரிகேஷன், ஜே.பி. அசோசியேட்ஸ், ரிலையன்ஸ் பவர், ஜெட் ஏர்வேஸ் என்று கெட்டுப்போன பங்குகளின் பட்டியல் மிக மிக நீளமானது.

அப்படிப்பட்ட கடுமையாக விலை குறைந்த பங்குகளின் பட்டியலைப் பார்த்தால் தலை சுற்றும்.

பலருக்கும் எஸ் பேங்க் கவர்ச்சியாக இருப்பது ஏன்? அதன் முன்பிருந்த விலைக்கும் இப்போது இருக்கும் விலைக்குமான வேறுபாடுதான் காரணம். இப்போது வாங்கினால் பெரும் லாபம் பார்த்துவிடலாம் என்று நினைக்கிறார்கள்.

இதன் பெயர் என்ன?

யூகபேரம். ஆங்கிலத்தில், ஸ்பெக்குலேஷன். அவர்களது யூகம், 'எஸ் பேங்க் விலை வீழ்வது தற்காலிகம். மீண்டும் அது உயர்ந்துவிடும்.'

இதை ஏன் யூகம் என்கிறோம்?

இது யூகமேதான். பிறகு? அவர்கள் என்ன தகவலின் அடைப்படையில் இந்த முடிவுக்கு வந்தார்கள்? நிச்சயமான தகவல் ஏதும் தென்படவில்லை. ஒவ்வொரு நாளும் ஒருவிதமான தகவல் வெளிவருகிறது. எது உண்மை என்று யாருக்குத் தெரியும்!

அவர்கள் எதிர்பார்ப்பது போல விலை உயர்ந்துவிடாதா?

உயரலாம். உயராமலும் போகலாம். இரண்டுக்கும் வாய்ப்பு இருக்கிறது. அப்படி இரண்டுக்கும் வாய்ப்பிருக்கும் போது, நாம் அந்த இரண்டில் ஒன்று நிச்சயம் நடக்கும் என்று நினைத்தால், அது ஸ்பெக்குலேஷன்தான்.

எஸ் பேங்க் பங்கை 100 ரூபாயில் வாங்கியவர் அந்த நேரம் செய்ததும் அப்படிப்பட்டதுதான். அதுதான், 'இறுதி விலை குறைவு'- லோவெஸ்ட்- இதற்கு மேல் விழாது என்று அவராக முடிவுக்கு வந்திருக்கிறார். மாட்டிக்கொண்டுவிட்டார்.

400 ரூபாய் விலை போன ஆர்.எஸ்.சாப்ட்வேர் ஜூன் மாதம் 24 ரூபாய். இப்போது ரூபாய் 18. இப்படி ஒன்றல்ல, இரண்டல்ல. ஒரு காலத்தில் பிரமாதம் என்று பலரும் நினைத்த எத்தனையோ பங்குகள் இருக்கின்றன. ஜூன் 25 ம் தேவி வாக்கில் வெளிவந்த ஒரு பட்டியல் பார்த்தால் அதிர்ச்சியாக இருக்கும்.

25 stock sample from life highs to CMP. June 2019

1) Reliance Infra - 2500 > 45	7) Mcleod - 325 > 20
2) LEEL - 340 > 7	8) Cox & King - 367 > 63
3) DHFL - 690 > 65	9) Eros Int - 643 > 27
4) Rel Capital - 2924 > 62	10) J&K Bank - 176 > 37
5) Rel Power - 430 > 5	11) Jet Airways - 883 > 32
6) Jain Irrigation - 264 > 25	12) Vakrangee - 515 > 35

13) PC Jew - 600 > 43	20) Patel Eng - 500 > 21
14) Suzlon - 400 > 4	21) Manpasand - 500 > 30
15) Kwality - 225> 3	22) RS Software - 400 > 24
16) Oil Country - 172 > 7	23) Windsar - 150 > 26
17) JP Ass - 339 > 4	24) Aban Offshore - 940 > 37
18) Adlabs - 207 > 5	25) Bartronics - 255 > 5
19) Uttam Galva - 172 >8	

மேலே இருக்கும் பட்டியலில் உள்ள நிறுவனப் பங்குகளின் தொடர் விலை ஏற்றங்களைப் பார்த்தவர்கள், அவற்றின் விலைகள் இறங்கும் போது வாங்கியிருந்தால் பின்னால் என்ன ஆகியிருப்பார்கள்!

'விழும் கத்தியைப் பிடிப்பது போன்றது' எனும் பொருள்பட அந்த செயலை, *Catching falling knife* என்பார்கள்.

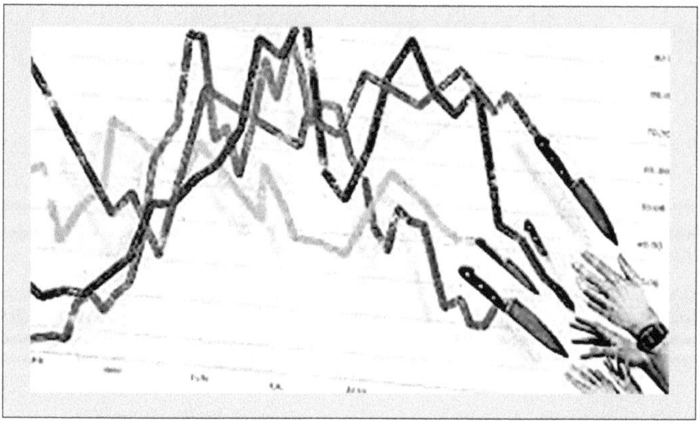

ஒன்று, ஒன்றரை ஆண்டுக்கு முன்பு நிகழ்ச்சி ஒன்றில் பேசிவிட்டுக் கீழே இறங்கியதும் அன்பர் ஒருவர் என்னைச் சந்தித்தார். கொஞ்சம் பொதுவாக மார்க்கெட் பற்றிக் கேட்டுவிட்டு பஜாஜ் ஹிந்துஸ்தான் பங்குகள் குறித்தும் கேட்டார்.

“பொதுவாக சுகர் இண்டஸ்டிரீ சரியில்லை. அந்தப் பங்கும் அப்படித்தான் இருக்கும்” என்றேன். மீண்டும் மீண்டும் வேறு விதங்களில் அந்தப் பங்கின் விலை உயருமா என்று கேட்டார். இப்போது என்ன விலை நடக்கிறது என்று அவரிடம் கேட்டேன். 10 ரூபாய் என்றார். நீங்கள் வாங்கியது என்ன விலையில் என்று கேட்டேன். “பல விலைகளில் வாங்கினேன். சராசரியாக 18 ரூபாய் அடக்கம் ஆகிறது” என்றார்.

அந்தப் பங்கின் விலை மீண்டும் உயருமா என்று அவர் கேட்க, “நீங்கள் பாதியை விற்றுவிட்டு வேறு விலை ஏறக்கூடிய பங்குகள் வாங்கிக்கொள்ளுங்களேன்” என்றேன். நட்டமாகிவிடுமே என்றார். என்ன, பங்கு ஒன்றுக்கு 8 ரூபாய்தானே! என்றேன்.

மவுனமாக இருந்தார். எவ்வளவு பங்குகள் வைத்திருக்கிறீர்கள் என்றேன். இரண்டு லட்சம் என்றாரே பார்க்க வேண்டும். மனிதர், பஜாஜ் ஹிந்துஸ்தான் பங்கு விலை இறங்க இறங்க, தொடர்ந்து ஆவரேஜ் செய்துகொண்டே இருந்திருக்கிறார். அதற்காக அவரிடம் இருந்த மற்ற (நல்ல) பங்குகளை அவ்வப்போது விற்றிருக்கிறார்

பஜாஜ் ஹிந்துஸ்தான் பங்கு விலை, 2000ம் ஆண்டு முதல்.

முன்பு இருந்த விலைகள் மட்டுமே, ஒரு பங்கை வாங்க சரியான காரணம் அல்ல. விலை அதிகம் இறங்காவிட்டாலும், நன்கு வியாபாரம் செய்து லாபமீட்டி, பகிர்ந்தளிக்கும் நிறுவனப் பங்குகளையே, அதிலும் நிலைத்து நிற்கக்கூடிய பெரிய நிறுவனப் பங்குகளே எப்போதும் பாதுகாப்பானது என்பதுதான் என் அணுகுமுறை.

பங்குகள் தான் வேண்டும் என்றால், அப்படிப்பட்ட பங்குகளைத் தேர்வுசெய்வதுதான் சரி. அப்படிப்பட்ட பங்குகள் இருக்கவே செய்கின்றன.

திருவள்ளுவரின் குறளுக்கு ஏற்ப, **கனிஇருப்பக் காய்கவர்ந் தற்று**, என்பது, பங்குச்சந்தையில் தேர்வு செய்யும் பங்குகளுக்கும் பொருந்தும். நல்ல பங்குகள் பல கிடைக்கும் போது, ஏன் ஆபத்தான, ரிஸ்க்கான பங்குகளில் முதலீடு செய்யவேண்டும்?

மொமெண்டம் பங்குகள்

பங்குச்சந்தையில் பட்டியலிடப்பட்டிருக்கும் 4,000 சொச்சம் பங்குகளும் ஒன்றல்ல. அவற்றுக்குள், லார்ஜ் கேப், மிட் கேப் சுமால் கேப் என்பது தவிர மேலும் சில அடையாளப் பெயர்களும் உண்டு.

சில பங்குகள் மொமெண்டம் பங்குகள். சில பங்குகள், புளூசிப்ஸ். வேறு சில டிபென்சிவ். இன்னும் சில மல்டி பேகர் பங்குகள். இன்றைக்கு மொமெண்டம் பங்குகள் குறித்தும், அதை சரியாகத் தெரியாமல் மாட்டிக்கொண்டுவிட்டால் என்ன ஆகும் என்றும் பார்க்கலாம்.

மொமெண்டம் ஸ்டாக் என்றால், வேகமாக விலை மாறும் பங்கு என்று பொருள். குறிப்பிட்ட காலகட்டத்தில், நேரத்தில் ஒரு பங்கின் விலையில் தொடர்ந்து மாற்றங்கள் வந்தால் அது மொமெண்டம் ஸ்டாக்.

மொமெண்டம் என்பதற்கு பார்முலா மற்றும் அளவீடுகள் எல்லாம் உண்டு.

Chartink.com இணையதளத்தில் கொடுக்கப்பட்டிருக்கும் மொமெண்டம் ஸ்டாக்கிற்கான அளவீடுகளையும் இன்வெஸ்டோபீடியாவில் கொடுக்கப்பட்டிருக்கும் அதைக் கணக்கிடும் வழிமுறையையும் பாருங்கள்.

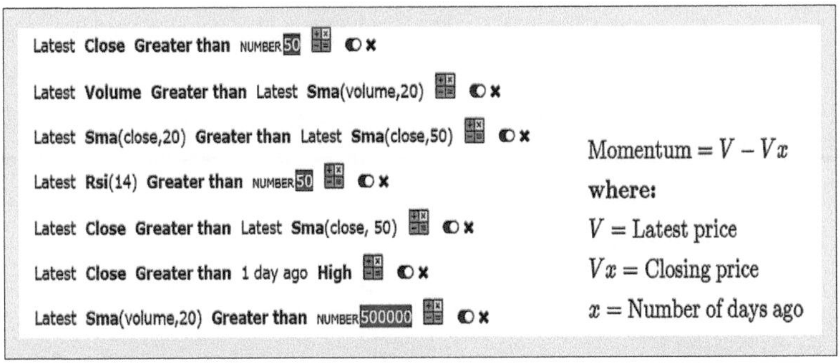

கவனித்திருக்கலாம், மொமெண்டம் என்றால் விலை மாற்றம் என்றுதான் சொன்னேன். மாற்றம் என்றால், இரண்டு திசைகளிலும். அது விலை உயர்வு மற்றும் விலை இறக்கம் ஆகிய இரண்டையும் குறிக்கும். புல்லிஷ் மொமெண்டம் அல்லது பேரிஷ் மொமெண்டம்.

எல்லாப் பங்குகளின் விலைகளிலும் எல்லா நேரமும் தொடர்ந்து உயர்வுகளோ, இறக்கங்களோ நடப்பதில்லை. ஏதாவது ஒரு வலுவான செய்தி, அல்லது நிறுவன வியாபாரத்துக்கு புதிய வாய்ப்பு அல்லது ஆபத்து; அல்லது வரவிருக்கும் அல்லது முடிந்துபோன முக்கிய நிகழ்வு காரணமாக விலை தொடர்ந்து மாறும்.

சமயங்களில் ஏறும், இறங்கும். இரண்டும் ஒரே பங்கில் அடுத்தடுத்த நாட்களில் கூட நடக்கும். தொடர்ந்து விற்போருக்கும், தொடர்ந்து வாங்குவோருக்கும் இடையே நடக்கும் இழுபறி போல.

இப்படிப்பட்ட பங்குகள் டிரேடர்களுக்கு வாய்ப்புத் தரும் பங்குகள். டிரேட் செய்ய வாய்ப்பு. டிரேட் லாபத்திலும் முடியலாம், நட்டமும் தரலாம். ஆனால், அந்த மொமெண்டம் காணப்படும்வரை பங்கு விலையில் கணிசமான விலை மாற்றம் வரை இருக்கும்.

குறிபிட்ட காலத்துக்குப் பின், அவ்வளவு வர்த்தகம் நடந்த அதே பங்கில் விற்றல் வாங்கல் குறைந்துவிடும். (ஆள் நடமாட்டம் இல்லாத சாலை போல). தவிர, வாங்க நினைப்போருக்கும் விற்க நினைப்போருக்கும் இடையே பெரிய விலை வித்தியாசம் இருக்கும். அதனால் வர்த்தகம் நடக்காது (தற்போதைய ரியல் எஸ்டேட் விலைகள் போல!)

முதலீடு செய்கிறேன் என்று போய், ‘மொமெண்டத்தில்’ இருந்த பங்கை வாங்கிவிட்டு, விற்கத் தவறிவிட்டால், பின்னர் அந்த ஸ்டாக்குடன் உட்கார்ந்திருக்க வேண்டியதுதான். விற்க முடியாது. எப்படியும் விற்கவேண்டும் என்று முயற்சித்தால் திரையில் காட்டப்படுவதை விட குறைந்த விலைக்குத்தான் வாங்க ஆள் இருப்பார்கள். அதுவும் விற்க நினைக்கும் முழு எண்ணிக்கைக்கும் அல்ல! சும்மா பெயருக்கு, ஐந்து பத்து பங்குகளுக்கு அந்த விலை போட்டிருப்பார்கள். மேலும் குறைந்த விலைகளில் இன்னும் கொஞ்சம்!!

ஆகவே, முதலீட்டிற்கு என்றால், அடிப்படைகள் பலமாக இருக்கிற நல்ல பங்குகளை வாங்குவதுதான் சரி. இடையில் விலை இறங்கினாலும் மீண்டும் உயர்ந்துவிடும் என்று காத்திருக்கலாம். டிரேடுக்கு உதவும் மொமெண்டம் பங்குகளை வாங்கிவிட்டு, நீண்டகாலம் காத்திருப்பதெல்லாம் பணத்துக்குத்தான் கேடு.

ஜி.டி.எல். லிமிடெட் என்று ஒரு பங்கு. டெல்காம் ஆப்பரேட்டர்களுக்கு சாப்ட் இன்ப்ராஸ்டிரக்ச்சர் கொடுக்கும் நிறுவனம். ஐ.டி.ஐ., பார்தி இன்ப்ராடெல் ஹனிவெல் ஆடம் ஆகிய நிறுவனங்கள் இதன் போட்டியாளர்கள்.

இந்த வார 7ம் தேதி இரண்டு பங்குச்சந்தைகளிலும் அதன் வர்த்தக விவரத்தை கீழே அட்டவணையில் பாருங்கள். வைத்திருப்பவர்களுக்கு கண்ணில் ரத்தம் வரும்.

விலை ரூபாய் 1.86 மற்றும் 1.90. வெறும் ஒரு ரூபாய் தொண்ணூறுகாசு. மும்பை பங்குச்சந்தையில் 4.62 % விலை குறைவு. தேசியப் பங்குச் சந்தையில் 2.56% குறைவு. இரண்டு பங்குச் சந்தைகளிலும் சேர்ந்து வர்த்தகமான பங்குகளின் எண்ணிக்கை வெறும் 55 ஆயிரம். வர்த்தகத்தின் இறுதியில் விற்க 2000 பங்குகள். வாங்க ஆளில்லை.

இது அக்டோபர் 2019 நிலை.

இதே பங்கு முன்பு மிக அதிகபட்சமாக என்ன விலை போயிருக்கும் என்று நினைக்கிறீர்கள்? மயக்கம் போட்டுவிடாதீர்கள். ரூ 3,059. ஆமாம். மூவாயிரத்து ஐம்பத்து ஒன்பதுதான். மார்ச் மாதம் 2000வது ஆண்டு.

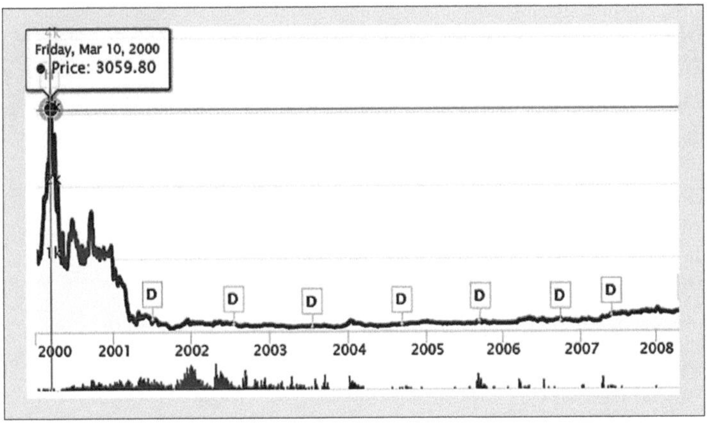

பின்பு ஜூன் 2011 வரையிலும் கூட பரவாயில்லை. விலை ரூ.409. அப்போதெல்லாம், அதாவது 2010 வரை, டிவிடெண்ட் கொடுத்திருக்கிறார்கள்.

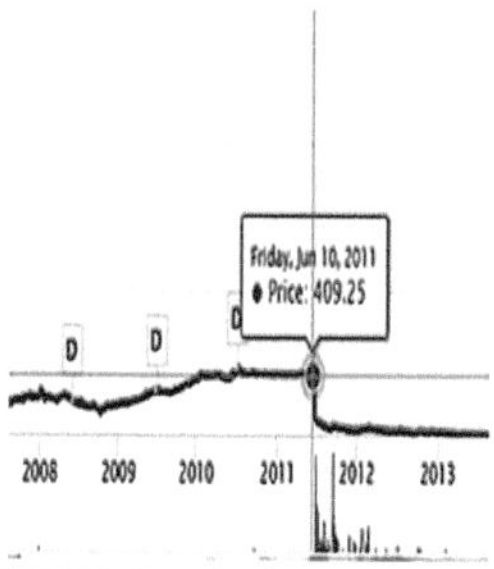

Announcement Date	Effective Date	Dividend Type	Dividend (%)
20-04-10	09-07-10	Final	30.00
22-04-09	03-07-09	Final	30.00
11-04-08	30-05-08	Final	30.00
25-04-07	11-06-07	Final	25.00
31-07-06	26-09-06	Final	200.00
21-04-05	16-09-05	Final	18.00
28-04-04	07-09-04	Final	15.00
17-04-03	21-07-03	Final	12.00
19-04-02	15-07-02	Final	10.00
11-04-01	02-07-01	Final	30.00

அதன்பின்தான் பெரும் வீழ்ச்சி. ஜூலை 2011 ல் ரூபாய் 74. ஆமாம், இரட்டை இலக்கம். மே 2018 ல் மேலும் கடுமையாக விலை வீழ்ந்து, ஒற்றை இலக்கத்துக்கே வந்துவிட்டது. விலை, 9 ரூபாய் 90 காசு.

இதுதான் ஜி,டி.எல் என்ற பங்கின் கதை. முன்பு பார்த்த விலைகளை மனதில் வைத்து இந்தப் பங்கை எந்த விலையில் வாங்கியிருந்தாலும் நட்டம்தான்.

ஜூலை 2023 விலை என்ன தெரியுமா?

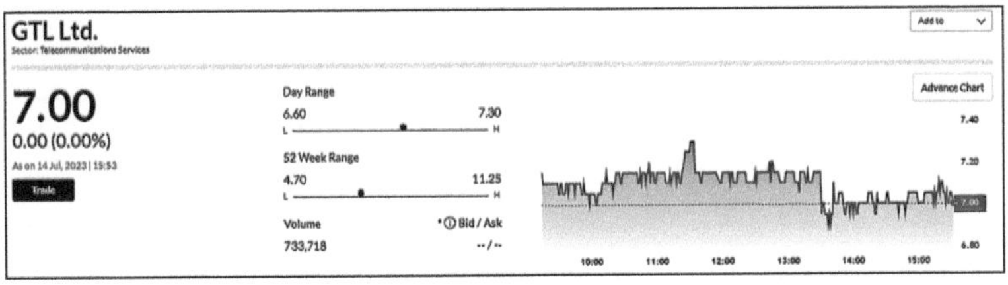

ஒரு உச்ச நடிகையின் கால்ஷீட் கிடைக்காமல் தவிப்பவர்கள், பின்னர் கிடைத்துவிட்டதே, அதுவும் குறைந்த சம்பளத்துக்கு என்று ஆசைப்படுவது போலதான். மார்க்கெட் போன நடிகையின் கால்ஷீட்டால் லாபம் உண்டா? மொத்தப் பணமும் நட்டம்தான் ஆகும்.

சந்தையில் இருக்கும் பெரும் முதலீட்டாளர்கள், விவரம் அறிந்தவர்கள்தான் பெரும்பாலான பங்குகளின் விலைகளை அவர்கள் வாங்குதல் விற்றல் மூலம் தீர்மானிக்கிறார்கள். அப்படி ஒரு பங்கைப் பற்றி முடிவெடுத்து அவர்கள் விற்றாலோ வாங்கினாலோ, அதற்கு எதிராக ஏதும் செய்ய முடியாது. கொண்டு வந்து கொட்டுவார்கள். எவ்வளவுதான் வாங்க முடியும்? வாங்கித்தான் என்ன செய்ய? சில நிறுவனங்கள் மெல்ல இடியும் கட்டிடம் போல.

டிரண்ட் இஸ் தெ பெஸ்ட் பிரண்ட் என்பது பங்குச்சந்தை முதுமொழிகளில் ஒன்று. டிரெண்ட் முக்கியம்.

சிறு முதலீட்டாளர்களுக்கு ஏன் ஒரு பங்கு விற்கப்படுகிறது என்கிற காரணம் தெரிவது அரிது. முன்பிருந்த விலையை மட்டும் மனதில் வைத்து இப்போது இவ்வளவு மலிவாகக் கிடைக்கிறதே என்று வாங்கி கையைச் சுட்டுக்கொள்ள வேண்டாம்.

நீங்கள் சொல்வது போல இந்தப் பங்கு நிச்சயம் மோசமானதுதானா? பின்பு விலை ஏறினால்?

ஏகதேசமாக ஏதாவது ஒன்று அப்படி ஏறக்கூடும். அந்த வாய்ப்பு கொஞ்சம் இருக்கவே செய்கிறது. இந்த இடத்தில் ஒரு கேள்வி மற்றும் ஒரு அட்வைஸ்.

கேள்வி : அப்படிப்பட்ட ஒரு பங்கை ஏன் விவரமறிந்த எச்.என்.ஐ.க்கள், பரஸ்பர நிதிகள் போன்றோர் வாங்கவில்லை? வாங்கினால் விலை இவ்வளவு இறங்காதே! சந்தைக்குத் தெரியாததா!

அட்வைஸ்: அப்படி லாபம் செய்யும் ஒரு வாய்ப்பு தவறினாலும் தவறட்டும். அது தவறவிடும் லாபம்தான். அதே சமயம் வாங்கிய விலை இறங்கிவிட்டால், அது கையிலிருக்கும் பணத்துக்கு அல்லவா நட்டம்! அதை யோசித்துப் பாருங்கள்.

புதரில் இருக்கும் இரண்டு பறவைகளைக் காட்டிலும் கையிலிருக்கும் ஒன்று மேல் எனும் பொருள்பட, *A bird in hand is better than two in the bush* என்பார்கள். காரணம், கூட்டில் இருப்பதை எடுக்கிறேன் என்று கையிலிருப்பதைக் கீழே வைத்துவிட்டுப் போனால், அது பறந்துபோய்விடலாம்.

எது கையிலிருக்கும் பறவை, எது புதரில் இருக்கும் என நாம் எதிர்பார்க்கும் பறவை எனப் புரிந்திருக்கலாம்.

தொடக்கூடாத பங்குகள்

ஸ்மார்ட் இன்வெஸ்டர் தொடர் எழுதிய போது ஒருவர் கேட்டிருந்த கேள்வி இது. 2019ம் ஆண்டு அக்டோபர் மாதம் 11ம் தேதி.

நான் 13,000 ஆர்.காம் பங்குகள் வைத்திருக்கிறேன். எனக்கு அடக்கவிலை சராசரியாக ரூபாய் 3.80. அவற்றை வைத்திருக்கவா? விற்றுவிடவா?

பார்த்து அதிக நாள் ஆகிவிட்டதே. என்னதான் விலை நடக்கிறது என்று தேடிப் பார்த்தேன். கடும் அதிர்ச்சி. வெறும் 70 பைசாவில் வர்த்தகம் முடிந்திருக்கிறது.

உடனடியாக என்னுடைய கண்கள் என்ன வால்யூம் நடந்திருக்கிறது, அதாவது எத்தனை பங்குகள் வர்த்தகமாகி இருக்கின்றன என்ற விவரத்தைத் தேடின. தேசியப் பங்குச்சந்தையில், 95 லட்சம் பங்குகள் பரிவர்த்தனை ஆகியிருந்தது. தற்சமயம் வாசகர் நண்பர் விற்கவா என்று கேட்கிறார். நல்லவேளையாக விற்க இன்னும் வாய்ப்பு இருக்கிறது. இதே வாய்ப்பு பின்னால் அவருக்குக் கிடைக்குமா என்று யாரும் உறுதி சொல்ல முடியாது.

13,000 பங்குகளை 70 காசால் பெருக்கினால், ஒன்பது ஆயிரத்து 100 ரூபாய் வருகிறது. இதில் தரகர் கமிஷன், வரிகள் போக விற்றால் அவருக்கு என்ன கிடைக்கும்? சுமார் ஒன்பது ஆயிரம் ரூபாய் கிடைக்கலாம். குறைந்தபட்சம் 9000 ரூபாயையாவது அவர் மீட்டு விடலாம். இது ஒரு அணுகுமுறை.

அவருடைய அடக்க விலை பங்கு ஒன்றுக்கு மூன்று ரூபாய் எண்பது காசு. மொத்தம் 13 ஆயிரம் பங்குகளுக்கு 49 ஆயிரத்து நானூறு ரூபாய். இப்பொழுது அவர் விற்றால் 40,000 ரூபாய் நட்டத்தைப் பதிவு செய்ய வேண்டும். இதில் 40 ஆயிரம் ரூபாய் போய்விட்டது. இனி அந்த 9 ஆயிரம் ரூபாய் வந்தால் என்ன போனால் என்ன! என்று கூட சிலர் யோசிக்கக் கூடும்.

அவர்களே, 'ஒருகால் ஏதாகிலும் நடந்து பின்னால் விலை ஏறி விடாதா இப்போதைக்கு விற்றுவிட்டால், புக் செய்த நட்டம், நட்டம்தானே!' என்றும் யோசிக்கலாம்.

பத்து மாதத்திற்கு முன்பு கூட, 2019 ஜனவரியில், ஆர். காம் பங்குகள் 13 ரூபாய் 50 காசு விலை நடந்திருக்கிறது. அவர்கள் அப்போதும் மேற்சொன்னவாறு யோசித்துக் காத்திருக்க முடிவு செய்திருக்கலாம்.

இப்போது அதன் விலை ஒரு ரூபாய்க்கும் கீழ். இது ஐந்து ரூபாய் முக மதிப்புள்ள பங்கு. இதே பங்கு, 2008 ஆம் ஆண்டு ஜனவரியில் 844 ரூபாய்!

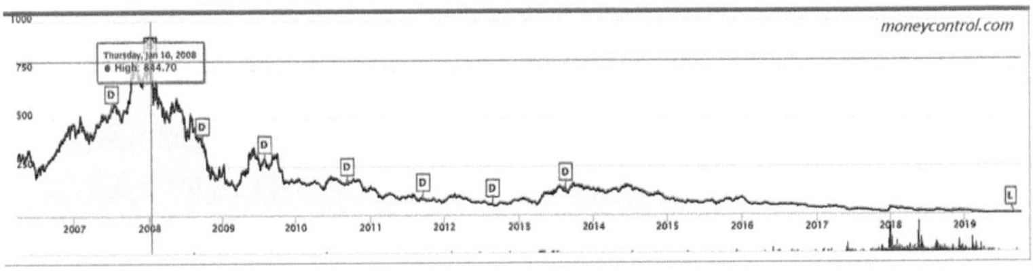

இந்த அநியாயத்தை எங்கே போய்ச் சொல்ல! இப்படிப்பட்ட அநியாயங்கள் வேறு எந்தச் சந்தையிலும், அசெட் கிளாசிலும் நடக்குமா என்று தெரியவில்லை. பங்குகளில் நேரடி முதலீடு – Direct Equity- என்பதன் மிக மோசமான அம்சமே இதுதான். காற்றில் கரைந்த கற்பூரம் போல, போட்ட பணம் கரைந்துபோய் விடுகிறது, முன்பு பார்த்த GTL பங்குகளும் இப்படித்தானே 3000

ரூபாயிலிருந்து ஒரு ரூபாய்க்கும் கீழ் விலை வந்து விட்டது. இந்த அழகில் ஆர்.காம் பங்குகளின் புத்தக மதிப்பு ரூபாய் 44 என்றும் EPS, ரூபாய் 10 என்றும் அந்த இணையதளத்தில் காட்டுகிறார்கள்.

பிறகு ஏன், இதை வைத்திருப்பதா, விற்பதா என்றெல்லாம் சிறு முதலீட்டாளர்களுக்குச் சந்தேகம் வராது! அவர்கள் எப்படி முடிவெடுப்பார்கள்? அந்தப் பங்கு குறித்து தகவல் வெளியிட்டிருக்கும் moneycontrol.com ல் அந்தப் பங்குக்குக் கீழ் பலர் கமெண்ட் போட்டு இருக்கிறார்கள்.

ஒருவர் சொல்கிறார், 'நான் லட்ச ரூபாய் இதில் முதலீடு செய்யத் தயார். இப்பொழுது 50 ஆயிரம் பங்குகளை வாங்கிவிடுவேன். பிறகு விலை 50 காசு வந்ததும் இன்னும் கொஞ்சம் வாங்குவேன்' என்று.

மற்றொருவர் கமெண்ட் போட்டு இருக்கிறார், 'வேண்டுமென்றே 70 காசுக்கு இன்றைய விலையை முடித்திருக்கிறார்கள். உள்ளே ஆப்பரேட்டர்கள் இயங்குகிறார்கள். இந்த நிறுவனத்தில் ஏதோ நல்லது நிச்சயம் நடக்கப்போகிறது. அதனால், அதற்குமுன் பொதுமக்களிடம் இருக்கும் பங்குகளை விலை குறைத்துப் பிடுங்குகிறார்கள்.'

என்னத்தைச் சொல்ல!

இதுபோன்ற பங்குகளில் இருந்து ஒதுங்கிவிடுவது மட்டுமே நன்மை தரும். ஏற்கனவே வாங்கி வைத்திருப்பவர் வேண்டுமானால் காத்திருக்கட்டும். மற்றபடி இது தொடக்கூடாத பங்குகளில் ஒன்று மட்டுமல்ல. தொடக்கூடாத குழுமப் பங்குகளில் ஒன்று.

இதுபோல இன்னும் சில கேள்விகளும் வந்திருக்கின்றன. எல்லாம் ஆயாசம் தரும் கேள்விகள். ஆனாலும் தேர்வு செய்து ஆரம்பத்திலேயே இப்படிப்பட்ட கேள்விகளுக்கு பதில் சொல்லக் காரணம், இது போலவே செய்துகொண்டு இருக்கும் ஏராளமானவர்களை எச்சரிக்கத்தான்.

தவறு என்பது அச்சில் வந்தால், தாங்கள் செய்யும் தவறுகள் குறித்து உணர்வார்கள். அதனால்தான்.

ஒருவர் கேட்கிறார், 'இந்தியாபுல்ஸ் ஹவுஸிங் 500 பங்குகள் 744 விலையிலும் எஸ் பேங்க் பங்குகள் 101 ரூபாய் விலையில் 200

பங்குகளும் 3 மாதங்களுக்கு முன்பு வாங்கினேன். இப்போது சென்செக்ஸ் உயர்ந்தபோதிலும் இந்தப் பங்குகளின் விலைகள் உயரவில்லையே. இவற்றை வைத்திருக்கவா? விற்றுவிடவா?'

மற்றொருவர் கேட்கிறார், 'வக்ராங்கி பங்கு நிலைமை என்ன? IDBI நிறுவனப் பங்குகளை என்ன செய்வது? சவுத் இந்தியன் பேங்க் ஷேர்களை என்ன செய்வது?'

இந்தியாபுல்ஸ் ஹவுஸிங் 1,750 ரூபாய்க்கு மேல் விலை போன பங்கு. கடந்த ஏப்ரலில் கூட ரூபாய் 825 நடந்திருக்கிறது. இப்போது அந்த நிறுவனத்திற்குச் சிக்கல்.

நான்கு ஆண்டுகளுக்கு முன்பு IDBI பங்கு விலை, ரூபாய் 84. இப்போது ரூபாய் 29.

வக்கிராங்கி மற்றொரு ஏமாற்றுக்காரப் பங்கு. பிப்ரவரி 2018 ல் விலை ரூபாய், 505. தற்போது 25 ரூபாய்.

NMDC. பங்கு விலை 2015ல் 175 ரூபாய். தற்போது 95.

இவற்றில் NMDC மற்றும் IDBI பங்குகள் காலப்போக்கில் மீளலாம். மற்ற நிறுவனப் பங்குகள் குறித்து ஏதும் சொல்ல இயலவில்லை. அந்த நிறுவனங்களின் நிர்வாகிகளே பங்கு விலைகளில் ஆர்வம் காட்டுகிறார்களோ என்று சந்தேகம் வருகிறது.

அதனால்தான் மீண்டும் மீண்டும் சொல்வது, அடிக்கடி விலை உயர்வு கிடைக்காவிட்டாலும், பெரிய லாபங்களைக் கொடுக்காவிட்டாலும், ஸ்டாண்டர்ட் ஆன நிறுவனப் பங்குகளுடன் இருந்துவிடுவதே மேல். குறிப்பாக சிறு முதலீட்டாளர்கள். அவர்களால்தான் முழுத் தகவல்கள் பெற முடியாது. மேலும் அவர்களைக் குறிவைத்துதான் வலை வீசப்படுகிறது.

கடன் வாங்கிப் பங்கு வாங்குதல்

'மார்ஜின் பண்டிங்' பணம் உதவிதான். அதற்குக் கட்டும் வட்டியைக் காட்டிலும் கூடுதலாகச் சம்பாதிக்க முடிந்தால், அதைச் செய்தால் என்ன! என்று சிலருக்குத் தோன்றலாம்.

எடுத்தவுடனே சொல்லிவிடுகிறேன். இது மிகவும் ஆபத்தானது.

ஜீ எண்டர்டெயின்மெண்ட் போன்ற பெரும் நிறுவனங்களின் முதலாளிகளையே, தூக்கி வெளியே அடித்திருக்கும் முறை இது. சந்தை என்பது பல தகவல்களால், உணர்வுகளால், எதிர்பார்ப்புகளால், ஒரே சமயத்தில், பல்வேறு திசைகளில் இருந்தும் பல்வேறு நபர்களால் இயக்கப்படுவது.

மேலும் எந்த நிறுவனம் என்ன செய்துகொண்டிருக்கிறது, அந்தச் செயல் அந்த நிறுவனத்தின் பங்கு விலையில் என்ன தாக்கத்தைக் கொடுக்கும் என்பதெல்லாம் யூகிக்க முடியாதவை.

ஆகவே, இருக்கும் பணத்திற்கு பங்குகள் வாங்கினால் போதும். கடன் வாங்கி வாங்க வேண்டாம். 18%, 24% வட்டி என்பதெல்லாம் மிகக் கடுமையான வட்டி விகிதங்கள். சில மாதங்களில் முதலின் ஒரு பகுதி வட்டிக்கே போய்விடும்.

ஒரு சில நேரங்களில் சில பங்கு விலைகள் ஏன் அப்படிப் பெரும் அளவில் இறங்குகிறது என்பதைப் புரிந்துகொள்ள உதவும் என்பதற்காகத்தான் இதன் விவரங்களைச் சொல்கிறேன்.

பங்குச்சந்தையில் தரகு வர்த்தகம் செய்துகொண்டிருக்கும் நிறுவனங்கள் இந்த மார்ஜின் பண்டிங் செய்கின்றன. அவைதான் கடன் கொடுக்கின்றன. அவற்றுக்கு அந்தப் பணத்தை வைத்து பங்குகள் வாங்கி லாபம் செய்யத் தெரியாதா? அவை ஏன் வட்டிக்குக் கடன் கொடுக்கின்றன?

சந்தை அபாயங்களுக்கு அளவேயில்லை. திடும் திடுமென சந்தை மொத்தத்திற்குமோ அல்லது குறிப்பிட்ட துறைக்கோ, அல்லது குறிப்பிட்ட நிறுவனத்திற்கோ சிக்கல் வரலாம்... விலைகள் இறங்கும். காத்திருந்தால், சந்தை நிலவரம் சரியானால், மீண்டும் பழைய விலை வரலாம். ஆனால், அதுவரை காத்திருக்க வேண்டும். சொந்தப் பணம் என்றால் பரவாயில்லை. கடன் வாங்கிவிட்டுக் காத்திருக்க முடியுமா? கடனுக்கு கட்டவேண்டிய வட்டி மீட்டர் ஓடிக்கொண்டேயிருக்கும்.

நிலைமை சரியானால் ஓகே. சரியாகாவிட்டால், ஒரு நேரம் போதும் என்று வெறுத்துப் போய் விற்க நேரிடலாம். அதுவரை கொடுத்த வட்டியும் சேர்த்து வீண் ஆகிவிடும்.

பத்து ரூபாய் இருந்தால் பத்து ரூபாய்க்கு வியாபாரம் செய்து லாபம் பார்ப்பது ஒரு முறை. பத்து ரூபாய் இருந்தால் மார்ஜின் பண்டிங் போல வாங்கி, முப்பது நாற்பது ரூபாய்க்கு வியாபாரம் செய்வது வேறு முறை.

வியாபாரத்தில் ரூபாய்க்கு 25 காசு நட்டமானால், முதல் வகையில் இரண்டரை ரூபாய் நட்டமாகி, ஏழரை ரூபாய் மிஞ்சும். இரண்டாவது முறையில் ரூபாய்க்கு 25 காசு வீதம் 40 ரூபாய் வியாபாரத்துக்கு 10 ரூபாய் நட்டமாகும். போட்ட முதல் 10 ரூபாய் தவிர, கடன் வாங்கிச் செய்த வியாபாரத் தொகைகளுக்கும் 25% நட்டம் வரும். அப்போது 10 ரூபாய் நட்டமும், 30 ரூபாய் திருப்பிக் கொடுக்க வேண்டிய கடனும் போக, மீதம் ஏதும் இருக்காது. போட்ட முதல் முழுவதும் காணாமல் போயிருக்கும்.

அதனால்தான் ‘ஓவர் லீவரேஜ்’ வேண்டாம் என்பது. விரலுக்குத் தக்க வீங்கலாம். அதிகமாக அல்ல.

ஒரே ஒரு முறை நிச்சயமான வாய்ப்பு இருப்பது தெரிகிறபோது, இந்த முறையைப் பயன்படுத்திக்கொண்டால் என்ன? என்று கேட்கலாம்.

ஒருமுறை செய்வதென்றாலும், தரகு நிறுவனத்திடம் பல பேப்பர்களில் கையெழுத்துப் போடவேண்டிவரும். போட்டுவிட்டால், அந்தக் கதவு திறந்துவிடப்பட்டுவிட்டது என்று பொருள். (நாமாகச் சொல்லி, அவற்றை குளோஸ் செய்தால் தவிர).

அதன் பிறகு அதைச் செய்யும் ஆர்வம் வரவே செய்யும். அதைத் தடுப்பது சிரமம். மனித இயல்புக்கு எதிரானது.

பங்குச்சந்தையில் லாபம் கிடைப்பது உறுதியில்லை. ஆனாலும் ஒவ்வொரு டிரேட் டுக்கும் தரகு கமிஷன், அரசுக்கு வரிகள் கட்டாயம் கொடுக்க வேண்டும். அதற்கு மேல் வட்டி வேறு கொடுக்க வேண்டுமா?

‘கையில் காசு, வாயில் தோசை’ என்பதுதான் சரி. உள்ள பணத்துக்கு வர்த்தகம் செய்தால் போதும். கடன் வேண்டவே வேண்டாம். தரகரே கொடுக்க முன்வந்தாலும்.

13. கேள்வி பதில் – Q & A

வாசகர்கள் கேட்ட சில கேள்விகளுக்கான பதில்களை இந்தப் பகுதியில் பார்க்கலாம்.

அ) எஸ் பேங்கிற்கு... எஸ் ஆ? நோ வா?

Yes Bank பங்கை வாங்கி வைத்தேன். இப்பொழுது வாங்கிய விலையில் 50% விழுந்து கிடக்கிறது. அது நிஃப்டி 50 ல் மற்றும் சென்செக்ஸ் 30 ல் இருப்பதால் பொறுமை காப்பின் பயன் கிட்டுமா? ரூ100 விலையில் 1000 பங்குகள் உள்ளன. ஆலோசனை வழங்கும்படி கேட்டுக்கொள்கிறேன்.

பொதுவாக முதலீட்டாளர்களிடம் இருக்கும் ஒரு எதிர்பார்ப்பு, ஒரு பங்கு குறியீட்டு எண்ணில் சேர்க்கப்படுகிறதென்றால், அதன்பின் அதன் விலை உயரும் என்பது. ஆனால், ஆய்வு தரும் தகவல் என்ன தெரியுமா?

2019 வரை நிப்டியில் புதிதாகச் சேர்க்கப்பட்ட 21 நிறுவனப் பங்குகளில் 19 பங்குகள், அதன்பிறகு அடுத்த ஆண்டில் பங்கு விலையில் நெகடிவ் ரிட்டர்ன்ஸ் கொடுத்தன. அப்படியென்றால், நிப்டியில் சேர்த்தபின் அவற்றின் விலைகள் இறங்கியிருக்கின்றன! ஒன்றிரண்டு அல்ல. 21ல் 19 பங்குகளின் விலைகள்.

ஆக, சென்செக்ஸ், நிப்டி போன்ற குறியீட்டு எண் பட்டியலில் சேர்க்கப்படுவதால் மட்டுமே ஒரு பங்கின் விலை உயர்ந்துகொண்டு போகும் என்பதில்லை.

அவை சேர்க்கப்படுவதற்குக் காரணம், அந்தப் பங்குகள் அதிகம் வர்த்தகம் ஆகின்றன என்பதுதான். தேசியப் பங்குச்சந்தை, அதன் குறியீட்டு எண்ணில் ஒரு நிறுவனத்தின் பங்கைச் சேர்ப்பதற்கு கவனிக்கும் காரணங்களை அதன் இணையதளத்தில் கொடுத்திருக்கிறார்கள். பார்க்கலாம்.

அதில் நிறுவனத்தின் வியாபாரம் குறித்தோ, லாபம், லாபப் பகிர்வு, வரவிருக்கும் வியாபார வாய்ப்புகள் போன்றவை குறித்தோ எந்தக் கட்டாயமும் கொடுக்கப்படவில்லை. ஆனால், ஒரு பங்கின் விலை ஏற்றத்திற்கு இவையெல்லாம் அல்லவா முக்கியம்.

Eligibility Criteria Selection of Nifty 50 is based on the following:

1. **Liquidity**: For inclusion in the index, the security should have traded at an average impact cost of 0.50 % or less during the last six months, for 90% of the observations for portfolio of Rs. 2 crores. *Impact cost is the cost of executing a transaction in a security in proportion to its index weight, measured by market capitalization at any point in time.*
2. **Float-Adjusted Market Capitalization:** Companies eligible for inclusion in the NIFTY 50 must have at least twice the float-adjusted market capitalization of the current smallest index constituent.
3. **Domicile**: The company must be domiciled in India and trade on the NSE.
4. **Eligible Securities:** All common shares listed on the NSE (which are of equity and not of a fixed income nature) are eligible for inclusion in the NIFTY 50 index. Convertible stock, bonds, warrants, rights, and preferred stock that provide a guaranteed fixed return are not eligible.
5. **Differential Voting Rights:** Equity securities with Differential Voting Rights (DVR) are eligible for inclusion in the index subject to fulfilment of certain criteria.
6. **F&O criteria for stocks in NIFTY 50:** In order to become eligible for inclusion in NIFTY 50, a stock must be available for trading in NSE's Futures & Options segment.

7. **Other Variables:** A company which comes out with an IPO is eligible for inclusion in the index if it fulfills the normal eligibility criteria for the index - impact cost, float-adjusted market capitalization for a three-month period instead of a six-month period. The company's trading frequency should be 100% in the last six months.

8. **Timing of Changes:** The index is reviewed semi-annually, and a four-week notice is given to the market before making any changes to the index constituents.

9. **Additions:** The complete list of eligible securities is compiled. After that, the liquidity (impact cost) and float - adjustment filters are applied to them, respectively. The top ranking companies form the replacement pool. The top stocks, in terms of size (float-adjusted market capitalization) are, then, identified for inclusion in the index from the replacement pool.

10. **Deletions:** Stocks may be deleted due to mergers, acquisitions or spin-offs. Otherwise, as noted above, twice a year a new eligible stock list is drawn up to review against the current constituents. If this new list warrants changes in the existing constituent list, then the smallest existing constituents are dropped in favor of the new additions.

Source: https://www.nseindia.com/content...

ஆக, டிரேட் செய்ய, ஸ்பெக்குலேட் செய்யவெல்லாம், அப்படிப்பட்ட சேர்ப்பு உதவலாம். முதலீடு செய்ய அல்ல.

ஆ) நான் 100 ரூபாயில் இந்தப் பங்கை வாங்கினேன். பொறுமை காத்தால் பலன் கிட்டுமா?

கடந்த ஜூன் மாதம் எஸ் பேங்க் பங்கு ரூபாய் 100 இருந்திருக்கிறது. நீங்கள் வாங்கியதில் இருந்து இறக்கம்தான்! உங்கள் வருத்தம் புரிகிறது.

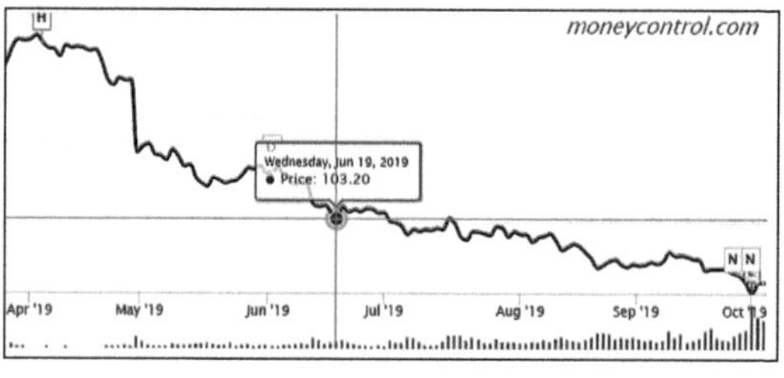

ஒன்றரை ஆண்டுகளுக்கு முன்பு 393 ரூபாய் இருந்த பங்காயிற்றே! இவ்வளவு இறங்கியிருக்கிறதே! இதைவிடவுமா இறங்கும்! என்று நினைத்து நீங்கள் வாங்கியிருக்கலாம்.

சில பங்குகள் தொடர்ந்து பல ஆண்டுகளுக்கு விலை உயர்ந்துகொண்டே இருப்பதைக் கவனிப்பவர்கள், முன்பு வாங்கி, சொற்ப லாபத்துக்கு விற்றுவிட்டு, ஏனடா விற்றோம் என்று அதன் தொடர் விலை உயர்வைப் பார்த்து வருத்தப்பட்டுக்கொண்டிருப்ப வர்கள், அது விலை இறங்கியபோது வாங்கத் தவறியவர்கள் என்று சந்தையில் பலர் கொஞ்சம் பரபரப்பாக இருப்பார்கள்.

அந்த விதத்தில் எஸ் பேங்க் பங்கையும் பலர் கவனித்திருப்பார்கள். அதன் விலை வீழ்கிறபோது, ஆர்வத்துடன் வாங்கியிருப்பார்கள், தொடர்ந்து வாங்குவார்கள்.

மேலோட்டமாகப் பார்த்தால் நீங்கள் செய்தது சரிதான். 393 போனது இப்போது ரூபாய் 100 மட்டுமே என்பதால் வாங்கியிருப்பீர்கள். ஆனால், அதன்பின்பும் தொடர்ந்து விழுந்து, அக்டோபர் 1ம் தேதி 32க்கே வந்தது.

393 எங்கே, 32 எங்கே!

இடையில் வாங்காதவர்கள் ஏன் வாங்கவில்லை? அவர்களுக்கு மட்டும் அப்படியென்ன கூடுதல் விவரம் தெரிந்திருக்கும்? என்று கேட்கிறீர்களா? அது டெக்னிக்கல் அனாலிசிஸ் சார்ந்த

விஷயம். ஒரு பங்கின் விலை தொடர்ந்து விழும்போது, அதன் விலையில் டிரெண்ட் ரிவர்சல் வந்தால்தான் விவரம் தெரிந்தவர்கள் வாங்குவார்கள். அதைப்பற்றி பின்னர் பார்க்கலாம்.

எஸ் பேங்க் பங்கு விலை இவ்வளவு வீழ்வதற்கு நிறுவனத்தின் பண்டமெண்டல்ஸ்-அடிப்படைகள் மட்டும் காரணமல்ல. அந்நிறுவனத்தின் பங்குகளை மிக அதிக எண்ணிக்கையில் வைத்திருப்பவர்கள் பெரிய அளவுகளில் சந்தையில் விற்பதுதான் காரணம்.

சமீபத்தில் பரஸ்பர நிதிகள் அவர்களிடம் அடமானம் வைக்கப்பட்ட எஸ் பேங்க் பங்குகளை, அடமான விலையைக் காட்டிலும் குறைவான விலைக்கு வர்த்தகம் நடக்க ஆரம்பித்ததால், விற்றிருக்கிறார்கள். அதன் புரமோட்டர் ராணா கபூர் அவரது 13 % பங்குகளில் 12% விற்றுவிட்டு வெறும் 1% வைத்திருக்கிறார்.

மிகக் குறுகிய காலகட்டத்தில் பெரும் எண்ணிக்கையிலான பங்குகள் விற்கப்படுவதால், விலை தலைகுப்புற விழுகிறது.

45 ரூபாய் விலையில் 2019 அக்டோபர் 4 அன்று தேசியப் பங்குச்சந்தையில் வர்த்தகமான எஸ் பேங்க் பங்குகளின் எண்ணிக்கை, 51 கோடி சொச்சம். மும்பை பங்குச்சந்தையில் மற்றுமொரு 3.8 கோடி.

இந்தப் பணம் போனால் போகிறது என்று நினைப்பவர்கள் மட்டும், இந்த விலைகளில் வாங்கலாம். இந்த அமளி எல்லாம் அடங்கியபின் விலை உயர்ந்தாலும் உயரலாம். அதற்கு முன் மேலும் இறங்கினாலும் இறங்கலாம்.

100 விலையில் வாங்கியவர், இயன்றால் மேலும் கொஞ்சம் வாங்கி சராசரி விலையைக் குறைத்துக்கொள்ளலாம் என்று சொல்லத் தோன்றுகிறது. போட்ட பணம் வரை போதும், விட்டு விடுங்கள் என்றும் சொல்லத் தோன்றுகிறது.

காரணம், எஸ் பேங்க் பங்கு விலை என்ன ஆகும் என்று என்னால் நிச்சயமாகச் சொல்ல முடியவில்லை.

மேலே கொடுக்கப்பட்டிருப்பது 2019 அக்டோபரில் நான் ஒருவருக்கு கொடுத்த பதில். 2023 ஜூலை 13 அன்று அதன் விலை ரூ.17.40!

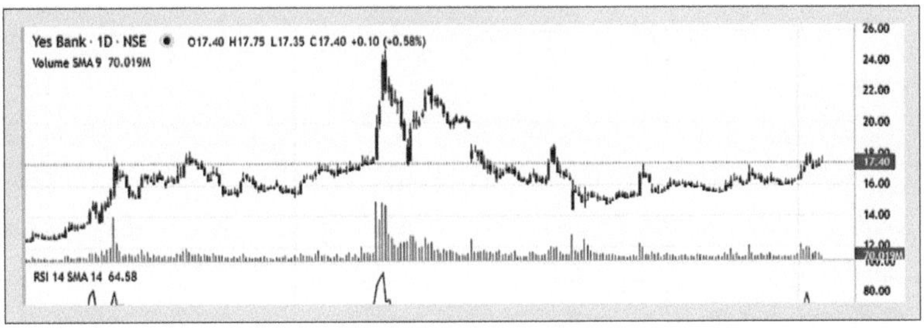

இ) ரிலையன்ஸ் நெ. 1 நிறுவனம். மார்க்கெட் கேபிடலைசேஷன் என்ன?

ஒரு செய்தி. ரிலையன்ஸ் இண்டஸ்டிரீஸ் நிறுவனத்தின் 'மார்க்கெட் கேபிடலைசேஷன்' 10 லட்சம் கோடியைத் தொடவிருக்கிறது என்று. இன்னும் சில ஆயிரம் கோடிகள்தான். சீக்கிரமே நடந்துவிடும் என்றெல்லாம் பேசினார்கள்.

பங்குச்சந்தையில் புழங்கும் வார்த்தைகளில் ஒன்று இந்த, 'மார்க்கெட் கேப்பிடலைசேஷன்.' பரஸ்பரநிதிகளிலும் பயன்படுத்துவார்கள். அது லார்ஜ் கேப் ஃபண்ட். இது ஸ்மால் கேப் ஃபண்ட் என்பது போல வகைப்படுத்துவார்கள். 'கேப்' என்பது 'கேபிடலைசேஷன்' என்பதன் சுருக்கம்.

இவை பற்றிச் சிலருக்குத் தெரியாமல் இருக்கலாம். ஆனால், தெரிந்துகொள்ளவேண்டிய ஒன்றுதான்.

ஒரு நிறுவனத்தில் போடப்பட்டிருக்கும் முதலுக்கு கேபிடல் என்று பெயர். 2 கோடி ரூபாய் முதல் போட்டிருந்தால் அந்த நிறுவனத்தின் ஷேர் கேபிடல் 2 கோடி. அது ஈக்விட்டி பங்குகளாகத்தான் இருக்கும். அதனால் ஈக்விட்டி கேபிடல். மற்றொரு வகைக்குப் பெயர், பிரிஃபரன்ஸ் ஷேர்கள். அதை இப்போதைக்கு விட்டுவிடலாம்.

நிறுவனம் அதன் முதல் பணத்தை அதாவது, கேபிடலை, குறிப்பிட்ட முகமதிப்புள்ள பங்குகளாக வெளியிட்டிருக்கும். முகமதிப்பு என்பதை ஆங்கிலத்தில் 'ஃபேஸ் வேல்யு' என்பார்கள். (ரூபாயில் டினாமினேஷன் இருப்பது போல) பெரும்பாலான நிறுவனங்கள் 10 ரூபாய் முகமதிப்புள்ள பங்குகளாகத்தான் வெளியிட்டிருப்பார்கள். 2 கோடி ரூபாய் நிறுவனத்தின் 'முதல்'

என்றால், 20 லட்சம் எண்ணிக்கையிலான 10 ரூபாய் பங்குகளாக அது இருக்கும்.

இந்தப் பங்குகள் பங்குச்சந்தைகளில் பட்டியல் இடப்படும். அதன்பின் அந்தப் பங்குகளில் வர்த்தகம் நடக்கும். சிலர் வாங்குவார்கள், சிலர் விற்பார்கள். அதனால் அந்தப் பங்குகளின் விலையில் மாற்றங்கள் இருக்கும்.

வெளியிடும்போதே சில நிறுவனங்கள், 'எங்கள் நிறுவனப் பங்கின் முகமதிப்பு 10 ரூபாய்தான். ஆனால், எங்கள் நிறுவனம் ஆரம்பித்துப் பல ஆண்டுகள் ஆகின்றன. அது பிரமாதமாக வியாபாரம் செய்துகொண்டிருக்கிறது. அதனால் நன்றாகச் சம்பாதித்துக்கொண்டிருக்கிறது. எங்கள் வசம் இருக்கும் பங்குகளில் ஒரு பகுதியைக் கேட்பவர்களுக்குக் கொடுக்கவிருக்கிறோம். 'இன்ன' அளவு சம்பாதிக்கும் நிறுவனம் என்பதால், முகமதிப்பு அளவுக்கே தர இயலாது. எங்களுக்குக் கூடுதல் விலை வேண்டும். நாங்கள் கேட்கும் பிரீமியம் தருபவர்களுக்கு நாங்கள் பங்குகளைக் கொடுக்கத் தயார்' என்பார்கள்.

அப்படி வெளியிடப்படுவதன் பெயர் 'பிரீமியம் இஷ்யு.' முகமதிப்பு விலைக்கே கொடுத்தால், 'அட் பார் இஷ்யு.' விலை குறைத்துக் கொடுக்கும் நிலைமையும் வரலாம். அப்படிக் கொடுத்தால் அது, 'அட் டிஸ்கவுண்ட் இஷ்யு.'

அப்படி சமீபத்தில் 'அட் பிரீமியம்' கொடுக்கப்பட்ட பங்கு, IRCTC. பத்து ரூபாய் முகமதிப்புள்ள பங்குகளை 310 ரூபாய் பிரீமியம் வைத்து 320 ரூபாய் என்று கொடுத்தார்கள். அந்தப் பங்கு பட்டியல் இடப்பட்ட அன்றே 728 ரூபாய் விலை போனது. இப்போது 880 ரூபாய்க்கும் மேல் விலை நடக்கிறது.

IRCTCயின் மொத்த கேபிடல் 160 கோடி ரூபாய். 10 ரூபாய் பங்குகளாக இருப்பதால் 16 கோடி பத்து ரூபாய் பங்குகள். நவம்பர் 21ம் தேதி அன்று IRCTC பங்கின் முடிவு விலை 884.80 ரூபாய். அதனால் அன்றைய தினம் அதன் மார்க்கெட் கேபிடலைசேஷன், 16 கோடி X 884.80.

ஆமாம். மார்க்கெட் கேபிடலைசேஷன் என்பது பங்குகளின் எண்ணிக்கையை அதன் சந்தை விலையால் பெருக்கினால் வருவது.

IRCTCயின் 21.11.19 மார்க்கெட் கேப்பிடலைஷேசன் 14,156 கோடி ரூபாய்கள்.

இதேபோல ரிலையன்ஸ் இண்டஸ்டிரீஸ் லிமிடெட் நிறுவனத்தின் RIL, மார்க்கெட் கேபிடலைஷேசன் கிட்டத்தட்ட 10 லட்சம் கோடி ரூபாய்.

14 ஆயிரம் கோடி எங்கே, 10 லட்சம் கோடி எங்கே!

அதுதான் ரிலையன்ஸ் இண்டஸ்டிரியும், முகேஷ் அம்பானியும் கொண்டாடிக்கொண்டிருக்க காரணம்.

RIL நிறுவனத்தின் கேபிடல், 6,339 கோடி ரூபாய்கள். 10 ரூபாய் பங்குகளின் எண்ணிக்கை, 633.9 கோடி. அதன் 21.11.19 முடிவு விலை 1,545 ரூபாய். மார்க்கெட் கேபிடலைசேஷன், 9,79,375 கோடி ரூபாய்கள். பத்து லட்சம் கோடிக்கு இன்னும் 20 ஆயிரம் கோடிகள் வேண்டும். ஒரு பங்கிற்கு 32 ரூபாய் விலை உயர்ந்தால் போதும்.

மார்க்கெட் கேபிடலைஷேசனைப் பொறுத்தவரை இந்தியாவில் முதல் இடத்தில் RIL. அடுத்த இடத்தில் TCS, மூன்றாவது இடத்தில் HDFC Bank.

முதல் சில இடங்களில் இருக்கும் பிற நிறுவனங்களையும் தெரிந்துகொள்ள வேண்டும் அல்லவா.

Company Name	Last Price	% Change	52 wk High	52 wk Low	Market Cap (Rs. cr)
Reliance	2,791.35	0.91	2,802.20	2,180.00	1,884,966.83
HDFC Bank	1,653.40	1.25	1,757.80	1,338.30	1,434,513.38
TCS	3,350.00	2.75	3,575.00	2,926.00	1,229,551.03
ICICI Bank	955.10	1.21	964.65	740.00	668,219.66
HUL	2,669.00	-0.29	2,768.50	2,393.00	628,926.84
ITC	475.60	0.69	480.60	289.25	592,430.24
Infosys	1,368.40	2.63	1,672.45	1,215.45	570,402.44
SBI	595.00	1.01	629.65	474.85	531,371.39
Bharti Airtel	889.10	0.06	895.25	629.05	505,743.67
Bajaj Finance	7,490.00	0.80	7,999.90	5,487.25	452,442.40
LIC India	620.35	0.00	754.40	530.20	393,035.36
Kotak Mahindra	1,883.10	0.24	2,063.00	1,644.20	375,314.81
Larsen	2,469.95	0.67	2,503.00	1,633.75	347,302.97
Asian Paints	3,406.00	-0.04	3,590.00	2,686.15	325,805.92
HCL Tech	1,114.45	0.40	1,202.70	875.65	303,903.35
Axis Bank	961.50	1.22	989.90	659.10	295,930.59
Maruti Suzuki	9,759.00	-0.78	10,036.70	8,076.65	295,037.06
Titan Company	3,101.00	0.18	3,211.10	2,108.05	275,866.23

இந்தப் பட்டியலில் இருக்கும் எண்கள் பங்கு விலைகள் மாறுவதைப் பொறுத்து மாறுபடும்.

ஈ) மார்க்கெட் கேப் உயர்வதால் யாருக்கு லாபம்?

ரிலையன்ஸ் இண்டஸ்டிரீஸ் நிறுவனப் பங்குகளின் மார்க்கெட் கேப் 10 லட்சம் கோடிகளை நெருங்குவது சரி. அதனால் அந்த நிறுவனத்திற்கு என்ன பலன்? என்ற சந்தேகம் வரலாம்.

பங்கு விலை உயர்வது, குறைவது போன்றவை அந்தந்த நிறுவனங்களின் வியாபாரம் மற்றும் லாப நட்டங்களையும் பொறுத்து அமையும். ஆனால் பங்கு விலை உயர்வதால், அந்த நிறுவனத்திற்கு நேரடிப் பலன் ஏதுமில்லை.

ரிலையன்ஸ் பங்கு விலை உயர்ந்து, மார்க்கெட் கேப் புதிய உச்சம் தொட்டிருப்பதால், ரிலையன்ஸ் நிறுவனத்தின் வியாபாரத்தில், பேலன்ஸ் ஷீட்டில் எந்த மாறுதலும் வராது. இது எல்லா நிறுவனங்களுக்கும் பொருந்தும்.

15.11.19 அன்று ஜெயவேல் என்ற ஒரு வாசகர் கூட கேள்விகள் பகுதியில், 'நான் நூறு ரூபாய்க்கு வாங்கிய பங்கு விலை, 125 ஆகிவிட்டது. அதனால் எனக்கு லாபம் என்பது புரிகிறது. நிறுவனத்திற்கு என்ன லாபம்?' என்று கேட்டிருந்தார்.

நிறுவனர்கள், தங்கள் நிறுவனத்தின் வியாபாரத்தை விரிவாக்கம் செய்ய கூடுதல் முதல் கேட்டு, IPO வெளியிடுகிறார்கள். அவர்கள் கேட்ட பணம் கிடைக்கிறது. அப்படி முதல் கொடுத்தவர்களுக்கு அவர்கள் பங்குகள் வழங்குகிறார்கள். அதன்பின் அவர்கள் நிறுவனத்தின் 'முதல்' ஒரு பகுதிக்கு மட்டுமே சொந்தக்காரர்கள். அவர்கள் நிறுவிய காரணத்தால், 'புரமோட்டர்கள்.' பலருக்கும் பங்குகள் வழங்கியதால் அவர்கள் நிறுவனம் 'பப்ளிக் லிமிடெட் கம்பெனி' ஆகிவிடுகிறது. 'பப்ளிக்'கும் பங்குகள் வைத்திருக்கிறார்கள்.

நிறுவனர்கள் அந்த நிறுவனத்தில் போட்ட பணத்தை வெளியே எடுக்காமல், தொடரலாம். ஆனால் 'பப்ளிக்' நிறுவனத்தில் இருந்து வெளியேற விரும்பினால் அதற்கு வாய்ப்பு இருக்கவேண்டும்.

அதற்கான வழிதான், பங்குச்சந்தையில் 'லிஸ்ட்' செய்வது எனும் பட்டியல் இடுவது.

பங்குச்சந்தைகள் NSE மற்றும் BSE யில் தங்கள் நிறுவனப் பங்குகளை 'லிஸ்ட்' செய்ய, நிறுவனம் பணம் கட்டவேண்டும். மேலும், நிறுவனம் குறித்த தகவல்கள் தரவேண்டும். அந்தத் தகவல்களில் மாறுதல் வருகிற போதெல்லாம் தகவல்கள் கொடுக்கவேண்டும். தொடர்ந்தும், உடனடியாகவும் கொடுக்கவேண்டும். அவற்றைப் பங்குச்சந்தைகள் வலைதளம், இணையதளம் போன்றவை மூலம் பொதுவெளியில் தெரிவிக்கும். எவரும் தெரிந்துகொள்ளலாம்.

காரணம், பங்குகளை வாங்கியவர்களின் 'முதல்' அந்த நிறுவனத்தில் இருக்கிறது. நிறுவனத்தின் லாப நட்டங்கள், பங்கு விலைகள் மாறுவதன் மூலம் அவர்களையும் பாதிக்கும். அந்த 'அர்த்தத்தில்' அவர்களும் அந்த அளவில் முதலாளிகள்தான். அவர்களை நிறுவனத்தின் பங்குதாரர்கள் என்கிறார்கள். அதனால் அவர்களுக்குத் தகவல்கள் தெரிவிக்கப்படவேண்டும். நேரடியாக எல்லோருக்கும் தெரிவிக்க முடியாது என்பதால், பட்டியல் இடப்பட்ட பங்குச்சந்தைகளுக்குத் தெரிவிக்கவேண்டும்.

லிஸ்ட் ஆன பங்குகள் அதன்பின் சந்தைகளில் வாங்க விற்கப்படும். விலைகள் உயரும் இறங்கும். அதனால் மார்க்கெட் கேபிடலைஷேசன் உயரும், குறையும்.

பங்குகள் விலை உயர்ந்தால், அந்தப் பங்குகளை வைத்திருப்போர் அனைவருக்கும் அவர்கள் வைத்திருக்கும் எண்ணிக்கைகளைப் பொறுத்து லாபம். இறங்கினாலும் வைத்திருக்கும் எண்ணிக்கையைப் பொறுத்து நட்டம். இந்த லாப நட்டங்களும் 'பேப்பர்' களில்தான். கூடுதல் விலைக்கு விற்று பணத்தைப் பார்த்தால்தான் உண்மையான லாபம். இல்லாவிட்டால் பேப்பர் லாபம்.

ரிலையன்ஸ் இண்டஸ்டிரீஸ் லிமிடெட் நிறுவன புரமோட்டர் முகேஷ் அம்பானி (அவர் அப்பா, திருபாய் அம்பானிதான் புரமோட்டர். அவரிடம் இருந்து பெற்றவர் மகன், முகேஷ் அம்பானி. இப்போது வைத்திருக்கிறார்). அவர் வசம் இருக்கும் ரிலையன்ஸ் இண்டஸ்டிரீஸ் பங்குகளின் அளவு 48.87 சதவிகிதம். கிட்டத்தட்ட 309 கோடி 10

ரூபாய் பங்குகள். அவற்றின் மதிப்பு நாலரை லட்சம் கோடி ரூபாய்களுக்கு மேல்.

ஒரு நாள் ரிலையன்ஸ் பங்குகள் வாசகர் கேட்டது போல 25 ரூபாய் விலை உயர்ந்தால், முகேஷ் அம்பானி வைத்திருக்கும் 309 கோடி பங்குகளுக்கு 7725 கோடி ரூபாய் லாபம். ஆனால் அவர் என்ன விற்கவா போகிறார்? விற்றால் அது லாபம். மற்றபடி அவற்றின் மதிப்பு கூடியிருக்கிறது.

25 ரூபாய் விலை உயர்ந்ததால், ரிலையன்ஸ் இண்டஸ்டிரீஸ் பங்குகள் வைத்திருக்கும் எவருக்கும் அந்த அளவு அவர்கள் போட்ட பணத்தின் சந்தை மதிப்பு அதிகரிக்கிறது. விற்றவர்களுக்கு பணம் கிடைக்கிறது. ஆனால், அதனால் ரிலையன்ஸ் நிறுவனத்தின் பங்குகள் எண்ணிக்கை மாறாது. ஒருவர் விற்கவேண்டும் என்றால், அதை வேறு எவராவது வாங்க வேண்டும். இவையெல்லாம் நிறுவனத்துக்கு வெளியில், பங்குச் சந்தைகளில் நடப்பது. நிறுவனம் இவற்றால் நேரடியாக லாபமோ நட்டமோ அடைவதில்லை. அதனிடம் இருக்கும் ‘முதல்’ பணத்தை வைத்து அது அதன் போக்கில் அதன் வியாபாரத்தைப் பார்க்கும்.

ஆனால், அதே நிறுவனம் வேறு நிறுவனங்களுடன் வர்த்தகம் செய்யும் போது, கடன் கேட்கப் போகும் போது என்று வேறு பலவற்றில், நிறுவனம் எவ்வளவு பெரியது, அதன் பங்குகள் எவ்வளவு பிரீமியத்தில் வர்த்தகம் ஆகின்றன, அதன் மார்க்கெட் கேப் எவ்வளவு என்று பார்க்கப்படும்.

உ) ‘மார்க்கெட் கேப்’ முக்கியத்துவம் என்ன?

மார்க்கெட் கேப் எவ்வளவு என்று பார்ப்பது ஒரு வகை. அதைப் பார்த்தால் ஒரு நிறுவனத்தின் மொத்த ஈக்விட்டி பங்குகளுக்கும் சேர்த்து சந்தையில் என்ன மதிப்பு இருக்கிறது என்பது தெரியும்.

பட்டியல் இடப்பட்டிருக்கும் சுமார் 5000 நிறுவனப் பங்குகளில் எதற்கு எவ்வளவு மார்க்கெட் கேப் என்று பார்ப்பது மட்டும் போதாது என்று அதையே மூன்று வகைகளாகப் பிரித்திருக்கிறார்கள்.

முதல் வகை ‘லார்ஜ் கேப்’, இரண்டாவது ‘மிட் கேப்’ மூன்றாவது பிரிவு, ‘ஸ்மால் கேப்’.

எந்தப் பங்கு எந்தப் பிரிவின் கீழ் வரும் என்பதைக் கண்காணிப்பு ஆணையம் ‘செபி’ தான் முடிவு செய்யும். சிறிது காலத்திற்கு முன்புவரை, எத்தனை லட்சம் கோடிக்கும் மேல் இருந்தால், ஒரு நிறுவனத்தின் பங்கு லார்ஜ் கேப், எதற்கு மேல் – எதற்கும் குறைவாக இருந்தால் மிட் கேப் என்று வகை பிரித்தார்கள். தினசரியே பங்கு விலைகள் மாறுதல் அடைவதால், சில பங்குகளின் பிரிவு அடிக்கடி மாறிக்கொண்டிருந்தது. இன்னும் சில பங்குகளின் விலைகள் குறுகிய காலத்திலேயே பெரும் மாறுதலுக்கு உள்ளாயின. தவிர சில நிறுவனங்கள் போனஸ் பங்குகள் கொடுத்து பங்குகள் எண்ணிக்கையை அதிகரித்தன. வேறு சில நிறுவனங்கள் ‘ரைட்ஸ்’ பங்குகள் வெளியிட்டு பங்குகள் எண்ணிக்கையை அதிகரித்தன.

இந்தக் காரணங்களாலும், பங்குச்சந்தைகளின் உயர்வு மற்றும் வீழ்ச்சிகளாலும், பல பங்குகளின் மார்க்கெட் கேபிடலைஷேசன் தொகை மாறிக்கொண்டேயிருந்தது. அதிலும் குறிப்பாக சில பங்குகளின் தொகை இரண்டு பகுதிகளுக்கு இடையில் இருந்தால், சில நாட்கள் ‘லார்ஜ் கேப்’ ஆகவும், வேறு சில நாட்கள் ‘மிட் கேப்’ ஆகவும் மாறி மாறிப் பார்க்கப்பட்டுக்கொண்டிருந்தது.

இந்தச் சிக்கல் வேண்டாம் என்று சமீபத்தில் ‘செபி’ ஒரு மிக நல்ல மாறுதலைச் செய்திருக்கிறது. அந்த மாறுதல், பட்டியலிடப்பட்டிருக்கும் பங்குகளை மார்க்கெட் கேப்பிடலைசேஷன் அடிப்படையில் வரிசைப்படுத்துவது. அந்த வரிசை எண் வைத்து என்ன வகை ‘கேப்’ என்று முடிவு செய்வது.

முன்பு பார்த்தது போல அப்படி வரிசைப்படுத்தியதில், இருப்பதிலேயே ரிலையன்ஸ் இண்டஸ்டிரீஸ் மார்க்கெட் கேப்தான் அதிகம் என்பதால் அதற்கு முதல் இடம். அடுத்த இடத்தில் TCS பங்கு. பின்பு HDFC Bank பங்கு. இப்படியாக வரிசைப்படுத்தி, முதல் 100 இடங்களில் இருப்பவை மட்டும் ‘லார்ஜ் கேப்’ பங்குகள் என்று சொல்லியிருக்கிறது செபி.

அதேபோல, 101 முதல் 250 வது இடம் வரை இருக்கும் நிறுவனப் பங்குகள் 'மிட் கேப்'. அதற்குப் பின்னால் இருப்பவை எல்லாம், 'ஸ்மால் கேப்'.

அவ்வளவுதான். சிம்பிளாக முடித்துவிட்டார்கள்.

இந்த வரிசை மாறாதா என்று கேட்டால், இவையும் மாறத்தான் செய்யும். ஆனாலும் இந்த மாறுதலில் வெளிப்படைத்தன்மை அதிகம். கண்காணிப்பது சுலபம்.

கண்காணிப்பதா? இதில் கண்காணிக்க என்ன இருக்கிறது என்று கேட்கத் தோன்றுகிறதா?

இரண்டு காரணங்கள் இருக்கின்றன. முதலாவது முதலீட்டாளர்களுக்கு அவர்கள் வாங்கும், வைத்திருக்கும் பங்கு என்ன வகை என்று தெரியவேண்டும். ஒவ்வொரு வகைக்கும் ஒவ்வொரு குணம் உண்டு.

லார்ஜ் கேப் பங்கு என்பது பெரும் எண்ணிக்கையில் இருக்கும் கணிசமான விலையில், பரிவர்த்தனை நடக்கும் பங்கு. அதனால் சந்தையில் அதன் 'லிக்விடிட்டி' அதிகம்.

லிக்விடிட்டி என்றால், உடனடியாக வாங்க விற்கக்கூடியது என்று பொருள். தங்கத்தின் லிக்விடிட்டி மிக அதிகம். எந்த நாட்டிலும் எந்த நேரத்திலும் என்ன அளவு இருந்தாலும் தங்கம் விற்க வாங்க முடியும். தங்கத்தைக் காட்டிலும் விலை அதிகம் இருந்தாலும் வைரம் அப்படிப்பட்டதல்ல. பிளாட்டினத்தை விற்பது இன்னும் சிரமம். அதற்குண்டான சந்தையைக் கண்டுபிடித்து... தரத்தை நிறுவி.. என்று அது அத்தனை சுலபமல்ல.

மற்றொரு உதாரணம் சொல்வதென்றால், காய்கறிகளை வைத்துச் சொல்லலாம். காய்கறி மார்க்கெட்டுக்குப் போனால் எல்லாக் கடைகளிலும் கிடைக்கும் வெங்காயம், தக்காளி ஆகிய இரண்டும் லார்ஜ் கேப் போல. எல்லாக் கடைகளிலும் இருக்கும். கடைக்குக் கடை பெரிய விலை வித்தியாசம் இருக்காது. ஆனால், சுரைக்காயோ, காலிபிளவரோ அப்படியல்ல. சில கடைகளில்தான் கிடைக்கும். விலை கடைக்குக் கடை மாறுபடும். எது சரியான விலை என்று சொல்ல முடியாது. அவை நிச்சயம் விற்றுவிடும், வாங்க ஆட்கள் வருவார்கள் என்றும் சொல்ல முடியாது. லிக்விடிட்டி குறைவு.

பங்குகளிலும் அப்படித்தான். லார்ஜ் கேப் பங்குகளில் ஏதாவது ஒரு நிறுவனத்தின் பங்கு வைத்திருந்தால், அதில் 1000 எண்ணிக்கையில் மட்டுமல்ல, 10,000 விற்பது என்றாலும் வாங்க ஆள் இருப்பார்கள். அவ்வளவு எண்ணிக்கையில் வாங்க விரும்பினால், விற்க ஆள் கிடைப்பார்கள். அதுதான் லிக்விடிட்டி.

தவிர, லார்ஜ் கேப் பங்குகளின் வாங்கும் விற்கும் விலைகளில் பெரிய வித்தியாசம் இருக்காது. 1000 பங்குகளையும் சின்ன விலை வித்தியாசத்தில் வாங்கிவிட முடியும்.

ஆனால், மிட் கேப் பங்குகள் அப்படியல்ல. ஸ்மால் கேப் இன்னும் மோசம். முன்பு பார்த்த பஜாஜ் ஹிந்துஸ்தான் பங்கு நினைவிருக்கிறதா? அதை பெரிய 'குவாண்டிட்டி'கள் விற்க இயலாது. பிடித்துத் தள்ளினால், மிக குறைந்த விலைக்குப் போகலாம்.

இப்படிப்பட்ட காரணங்களால், ஸ்மால் கேப் மற்றும் மிட் கேப் பங்குகளில் சிலர் விளையாடுவார்கள். அதைச் சந்தை மொழியில் 'மானுபுலேஷன்' என்பார்கள். வேண்டும் என்றே விலை ஏற்றுவது, இறக்குவது. இதைச் சிலரால் செய்ய முடிவதற்குக் காரணம், வெளியில் இருக்கும் அந்தப் பங்குகளின் எண்ணிக்கை குறைவானது. விலையும் அவ்வளவு இல்லை.

ஆனால் லார்ஜ் கேப் அப்படியல்ல. எவரும் உள்நோக்கத்துடன், ஒரு வர்த்தக நாளில் லார்ஜ் கேப் பங்குகளின் விலைகளைக் குறைத்துவிட முடியாது. உடனே வாங்க ஆட்கள் வந்து, விலை ஏறிவிடும். அதே போல அவற்றின் விலைகளைச் செயற்கையாக ஏற்றவும் முடியாது. உடனே விற்க ஆட்கள் வந்துவிடுவார்கள். விலை இறங்கிவிடும்.

அதனால்தான் பங்குச்சந்தைக்குப் புதியவர்கள் என்றால், இப்படிப்பட்ட தகிடுதத்தங்கள் இருக்க வாய்ப்பு குறைவாக இருக்கும், லார்ஜ் கேப் பங்குகள் மட்டும் வாங்குங்கள் என்று சொல்வது.

ஊ) சந்தையின் போக்கைக் காட்டும் பங்குகள் எவை?

இன்டெக்ஸ்களில் இருக்கும் பங்குகள் விலை இறங்கினால், இன்டெக்ஸ் இறங்கும். விலைகள் உயர்ந்தால், இன்டெக்ஸ் உயரும்.

அந்தக் குறியீட்டு எண்களின் நகர்வை வைத்து பங்குச்சந்தை எப்படி இருக்கிறது, போக்கின் திசை என்ன, மார்க்கெட் 'மூடு' (Mood) என்ன என்பதெல்லாம் தெரிந்துகொள்ளலாம்.

அதே சமயம், இன்டெக்ஸ் நகர்வு போலதான் எல்லாப் பங்குகளின் விலைகளும் உயரும் அல்லது குறையும் என்று சொல்ல முடியாது.

உதாரணத்திற்கு 5.12.19 வியாழன் அன்று நிப்டி 24 புள்ளிகள் இறக்கம். ஆனால், அதே நாள், டாடா எலிக்சி பங்கு விலை ஆறு சதவிகிதம் உயர்வு. டாடா எலிக்சி பங்குகள் மட்டும் வைத்திருப்பவருக்கு, அன்றைய தினம் நிப்டி இறங்கியதால் பாதிப்பும் இல்லை என்பது தவிர, நிப்டி என்ற குறியீட்டு எண் நகர்வை மட்டும் அவர் பார்த்திருந்தால், அவருக்குச் சரியான தகவல் கிடைத்திருக்காது. காரணம், நிப்டி, சந்தை இறக்கம் என்கிறது. ஆனால் அவர் வைத்திருக்கும் பங்கு நல்ல விலையோ நல்ல உயர்வு கண்டிருக்கிறது. இது ஒரு விஷயம்.

மற்றொரு சுவாரசியமான விஷயம், ஒரு நாள் வர்த்தகத்தில், இன்டெக்ஸுக்கு உள்ளாக இருக்கும் பங்குகளிலேயே சிலவற்றின் விலைகள் உயர்ந்தும் வேறு சிலவற்றின் விலைகள் குறைந்தும் இருக்கும். அவற்றைக் கூட்டிக் கழித்து நிகரமாக, விலைகள் உயர்வா, தாழ்வா என்று குறியீட்டு எண், இன்டெக்ஸ் காட்டும்.

உதாரணத்திற்கு நிப்டி 24 புள்ளிகள் இறக்கம் கண்ட 5.12.19 அன்று, நிப்டியில் இருக்கும் ஐம்பது நிறுவனங்களில் ஒன்றான TCS பங்குகளின் விலை, அதே நாள், 2 சதவிகிதம் விலை உயர்வு கண்டது. இது ஏன் இப்படி என்று தெரிந்துகொள்ள, குறியீட்டு எண்கள் எப்படிக் கட்டமைக்கப்படுகின்றன என்று தெரிந்துகொள்ளவேண்டும்.

நிப்டியில் மொத்தம் 50 பங்குகள் என்பது சரி. ஆனால், எல்லாவற்றுக்கும் ஒரே மதிப்பு கிடையாது. எப்படி கேரம் போர்டு 'காயின்'களில் சிவப்புக்கு ஐந்து மதிப்பெண், வெள்ளைக்கு இரண்டு மற்றும் கறுப்பிற்கு ஒரு மதிப்பெண் என்று வேறுபாடுகள் இருக்கின்றனவோ அப்படி. எவ்வாறு, 'பிளேயிங் கார்டு'களில் ராஜா, ராணி, ஜாக் ஆகியவற்றுக்கு வெவ்வேறு மதிப்புகள் இருக்கின்றனவோ அப்படி, இன்டெக்ஸில் இருக்கும் பங்குகளுக்கும்

வித்தியாசமான 'மதிப்பு' தரப்படுகிறது. அப்படித்தான் குறியீட்டு எண் கட்டமைக்கப்படுகிறது.

இப்படி மாறுபடும் மதிப்பு கொடுப்பதற்குக் கொடுக்கப்படும் 'வெயிட்டேஜ்' என்கிறார்கள்.

நிப்டி குறியீட்டு எண்ணில் HDFC Bank பங்கிற்குத்தான் மிக அதிக 'வெயிட்டேஜ்'. 11.08 சதவிகிதம். அடுத்தபடியாக, ரிலையன்ஸ் இண்டஸ்டிரீஸ் லிமிடெட். அதற்கு 10.68 சதவிகித வெயிட்டேஜ். மூன்றாவது வெயிட்டேஜ், HDFC லிமிடெட் என்ற வீட்டுக்கடன் கொடுக்கும் நிறுவனப் பங்கிற்கு. அடுத்தடுத்த இடங்களில் இருக்கும் பங்குகளைக் கீழே கொடுக்கப்பட்டிருக்கும் அட்டவணையில் பார்க்கலாம்.

Company's Name	Weight(%)
HDFC Bank Ltd.	11.08
Reliance Industries Ltd.	10.68
Housing Development Finance Corporation	7.97
ICICI Bank Ltd.	6.66
Infosys Ltd.	5.13
Kotak Mahindra Bank Ltd.	4.34
Tata Consultancy Services Ltd.	4.34
ITC Ltd.	4.26
Axis Bank Ltd.	3.31
Larsen & Toubro Ltd.	3.31

நிப்டியில் மொத்தம் 50 நிறுவனங்களின் பங்குகள் இருந்தாலும், அட்டவணையில் கொடுக்கப்பட்டிருக்கும் முதல் பத்து நிறுவனங்களுக்குத் தரப்பட்டிருக்கும் வெயிட்டேஜ் மட்டும், 61.18 சதவிகிதம். ஏனைய 40 நிறுவனப் பங்குகள் அனைத்திற்கும் சேர்த்து, 38.82 சதவிகிதம்தான்.

அப்படியென்றால், அதிக வெயிட்டேஜ் கொடுக்கப்பட்டிருக்கும் சில பங்குகள் கொஞ்சம் விலை மாறினாலும், அது நிப்டியில் எதிரொலிக்கும். வேறு அதிக வெயிட்டேஜ் கொடுக்கப்படாத சில பங்குகளின் விலை மாற்றங்கள், நிப்டியில் பெரிய தாக்கம் கொடுக்காது.

குறிப்பாக, HDFC Bank, ரிலையன்ஸ் இன்டஸ்டிரீஸ் லிமிடெட். மற்றும் HDFC லிமிடெட் ஆகிய பங்கு விலை மாற்றங்கள் நிப்டியின் போக்கில் தாக்கம் தரவல்லவை.

2019ம் ஆண்டு நவம்பர் மாதம் முழுக்க, HDFC Bank விலையில் பெரிய மாற்றம் இல்லை. ஆனாலும், நிப்டி 0.83 சதவிகிதம் உயர்ந்தது. காரணம், அதே கால கட்டத்தில் ரிலையன்ஸ் இன்டஸ்டிரீஸ் பங்கு விலை உயர்வு, 8.22 சதவிகிதம்.

இப்படியாகச் சில பங்கு விலைகளில் ஏற்படும் மாற்றங்கள் கணிசமான தாக்கம் கொடுக்கின்றன.

சரி, இந்தப் பங்குகள்தான் குறியீட்டு எண்ணில் இருக்கவேண்டும் என்று எப்படித் தீர்மானிக்கிறார்கள். குறிப்பாக, நிப்டியின் 50 பங்குகள் எதன் அடிப்படையில் தேர்ந்தெடுக்கப்படுகின்றன?

எ) நான் ஸ்டேட் பாங்க் ஆப் இந்தியா பங்குகளை, 20 ஆண்டுகளுக்கும் மேலாக வைத்திருக்கிறேன். அவற்றின் சராசரி அடக்கவிலை 200 ரூபாய். இவற்றை நான் வரும் 31 மார்ச்சு மாதத்திற்குள் விற்றால், கேபிடல் கெயின்ஸ் டேக்ஸ் கட்டவேண்டுமா? எவ்வளவு கட்டவேண்டும்?

ஓராண்டுக்கு மேல் வைத்திருந்துவிட்டு விற்றால், ஒரு லட்ச ரூபாய் வரையிலான லாபத்திற்கு கேபிடல் கெயின்ஸ் டேக்ஸ் கிடையாது. அதற்கு மேல் உள்ள தொகைக்கு பத்து சதவிகிதம் வரி என்பது தற்சமயம் நடப்பில் இருக்கிற சட்டம்.

அடக்க விலை என்பது 200 என்று சொல்லும்போது, சராசரி என்று சொல்கிறீர்கள். அப்படியென்றால், வெவ்வேறு விலைகளில் வெவ்வேறு காலகட்டங்களில் வாங்கியிருப்பீர்கள். வரி கணக்கிடும் போது, வாங்கியது எப்போது என்ன விலையில் என்று ஒவ்வொரு வாங்குதலையும் (பர்சேஸ்) கணக்கிடுவார்கள். அதே போன்றதுதான் விற்கும்போதும். முதலில் வாங்கியதை முதலில் விற்றதாகக் கணக்கெடுப்பார்கள். ஆக, இதில் சராசரி விலை என்பதைக் கணக்கில் எடுக்கமாட்டார்கள்.

மேலும், சமீபத்தில் செய்திருக்கும் ஒரு மாறுதல்படி, 31, மார்ச் 2018 வரையிலான கேபிடல் கெயின்ஸ் (லாபம்) மொத்தத்திற்கும் வரி இல்லை. இதை கிராண்பாதர்டு (Granfathered) என்கிறார்கள். எனவே உங்கள் பங்குகளின் வாங்கிய விலையைக் கணக்கிடும்போது, 31.3.2018க்குப் பிந்தைய சந்தை விலைக்கு வாங்கியதுபோலதான் கணக்கிடுவார்கள். ஸ்டேட் பாங்க் ஆப் இந்தியா பங்கு விலை 2018 மார்ச் 28 அன்று, கிட்டத்தட்ட 248 ரூபாய் அருகில் இருந்திருக்கிறது. அதனால் அதற்கு மேல் கிடைக்கும் லாபம் மட்டுமே கணக்கில் எடுத்துக்கொள்ளப்படும்.

தோராயமாகக் கணக்கிட்டால், தற்போதைய விலையான 318ல் விற்பதாக இருந்தால், பங்கு ஒன்றுக்கு 70 ரூபாய் வீதம், 1360 பங்குகளுக்கு 95,200 ரூபாய் லாபம் வருகிறது. லட்ச ரூபாய் வரை வரி இல்லை. எனவே வரி இல்லை.

இவையெல்லாம் என்னுடைய புரிதல்கள். வரி தொடர்பானது என்பதால் இவை குறித்த விவரங்களை ஆடிட்டர்களிடம் கேட்பதே சரி.

ஏ) எந்தெந்த வகைகளில் கேபிட்டல் கெயின் டேக்ஸ் தவிர்க்கலாம் அல்லது குறைக்கலாம்?

பங்குகளையோ, பங்குகள் தொடர்பான பரஸ்பர நிதிகளையோ 12 மாதங்கள் வைத்திருந்துவிட்டு விற்றால், அதில் லாபம் கிடைத்தால், அந்த லாபத்தில் 10 சதவிகிதத் தொகையை கேபிடல் கெயின்ஸ் டேக்ஸ் ஆகக் கட்டவேண்டும்.

இந்த வரியைத் தவிர்ப்பதற்கான மிக எளிய வழி, ஓராண்டிற்குப் பின் விற்பதுதான். ஒரு லட்சம் ரூபாய் வரையிலான தொகைக்கு வரி இல்லை என்கிற சலுகை, ஒவ்வொரு ஆண்டும் ஒவ்வொரு நபருக்கும் வழங்கப்படுகிறது. அதனால், கையில் இருக்கும் பங்குகளின் வாங்கிய தேதிகளைக் கவனித்து, ஒவ்வொரு ஆண்டும் லட்ச ருபாய் அளவில் லாபங்களைப் பதிவு செய்வது மற்றொரு வழி.

தவிர, குடும்ப உறுப்பினர்கள் அனைவருமே இந்த வாய்ப்பைப் பயன்படுத்துவதன் மூலம், ஒன்றுக்கு மேல்பட்ட லட்ச ரூபாய்களுக்கு வரி விலக்குப் பெறலாம்.

ஐ) ஒரு பங்கை வாங்கிச் சேர்க்க விரும்புகிறேன். மாதாமாதம் 5000 ரூபாய்க்கு ஒரு தேதியில் வாங்குவது. (அ) மாதாமாதம் Support விலையில் வாங்குவது. (அ)ஆண்டின் குறைந்த விலையில் வாங்குவது. (அ) வேறு சிறந்த முறை?

குறிப்பிட்ட தேதியில் வாங்கும் முறைக்கும் நீங்கள் கேட்கும் ஏனைய முறைகளுக்கும் உள்ள வேறுபாடு, குறிப்பிட்ட தேதி முறையில், வாங்க வேண்டிய தேதியை நிறுவனத்திடம் நாம் முன்கூட்டித் தெரிவித்துவிடுவதால், அது கட்டாயம் வாங்கப்படும். மற்ற முறைகளில் வாங்க நாம் சந்தையைக் கவனிக்கவேண்டும். இதுதான் சப்போர்ட் விலை, இதுதான் ஆண்டின் குறைந்த விலை என்பதையெல்லாம் சரியாகக் கணக்கிட, கணிக்க, யூகிக்க வேண்டும். அங்கே தவறுகள் நிகழலாம்.

‘குறிப்பிட்ட தேதி’ என்பதில் ஒரு ‘ரேண்டம்னெஸ்’ இருக்கிறது. குறைவான விலையும் கிடைக்கும், கூடுதல் விலையும் கிடைக்கும்.

அந்தக் குறிப்பிட்ட தேதியைத் தேர்வு செய்வதில், மாத ஆரம்பம், நடு, கடைசி என்பது போல ஆராய்ந்து முடிவுக்கு வரலாம்.

14. நிறைவாக

பழக்கம் என்ன செய்யும்?

மாதம் 1000 ரூபாயை 25 வயது முதல் தொடர்ந்து சேமித்து, சரியாக முதலீடு செய்து, பெருக்கிய ஒருவருக்கு அவரது, 60 வது வயதில் கிடைக்கக்கூடிய தொகையை, தாமதமாக தனது 55 வயதில் சேமிக்க ஆரம்பிப்பவர் பெறவேண்டுமென்றால் அவர், மாதம் 18,000 வீதம் சேமிக்க வேண்டும் என்கிறது ஒரு கணக்கு.

சம்பாதிக்கத் தொடங்கிய உடனேயே சேமிப்பதையும் ஆரம்பித்துவிட வேண்டும். காரணம், இப்போது சம்பாதிக்கிற பணம், இப்போதைய தேவைகளுக்கு மட்டுமல்ல. திரைப்படத்தின் இரண்டாவது பாதி, ஆட்டத்தின் 'செக்கண்ட் ஹாப்' தேவைகளுக்கும் சேர்த்துதான்

பலருக்கும் அதிலும் குறிப்பாக இளைஞர்களுக்கு ('நைன்டீஸ் கிட்ஸ்' உட்பட) அவர்களுக்கு வரும் வருமானத்தை எப்படி எதில் செலவழிப்பது மற்றும் எங்கே எவ்வளவு சேமிப்பது என்பனவற்றில் தெளிவில்லை. பல்வேறு நிறுவனங்களில் பணியாற்றும் ஊழியர்களை அவர்களுக்குப் பயிற்சியளிக்கும் நேரங்களில் சந்தித்திருக்கிறேன். அவர்களுடன் உரையாடியிருக்கிறேன். என் மனதில் பட்ட விஷயம் பெரும்பாலானவர்களுக்கு அந்தக் கவனங்கள் இல்லை.

வேலைக்குச் சேர்ந்ததும், கையில் கணிசமான பணம் கிடைக்கிறது. அவர்களாகவோ அல்லது உடன் பணிபுரிகிறவர்களைப் பார்த்தோ அவர்கள் 'செலவு' வழியில் போய்விடுகிறார்கள். விலை உயர்ந்த உடைகள், போன்கள், இருசக்கர வாகனங்கள், நண்பர்களுடன் விருந்துகள், சுற்றுலாக்கள் என பலவற்றிலும் தாராளமாகச் செலவு செய்கிறார்கள். சேமிப்பது இல்லை.

கையில் பணம் கிடைக்கும் நேரம் சேர்க்கவேண்டும். செலவுகள் கட்டுப்படுத்துவது தவிர, பலருக்கும் பெரும் கேடாக அமைவது அவர்களது பழக்கங்கள். மது போன்றவை மட்டுமல்ல. புதிதாக முளைத்திருக்கிற வில்லன்கள், 'ஆன்லைன்'-ல் இருக்கின்றன.

ரம்மி, 'டிரீம் இலெவன்' போன்று பல விளையாட்டுகள் அவர்களைக் குறிவைத்தும் நடத்தப்படுகின்றன. முதலில் இலவசமாகக் கொஞ்சம் பணம் கொடுத்து ஆடத் தூண்டப்படுகிறார்கள். இவையெல்லாம் சூது என்று அறியாமல், விளையாட்டு என்றும், மூளைக்கு வேலை என்பதும் போலவும் நம்பி சம்பாதிக்கும் பணத்தை இதில் இழக்கிறார்கள்.

ஸ்மார்ட் இன்வெஸ்ட்மெண்டில் என்னைக் கேட்டால் முதல் விதி, இருக்கும் பணத்திற்கு ரிஸ்க் எடுக்காமல் இருப்பது. விவரமறிந்த பங்குகளில் பலரும் லார்ஜ் கேப் நிறுவனப் பங்குகளில் முதலீடு செய்துவிட்டு, நன்றாகச் சம்பாதித்துக்கொண்டிருக்க, பலரும் சம்பாதிப்பதற்கு வழியாக டிரேடிங் மற்றும் பியூச்சர்ஸ் & ஆப்ஷனைத் தேர்வு செய்து, தொடர்ந்து வேறு எங்கோ சம்பாதிக்கும் பணத்தை இழந்துகொண்டிருக்கிறார்கள்.

மாதச் சம்பளக்காரர்களுக்கு டிரேடிங் வேண்டாம். பியூச்சர்ஸ் & ஆப்ஷன் வேண்டவே வேண்டாம். அவையெல்லாம் இன்வெஸ்ட்மெண்ட் வழிகலல்ல. சிலர் காபிக்கு பழகிவிட்டார்கள். சிலர் சிகரெட்டுக்கு. வேறு சிலர் மதுவிற்கு. பழகியதை விட முடியாது. கடினம். பெரும் முயற்சியும் கட்டுப்பாடும் வேண்டும்.

அவையெல்லாம் செலவு மட்டுமே வைக்கும். ஆனால் ஆன்லைனில் ஆடும் ரம்மி மற்றும் ஏனைய விளையாட்டுகள், இண்ட்ரா டே டிரேடிங் உட்பட பலவும் செலவு மட்டுமல்ல. கையில் இருக்கும் பணத்தை, முதலீட்டை அழிக்கும் நடவடிக்கைகள். அவை பழக்கம் ஆகிவிடக்கூடாது.

பழகிவிட்டால் அவை 'கம்பல்சிவ் பிகேவியர்' என்ற நிலைக்குத் தள்ளிவிடும். செய்யாமல் இருக்க முடியாது. லாப நட்டம் புரியாது. பின்பு கடன் வாங்கிச் செய்யச் சொல்லும்.

பழக்கம் என்பது இரண்டு பக்கம் உள்ள கத்தி. அதை நல்லதுக்கும் பயன்படுத்தலாம். சேமித்து முதலீடு செய்து பணம் பெருக்கி ருசி கண்டுவிட்டால், அதையும் விட முடியாது. அதுவும் 'கம்பல்சிவ் பிகேவியர்' என்ற நிலைக்குப் போய்விடும்.

சேமிப்பு செய்யலாம். முடியும் முயற்சித்துப் பழகிக்கொள்ள வேண்டும்.

சாமர்த்தியமான 90%, சறுக்கும் 10%

பணம் பண்ணுவதற்குப் பல்வேறு வழிகள், வாய்ப்புகள் இருக்கின்றன. சிலருக்கு வேலை. வேறு சிலருக்கு வியாபாரம் அல்லது தொழில். அப்படியெல்லாம் சம்பாதிக்கும் பணத்தை மேலும் பெருக்குவதற்கு, அவரவர் செய்துகொண்டிருக்கும் பிரதான வேலை, தொழில், வியாபாரம் தவிர, வேறு சிலவற்றிலும் ஈடுபடுகிறார்கள்.

இன்னமும்கூட நாட்டில் பெரும்பாலானவர்களுக்கு, குறிப்பாக ஏழை, கிராமப்புற மற்றும் அதிகம் படிக்காதவர்களுக்கு, தங்கம்தான் பிரதான முதலீடு. அதற்குமேல் பணம் வருகிற, சேர்கிறபோது, முதலீடு என்று தெரிந்தோ தெரியாமலோ அவர்கள் வாங்குவது, வீட்டு மனை அல்லது இடங்கள்.

அதற்கும் அடுத்த மேல் நிலையில் இருக்கிறவர்களும் அந்த இரண்டு Physical Assets எனப்படும் பார்க்கக்கூடிய, தொட்டு உணரக்கூடிய பௌதிகச் சொத்துக்கள் மீது ஆர்வம் இருந்தாலும், அவர்கள் ஓரளவு பணத்தை, வங்கிகளில் அஞ்சலகங்களில் வைப்புகளாகப் போடத் தெரிந்து வைத்திருக்கிறார்கள். போடுகிறார்கள். அவர்கள் 'பைனான்சியல் அசெட்ஸ்' சுக்கு மாறுகிறார்கள்.

அவர்களைச் சந்திக்கும் பல்வேறு நிறுவனங்களின் முகவர்கள், "நீங்கள் காப்பீடு எடுக்க வேண்டும்" என்றும் "பரஸ்பர நிதியில் முதலீடுகள் செய்யுங்கள். அது பாதுகாப்பானது" என்றும் தொடர்ந்து சொல்லி வர, அவர்களில் ஒரு பகுதியினர் வங்கிகளில் கிடைக்கும்

வட்டி குறைந்த அளவாக இருக்கிறதே என்ற வருத்தத்தில், ஓரளவு பணத்தைக் காப்பீடு மற்றும் பரஸ்பர நிதிகளில் பக்கம் திருப்பி விடுகிறார்கள்.

அப்படிச் சில ஆண்டுகள் போன பின்பு அல்லது அவர்களுக்குக் கொஞ்சம் கூடுதல் விவரங்கள் தெரிய வந்த பின்னர், அவர்களே நேரடியாக பங்குகளில் முதலீடு செய்ய நினைக்கிறார்கள். டீமேட் கணக்கு தொடங்குகிறார்கள். அதன் கவர்ச்சி சிலரை வேகமாக உள்ளே இழுத்துப்போய்விடுகிறது. முதலீடு என்று வந்தவர்கள் டிரேடிங், இன்ட்ராடே டிரேடிங், பியூச்சர்ஸ் & ஆப்ஷன்ஸ் என்று அடுத்தடுத்த நிலைகளுக்கு வேகமாகத் தாவுகிறார்கள்.

தாங்கள் எதற்காக உள்ளே வந்தோம்? என்ன செய்து கொண்டிருக்கிறோம்? இதனால் எவ்வளவு பணம் இழக்கிறோம்? என்பது போன்ற கவனங்கள் இல்லாமல், நட்டம் தரும் அந்தச் செயல்பாடுகளை விட முடியாமல், உள்ளேயே உழன்று கொண்டிருக்கிறார்கள்.

வேறு சிலர், கமாடிட்டீஸ், கரன்சி டிரேடிங் போன்றவற்றிலும் டிரேடிங் செய்யத் தூண்டப்படுகிறார்கள். அவர்களாக ஆர்வம் காட்டி உள்ளே போகிறவர்களும் உண்டு.

திருமணமாகி, குழந்தை பிறந்த உடன், வருமானமும் சற்றுக் கூடியிருக்கும் நிலையில் சொந்த வீடு ஆசை மற்றும் வருமானவரி விலக்கு பெறும் நோக்கத்துடன் சிலர் வீடு/ பிளாட் வாங்க முடிவெடுக்கிறார்கள். அதற்காக அதுவரை சேர்த்த பணம் மற்றும் தங்க நகைகள், சேமநலநிதி போன்றவற்றுடன் வங்கிக் கடனும் பெறுகிறார்கள்.

வீட்டுக்கடனுக்குக் கட்ட வேண்டிய மாதாந்திரத் தவணை EMI காரணமாக, அவர்கள் கட்டும் பணம் சேமிப்பாகிறது. கூடவே அவர்களுக்கு வருமான வரிவிலக்கு சலுகையும் கிடைக்கிறது. தவிர வாடகை செலவும் குறைகிறது.

இப்படிப்பட்ட கவனமில்லாத சிலர், வீடுஅல்லது பிளாட் வாங்க முயற்சிக்காமல், தவிர்க்கக் கூடிய பல்வேறு செலவுகளைச் செய்துவிட்டு, கிடைக்கும் வருமானத்தில் ஒரு பகுதியைச்கூட

சேமிக்காமல், முழுவதும் செலவு செய்கிறார்கள். வேறு சிலர் அதுவும் போதாமல், கடன் வேறு வாங்குகிறார்கள்.

வாகனக் கடன்கள், பர்சனல் லோன், நகைக்கடன் என பலவற்றையும் வாங்கி, அடுத்த கட்டமாகக் கூவிக் கூவி விற்கப்படும் கிரெடிட் கார்டும் வாங்கி, அந்த முதல் அனுபவம் கொடுத்த தெம்பில் மேலும் சில கிரெடிட் கார்டுகளை வாங்கி, தவணைகள் கட்டத் தவறி, 'சிபில் ஸ்கோர்'ல் கீழ் இறங்குகிறார்கள்.

கூடுதல் செலவு செய்து வாழ்ந்த பழக்கம் ஒருபுறம், நிலுவையில் இருக்கும் கடன்கள் மறுபுறம். ஆனாலும் விமால் துரத்தும் தேவைகளை சமாளிக்க புதிய கடன் வாங்க முயற்சிக்கிறார்கள். குறைந்துவிட்ட சிபில் ஸ்கோரால் வங்கிகளில் அவர்களுக்குக் கடன் கிடைப்பதில்லை. அதனால் வேறு வழியின்றி, இரண்டு, மூன்று, நான்கு வட்டி என ஆண்டுக்கு, 24%, 36%, 48 சதவிகித வட்டிக்கு பணம் வாங்கும் நிலைக்குப் போய், கடுமையாக கடன் வசூல் செய்வோரிடம் மாட்டிக்கொள்கிறார்கள். கயிறு இறுகுகிறது.

எல்லோரும் இப்படி ஆகிவிடுவதில்லை. நூற்றுக்கு ஐந்து அல்லது பத்து நபர்கள், கூடுதலாக உழைத்து, சம்பாதித்து, செலவுகள் தவிர்த்து சேமித்து, தேர்ந்து முதலீடு செய்து, பொருளாதார அடுக்கில் வேகமாக உயர்கிறார்கள். நிம்மதியாக, கௌரவமாக, வாழ்கிறார்கள். வளர்கிறார்கள்.

முன்பகுதியில் பார்த்த 90 சதவிகித மக்களுக்கும் இறுதியாகப் பார்த்த 10 சதவிகித மக்களுக்கும் இடையே அவர்களது செயல்பாடுகளில் அப்படி என்னதான் வேறுபாடு?

நம் வண்டியை ஓட்டுவது யார்?

வருமான வாய்ப்பு ஒரே போல இருந்தாலும் சிலர் சிரமத்தில் வாழ்வதற்கும், வேறு சிலர் நிம்மதியாக வாழ்வதற்கும் என்ன காரணம்? சென்ற அத்தியாயத்தில் பார்த்த, 90 சதவிகித மக்கள் செய்யத் தவறுவது என்ன? 10 சதவீத மக்கள் செய்வதுதான் என்ன?

'பைனான்சியல் மேனேஜ்மென்ட்' என்பதுதான் வெற்றிகரமான சிலர் செய்வதும், வெற்றியைத் தவறவிடும் மற்றவர் செய்யாததும். 'பைனான்சியல் மேனேஜ்மென்ட்' என்றால், பணத்தை நிர்வாகம் செய்வது சரியாக நிர்வகிப்பது.

ஒருவருக்கு 30 ஆயிரம் ஏக்கர் நிலம் இருக்கலாம் அவரிடம் ஆயிரக்கணக்கானவர்கள் ஊதியம் பெற்றுப் பணியாளர்களாக இருக்கலாம். அவருடைய நிறுவனத்தில் அவர் கையெழுத்துகளில் சில ஆயிரம் கோடி ரூபாய்களுக்குக் கூட வரவு செலவுகள் நடக்கலாம். ஆனாலும், அவரது நிதி நிர்வாகம் சரியில்லை என்றால், அவரது 'வாழ்க்கைத் திரைப்படம்' சோகத்தில்தான் முடியும் என்பதை சமீபத்தில் கூட பார்த்தோம்.

ஒருவரிடம் பத்து லட்ச ரூபாய் சொத்து இருக்கிறது. மற்றொருவரிடம் அதைப் போல நூறு மடங்கு அதிகமாக, 10 கோடி ரூபாய் சொத்து இருக்கிறது. இந்த இருவரில் எவர் நிம்மதியாக வாழ்வார்? எவருக்குத் தொந்தரவுகள் வரும் சாத்தியம் குறைவு? என்று கேட்டால், எவர் கண்ணுக்கும் 10 கோடிக்காரர்தான் பெரிதாகத் தெரிவார்.

ஆனால், நிதி நிர்வாகத்தில், கணக்குகளில், நமக்குத் தெரியும் ஒரு 'பேரேட்' டில் இரண்டு பகுதிகள் இருக்கும் என்று. ஒன்றின் பெயர் டெபிட். மற்றொன்றின் பெயர், கிரெடிட்.

பத்து லட்ச ரூபாய் வைத்திருப்பவருக்குக் கடன், இரண்டு லட்சம். பத்துக் கோடி வைத்திருப்போருக்குக் கடன், பன்னிரண்டு கோடி என்று வைத்துக்கொள்வோம். கூட்டிக் கழித்துப் பார்த்தால் என்ன வரும்?

முதலாம் நபருக்குக் கடன் போக, நிகர சொத்து மதிப்பு, எட்டு லட்சம். இரண்டாம் நபருக்கு, கடனில் அவரது சொத்து போக, மீதம் இரண்டு கோடி.

நிகரமாக ஒருவருக்கு +8 லட்சம் மற்றொருவருக்கு நிகரமாக மைனஸ் 2 கோடி.

கடன் வாங்கலாம் தப்பில்லை. போகப்போக மதிப்பு உயரும் சொத்துக்கள் வாங்க கடன் வாங்கலாம். ஆனால் தேய்மானமாகும்,

வாகனங்கள், போன்கள், வீட்டு உபயோகப் பொருட்கள், சுற்றுலாக்கள், கேளிக்கைகளுக்குக் கடன் என்றால் சிக்கல்தான்.

ஆமாம், ஏன் சிலர் சேமிக்காமல் அவ்வளவு செலவு செய்கிறார்கள்?

★

அது ஒரு தேசிய நெடுஞ்சாலை. ஒருவர் தாம்பரத்திலிருந்து சொந்தக் காரில் குடும்பத்துடன் கிளம்புகிறார். அவர் போகவேண்டியது விழுப்புரத்திற்கு. பாட்டுக் கேட்டுக்கொண்டே நிதானமாக, காரை மணிக்கு, 70 கிலோ மீட்டர் வேகத்தில் ஓட்டிச் செல்கிறார்.

சிறிது தூரம் சென்றபின், பின்னால் வரும் ஒரு காரிலிருந்து ஹாரன் சத்தம் விடாமல் ஒலிக்கிறது. அதைக் கேட்ட அவருக்கு எரிச்சல். பொதுவாக முந்த விரும்பும் பிற வண்டிகளுக்கு வழிவிட்டு ஓட்டும் தன்மை உடையவர்தான் அவர். ஆனாலும் அன்று பின்னால் வந்த அந்த வண்டி ஓட்டி ஹாரன் அடித்த விதம் அவருக்கு எரிச்சலையும் கோபத்தையும் உண்டாக்கியது. அதனால், அந்த வண்டி ஓவர் டேக் செய்ய வழிகொடுக்காமல், தன் வண்டியை இப்படியும் அப்படியும் வளைத்து ஓட்டினார்.

பின்னால் வந்த வண்டியில் இருந்தவரும் சளைத்தவரில்லை போல. போட்டியை விடுவதாக இல்லை. கடும் முயற்சிக்குப் பிறகு, ஒரு நேரம் இவர் வண்டியை அவர் முந்திவிட்டார்.

நம்மவருக்குப் பொறுக்கவில்லை. கோபம். உடனே தன் வண்டியை முந்திய வண்டியை இவர் விரட்ட ஆரம்பிக்கிறார். வேகத்தைச் சற்றுக் கூட்டி அந்த காருக்கு இணையாக வந்துவிட்டார். நடுவில் மீடியன் இருக்கும் அந்த தேசிய நெடுஞ்சாலையில், போகிற வருகிற வண்டிகளுக்குத் தனித்தனியாக இரண்டு பாகங்கள். அதனால் நல்லவேளையாக இவர்கள் வண்டிகளுக்கு எதிரில் வேறு வண்டிகள் வரவில்லை.

இப்போது இரண்டு கார்களும் இணையாக ஒன்றை ஒன்று முந்த முயன்றபடி வேகமாகப் போய்க்கொண்டிருக்கின்றன. பின்னால் வந்து ஓவர் டேக் செய்த வண்டி இப்போது மணிக்கு 90 கிலோ மீட்டர் வேகத்தில். நம்மவர் வண்டியும் 90 கிலோமீட்டர் வேகத்தில்.

அவர் ஆக்சிலேட்டரை அழுத்த, அவர் வண்டி இப்போது 100 கிலோ மீட்டர் வேகத்தில். இவரும் அழுத்த இப்போது இவரும் 100 கிலோமீட்டர் வேகத்தில். அவர், 110. இவர் வண்டியும் சளைக்காமல் 110 கிலோ மீட்டர் வேகத்தில்.

இவர் மனைவி, "வேண்டாம். விடுங்கள். அவர் போகட்டும்" என்று சொல்வது இவர் காதில் விழவில்லை. தொடர்ந்து வேகமாகவே போகிறார்.

காரணம், இப்போது இவர் வண்டியை இவரா ஓட்டுகிறார்? இவர் என்ன வேகம் போகவேண்டும் என்பதை மற்றொரு கார் ஓட்டுனர் அல்லவா தீர்மானிக்கிறார்!

நிதானமாக, நிம்மதியாகப் பாட்டுக் கேட்டுக்கொண்டே, 70 கிலோ மீட்டர் வேகத்தில் ஓடிப்போய்க்கொண்டிருந்த அவர் இப்போது பரபரப்பாக 120 கிலோ மீட்டர் வேகத்தில், தன் மற்றும் குடும்பத்தின் பாதுகாப்பை மறந்து, ரிஸ்க் எடுத்து அல்லவா பறந்து கொண்டிருக்கிறார்!

வண்டி விழுப்புரம் தாண்டிப்போனாலும் போகும். அதெல்லாம் எதுவும் இப்போது அவர் கவனத்தில் இல்லை.

வேறு சிலர் இருக்கிறார்கள். "உனக்கு அவசரமா? முந்து" என்று கையைக் கண்ணாடிக்கு வெளியே கையை நீட்டி, மெல்ல அசைத்து வழியனுப்பி வைத்துவிட்டு தங்கள் தங்கள் போக்கில். தங்கள் குடும்பத்தாருடன் மகிழ்ச்சியாக ஓட்டிப் போவார்கள்.

யாரோ, எவரோ, எதற்காகவோ செய்வதெல்லாம் நமக்கு எதற்கு? 'என் வாழ்க்கைக்கு, என் தேவைக்கு, என் சூழ்நிலைக்கு, என் சக்திக்கு ஏற்ப நான் ஒரு திட்டம் வைத்திருக்கிறேன். அதன்படி நிதானமாக, அதேசமயம் உறுதியுடன் பயணிப்பேன்' என்று, வண்டி ஓட்டுவதில் மட்டுமல்ல தன் சொந்தப் பணத்தை நிர்வாகம் செய்வதிலும் நிதானம் காட்டலாம். காட்டினால் அதுதான் பைனான்சியல் மேனேஜ்மென்ட்.

ஸ்மார்ட் இன்வெஸ்ட்மென்டுக்கு 16 பாயிண்டுகள்

சிக்ஸர்கள் அடிப்பது, பந்தை ஆட்டக்களத்துக்கு வெளியில் தூக்கி அடிப்பது, தொடர்ந்து மூன்று விக்கெட்டுகளை வீழ்த்தி, ஹாட்ரிக்

எடுப்பது எல்லாம் பெருமைகள்தான். சந்தோஷம்தான். ஆனால், மொத்த போட்டியில் வெல்லவேண்டும். அதுதான் முக்கியம். சிக்ஸர்கள், ஹாட்ரிக் போன்ற ஒரு சில வெற்றிகள் மட்டுமே ஆட்டத்தின் வெற்றியாகாது.

ஒரு டூல் பாக்ஸில் பலவித உபகரணங்கள் இருக்கும். அதில் இருக்கும் பலவற்றையும் பயன்படுத்தும் விதம் மற்றும் அவற்றின் பலன்கள் குறித்து ஒருவர் தெரிந்துகொள்வதில் சுவாரசியம் காட்டலாம். ஆனால், அவை எல்லாவற்றையும் அவர் பயன்படுத்த வேண்டும் என்று கட்டாயம் இல்லை. எது தேவையோ, அதை சரியாகப் பயன்படுத்தினால் போதும்.

பங்குகள் குறித்தும் அவ்வாறு, பலரும் சொல்லும் வெவ்வேறு அணுகுமுறைகள் இருக்கின்றன. அவற்றைப் பற்றியெல்லாம் தெரிந்து கொள்வது சுவாரசியம்தான். தெரிந்துகொள்வதில் தவறில்லை. ஆனால், அந்த எல்லாவற்றையும் நாம் செய்து பார்க்கவேண்டும், செய்துகொண்டே இருக்கவேண்டும் என்பதில்லை. பணம் செய்வது தான் குறிக்கோள் என்றால், பங்குச்சந்தையில் அதற்குப் பல நிச்சய வழிகள் உண்டு. பல சத்தமில்லாமல் செய்துகொண்டிருக்கிறார்கள்.

முந்தைய அத்தியாயங்களில், செய்யவேண்டியது, செய்யத் தேவையில்லாதது மற்றும் செய்யக்கூடாதது என்று பலவற்றையும் விரிவாகப் பார்த்திருக்கிறோம். மொத்தத்தில் என்ன சொல்கிறேன் என்பதை 16 பாயிண்டுகளாகப் பார்க்கலாம்.

- முதலீட்டுக்காக இருக்கிற மொத்தப் பணத்தையும் பங்குகளில் மட்டுமே முதலீடு செய்யாமல், அவரவர் வயது, பணம் தேவைப்படும் நேரங்களிள், ரிஸ்க் குறித்த மனப்பாங்கு ஆகியவற்றைப் பொறுத்து, மொத்த முதலீட்டின் ஒரு பகுதியை மட்டுமே பங்குகளில் போடலாம்.
- அதிக எண்ணிக்கையிலான நிறுவனங்களின் பங்குகளை வாங்காமல், ஓர் அளவிலான சில நிறுவனப் பங்குகளில் மட்டுமே முதலீடு செய்யலாம்.
- திட்டமிட்டு ஒதுக்கியிருக்கும் தொகையில் கிட்டத்தட்ட முக்கால் அளவிற்கு முதலீடு செய்துவிட்டு, பிற காரணங்களுக்காக சந்தை இறங்கும்போது, வாங்குவதற்காகக் காத்திருக்கலாம்.

- முன்பு பார்த்த சில முக்கிய ‘லட்சணங்கள்’ இருக்கிற பங்குகளில் மட்டுமே முதலீடு என்கிற கட்டுப்பாடு வரையறை வைத்துக்கொள்ளலாம்.

- சந்தை நடவடிக்கைகளை மாற்றங்களைக் கவனிப்பதுடன், அதே அளவு அல்லது அதைவிட கூடுதலாக நாம் வாங்கியிருக்கும் பங்குகளின் நிறுவனச் செயல்பாடுகளை, அவற்றுக்கான வியாபார வாய்ப்புகள் / ஆபத்துக்களைக் கவனிக்க வேண்டும்.

- தேர்ந்து வாங்கிய பங்குகளை அடிக்கடி விற்று, போர்ட்போலியோவை மாற்றிக் கொண்டிராமல் கணிசமான காலத்திற்கு வைத்திருக்கவேண்டும்.

- டிரேடு செய்து பணம் சம்பாதிக்க, சில தனித் திறன்கள் தேவை. முழு வேலைக்குப் போகிறவர்கள், பணி ஓய்வு பெற்றவர்கள் டிரேட் செய்வதைத் தவிர்த்துவிடலாம்.

  அதிக பரிச்சயம் இல்லாத, ஃப்யூச்சர்ஸ் & ஆப்ஷன்ஸ், கமாடிட்டி டிரேடிங், கரன்சி டெரிவேட்டிவ்ஸ், இன்ட்ரஸ்ட் ரேட் ஃப்யூச்சர்ஸ் போன்றவற்றை முயற்சித்துப் பார்க்காமல் இருப்பதே நல்லது.

- தங்கம் என்பது, அணிந்துகொள்வதற்கான நகைகள் மற்றும் எதிர்கால குடும்ப நிகழ்வுகளில் தேவைகளுக்காக என்பதுவரை சரி. அதில் லாப நஷ்டக்கணக்குப் பார்க்க முடியாது. அதற்காக மாதம் ஒரு கிராம் போல சேமிக்கலாம். டிமேட் முறையிலும் தங்க கிராம்கள் வாங்கிச் சேர்க்கலாம். ஆனால், முதலீட்டுக்காக தங்கம் என்பது, இதுவரை நடந்திருப்பவற்றைப் பார்த்தால், வங்கி வட்டி அளவுகூட நீண்டகாலத்தில் பலன் தரவில்லை.

- பணி ஓய்வு பெற்றவர்களுக்கு வங்கி, அஞ்சலக டெபாசிட்டுகள் பாதுகாப்பானவை. மற்றவர்களும், அவசரத்திற்கு எதிர்பாராத செலவுகளுக்குத் தேவைப்படும் ஓரளவு பணத்தை, பிக்சட் டெபாசிட்டுகளாகப் போட்டு வைக்கலாம். ஐந்தாண்டுகால டெபாசிட் பணத்துக்கு பிரிவு 80சி யின் வருமான வரி விலக்கும் கிடைக்கிறது. தவிர, டெபாசிட் இன்சூரன்ஸ் தொகையும் சமீபத்தில் 5 லட்சமாக உயர்த்தப்பட்டுள்ளது.

- கிரெடிட் கார்டுகளை சரியாகப் பயன்படுத்தினால், ஓரளவு வட்டி மீதமாகும் என்பது உண்மைதான். அதேசமயம், அதன்மூலம், அது கொடுக்கும் தைரியத்தில், சக்திக்கு மீறிச் செலவு செய்யும் பழக்கம் உண்டாகிவிடும் ஆபத்து இருக்கிறது என்பதும் அதே அளவு உண்மை. இயன்றவரை கிரெடிட் கார்டுகளைத் தவிர்ப்பதே நல்லது.
- பரஸ்பர நிதிகளில் அதிக *AUM* இருக்கிற, நல்ல ஃபண்டு ஹவுஸ் கள் நடத்துகிற, லார்ஜ் கேப் மற்றும் மிட்கேப் ஃபண்டுகளில் முதலீடு செய்யலாம்.
- நீண்ட காலம் விட்டு வைக்கக் கூடிய பணத்திற்கு மட்டும் ஈக்விட்டி எஸ்.ஐ.பி. *(SIP)* போடலாம். ஒன்றிரண்டு ஆண்டுகளுக்குள் தேவைப்படும் பணத்தை, டெட் அல்லது இன்கம் ஃபண்டுகளில் *(Debt or Income Funds)* எஸ்.ஐ.பி. போடலாம்.
- இரண்டுக்கும் மேற்பட்ட 'ஃபண்ட் ஹவுஸ்' களில், வெவ்வேறு திட்டங்களில் தனித்தனியே, எஸ்.ஐ.பி. என்பது முதலீட்டின் ரிஸ்க்கை பரவலாக்கும், குறைக்கும்.
- ஆயுள் காப்பீடு, மருத்துவக் காப்பீடு ஆகியவை அவசியம். ஓரளவு பிரீமியம் கட்டி அவற்றைத் தொடங்கிவிட்டு, பின்பு, மெல்ல மெல்ல 'சம் அஷ்சூர்டு' எனப்படும் மொத்தத் தொகையைத் தொடர்ந்து அதிகரித்துக்கொண்டே போகலாம்.
- பரஸ்பர நிதிகள், ஆயுள் காப்பீட்டு நிறுவனங்கள் நடத்தும் பென்ஷன் திட்டம் அல்லது *NPS* போன்ற ஏதாவது ஒன்றில் சிறு அளவு தொகை கொண்டாவது, ஓய்வு காலத்திற்காக பணம் சேமிக்க ஆரம்பிப்பது அவசியம். போகப்போக தொகைகளை உயர்த்திக் கொண்டே போகலாம். துரிதமாகத் தொடங்கி தொடர்ந்து செய்ய வேண்டியது முக்கியம்.

16. ஒரு குடும்பத்திற்கு ஒரு சொந்தவீடு அல்லது பிளாட் அவசியம்.

இயன்ற அளவு செலவுகளைக் கட்டுப்படுத்தி, பணத்தை சேமித்து, தகுந்த சரியான இடங்களில் முதலீடு செய்து, தேவையான காப்பீடுகள் எடுத்து, சொந்த வீட்டில், சவுகரியமாக சந்தோஷமாக, முழு வாழ்க்கை வாழ மனமார்ந்த வாழ்த்துகள்.

பின் இணைப்பு

பங்கு முதலீட்டிற்குக் கிடைக்கும் 'கேபிடல் கெயின்ஸ்' வரிச் சலுகை

சொத்துக்களை வாங்கி விற்கும் போது கிடைக்கும் லாபத்திற்கு மட்டும் ஒரு வரி விதிக்கப்படுகிறது. அதன் பெயர் 'கேபிடல் கெயின்ஸ் டேக்ஸ்'. சொத்துக்கள் என்றால் அதில் வீடு, இடம், நிலம் போன்ற அசையாச் சொத்துக்கள் மற்றும் பங்குகள், பரஸ்பரநிதிகள், பாண்டுகள் போன்ற 'பைனான்சியல் அசெட்'கள் மற்றும் நகைகள் போன்றவையும் அடங்கும்.

பங்குகள் வாங்கி வைத்திருப்போருக்கு டிவிடெண்ட் கொடுப்பார்கள். அந்த டிவிடெண்ட் பணம் என்பது, பங்கு வைத்திருப்பவருக்குக் கிடைக்கும் வருமானம். பிக்சட் டெபாசிட் போட்டிருந்தால் அதற்கு வட்டி கொடுப்பார்கள். அதுவும் வருமானம். வீடு வாங்கி வாடகைக்கு விடலாம். வாடகைப் பணமும் வீட்டின் உரிமையாளருக்குக் கிடைக்கும் வருமானம். அவற்றுக்கெல்லாம் வருமான வரி பொருந்தும்.

வாங்கிய பங்கை விற்கும்போது, லாபம் கிடைக்கலாம். நட்டமும் வரலாம். அது வாங்கிய மற்றும் விற்கும் விலைகளைப் பொறுத்தது.

லாபம் கிடைத்தால், அது பங்கு வாங்கப் போட்ட மூலதனத்துக்குக் கிடைத்த லாபம் அல்லது ஆதாயம். இதைத்தான் 'கேபிடல் கெயின்ஸ்' என்கிறார்கள். முதலீட்டில் ஆதாயம்.

வாங்கிய வீடு, நிலம், நகைகள் பாண்டுகள் என்பனவற்றை விற்கும் போது லாபம் கிடைத்தால், அவையும் மூலதன ஆதாயம்தான். அதற்கெனத் தனி வரி இருக்கிறது. கணக்கிட வழிமுறைகள் இருக்கின்றன. அதன் பெயர், 'கேபிடல் கெயின்ஸ் டேக்ஸ்.'

வாங்கிய சொத்தை முதலீட்டை எவ்வளவு காலத்துக்குப் பின் விற்கிறார்கள் என்பதன் அடைப்படையில், இந்த வரி இரண்டு பிரிவுகளாகப் பிரிக்கப்படுகிறது. ஒன்று, குறுகிய கால மூலதன ஆதாய வரி. 'ஷார்ட் டர்ம் கேபிடல் கெயின்ஸ் டேக்ஸ்.' இரண்டாவது, நீண்டகால மூலதன ஆதாய வரி, 'லாங் டர்ம் கேபிடல் கெயின்ஸ் டேக்ஸ்.'

பங்குகளைப் பொறுத்தவரை பங்குகளை வாங்கிய நாளில் இருந்து 12 மாதங்களுக்குள் விற்று லாபம் பார்த்தால் அது, 'ஷார்ட் டர்ம் கேபிடல் கெயின். அதற்கு வரி, 15%. இதற்கு ஒரு நிபந்தனை, வாங்கும் போதும் விற்கும் போதும் செக்யூரிட்டி டிரான்சாக்ஷன் டேக்ஸ், STT கட்டியிருக்க வேண்டும். பங்குச்சந்தை மூலம் வாங்கி விற்கப்படுபவை மீது STT விதிக்கப்படுகிறது. 'ஆஃப் மார்க்கெட் டிரான்சாக்ஷன்' எனப்படும் சந்தைக்குத் தொடர்பில்லாமல் இருவர் அவர்களுக்குள் வாங்கி, விற்பவைகளுக்கு இது பொருந்தாது.

12 மாதங்களுக்கும் அதிகமான காலத்துக்கு வைத்திருந்து விற்றால், ஒரு லட்ச ரூபாய் வரையிலான லாபத்திற்கு கேபிடல் கெயின்ஸ் டேக்ஸ் இல்லை. அதற்குமேல் போகிற பணத்திற்கு உண்டு. கேபிடல் கெயின்ஸ் டேக்ஸ், 0 சதவிகிதம். அதாவது வரி கிடையாது.

ஈக்விட்டி பங்குகள் மட்டுமல்லாமல். ஃப்ரிபரன்ஸ் பங்குகள், பரஸ்பரநிதிகள், பங்குச்சந்தைகளில் பட்டியலிடப்பட்டிருக்கும் டிபென்ச்சர்கள், பாண்டுகள், கவர்மெண்ட் செக்யூரிடீஸுக்கும் இந்த 'ஷார்ட் டர்ம் கேபிடல் கெயின்ஸ் டேக்ஸ்' விதி பொருந்தும். போனஸ் பங்குகளைப் பொறுத்தவரை அவை வழங்கப்பட்ட நாளில் இருந்து 12 மாதங்களுக்குப் பின் விற்றால் அதற்கு 0 சதவிகிதம்தான்.

மேலே உள்ள பட்டியலில் இல்லாத சொத்துக்களுக்கு குறுகிய காலம் என்பது 12 மாதங்கள் அல்ல. 24 மாதங்கள். அதாவது, 24 மாதங்களுக்குள் விற்கப்படுபவைக்கு மட்டுமே ‘ஷார்ட் டர்ம் கேபிடல் கெயின்ஸ் டேக்ஸ்’ 24 மாதங்களுக்குப் பிறகு விற்று லாபம் பார்த்தால், அதற்கு ’லாங் டர்ம் கேபிடல் கெயின்ஸ் டேக்ஸ்.’

நகைகள் மற்றும் கடன்பத்திர பரஸ்பரநிதிகளுக்கு மட்டும் 36 மாதங்களுக்குக் குறைவாக இருந்தால்தான் ‘ஷார்ட் டர்ம் கேபிடல் கெயின்ஸ்’. மற்றபடி ‘லாங் டர்ம் கேபிடல் கெயின்ஸ் டேக்ஸ்’ தான்.

கேபிடல் கெயின்ஸ் டேக்ஸ் என்பது, வாரிசாக இருந்து பெற்றுக்கொள்ளும் சொத்துக்களுக்குக் கிடையாது. ஆனால் அதைப் பின்னால் விற்றுப் பணம் பெறும்போது. வாரிசுதாரருக்குக் கிடைத்த லாபத்துக்கு இந்த வரி கணக்கிடப்படும்.

ஒரு ஆண்டில் கேபிடல் கெயின்ஸ்சுக்கு பதிலாக நட்டம் வந்தால் அதை அடுத்த சில ஆண்டுகளில் கிடைக்கும் கேபிடல் கெயின்ஸ் லாபத்தில் கழித்துக்கொண்டு மீதப் பணத்திற்கு வரி கணக்கிட்டால் போதும். இவையெல்லாம் மாறுதலுக்கு உரியவை என்பதால் ஆடிட்டர்களிடம் மேல் விவரங்கள் தெரிந்துகொள்ளலாம்.

மூலதன ஆதாயத்தைக் கணக்கிடும் போது Indexation கணக்கிட்டு அதைக் கழித்துவிட்டு மீதத்தொகையைத்தான் லாபமாக எடுத்து வரி கணக்கிடுவார்கள் என்பது போல இதில் இன்னும் பல இருக்கின்றன. இப்போதைக்கு இந்த இடத்தில் சொல்ல வருவது, பங்குகளுக்கு கேபிடல் கெயின்ஸ் டேக்ஸில் இப்படி ஒரு சலுகை இருக்கிறது என்பதைத்தான்.

பங்கு வர்த்தகத்தின் மீது அரசு வசூலிக்கும் வரிகள்

வாங்கும் பங்குகளை 12 மாதங்களுக்குப் பின் விற்றால், அந்த லாபத்தின் மீது வரியில்லை. வாங்கியதை டெலிவரி எடுத்து, அதாவது வங்குபவரின் டி மேட் கணக்கிற்கு அந்தப் பங்கு வந்தபின் விற்று, அதில் லாபம் கிடைத்தால் அந்தத் தொகைக்கு 15 சதவிகித

‘ஷார்ட் டர்ம் கேபிடல் கெயின்ஸ் டேக்ஸ்’ என்பனவற்றை நேற்றுப் பார்த்தோம்.

வாங்கி அன்றே விற்றால், அதன் பெயர் என்ன? அதில் கிடைக்கும் லாபத்திற்கு என்ன வரி?

அதன் பெயர் ‘டே டிரேட்’ அல்லது ‘இன்ட்ரா டே டிரேட்’ என்று பங்குச்சந்தையில் சொல்வார்கள். ஆனால், வருமான வரிச் சட்டம் அதை, ‘ஸ்பெக்குலேட்டிவ் பிசினெஸ் இன்கம்’ என்று வகைப்படுத்துகிறது. எனவே, அந்த லாபம் ‘மூலதன ஆதாயம்’ ஆக கருதப்படாது. அதை வருமானமாகத்தான் சட்டம் பார்க்கும். அதனால், அந்தத் தொகையை ஏனைய வருமானங்களுடன் சேர்த்து, ‘ஸ்லாப்’ பிற்கு தகுந்த வரி கட்டவேண்டும்.

பியூச்சர்ஸ் & ஆப்ஷன்ஸ் ஆகியவற்றில் வரும் லாபமோ நட்டமோ, அதை சட்டம், ‘பிசினெஸ் இன்கம்’ அல்லது ’பிசினெஸ் லாஸ்’ ஆகப் பார்க்கிறது. அதனால், அதற்குண்டான அலுவலக மற்றும் ஏனைய செலவுகளை லாபத்தில் குறைத்துக்கொண்டு, மீதத் தொகைக்கு வரி கட்டினால் போதும். இதுவும் ஒருவர், அவருடைய ‘ஸ்லாப்’படி கட்டவேண்டிய வரி.

இப்படிப்பட்ட, ‘பிசினெஸ் கணக்கில்’ ஏற்படும் நட்டத்தை ஒருவர் அடுத்த எட்டு ஆண்டுகள் வரை ‘கேரி பார்வேர்ட்’ செய்யலாம். அப்படியென்றால், அவர் அந்த நட்டத்தை, எட்டு ஆண்டுகள் வரை அவரது வருமான வரிக் கணக்கில் தொடர்ந்து காட்டி வரலாம். பின்னால், அந்த எட்டு ஆண்டுகளுக்குள் ஏதும் லாபம் வந்தால், அந்தத் தொகையில் ஏற்கனவே ஏற்பட்ட நட்டத்தைக் கழித்துவிட்டு மீத தொகைக்கு மட்டும் வரி கட்டினால் போதும்.

இதுவரை பார்த்தவை எல்லாம் லாபம் செய்தால் கட்டவேண்டியவை குறித்து. இனி லாபமோ, நட்டமோ எதுவாக இருந்தாலும், வர்த்தகம் செய்யும் போது பங்கு விலைகள் போக, ஏற்படக்கூடிய செலவுகள் மற்றும் கட்டவேண்டிய வரிகள் குறித்துப் பார்க்கலாம்.

இந்த வரிகளைத் தனிப்பட்ட நபர்கள் கட்டவேண்டியதில்லை. பங்குகளை வாங்கினாலும் விற்றாலும் அங்கீகரிக்கப்பட்ட தரகர் மூலம்தான் செய்யவேண்டும். அந்தத் தரகர், அந்த வரிப் பணத்தை,

அரசு சார்பாக நம்மிடம் வாங்கிவிடுவார். அவர் கட்டவேண்டும். அது அவர் பொறுப்பு.

பங்குகளை வாங்க, விற்க தரகர், அவருக்கு சர்வீஸ் சார்ஜ் எடுத்துக்கொள்வார். வீடு வாங்கும்போது கொடுக்கும் புரோக்கர் கமிஷன் போலதான் இதுவும். அது தரகருக்கு தரகர் வேறுபடும். சுமாராக அரை சதவிகிதம் இருக்கும். குறைவாக வசூலிக்கும் தரகர்களும் உண்டு. இது வரியில்லை. தரகு கமிஷன்.

அந்தத் தரகு கமிஷன் மீது, ஜி.எஸ்.டி வரி உண்டு. 18 சதவிகிதம்.

மேலும், செக்யூரிட்டி டிரான்சாக்ஷன் டேக்ஸ் எனப்படும் STT tax உண்டு. இந்த வரி பங்கை வாங்கும் போது கிடையாது. விற்கும்போது மட்டும் கட்டவேண்டும். கிட்டத்தட்ட 100 ரூபாய்க்கு 10 காசு என்பது போல, 0.1சதவிகிதமாக இருக்கும்.

மூன்றாவதாக, ஸ்டாம்ப் டியூட்டி என்று மொத்த காண்ட்ராக்ட் தொகையில் (வாங்கிய விற்ற தொகையில்) சுமார் .002 சதவிகிதம் போடுவார்கள். இந்த வரி, டெலிவரி டிரேட்களுக்குக் கூடுதலாகவும், இன்ட்ரா டே டிரேட்களுக்குக் குறைவாகவும் இருக்கும். தவிர, இந்த வரி மாநில அரசுகள் விதிக்கும் வரி என்பதால் மாநிலத்துக்கு மாநிலம் மாறுபடும்.

நான்காவதாக, மொத்தத் தொகையின் மீது, ‘செபி டர்னோவர் டேக்ஸ்’ என்று, அது ஒரு 0.00015 சதவிகிதம் போடுவார்கள். (ஒரு கோடி ரூபாய்க்கு 15 ரூபாய்.) இவை எல்லாமே ஒவ்வொரு வாங்குதலுக்கும் ஒவ்வொரு விற்றலுக்கும் உண்டு.

ஜி.எஸ்.டி வரி மட்டும் தரகர் கமிஷன் தொகையின் மீது. மற்றவை எல்லாம் பங்குகள் வாங்கிய அல்லது விற்ற தொகைமீது. உதாரணத்திற்கு, 1600 ரூபாய் வீதம் 100 ரிலையன்ஸ் இண்டஸ்டிரீஸ் பங்குகளை லட்சத்து 60 ஆயிரம் ரூபாய்க்கு வாங்கினால்,1,60,000 ரூபாய் மீது, ஜி.எஸ்.டி மற்றும் STT தவிர, மற்ற இரு வரிகளும் போடப்படும்.

இவற்றையும் சேர்த்ததுதான் வாங்கும் விலை. இவற்றைக் கழித்தால் வருவதுதான் விற்ற விலை.

●பங்கு விலைகளைத் தீர்மானிக்கும் தகவல்கள், வதந்திகள் இன்போசிஸ் – ஒரு கேஸ் ஸ்டடி

2019ம் ஆண்டு நவம்பர் மாதம் இன்போசிஸ் நிறுவனம் தவறு செய்வதாக நிறுவன ஊழியர்களில் சிலர் வெளி உலகிற்குத் தகவல் தெரிவிக்க, அதனால் அந்நிறுவனப்பங்கு விலை வேகமாக விழுந்தது.

அந்தச் சமயத்தில் நாணயம் விகடனில் தொடர் எழுதிக்கொண்டிருந்த சோம வள்ளியப்பன் அந்தத் தொடரில் எழுதியிருந்தவை கீழே.

THE ECONOMIC TIMES | Markets

English Edition • | Today's Paper

Subscribe Sign In
Special Offer on ETPrime

Home ETPrime Markets News Industry Rise Politics Wealth Mutual Funds Tech Careers Opinion NRI Panache ET NOW Spotlight

Stocks • IPOs/FPOs Expert Views Markets Data Investment Ideas Cryptocurrency • Commodities • Forex • Live Stream! Technicals • More •

Business News › Markets › Stocks › News › Infosys faces another whistleblower complaint, CEO accused of misdeeds

Infosys faces another whistleblower complaint, CEO accused of misdeeds

PTI • Last Updated: Nov 12, 2019, 05:46 PM IST

SHARE FONT SIZE SAVE PRINT COMMENT

NDTV PROFIT HOME LIVE TV LATEST NEWS MARKET DASHBOARD MUTUAL FUNDS OPINION & BLOGS WATC

This Article is From Oct 22, 2019

Investors Lose ₹ 53,000 Crore As Infosys Shares Sink Amid Row Over CEO

The sharp losses in Infosys shares followed the worst fall in the company's American Depositary Receipts since 2013 on Monday.

Market | Written by Sandeep Singh (with inputs from agencies) | Updated: October 22, 2019 4:14 pm IST

இன்போசிஸ் பங்கு விலை இன்னும் விழுமோ?

இன்போசிஸ் நிறுவனத்தின் பங்குகள் 2019ம் ஆண்டு ஒரே நாளில் 16.72 சதவீதம் விலை குறைந்தது.

நல்ல நிர்வாகம் என்று பெயர் வாங்கிய, இந்த நிதியாண்டின் இரண்டாம் காலாண்டின் நல்ல நிதி நிலை முடிவுகளைச் சென்ற

வாரம் அறிவித்த நிறுவனத்தின் பங்கு விலைகள், சந்தை ஏறுமுகமாக இருக்கிற நிலையில் இவ்வளவு விழ என்ன காரணம்?

22.10.19 அன்று மட்டும் மும்பை மற்றும் தேசிய பங்குச்சந்தைகள் என இரண்டு சந்தைகளிலும் சேர்த்து, 10 கோடிக்கும் அதிகமான பங்குகள் வர்த்தகம் ஆகியிருந்தன.

இதற்குக் காரணம் அந்நிறுவனத்தின் ஊழியர்கள் சிலர் பங்குச்சந்தை நிர்வாகங்களுக்கு அனுப்பியிருக்கும் ஒரு மின்னஞ்சல். குறிப்பாக *US Securities and Exchange Commission* க்கு அனுப்பியுள்ள ஒரு மெயில்.

இன்ஃபோசிஸ் நிர்வாகத்தில் சில தவறுகள் நடக்கின்றன. லாபத்தை அதிகரித்து காட்டுவதற்காகச் சில செலவுகளைக் குறைத்து கணக்கில் எடுத்துக் கொள்கிறார்கள். பல்வேறுவிதங்களில் இன்போசிஸ் நிறுவனம் அது செய்யும் லாபத்தைக் காட்டிலும் கூடுதலாகக் காட்டுகிறது என்பது போன்ற சில குற்றச்சாட்டுகளுடன், அவற்றுக்கான போன் உரையாடல் ஒலிப்பதிவுகளும் எங்களிடம் இருக்கின்றன என்றும் முதலில் இன்போசிஸ் நிறுவனத்தின் இயக்குநர்களுக்கு (போர்டுக்கு) நாங்கள் செப்டெம்பர் 20ம்தேதி எழுதியிருக்கிறோம் என்றும் தெரிவித்திருக்கிறார்கள்.

போர்டுக்கு எழுதியதற்கு பதில் ஏதும் வரவில்லை. நடவடிக்கை எடுப்பார்கள் என்று எதிர்பார்த்தோம். ஏதும் எடுக்கவில்லை. இதை உங்களுக்குத் தெரியப்படுத்துகிறோம். என்பதுபோல கண்காணிப்பு ஆணையங்களுக்கு ஒரு மெயில் அனுப்பியிருக்கிறார்கள்.

அவ்வளவுதான் இன்போசிஸ் பங்கு விலைகளில் பூகம்பமே வெடித்தது.

முதலீடு செய்யத்தக்க பங்குகள் என்றால் குறைந்தபட்சம் 5 லட்சணங்கள் இருக்கவேண்டும். ஐந்தில் ‘குட் கவர்னென்ஸ்.’

அந்த 'குட் கவர்னென்ஸ்' தான் இன்போசிஸ் நிறுவனத்தில் 2019ல் கேள்விக்குறி ஆனது.

அப்படி ஒரு மெயில், நிறுவனத்தின் ஊழியர்களிடம் இருந்தே வந்ததும், அமெரிக்க பங்குச்சந்தையில் அமெரிக்கன் டெபாசிட்டரி ரெசிப்ட்ஸ் ADR என்ற வகையில் பட்டியல் இடப்பட்டு நமது NSE, BSEயில் டிரேட் ஆகிவந்த இன்போசிஸ் திங்கட்கிழமை ஒருநாள் வர்த்தகத்தில் மட்டும் 15% விழுந்தது.

திங்கட்கிழமை இந்திய பங்குச்சந்தைகளுக்கு மகாராஷ்டிர மாநிலத் தேர்தல் காரணமாக விடுமுறை. அடுத்த நாளான செவ்வாய் கிழமை வர்த்தகம் தொடங்கியதும் 10% விழுந்து அந்தப் பங்கில் சர்கியூட் பிரேக்கர் காரணமாக வர்த்தகம் நிறுத்தப்பட்டது. பின்பு மீண்டும் வர்த்தகம் தொடங்கியதில் இருந்து விலைகள் தொடர்ந்து விழுந்தன. நாள் முழுக்க இறக்கம்தான்.

இங்கே சிலது முறையாக நடக்கவில்லை என்று புகார் கொடுத்து இருப்பவர்கள் அந்த நிறுவனத்தில் வேலை செய்பவர்கள், பெயர்களைச் சொல்ல விரும்பாத சில ஊழியர்கள். அவர்களை, 'எத்திகல் எம்ப்ளாயீஸ்' என்று பெயர் போட்டுக்கொள்பவர்கள். எத்திகல் என்றால் நேர்மையான என்றும் பொருள்கொள்ளலாம். உள்ளே இப்படியெல்லாம் நடக்கிறது என்று வெளியுலகிற்குத் தெரியப்படுத்துகிறவர்களை, பொதுவாக 'விசில் புளோவர்ஸ்' என்பார்கள். இவர்கள் செய்திருப்பது 'விசில் புளோயிங்' தான்.

நிறுவனத்தின் சேர்மன் நந்தன் நீல்கேனி, எங்கள் நிறுவனத்தில் இப்படிப்பட்ட விசில் புளோயர்களின் தகவல்களை எப்படி அணுகுவது என்று பாலிசி இருக்கிறது. அதன்படி நாங்கள் இதை ஆடிட் கமிட்டிக்கு அனுப்புவோம் என்று சொன்னார். அதற்காக இன்போசிஸ் பங்குகள் பெரிய அளவுகளில் விற்கப்படுவதும் விலை இறங்குவதும் குறையவில்லை.

இதை அவர் 2019 செப்டெம்பர் 20 அன்று அப்படி ஒரு மின்னஞ்சல் வந்ததும் செய்திருக்கலாம். அப்படிச் செய்திருந்தால் அது, வெளிப்படைத் தன்மை இருக்கிறது என்று பாராட்டப்பட்டிருக்கும். பின்னர் நிலைமை கைமீறிவிட்டது. முதலீட்டாளர்களின் நம்பிக்கை குறைந்துவிட்டது போலத் தெரிந்தது.

இந்தப் பங்கை அதுசயம யார் யாரெல்லாம் வாங்கி வைத்திருக்கிறார்கள் (ஹோல்டிங்) என்று பார்த்தால் நிலைமை குறித்து கூடுதல் புரிதல் ஏற்படும்.

Share Holding Pattern in (%)

Standalone	September 2019
Promoters	**13.17**
Pledged	0
FII/FPI	**33.41**
Total DII	**43.51**
Fin.Insts	0.13
Insurance Co	9.58
MF	12.99
Others DIIs	20.81
Others	**9.92**
Total	100.01

கிட்டத்தட்ட 77 சதவிகிதப் பங்குகள் உள்நாட்டு மற்றும் வெளிநாட்டு முதலீட்டு நிறுவனங்களிடம் இருக்கின்றன. 10 சதவிகிதத்திற்கும் குறைவாக பொதுமக்களிடம். 77 சதவிகிதத்தில் ஒரு பகுதி, அதாவது 33.41% வெளிநாட்டு முதலீட்டு நிறுவனங்களிடம். அவர்களுக்கு இதுபோன்ற செய்திகள் எல்லாம் ஏற்புடையவை அல்ல. விற்க ஆரம்பித்துவிடுவார்கள்.

உள்நாட்டு முதலீட்டு நிறுவனங்களில் பரஸ்பரநிதிகளும் அடங்கும். அவை விற்பதை சற்று தாமதப்படுத்தலாம். சிறுமுதலீட்டாளர்கள் இதுதான் விலை குறைந்திருக்கும் நேரம் என்று வாங்குவார்கள்.

அன்றைய முடிவு விலையுடன் இறக்கம் நிற்குமா? அல்லது மேலும் விலை இறங்குமா என்று சொல்ல முடியாது என்பது போன்ற நிலை.

இன்போசிஸ் நிறுவனம் எடுத்திருக்கும் நடவடிக்கை போதுமானதா? அந்த விசாரணையின் முடிவு என்ன? அதை முதலீட்டாளர்கள் எவ்வளவு தூரம் ஏற்றுக்கொள்கிறார்கள் என்பதையெல்லாம் பொறுத்திருக்கிறது விலையின் எதிர்காலப் போக்கு.

இன்போசிஸ் நிறுவனம் ஒரு இஸ்ரேலிய நிறுவனத்திடமிருந்து ஆட்டோமேஷன் டெக்னாலஜி தொழில்நுட்பத்தை வாங்கியதில் முறைகேடு இருந்ததாக ஒருமுறையும், வெளியேறிய புரமோட்டர் ஒருவருக்கு அதிக தொகை கொடுத்துவிட்டதாக மற்றொருமுறையும் இன்போசிஸ் நிறுவனம் முன்னர் இருமுறை இதுபோன்ற சிக்கலில் மாட்டியிருக்கிறது. பின்னர் நிறுவனத்தின் CEO சிக்கா வெளியேறினார். அதன்பின் இப்போது தலைவராக இருக்கும் நந்தன் நீல்கேணி வந்தார்.

எப்படிப் பார்த்தாலும் இன்போசிஸ் நிறுவனத்திற்கும் அதன் நிர்வாகத்திற்கும் அதன் பங்கு விலைகளுக்கும் இது ஒரு பெரிய சறுக்கல்தான்.

இதை அன்றே செய்திருந்தால் எல்லாவற்றையும் தவிர்த்திருக்கலாம்.

இந்தியப் பங்குச்சந்தைகளில் இன்போசிஸ் பங்குகளின் மார்க்கெட் கேபிடலைஷேசன் ஒரே நாளில் 53 ஆயிரம் கோடி காணாமல் போய்விட்டது! எல்லாம் ஒரே ஒரு ஈமெயில் செய்த வேலை!

நல்ல நிறுவனம், முதலீடு செய்யத் தகுந்த நிறுவனம் என்று பலரும் நம்பியதால்தான் சுமார் 400 பரஸ்பரநிதிகள் இந்தப் பங்கை வாங்கி வைத்திருக்கிறார்கள். பொதுத்துறை நிறுவனமான எல்.ஐ.சி. மட்டுமே இந்நிறுவனத்தின் மொத்தப் பங்குகளில் 6.7 % பங்குகளை வைத்திருக்கிறதாம். புரமோட்டர்கள் அனைவரும் சேர்ந்தே 14% க்கும் குறைவுதான். சுமார் 8 லட்சம் சிறுமுதலீட்டாளர்கள் (ரீடெயில்) 5.14 சதவிகிதப் பங்குகள் வைத்திருக்கிறார்கள்.

ஆக, சிறுமுதலீட்டாளர்கள், அந்நிய நிறுவன முதலீட்டாளர்கள்- FII, இந்திய நிறுவன முதலீட்டாளர்கள்- DII, பரஸ்பரநிதிகள்-

MF என்று எல்லோரும் இந்த நிறுவனப் பங்குகளை வைத்திருந்ததால் கணிசமான அளவு பணம் நட்டம் அடைந்திருக்கிறார்கள்.

இந்த நிறுவனம் சரியாக நடக்கிறது என்று நம்பி இந்த நிறுவனத்தின் பங்குகளை வாங்கி வைத்திருந்த பலருக்கும் இப்படி நட்டம் ஆகிவிட்டதே. இதற்கு யார் பொறுப்பு?

தலைமைச் செயல் அதிகாரி, CEO சலீல் பரிக் மற்றும் பைனான்ஸ் தலைமை அதிகாரி, CFO நிலஞ்சன் ராய் ஆகிய இருவரும் நிறுவனத்தின் லாபத்தை அதிகரித்துக்காட்டுவதற்காக கணக்குகளை மாற்றிக்காட்டுகிறார்கள் என்பதுதான் விசில் புளோயர்களின் முக்கிய குற்றச்சாட்டு. இதனால் இந்த நிறுவனத்தின் நம்பகத் தன்மை கேள்விக்கு உள்ளாக்கப்பட்டிருக்கிறது.

நிறுவனத்தின் ஆடிட் கமிட்டியிடம் இந்தப் புகார்கள் கொடுக்கப்பட்டு விட்டன. ஆடிட் கமிட்டி, இண்டிபெண்டென்ட் இன்டர்னல் ஆடிட்டர் நிறுவனமான எர்ன்ஸ்ட் & எங் (EY) உடன் புகார் குறித்து கலந்தாலோசிக்கத் தொடங்கியிருக்கிறது. மேலும், விசாரணையை நடத்த, ஷர்டுல் அமர்சந்த் மங்கலதாஸ் & கோ என்ற லீகல் நிறுவனம் ஒன்றை கமிட்டி நியமித்திருக்கிறது என்றும் இன்போசிஸ் நிறுவனத்தின் சேர்மன், நந்தன் நீல்கேனி பங்குச்சந்தைகளுக்குத் தகவல் தெரிவித்திருக்கிறார்.

இப்போது இதையெல்லாம் செய்யும் இவர், செப்டெம்பர் மாதம் அப்படி ஒரு மெயில் வந்ததும், 'இப்படி வந்திருக்கிறது. விசாரிக்கப்போகிறோம்' என்று அவராக முன்வந்து வெளியுலகத்துக்குத் தெரிவித்திருந்தாரானால் இவ்வளவு கலகமும் நடந்திருக்காது. இன்னும் சொல்லப்போனால், 'ஆகா! இதையே வெளியே சொல்லும் அளவு நேர்மையான நிறுவனம் இது!' என்று சேர்மன் மீதும் நிறுவனத்தின் மீதும் நம்பிக்கை அதிகரித்திருக்கும்.

அப்படி ஒரு விசில் புளோயர் மெயில் வந்தபின்பும் அதைப்பற்றி வெளியில் சொல்லாமல், அடுத்த காலாண்டு நிதிநிலை அறிக்கையைச் சமர்ப்பித்துவிட்டு நகர்ந்துவிட்டார்கள். அந்த அளவில் முதலீட்டாளர்களுக்கு அச்சம் வருவது இயல்புதான்.

★★★

இந்த நிலையில் அடுத்த நாளான நேற்று, புதன் கிழமையன்று மீண்டும் வர்த்தகம் தொடங்கியதும், இன்போசிஸ் பங்கு விலைகள் மேலும் விழுமோ என்ற அச்சத்துடனே முதலீட்டாளர்கள் இருந்தார்கள்.

தொடக்கம் மோசமாகவே இருந்தாலும் பின்பு சமாளித்து வர்த்தக நேரத்தின் பெரும்பகுதி நேரத்தில் இன்போசிஸ் பங்கு விலை முதல் நாளைக் காட்டிலும் உயர்ந்தே இருந்தது ஆறுதலான விஷயம்.

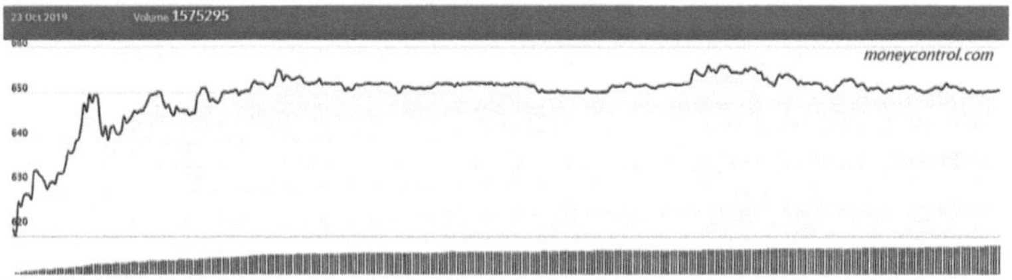

இப்போது கேட்டுக்கொள்ளவேண்டிய கேள்வி, இந்த விசில் புளோயர் புகாருக்கு இந்த அளவில் விலை வீழ்ச்சி நின்றுவிடுமா? என்பதுதான்.

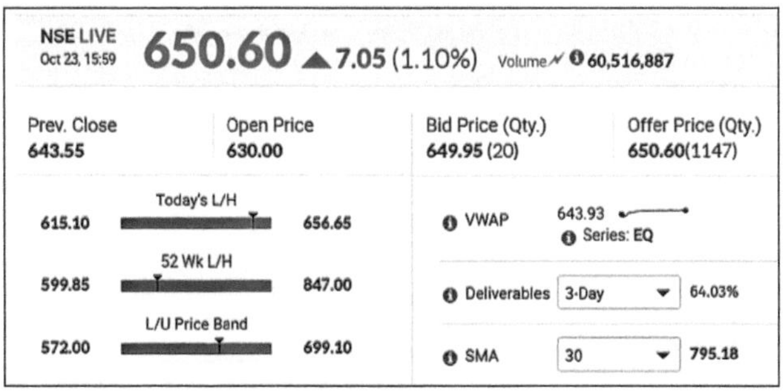

நல்ல பங்கு, இந்த விலை பின்னால் கிடைக்காது என்று சிலர் வாங்கிக்கொண்டிருக்கிறார்கள். அதனால்தான் புதன் கிழமை அன்று சிறிய ஏற்றம். இனி புதிதாக ஷார்ட் அடிக்க பயப்படுவார்கள். மேலும், விலை ஏறியதும் ஏற்கனவே ஷார்ட் அடித்தவர்கள் பயந்து கவர் செய்வார்கள். அதனாலும் கொஞ்சம் விலை ஏறலாம்.

ஆனால் இவையெல்லாம் நிரந்தரமா?

அமெரிக்காவில் இயங்கும் 'ரோசென் லா பர்ம்' என்ற, 'குளோபல் இன்வெஸ்டர் ரைட்ஸ் லா பர்ம்' என்று ஒரு நிறுவனம் இருக்கிறது. அது, இந்த விசில் புளோயர் புகார் குறித்து விசாரிக்குமாம். ஏன் முதலீட்டாளர்களுக்குத் தவறான தகவல்களைக் கொடுத்தீர்கள், நஷ்டம் ஏற்படுத்தினீர்கள் என்று.

அது, 'கிளாஸ் ஆக்ஷன் லா சூட்' போட ஆயத்தம் செய்து கொண்டிருக்கிறதாம். அதன்மூலம் முதலீட்டாளர்களுக்கு இந்தத் தவறான தகவலால் ஏற்பட்ட நட்டத்துக்கு நட்டஈடு கேட்குமாம். இன்போசிஸ் பங்குகளை அமெரிக்காவில் வாங்கி நட்டப்பட்டவர்கள் எங்கள் வலைதளத்திற்கு வாருங்கள். எங்களுடன் இணையுங்கள் என்று தெரிவித்திருக்கிறதாம்.

நம் தேசத்துக் கண்காணிப்பு ஆணையம் செபியும் இதுகுறித்து விசாரிக்கும் என்கிறார்கள்.

இவை குறித்தெல்லாம் மேலும் செய்திகள் வருகிறபோது, இந்தப் பங்கின் விலையில் தாக்கம் இருக்கும். இவற்றை விசாரிக்கப்போய் வேறு சிக்கல்கள் ஏதும் வராமல் இருக்க வேண்டும்.

என்னப்பா! இப்படிப் பண்ணிவிட்டீர்களேயப்பா!

இன்போசிஸ்- தவறின் தீவிரம்

தனியார், பங்குதாரர், பிரைவேட் லிமிடெட் என்ற நிறுவன அமைப்புகளுக்கும் பப்ளிக் லிமிடெட் அமைப்புக்கும் இடையே நிறைய வேறுபாடுகள் உண்டு.

பப்ளிக் லிமிடெட் நிறுவனத்தின் நிர்வாகம் அதன் பெரும்பான்மை பங்குகளை வைத்திருப்போரான புரமோட்டர்கள் வசம் இருப்பதால், அவர்களின் நிர்வாகத் திறமை, வேகம், ஆர்வம் போன்றவற்றின் அடிப்படையில் ஒரு நிறுவனம் சிறப்பாகவோ அல்லது சுமாராகவோ செயல்படும், லாபமீட்டும். இது ஒரு பப்ளிக் லிமிடெட் நிறுவனத்தின் குவாலிட்டி மேனேஜ்மென்ட்.

புரமோட்டர்கள் அந்த நிறுவனத்தில் வைத்திருக்கும் பங்குகள் இன்போசிஸ் போல 14 சதவிகிதமோ அல்லது டி.எல்.எப். போல 74 சதவிகிதமோ, புரமோட்டர்கள், நிறுவனத்தின் போர்ட் மூலம் முடிவு செய்கிற விதமே தலைமை நிர்வாகிகள் மற்றும் டாப் மேனேஜ்மென்ட் நிர்வாகிகள் தேர்வுசெய்யப்படுவார்கள். வியா பாரம் அதன் விரிவாக்கம் மற்றும் மற்ற முக்கிய முடிவுகளை எல்லாம் டாப் மேனேஜ்மென்ட் எடுக்கும்.

தங்கள் பணத்தை, பங்குகளை வாங்குவதன் மூலம் நிறுவனத்திற்கு 'முதல்' ஆகக் கொடுத்தவர்களுக்கு நிறுவனத்தின் நிர்வாகம் எடுக்கும் முடிவுகளைத் தடுக்கும் மாற்றும் வாய்ப்பு மிக மிகக் குறைவு. கணிசமான பங்குகள் வைத்திருக்கும் LIC போன்ற இன்ஸ்டிடியூஷனல் முதலீட்டாளர்கள் ஆக இருந்தால் மட்டும் நிர்வாகத்தின் சில முடிவுகளை மாற்ற முடியும், தடுக்க முடியும். மற்றபடி அதிலும் குறிப்பாக ரீடெய்ல் எனப்படும் சிறு முதலீட்டாளர்கள் நிர்வாகம் சொல்வதைக் கேட்டுக்கொள்ளும் நிலையும், கொடுப்பதை வாங்கிக் கொள்ளும் நிலையிலும் மட்டுமே இருப்பவர்கள்.

நிறுவனத்தையும் வியாபாரத்தையும் போர்டு மூலம் நடத்தும் புரமோட்டர்கள் அல்லது அவர்கள் நியமித்த நிர்வாகிகள் செய்வது எல்லாம் நிறுவனத்தின் நலன் கருதி மட்டுமே என்றும், அவர்கள் கொடுக்கும் கணக்குகள் சரியான முறையில்தான் செய்யப்பட்டிருக் கின்றன என நம்பும் நிலையில்தான் ஏனைய பங்குதாரர்கள் இருக்கிறார்கள்.

நிறுவனம் செய்யும் வியாபாரம் லாபம் போன்றவற்றைப் பொறுத்து நிறுவனத்தின் பங்குகளை சந்தையில் எவர் வேண்டு மானாலும் வாங்கலாம் விற்கலாம் என்ற நிலையில் வியாபாரம் லாபம் குறித்த தகவல்கள் அதிமுக்கியமாகின்றன.

நிறுவனத்தின் வியாபாரம், லாபம் நட்டம் குறித்த தகவல்கள், அதன் பங்குகளை வைத்திருப்பவர்களுக்கு மட்டுமல்ல, பங்குச்சந்தையுடன் தொடர்புடையவர்கள் அனைவருக்கும் அதாவது, பங்கு வர்த்தகத்தில் ஈடுபட்டுக்கொண்டிருக்கும், ஈடுபடவிரும்பும் முதலீட்டாளர்கள் அனைவருக்கும் பங்குச்சந்தைகள் மூலம் தெரியப்படுத்தப்படவேண்டும்.

எப்படி? சரியான தகவல்களாக. ஒரே நேரத்தில். அனைவருக்கும் ஒன்றுபோலத் தெரிவிக்கப்பட வேண்டும். தாமதங்கள் சிலருக்கு சாதகமாகும் வேறு சிலருக்கு பாதகமாக அமையலாம்.

தவிர, தகவல்கள் அடிப்படையில் பங்குகள் வாங்குவதும் விற்பதும் நடைபெறுவதால், அந்தத் தகவல்கள் மிகச் சரியாக இருக்க வேண்டும் என்பது மிக முக்கியம். அதை உறுதி செய்யத் தான் இன்டர்னல் ஆடிட்டர், எக்ஸ்டெர்னல் ஆடிட்டர், மேனேஜ்மென்ட் கமிட்டி, போர்டு என்று பல்வேறு அமைப்புகள் ஏற்படுத்தப்பட்டு, அவர்களுக்கு நிறுவனம் பணம் செலவுசெய்கிறது.

குறிப்பிட்ட காலகட்டத்தில் நிறுவனம் நஷ்டம் அடைந்தால் லாபம் செய்தால், பெரும் லாபம் செய்தால் என்று ஒவ்வொரு போக்கிற்கும், பங்குகள் விலையில் பெரும் மாற்றங்கள் ஏற்படும். அந்தத் தகவல்களின் அடிப்படையில் பங்குகளைச் சிலர் விற்பார்கள், வேறு சிலர் வாங்குவார்கள். அப்படி, பலருடைய பணம் இந்தத் தகவல்களை வைத்து பங்குச்சந்தையில் ஈடுபடுத்தப்படுகிறது. லாபமோ நட்டமோ பார்க்கிறது.

வெளியிடப்படும் தகவல்களால் பங்கு விலைகளில் மாற்றங்கள் ஏற்பட்டு அதன்மூலம் முதலீட்டாளர்களுக்குக் கிடைக்கும் லாப நட்டம் தவிர, அந்த விதம் நிறுவனத்தை நடத்திய நிர்வாகி களுக்கு, இன்கிரிமெண்ட், போனஸ், பதவி உயர்வுகள், ஸ்டாக் ஆப்ஷன்ஸ் போன்றவையும் முடிவுசெய்யப்படும். நிறுவனத்தின் பங்கு விலைகள் உயர்வதால் புரமோட்டர்கள் சொத்து மதிப் பு கூடும் அல்லது குறையும். அந்தப் பங்குகளை வாங்கி வைத் திருக்கும் பல்வேறு பரஸ்பர நிதிகளின் NAV மாறும்.

இவ்வளவும் நிர்வாகிகள் கொடுக்கும் நிதிநிலை தகவல்களால் நடப்பவை. இவற்றைத்தான் இன்போசிஸ் நிர்வாகத்தினர் குறிப்பாக அதன் CEO மற்றும் CFO சரியாகச் செய்யவில்லை. உள்நோக்கத் துடன் செலவுகளைக் குறைத்து, லாபத்தை அதிகரித்துக் காட்டி நிதிநிலை அறிக்கை சமர்ப்பித்திருப்பதாக இன்போசிஸ் ஊழியர்கள் சிலர் வெளி உலகுக்கு அபாய மணி அடித்து இருக்கிறார்கள்.

இந்தக் குற்றச்சாட்டு குறித்து, செபி மற்றும் வேறு சில கண்காணிப்பு

அமைப்புகளும் விசாரிக்க இருக்கின்றன. புகார் சரியென்றால், நிர்வாகம் செய்திருப்பது சாதாரணத் தவறல்ல. பலரையும் அவர்களுடைய பணத்துக்குத் தவறான முடிவுகள் எடுக்க வைக்கும், உள்நோக்கமுள்ள செயல்பாடு; தங்கள் பதவிகளை, சம்பளத்தை, வருங்கால வாய்ப்புகளை அதிகரித்துக்கொள்ள செய்திருக்கும் திட்டமிட்ட தவறான செயல்; நேர்மையான நிர்வாகிகள் செய்யக் கூடிய ப்ரொபஷனல் செயல் அல்ல; தவிர, லட்சக்கணக்கான முதலீட்டாளர்களுக்குச் செய்திருக்கும் நம்பிக்கை துரோகம்.

இவற்றை வெளிப்படுத்திய விசில் புளோயர் ஊழியர்களைப் பாராட்டவேண்டும்.

குற்றம் நிரூபிக்கப்பட்டால், புரமோட்டர்கள் தவறு செய்தவர்களைத் தண்டித்து, புதிய சரியான நிர்வாகிகளை நியமிப்பார்கள் என்று எதிர்பார்ப்போம். அதுதான் இன்போசிஸ் நிறுவனம் மீது முதலீட்டாளர்களுக்கும் வாடிக்கையாளர்களுக்கும் நம்பிக்கை வரவழைக்கும்.

இது இன்போசிஸ் நிறுவனத்திற்கு மட்டுமல்ல. பங்குச்சந்தையின் பட்டியலிடப்பட்டிருக்கும் அத்தனை நிறுவனங்களுக்கும் பொருந்தும்.

- **எதுவும் நடக்கலாம் = ஒரு நீதிமன்றத் தீர்ப்பு-**
  92,000 கோடி ரூபாய் வீழ்ச்சி
  கேஸ் ஸ்டடி : டெல்காம்

பல ஆண்டுகளாக முதலீட்டாளர்களுக்குத் தொடர்ந்து லாபம் சம்பாதித்துக்கொடுத்த, மிக நல்ல பங்குகளாகக் கருதப்பட்டுவந்த பங்குகள் சில சமீபத்தில் சிக்கலுக்கு உள்ளாகி வருகின்றன. அவற்றில் முக்கியமானவை, *DHFL*, எஸ் பேங்க், ஜீ எண்டர்டெயிண்மென்ட், *RBL* பேங்க் மற்றும் இன்போசிஸ். அடுத்து, அந்த வரிசையில் சில டெல்காம் பங்குகளும் வந்துவிடுமோ என அஞ்சவேண்டியிருக்கிறது.

சென்ற வியாழனன்று மதியம் 1 மணி அளவில் மேல் திடீரென பாரதி ஏர்டெல் நிறுவனத்தின் பங்கு விலை 10 சதவிகிதம் விழுந்தது.

கூடவே ஐடியா செல்லுலார் நிறுவனப் பங்கு விலைகளும். அவை 20% விழுந்தன.

எல்லாம் நன்றாகத்தானே போய்க்கொண்டிருந்தது. திடீரென இந்தப் பங்குகள் இவ்வளவு விழுகிறதே! கையில் இருக்கும் அந்தப் பங்குகளை வைத்துக்கொள்வதா வேண்டாமா? விலை இறங்குதல் இதோடு நிற்குமா அல்லது மேலும் விழுமா? என்ற குழப்பமும் அச்சமும் முதலீட்டாளர்களிடையே எழுந்தன.

அன்றைய வர்த்தக நேரத்தின் முடிவுவரை வோடாபோன் பங்கு விலை உயரவில்லை. மறுநாள் மேலும் 5% விலை இறக்கம் கண்டது. ஆனால், பார்தி ஏர்டெல் நிறுவனப் பங்குகள் இரண்டு மணி நேரத்திற்குள் விழுந்த விலை முழுவதையும் மீட்டது தவிர, சற்று விலை உயர்வுடனேயே அன்றைய தினத்தை முடித்துக்கொண்டது. மறுநாள் மேலும் சற்று உயர்ந்தது.

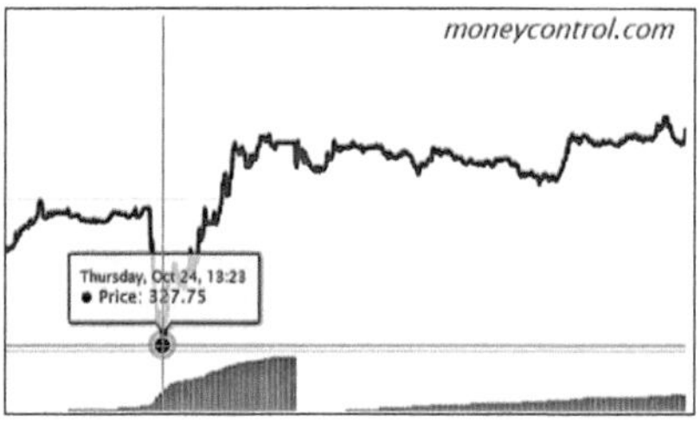

பார்தி ஏர்டெல் நிறுவனப்பங்கு விலை.

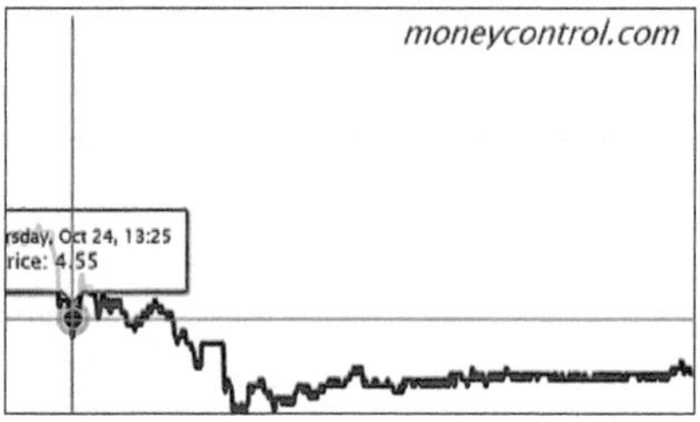

வோடாபோன் நிறுவனப்பங்கு விலை.

ஏன்? என்ன ஆயிற்று? டெல்காம் நிறுவனங்களுக்கு என்ன பிரச்னை?

இது, 14 ஆண்டு பிரச்னை. மத்திய அரசின் டிபார்ட்மெண்ட் ஆப் டெலிகம்யூனிகேஷன்ஸ் (DoT) க்கும் டெல்காம் ஆப்பரேட்டர் கம்பெனிகளுக்கும் இடையே நடக்கும் போர்.

2ஜி ஸ்பெக்ட்ரம் பயன்படுத்திய டெல்காம் கம்பெனிகள், அதைக் கொடுத்த மத்திய அரசின் டிபார்ட்மெண்ட் ஆப் டெலிகம்யூனிகேஷன் (DoT)க்கு எவ்வளவு பணம் கொடுப்பது, கொடுக்க வேண்டிய தொகையை எப்படிக் கணக்கிடுவது என்பதில்தான் கருத்துவேறுபாடு. குறிப்பாக, AGR எனப்படும், 'அட்ஜஸ்டட் கிராஸ் ரெவின்யு'வில் எதெல்லாம் வரும் எவையெல்லாம் வராது என்பதில் வேறு நிலைப்பாடுகள். அதன் காரணமாக DoT கேட்ட தொகையை டெல்காம் கம்பெனிகள் முழுமையாகக் கொடுக்க மறுத்து வந்திருக்கின்றன.

பல்வேறு நீதிமன்றங்களில் இது தொடர்பாக வழக்குகள் போடப்பட்டன. தீர்ப்புகள் வந்தன. பின்பு, இறுதியாக விஷயம் உச்ச நீதிமன்றத்துக்கு எடுத்துப்போகப்பட்டது. மூன்று நீதிபதிகள் கொண்ட அமர்வு விசாரித்தது. அந்த வழக்கின் தீர்ப்பு சென்ற வியாழன் அன்று வெளியிடப்பட்டது.

டெர்மினேஷன் பீஸ் மற்றும் ரோமிங் சார்ஜெஸ் தவிர மற்ற அனைத்தும், AGR (adjusted gross revenue) இல் வரும் என்று உச்ச நீதிமன்றம் தீர்ப்பு சொல்லிவிட்டது. மேலும் இதுகுறித்து இனி சட்டப்படியான முறையீடுகள் எதுவும் கூடாது (நோ லிட்டிகேஷன்) என்றும் சொல்லிவிட்டது. இந்தத் தீர்ப்பு டெல்காம் நிறுவனங்களுக்கு விழுந்திருக்கும் பெரிய அடி.

உச்ச நீதிமன்றத்தின் இந்தத் தீர்ப்புப் படி, பல்வேறு டெல்காம் கம்பெனிகளும், கட்டணம், வட்டி மற்றும் அபராதம் என்ற வகைகளில் DoT க்கு சுமார் 92 ஆயிரம் கோடி ரூபாய் தரவேண்டும். தீர்ப்பு இப்படி வந்ததன் காரணமாகத்தான் டெல்காம் துறை பங்குகளின் விலையில் அப்படி ஒரு வீழ்ச்சி.

ஏர்டெல் நிறுவனம் DoTக்குக் கொடுக்க வேண்டிய தொகை 21 ஆயிரத்து 682 கோடி ரூபாய். வோடாபோன் குழுமம், 19823 கோடி.

ஆர். காம் 16456 கோடி. டாட்டா குழுமம், 9987 கோடி. ஐடியா செல்லுலார், 8485 கோடி. ஏர்செல், 7852 கோடி. BSNL, 2098 கோடி. MTNL, 2537 கோடி. வீடியோகான், 1032 கோடி. ரிலையன்ஸ் ஜியோ, 13.3 கோடி ரூபாய்கள்.

ஏற்கனவே ஜியோவின் வருகையால் கட்டணங்களைக் குறைத்துத் தடுமாறிக்கொண்டிருக்கும் இந்த நிறுவனங்கள் இவ்வளவு பெரிய தொகைகளைக் கொடுக்கவேண்டும். அந்த நிறுவனங்கள் இப்படி ஒரு தீர்ப்பை எதிர்பார்க்கவில்லை. அதனால் அவற்றின் முந்தைய ஆண்டு வரவு செலவுகணக்குகளில் இதற்காக என்று ஏதும் எடுத்து வைக்கவில்லை. ஆக, இது புதுச் செலவு. மிகப்பெரிய செலவு.

தவிர, பல்வேறு டெல்காம் நிறுவனங்களும் நிறைய கடன் வாங்கி வைத்திருக்கின்றன. பார்தி ஏர்டெல் நிறுவனம் வாங்கியிருக்கும் கடன் 1.16 லட்சம் கோடி. வோடாபோன் வாங்கி வைத்திருக்கும் கடன், ஒரு லட்சம் கோடி ரூபாய்.

டெல்காம் துறையில் இயங்கும் அனைத்து நிறுவனங்களும் சேர்த்து வாங்கி வைத்திருக்கும் மொத்தக் கடன் தொகை சுமார் 7 லட்சம் கோடி.

இதன் காரணமாக இந்தத் துறை நிறுவனங்கள் அவை வாங்கியிருக்கும் கடன்களை ஒழுங்காகத் திருப்பிக் கட்டுமா என்கிற அச்சங்களும் எழுந்திருக்கின்றன. அதனால்தான் தீர்ப்பு வந்த அன்றே சில வங்கிப் பங்குகளின் விலைகளும் உடனடியாக இறங்கின. ஸ்டேட் பாங்க் ஆப் இந்தியா பங்கு விலை வியாழன் அன்று 5% விழுந்தது.

ஆக்சிஸ் வங்கி கொடுத்திருக்கும் கடன் 14,015 கோடி. அந்த வங்கியின் மொத்தக் கடனில் அது, 2.82 சதவிகிதம். ஸ்டேட் பேங்க் ஆப் இந்தியா கொடுத்திருக்கும் கடன் 37,330 கோடி. அந்த வங்கியின் மொத்தக் கடனில் அது, 1.67 சதவிகிதம்

HDFC வங்கி கொடுத்திருக்கும் கடன் 24,514 கோடி. அந்த வங்கியின் மொத்தக் கடனில் அது, 2.73 சதவிகிதம். பேங்க் ஆப் பரோடா வங்கி கொடுத்திருக்கும் கடன் 13,955 கோடி. அந்த வங்கியின் மொத்தக் கடனில் அது, 2.67 சதவிகிதம். கோடக் மகேந்திரா

மற்றும் பஞ்சாப் நேஷனல் வங்கி ஆகியவையும் முறையே 4,676 மற்றும் 7,318 கோடிகள் கொடுத்திருக்கின்றன.

செல்லுலார் ஆபரேட்டர் அசோசியேசன் ஆப் இந்தியா COAI பிரதிநிதிகள் சொல்லும்போது, இந்தத் தீர்ப்பு இந்தத் துறையின் முதுகெலும்பை உடைக்கக்கூடிய வகையில் அமைந்திருக்கிறது என்று சொல்லியிருக்கிறது.

டெல்காம் துறை நிறுவனங்களின் இடுப்பை மட்டுமல்ல. வங்கித் துறை மற்றும் டெல்காம் துறைசார்ந்த அதன் பிற நிறுவனங்களின் இடுப்பையும் இந்த ஒரு தீர்ப்பு உடைக்கும் போல் தெரிகிறது.

அதே சமயம் தற்செயலாக இதே தீர்ப்பு ஒரே ஒரு டெல்காம் நிறுவனத்திற்கு பெரிய வாய்ப்பையும் அள்ளிக்கொடுத்திருக்கிறது. அந்த ஒரு நிறுவன ரிலையன்ஸின் ஜியோ.

தாமதமாக இந்தத் துறைக்குள் வந்ததால், ஜியோ கட்டவேண்டிய தொகை சில கோடி ரூபாய்களே. ஆனால், ஜியோவின் அத்தனை கட்டணக் குறைப்புகளையும் தாண்டி, தாங்கி, இப்போதும் ஜியோவுடன் களத்தில் நிற்கும் இரண்டு டெல்காம் கம்பெனிகளான ஏர்டெல்லும் வோடா போனும் கட்டவேண்டிய தொகைகள் பெரிது. அதனால் இந்தத் தீர்ப்பு, அட்வாண்டேஜ் ஜியோதான்.

- **கார்பரேட் வரி குறைப்பு- பலன் என்ன?**

  கேஸ் ஸ்டடி: வரி குறைப்பு

பொருளாதார சுணக்கம் இந்தியாவிலும் வந்துவிட்டது. பல்வேறு துறைகள் முக்கியமாக, மோட்டார் வாகனத் துறை மிக மோசமான சூழ்நிலையைச் சந்தித்துக்கொண்டிருக்கிறது என்றெல்லாம் நாலா பக்கங்களிலிருந்தும் கூக்குரல்கள் எழுந்தன. ஜி.எஸ்.டி வரியைக் குறையுங்கள், தனிநபர் வருமான வரியைக் குறையுங்கள் என்றெல்லாம் கேட்டார்கள். நிதியமைச்சர் எந்தவித சாதகமான பதிலையும் சொல்லவில்லை.

பின்னர் எவரும் எதிர்பாராத விதமாக திடீரென செப்டெம்பர் 20ம் தேதி நிதி அமைச்சர் நிர்மலா சீதாராமன் அவர்கள் கார்ப்பரேட் வரிகளை- சர் சார்ஜ், செஸ் எல்லாம் சேர்த்து- சுமார் 35 சதவிகிதத்தில் இருந்து 25.17 சதவிகிதமாகக் குறைத்தார். இதன் மூலம் மத்திய அரசுக்கு வரவேண்டிய வரி வருவாய் சுமார் லட்சத்து 45 ஆயிரம் கோடி இனி வராது. மேலும் மத்திய அரசின் பட்ஜெட் பற்றாக்குறை, பிஸ்கல் டெபிசிட் 3.3%க்கு பதிலாக, ஜி.டி.பி.யில் 4% வரை போகலாம் என்றெல்லாம் சிலர் கணக்குப் போட்டுச் சொன்னார்கள்.

ஆனாலும் அரசு கார்ப்பரேட் வரிக் குறைப்பில் உறுதியாக இருந்தது. கார்ப்பரேட் வரிகள் குறைந்தால் நிறுவனங்களின் லாபம் அதிகரிக்கும். அந்த லாப பணத்தை நிறுவனங்கள் முதலீடு செய்யும். அதனால் வேலை வாய்ப்புகள் உருவாகும் என்று சொல்லப்பட்டது.

அப்படி கார்ப்பரேட் வங்கிகள் குறைக்கப்பட்ட பின் முதல் முறையாக நிறுவனங்களின் காலாண்டு நிதிநிலை அறிக்கைகள் (Q 2 பைனான்சியல் ரிசல்ட்ஸ்) வந்திருக்கின்றன. அவற்றில் சிலவற்றை மட்டும் பார்த்தால், நிறுவனங்களின் வரிச் செலவு கணிசமாகக் குறைந்திருப்பதும், அதனால் பல நிறுவனங்களின் லாபம் அதிகரித்திருப்பதும் தெரிகிறது.

உதாரணத்திற்கு கார் தயாரிப்பு நிறுவனமான மாருதி சுசுகி. அந்த நிறுவனத்தின் காலாண்டு கார்ப்பரேட் வரி, ஒப்பிடக்கூடிய சென்ற ஆண்டு இரண்டாம் காலாண்டுடன் பார்த்தால் 757 கோடி ரூபாய் குறைந்திருக்கிறது. 2018-19ம் ஆண்டு இரண்டாம் காலாண்டில் கார்பரேட் டாக்ஸுக்கு அது ஒதுக்கியது 970 கோடி ரூபாய். இப்போது 2019-20 ம் ஆண்டு இரண்டாவது காலாண்டில் வெறும் 213 கோடி ரூபாய்.

இதுவரை வந்திருக்கும் காலாண்டு முடிவுகளில் கவனிக்க வேண்டிய மற்றொரு அம்சமும் இருக்கிறது. அது, நிறுவனங்களின் லாபம் அதிகரித்திருக்கும் அளவு (பெரும்பாலும் இரட்டை இலக்கத்தில்) அவற்றின் வியாபாரம் -லாப் லைன் ரெவின்யு- அதே அளவு அதிகரிக்கவில்லை. (ஒற்றை இலக்க வளர்ச்சிதான்).

இது எதைக் காட்டுகிறது என்றால், இன்னமும் சுணக்கம் இருக்கவே செய்கிறது. டிமாண்ட் அதிகரிக்கவில்லை. ஆனால். வரிக்குறைப்பால் நிறுவனங்களின் லாபம் நிச்சயம் அதிகரித்திருக்கிறது என்பதைத்தான்.

ரிலையன்ஸ் இண்டஸ்டிரீஸ், டிசிஎஸ், இன்போசிஸ், மாருதி, ஐ டி சி., கோல்கேட் மற்றும் இதுவரை ரிசல்ட் வெளியிட்டிருக்கிற 70+ நிறுவனங்களின் நிதிநிலை முடிவுகளை வைத்துப்பார்த்தால் இப்படித் தெரிகிறது. மேலும் ரிசல்ட்கள் வர வர இது கொஞ்சம் மாறலாம்.

நம்பி, வரிக்குறைப்பு செய்திருக்கும் அரசுக்கு உதவும் விதமாக, லாபத்தை அதிகரித்துக்கொண்டிருக்கும் நிறுவனங்கள், கூடுதல் டிவிடெண்ட் கொடுத்து முதலீட்டாளர்கள் கையில் பணத்தைத் தரவேண்டும். அல்லது வேலைவாய்ப்புகள் உருவாகும் வண்ணம் முதலீடு செய்யவேண்டும்.

செய்வார்களா?

4. GDP குறைந்திருப்பதால் சந்தை மேலும் விழுமா?

வெள்ளிக்கிழமை அன்று மாலை நாட்டின் பொருளாதார வளர்ச்சி வேகம் குறித்து சுட்டிக்காட்டும் GDP எண் வெளியிடப்பட்டது. இந்த நிதி ஆண்டின் இரண்டாவது காலாண்டில் GDP 4.5 சதவிகிதம் என்பது, வெளிவந்த தகவல்.

இந்தத் தகவல் வெளிவருவதற்கு முன்பாகவே வெள்ளியன்று பங்குச்சந்தைகளில் பங்கு விலைகள் இறக்கம் கண்டன. NSE மற்றும் BSE ஆகிய இரண்டு சந்தைகளின் குறியீட்டு எண்களும் கிட்டத்தட்ட 0.8 சதவிகிதம் குறைந்தன.

பொருளாதார நிலை இப்படி இருக்கிறதே! பங்கு விலைகள் மேலும் இறங்குமோ! என்கிற பயம் சிலருக்கு வரலாம். பொருளாதாரப் புள்ளி விவரங்களுக்கும் பங்கு விலைகளுக்கும் இருக்கும் தொடர்பு என்ன என்று தெரிந்துகொள்ள சிலருக்கு ஆர்வம் இருக்கலாம்.

நாட்டின் GDP என்பது உள்நாட்டு உற்பத்தி எப்படி இருக்கிறது

என்று காட்டுகிற ஒரு அளவு. 'கிராஸ் டொமெஸ்டிக் பிராடெக்ட்' என்ற ஆங்கிலப் பதத்தின் சுருக்கமே GDP.

இந்த GDP யின் அளவு இன்னும் ஐந்து ஆண்டுகளில் 5 லட்சம் கோடி அமெரிக்க டாலர்களாக இருக்கும் என்று நமது பிரதமர் கூறினார். இப்போதைக்கு நமது உள்நாட்டு உற்பத்தி மதிப்பு 2.936 டிரில்லியன் அமெரிக்க டாலர்கள். டிரில்லியன் என்றால் ஒரு லட்சம்.

கிட்டதட்ட 3 லட்சம் கோடியில் இருந்து 5 லட்சம் கோடி ஆகவேண்டும். அப்படி ஆக முடியுமா என்பது சிலரின் கேள்வி. காரணம் வளர்ச்சி வேகம் அதிகரிக்கவில்லை. மாறாகக் குறைகிறது. ஓரிரு முறை அல்ல. தொடர்ந்து குறைந்து வருகிறது.

2019-20ன் இரண்டாவது காலாண்டு என்பது, ஜூலை, ஆகஸ்ட் மற்றும் செப்டெம்பர் மாதங்கள் கொண்டது. இந்த மூன்று மாதங்களில் நாட்டின் GDP வளர்ச்சி, அதிர்ச்சியளிக்கும் விதமாக வெறும் 4.5% என்று புள்ளிவிவரங்கள் தெரிவிக்கின்றன.

இவற்றுக்கும் பங்குச்சந்தைகளின் ஏற்ற இறக்கங்களுக்கும் தொடர்பு உண்டு. இந்த எண் காட்டுவது, நாட்டில் ஒட்டுமொத்தமாக பொருளாதார விஷயங்கள் எப்படி நடந்துகொண்டிருக்கின்றன என்பதை.

பங்குச்சந்தை குறியீட்டு எண்களின் நகர்தல் என்பது குறிப்பிட்ட சில பங்குகளின் விலை ஏற்ற இறக்கங்களைப் பொறுத்தது. அதாவது சென்செக்ஸ்ல் உள்ள 30 பங்குகள் மற்றும் நிப்டியில் உள்ள 50 பங்குகளின் விலை மாற்றங்களைப் பொறுத்தது. இந்த இரண்டும் தவிர, மிட் கேப் இன்டெக்ஸ், ஸ்மால் கேப் இன்டெக்ஸ் என்று பல்வேறு குறியீட்டு எண்கள் இருக்கின்றன. இவையெல்லாம், பங்குகளின் விலை மாற்றங்களைப் பிரதிபலிப்பவை.

வியாபாரம் நன்றாக நடந்தால், லாபம் அதிகமாக வந்தால், பங்குகளின் விலைகள் உயரும். ஏற்றுமதி செய்யும் நிறுவனங்கள், உற்பத்தி செய்யும், மேனுபேக்சரிங் துறை நிறுவனங்கள், கட்டுமானம் செய்யும் நிறுவனங்கள், தகவல் தொழில்நுட்பம் போன்ற பல சேவைகள் செய்யும் நிறுவனங்கள் என்று பலவகையான தொழில் வியாபாரங்களில் ஈடுபட்டிருக்கும் நிறுவனப் பங்குகளின் விலைகள்

அந்தந்த நிறுவனங்களின் வியாபாரம் மற்றும் லாப நட்டங்களை வைத்து மாறும்.

இவையெல்லாம் சரியாக நடந்தால், நன்றாக நடந்தால் அது GDP எண்ணில் தெரியவரும். அவையெல்லாம் குறைகின்றன என்பதை GDP. எண் காட்டுவதாகக் கொள்ளலாம்.

அப்படியென்றால், வெளிவந்திருக்கும் 4.5% என்ற ஆறு வருடத்தில் இல்லாத அளவு குறைவான வளர்ச்சி வேகத்தைத்தான் காட்டுகிறது. அப்படியென்றால், பங்கு விலைகள் மேலும் விழுமோ!

வேறு காரணங்களுக்காக பங்கு விலைகள் குறையலாம். ஆனால், வெளிவந்திருக்கும் GDP வளர்ச்சி 4.5% என்பதற்காகக் குறையாது. அதற்கு இரண்டு காரணங்கள்.

முதலாவது பங்குச்சந்தையில் எப்போதுமே எதிர்பாராத செய்திகளுக்குத்தான் அதிக 'ரியாக்ஷன்' இருக்கும். இந்த அளவுதான் வளர்ச்சி இருக்கப்போகிறது என்பது சந்தைக்கு முன்பே தெரியும். பல 'ரேட்டிங் ஏஜென்சி'களும், வங்கிகளும் முன்கூட்டியே இதுகுறித்து சொல்லிவிட்டார்கள். அப்போதே இந்த செய்திக்கான இறக்கத்தை சந்தை செய்துவிட்டது. அதை already discounted என்பார்கள். இப்போது வெளிவந்திருப்பது, கணிப்பை உறுதி செய்வதுதான். அதனால், மீண்டும் ஒருமுறை அதே விஷயத்திற்காக 'ரியாக்ஷன்' இருக்காது. அல்லது குறைவாக இருக்கும்.

இரண்டாவது காரணம், வந்திருப்பது முடிந்துபோன காலாண்டு குறித்த தகவல். ஜூலை, ஆகஸ்ட் மற்றும் செப்டெம்பர் மாதங்களுக்கானது. Past data. சந்தை எப்போதும் வரப்போவதற்குத்தான் கூடுதல் முக்கியத்துவம் கொடுக்கும். அதை வைத்துதான் காய்கள் (விலைகள்) நகர்த்தும்.

பண்டிகைக் கால விற்பனை ஆட்டோமொபைல்களிலும் பிரிட்ஜ், வாஷிங் மிஷின், டி.வி., போன்ற 'ஒயிட் கூட்ஸ்' சிலும் நன்றாக இருந்ததாகச் சில தகவல்கள். தவிர, வங்கிகள் கார்ப்பரேட்களுக்குக் கொடுக்கும் கடன்கள் குறித்தும் சில பாசிடிவான தகவல்கள் வரலாம் என்கிற எதிர்பார்ப்பு சந்தையில் இருக்கிறது. தாமதமாக வந்த மழை போன்ற காரணங்களினால் செப்டெம்பர் மாத GDP வளர்ச்சி

பாதிக்கப்பட்டது. ஆனால், அடுத்த காலாண்டான ‘அக்டோபர் நவம்பர் டிசம்பர்’ அவ்வளவு மோசமாக இருக்காது என்று சந்தையில் சிலர் நினைக்கிறார்கள்.

இப்படி சந்தை வரப்போவதையும் மனதில் வைத்துதான் விலைகளை மாற்றும்.

தங்கம்

1961-ம் ஆண்டு தங்கம் விலை அதுவரை வரலாறு காணாத உச்சத்தைத் தொட்டது. சவரன் விலை ரூ 91. 2019ல் அதே 8 கிராம் 22 காரட் சவரன் ஒன்றின் விலை ரூ.28,888.

அடேயப்பா! நூறு ரூபாய்க்கும் குறைவாக இருந்தது 2019ல் கிட்டத்தட்ட 29 ஆயிரமா! என்ன விலை ஏற்றம்... என்ன விலை ஏற்றம்... என்று வியப்பவரா நீங்கள்?

கொஞ்சம் பொறுங்கள். உங்களுக்குச் சில தகவல்கள் சொல்ல வேண்டும். நிச்சயம் இது நல்ல விலை உயர்வுதான். ஆனால்...

என்ன ஆனால்.. என்று இழுக்கிறீர்கள் என்று கேட்பீர்கள்தானே!

1961க்கும் 2019க்கும் இடையே 59 ஆண்டுகள் இடைவெளி. அப்படியென்றால் 59 ஆண்டுகளில் இந்த விலை உயர்வு. தங்கமாக இருந்த நேரம், அது வேறு ஒரு வருமானமும் தந்திருக்காது. அதை நகையாகப் போட்டுக்கொண்டிருந்தால் சந்தோஷம் கிடைத்திருக்கும். அதே நேரம் அதில் தேய்மானமும் ஆகியிருக்கும்.

தேய்மானம் என்றால் அந்த ஒரு சவரன் எனும் 8 கிராம், 59 ஆண்டு பயன்பாட்டிற்குப்பின் அதே 8 கிராம் எடை இருக்காது. அய்யா, நான் அதை அணியவேயில்லை. அப்படியே பீரோவில் வைத்திருந்தேன் என்றால், அது சரி. தேய்மானம் இருக்காது. 8 கிராம் எட்டு கிராமாகவே இருக்கும்.

1961ல் தங்கம் வாங்காமல் 91 ரூபாயை ஏதாவது ஒரு வங்கியில் பிக்சட் டெபாசிட்டாகப் போட்டிருந்தால், அதற்குக் கிடைக்கும் வட்டியை மீண்டும் மீண்டும் மறுமுதலீடு செய்திருந்தால், அந்த 91 ரூபாயின் 2019 மொத்த மதிப்பு எவ்வளவாக இருக்கும்?

தற்போது வங்கிகளில் வட்டி விகிதம் 8% தான் என்றாலும் சில ஆண்டுகளுக்கு முன்பு 9, அதற்கும் முன்பு 10% அதற்கும் முன்பு 12 சதவிகிதம் எல்லாம் இருந்திருக்கிறது.

அப்படி அந்த 91 ரூபாய்க்கு சராசரியாக 10% கூட்டு வட்டி போட்டுப் பார்த்தால், வரும் தொகை... 52,871.

அய்யா, 10% வேண்டாம் வெறும் 8% என்று கணக்கிட்டால் கூட வரும் தொகை, 42,315. ஆனால் தங்கத்தின் விலையோ 28,888 தான்.

இதெல்லாம் இப்போது தங்கத்தின் விலை உயர்ந்திருக்கும்போது. இதே தங்கத்தின் விலையை 2013, 2014-ல் எல்லாம் பார்த்திருந்தால் இன்னும் மோசம்.

அதென்ன 2019 தங்கத்தின் விலையோடு ஒப்பிட்டுக்கொண்டு என்று கேட்கலாம். சரி ஜூலை 2023 விலையோடு ஒப்பிட்டுப் பார்க்கலாம்.

ஜூலை 14, 2023 அன்று 8 கிராம் 22 கேரட் தங்கத்தின் விலை ரூ.46,000.

வங்கியில் போட்டு வைத்திருந்த பிக்சட் டெபாசிட்டின் மதிப்பு 10% வட்டியில் 69212 ஆக இருக்கும். 8^ வட்டியில், ரூ. 52,317.

இதற்குப் பின்னும் தங்கத்தின் விலை ஏறலாம். இல்லை என்று சொல்ல முடியாது. ஆனால் எப்போதும் ஏறிக்கொண்டே இருக்கும் என்பதையும் சொல்லவும் முடியாது.

தங்கத்தில் நகை என்பது, விரும்பிச் செய்யும் செலவு. கார் வண்டி போன் வீடு வாங்குவது போல. அதில் லாப நட்டக் கணக்கு பார்க்கத் தேவையில்லை.

ஆனால் தங்கம் நன்கு விலை உயர்கிறது. அதில் போடும் பணம் நன்கு பெருகும் என்று நினைத்தால், அதற்குத்தான் இந்த விளக்கமும் எடுத்துக்காட்டும்.

சில குறுகிய காலங்களில் தங்கத்தின் விலை பரபரப்பாக உயரும். புதிய உச்சங்களைத் தொடும். சரியாக வாங்கி சரியாக விற்றால் அதில் லாபம் கிடைக்கும். அப்படிச் செய்வதன் பெயர் டிரேடிங் (வர்த்தகம்). அதில் லாபம் வரும் வாய்ப்பு உண்டு. விலை இறங்கி நட்டமும் ஏற்படலாம்.

ஆனால், நீண்ட காலத்தில் பணத்தைப் பெருக்க, தங்கம் அவ்வளவு சரியானதாகத் தெரியவில்லை என்பது சரிதான்.

பிக்சட் டெபாசிட்

'அசெட் கிளாசெஸ்' என்று ஒரு பதம் கேள்விப்பட்டிருக்கலாம். ஒருவர் அவரது முதலீட்டை வருமானம் பார்ப்பதற்காகப் போட்டு வைக்க இருக்கும் பல்வேறு வாய்ப்புகளை இப்படி அழைப்பார்கள்.

வங்கி டெபாசிட்டுகள், தங்கம், பங்குகள், ரியல் எஸ்டேட் எல்லாம் நம் மக்களுக்கு நன்கு பரிச்சயமான சில 'அசெட் கிளாஸ்'கள்.

சிலர் எவ்வளவு பணம் கிடைத்தாலும் அதை பிக்சட் டெபாசிட்டில் மட்டுமே போடுவார்கள். வேறு சிலர் எவ்வளவு கிடைத்தாலும் பங்குச்சந்தையில்தான் இறக்குவார்கள்.

பங்குச்சந்தை, பங்குகளில் முதலீடு செய்ய விரும்பினால், ஒரு 'அசெட் கிளாஸ்' ஆக அது எப்படிப்பட்டது? மற்ற முதலீட்டு வாய்ப்புகளுடன் ஒப்பிடும்போது, அது என்ன விதங்களில் வேறுபடுகிறது என்பனவற்றை ஒரு முதலீட்டாளராகத் தெரிந்துகொள்ளவேண்டியது அவசியம்.

பெரும் பிரிவுகளாகப் வகைப்படுத்தினால், முதலீட்டு வாய்ப்புகளை பிக்சட் ரிட்டர்ன் மற்றும் வேரியபிள் ரிட்டர்ன் (Fixed Return & Varibale return) தருவன என்று இரண்டாகப் பிரிக்கலாம்.

பிக்சட் ரிட்டர்ன்

ஒருவர் அவரிடம் இருக்கும் பணத்தை வங்கியிலோ அல்லது போஸ்ட் ஆபிசிலோ, பிக்சட் டிப்பாசிட் ஆக குறிபிட்ட காலத்துக்கு போட்டு வைக்கலாம். அப்படிப் போடும் பணத்துக்கு என்ன சதவிகிதம் வட்டி என்பதை முன் கூட்டியே தெரிவிப்பதுடன், ஓராண்டுக்கு இவ்வளவு என்று (7.5% என்பது போல) எழுதிக் கொடுத்துவிடுவார்கள்.

அந்த ஓராண்டு காலத்தில் அந்த வங்கி லாபம் செய்தாலும் நட்டமடைந்தாலும், நாட்டில் பணவீக்கம், விலைவாசி மற்றும் ரிசர்வ் வங்கியின் வட்டி விகிதங்கள் கூடினாலும் குறைந்தாலும், டெபாசிட் போட்டவருக்கு அவரது டெபாசிட் தொகைக்கு வட்டி, 7.5% தான். அல்லது கட்டாயம் 7.5% உண்டு.

இரண்டும் உறுதி. கொஞ்சமும் கூடாது. குறையாது.

சமீபத்தில் பல்வேறு பொதுத்துறை வங்கிகள் வேறு சில வங்கிகளுடன் இணைக்கப்பட்டன. உதாரணத்திற்கு அலகாபாத் வங்கி இந்தியன் வங்கியுடன் இணைப்பு. ஒருவர் அலகாபாத் வங்கியில் பிக்சட் டெபாசிட் போட்டிருந்தால், அந்த வங்கி இந்தியன் வங்கியுடன் இணைக்கப்பட்டாலும், இந்தியன் வங்கியில் (உதாரணத்திற்கு) அலகாபாத் வங்கி கொடுப்பதைக் காட்டிலும் கால் சதவிகிதமோ அரை சதவிகிதமோ குறைவான வட்டி கொடுத்துக்கொண்டிருந்தாலும், முன்னர் அலகாபாத் வங்கியில் பணம் போட்டிருந்தவருக்கு, எழுதித் தரப்பட்ட சதவிகிதத்திலேயே வட்டி வழங்கப்படும். வழங்கப்படவேண்டும்.

இப்படியாக வங்கி அல்லது அஞ்சலகம் அனுமதிக்கும் எந்தக் கால அளவிற்கும் டெபாசிட் செய்யலாம். ஐந்து ஆண்டுகளுக்குக் கூட இப்படி உறுதி செய்துகொள்ளலாம்.

இவ்வாறு பிக்சட் ஆக வருமானம் தருவன எல்லாம், **'பிக்சட் இன்கம் அசெட்ஸ்.'**

பிக்சட் டெபாசிட்கள் தவிர, 'நான் கன்வெர்ட்டபிள் டிபென்ச்சர்'கள், 'பாண்ட்'கள் என்று இன்னும் சில மாறாத வருமானம் தரும் முதலீட்டு வாய்ப்புகள் உண்டு.

சிலர் நினைக்கலாம், எம்பிளாயீஸ் பிராவிடெண்ட் பண்டு EPF, பப்ளிக் பிராவிடெண்ட் பண்டு PPF போன்ற சேமநல நிதிகள் இந்த வகையில் சேராதா என்று.

அவையும் நிச்சயம் **'முதலுக்கு மோசம் வராத'**, வருமானம் தரும் வாய்ப்புகள்தான். ஒரு வேறுபாடு, அவை என்ன வருமானம் தரும் என்பதை முன்கூட்டித் தெரிவிப்பதில்லை. ஆண்டு முடிவில்தான்

அறிவிக்கப்படுகின்றன. பி.எப்.க்கு 2018-19 க்கான, 8.65 சதவிகித வட்டி விகிதம் போல.

ஆமாம், இந்த வகை முதலீடுகளின் இரண்டு முக்கிய அம்சங்கள், போடும் முதல் மற்றும், அதற்குக் கொடுக்கப்படவிருக்கும் வருமானத்தின் அளவு ஆகிய இரண்டுக்குமே கியாரெண்டி என்பதுதான்.

உதவிய இணைய / வலைதளங்கள்

- https://www.moneycontrol.com/india-investors-portfolio/rakesh-jhunjhunwala-and-associates/holdings
- https://primeinvestor.in/retire-rich-a-handbook-for-your-golden-years/
- https://www.moneycontrol.com/india/stockpricequote/banks-private-sector/icicibank/ICI02
- https://www.screener.in/screens/180258/debt-to-equity-ratio-of-10000cr-companies/?sectors=00000026&page=2
- https://primeinvestor.in/nifty-pe-ratio/
- https://www.moneycontrol.com/stocks/marketstats/bsetopdiv/
- https://www1.nseindia.com/content/indices/Method_Nifty_50.pdf

டாக்டர் சோம.வள்ளியப்பன்

தமிழகத்தின் அனைத்து முன்னணிப் பத்திரிகைகளிலும் இதழ்களிலும் கட்டுரைகள், தொடர்கள் எழுதுபவர். தொலைக்காட்சிகளில் பங்குச் சந்தை மற்றும் பொருளாதாரம் தொடர்பான நிகழ்ச்சிகளில் கருத்துகள் சொல்பவர். தமிழகம் முழுவதுமிருந்தும் பல்வேறு கல்லூரிகள், அமைப்புகள் மற்றும் நிறுவனங்களால் பேச, பயிற்சி கொடுக்க அழைக்கப்படுபவர். நிர்வாகம், உறவுகள், சுய முன்னேற்றம், பணம், பங்குச் சந்தை, ஆளுமைகள் பற்றி இதுவரை 75 புத்தகங்கள் எழுதியிருக்கிறார். இளங்கலை பொருளாதாரம், MBA மனித வளம் மற்றும் மார்க்கெட்டிங் படித்திருக்கும் சோம. வள்ளியப்பன், பெல், பெப்ஸி, வேர்ல்பூல், டாக்டர் ரெட்டீஸ் பவுண்டேஷன், நவியா உள்பட பல்வேறு நிறுவனங்களில் 30 ஆண்டுகள் மனிதவளத்துறையில் பணியாற்றிவிட்டு, தற்போது மேன்மை மேனேஜ்மென்ட் கன்சல்டன்சியின் மேலாண் இயக்குனராகச் சென்னையில் பணிபுரிகிறார். அவரது எமோஷனல் இன்டெலிஜென்ஸ் குறித்த ஆய்விற்காக சென்னை பல்கலைக்கழகத்தில் Ph.D. பட்டம் பெற்றவர்.

ஆசிரியரின் பிற நூல்கள்

சுயமுன்னேற்றம்

1. இட்லியாக இருங்கள் எமோஷனல் இன்டெலிஜென்ஸ்
2. எமோஷனல் இன்டெலிஜென்ஸ் 2.0
3. ரசவாதம்: ஏதிலும் பெரும் வெற்றி (NLP பற்றி)
4. தடையேதுமில்லை (சுயமுன்னேற்றக் கட்டுரைகள்)
5. உஷார் உள்ளே பார் (மனமும் சக்தியும்)
6. ஆல் தி பெஸ்ட்! (நீங்கள் விரும்பும் வேலையை வென்றெடுப்பது எப்படி?)
7. தள்ளு (மோட்டிவேஷன்)
8. சின்னத் தூண்டில் பெரிய மீன்
9. சிறுதுளி பெரும் பணம்
10. டீன் தரிகிட (பதின் பருவம்)
11. சொல்லாததையும் செய்!
12. மனதோடு ஒரு சிட்டிங்
13. இவ்வளவுதானா நீ?

14. முன்னேற்றம் இந்தப் பக்கம்
15. எல்லோரும் வல்லவரே
16. காதலில் இருந்து திருமணம் வரை
17. சிக்கனம் சேமிப்பு முதலீடு
18. நல்லதாக நாலு வார்த்தை
19. திட்டமிடுவோம் வெற்றிபெறுவோம்
20. அதிகாரம் அல்ல, அன்பு
21. உடல் மனம் புத்தி
22. யார் நீ?
23. உயர... உயர...
24. You vs You: Everything you need to know about Emotional Intelligence

பங்குச்சந்தை

1. அள்ள அள்ளப் பணம் - 1 - பங்குச்சந்தை: அடிப்படைகள்
2. அள்ள அள்ளப் பணம் - 2 - பங்குச்சந்தை: அனாலிசிஸ்
3. அள்ள அள்ளப் பணம் - 3 - பங்குச்சந்தை: ஃபியூச்சர்ஸ் அண்ட் ஆப்ஷன்ஸ்
4. அள்ள அள்ளப் பணம் - 4 - பங்குச்சந்தை: போர்ட்ஃபோலியோ முதலீடுகள்
5. அள்ள அள்ளப் பணம் - 5 - பங்குச்சந்தை: டிரேடிங்
6. அள்ள அள்ளப் பணம் - 6 - மியூச்சுவல் ஃபண்ட்
7. அள்ள அள்ளப் பணம் - 7 - தங்கம்
8. அள்ள அள்ளப் பணம் - 8 - இன்சூரன்ஸ்
9. அள்ள அள்ளப் பணம் - 9 - கடன்
10. ஷேர் மார்க்கெட் சீக்ரெட்ஸ்
11. பங்குச்சந்தை என்றால் என்ன
12. Bulls and Bears - All about Shares
13. ஷேர் பசார் சீக்ரெட்ஸ் (ஹிந்தி)
14. பங்குகளில் பணம்

வியாபாரம்

1. நம்பர் 1 சேல்ஸ்மேன் (சிறந்த விற்பனையாளர் ஆவது எப்படி?)
2. பணமே ஓடி வா
3. தொட்டதெல்லாம் பொன்னாகும்
4. பணம், சில ரகசியங்கள்
5. பணம் சந்தேகங்கள் விளக்கங்கள்
6. நேர்மையாகச் சம்பாதிக்க இவ்வளவு வழிகளா!
7. எந்தத் தொழிலிலும் ஜெயிக்கலாம்

நிர்வாகம்

1. ஆளப்பிறந்தவர் நீங்கள் (தலைமைப் பண்புகள்)
2. காலம் உங்கள் காலடியில் (நேர நிர்வாகம்)
4. உலகம் உன் வசம் (கம்யூனிகேஷன்) 5. உறுதி மட்டுமே வேண்டும் (கமிட்மெண்ட்)
6. உறவுகள் மேம்பட (Managing People)
7. சிறந்த நிர்வாகி ஆவது எப்படி?
8. மேனேஜ்மென்ட் குரு கம்பன்
9. வீட்டுக் கணக்கு
10. நேரத்தை உரமாக்கு (காலம் உங்கள் காலடியில் - 2)
11. சிக்ஸர்: நிர்வாக உத்திகள்

பொருளாதாரம்

1. நாட்டுக் கணக்கு
2. நாட்டுக் கணக்கு - 2
3. அதிர்ந்த இந்தியா
4. அவசரம்- உடனடியாகச் செய்யவேண்டிய சமூகப் பொருளாதார மாற்றங்கள்

மாணவர்களுக்கு

1. மன அழுத்தம் விரட்டலாமா
2. இந்தமுறை நீதான்
3. நீங்கள் அசாதாரணமானவர்
4. You are Extraordinary
5. திட்டமிடுவோம் வெற்றிபெறுவோம்

மற்றவை

1. எங்குமிருப்பவர் (சாய் சரிதம்)
2. கே பாலசந்தர்- வேலை டிராமா சினிமா
3, நல்ல மனம் வாழ்க
4. மகிழ்ச்சியாக வாழுங்கள்
5. அப்பா, மகன் - நெருக்கமும் நெருடல்களும்

புதினம்

1. நெஞ்சமெல்லாம் நீ
2. பட்டாம்பூச்சிகளின் கண்ணாமூச்சி காலம்
3. ஜெமினி சர்க்கிள்

www.ingramcontent.com/pod-product-compliance
Ingram Content Group UK Ltd.
Pitfield, Milton Keynes, MK11 3LW, UK
UKHW042136021026
15589UKWH00003B/857

9 789395 222341